மாத்தா ஹரி

(புதுச்சேரியிலிருந்து புறப்பட்ட ஒரு பெண்ணின் கதை)

நாகரத்தினம் கிருஷ்ணா

பரிசல்

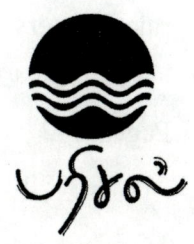

மாத்தா ஹரி
(புதுச்சேரியிலிருந்து புறப்பட்ட ஒரு பெண்ணின் கதை)
நாகரத்தினம் கிருஷ்ணா
முதல் பதிப்பு: ஆகஸ்ட் 2021

வெளியீடு: பரிசல் புத்தக நிலையம்
235, P. பிளாக் MMDA காலனி
அரும்பாக்கம், சென்னை – 600 106.
பேச: 9382853646, 8825767500
மின்னஞ்சல்: parisalbooks@gmail.com

அச்சுக்கோப்பு: வி. தனலட்சுமி

அச்சாக்கம்: ரவிராஜா பிரிண்டர்ஸ், சென்னை – 600 005.

பக்கம்: 342

விலை ரூ: 350

Mata Hari
(Puducheriyilirundu purappatta oru pennin kathai)

Krishna Nagarathinam

First Edition: August 2021

Published by Parisal Putthaga Nilayam
No. 235, 'P' Block MMDA Colony
Arumbakkam, Chennai - 600 106.
Mobile: 93828 53646, 8825767500
Email: parisalbooks@gmail.com

DTP: V. Dhanalakshmi,

Printed at: Raviraja Printers, Chennai - 5.

ISBN: ISBN : 978-81-949195-8-2

Pages: 342

Price Rs. 350

முன்னுரை

நாவல் என்பது இத்தன்மையினது, இவ்வடிவமைந்து இருப்பது என்றெல்லாம் அடிக்கடிப் பலரும் சொல்லக் கேட்கிறோம். இந்தப் பலரும் விமர்சகர்களாகவே இருக்கிறார்கள். விமர்சகர்கள் பணி இது என்றும் சொல்கிறார்கள். இருந்துவிட்டுப் போகட்டும். நமக்கு நாவல் மட்டும்தான் விஷயம். நாவல் நமக்குத் தருவது என்ன, நம்மோடு அது தொழில் புரியும் தளம் இவை மட்டுமே வாசகர் என்ற முறையில் நமக்கு முக்கியம். வேறு எதுவும் இல்லை.

நாவல் என்பது தத்துவத்தின் பிம்ப வடிவம் என்றோர் கருத்துண்டு. ஆயிரத்து தொள்ளாயிரத்து அறுபதுகளில் ஆல்பர் கெமுவின் அந்நியன் வந்தது. மிகச் சிறந்த மொழிபெயர்ப்பு அது. கெமுவின் உலகம் பற்றிய புரிதலுடன் மிகுந்த அக்கறை யோடு வெளிவந்த பதிப்பு அது. அந்நியனுக்குப் பிறகு தமிழ் நாவலின் முகம் மாறியது. தமிழ்ச்சூழலில் சம்பத், சிங்காரம், பின்னர் வந்த திணை சார்ந்த நாவல்களிலும், அண்மையில் வந்திருக்கும் யாமம் (எஸ். ராமகிருஷ்ணன்), நிலாவை வரைபவன் (கரிகாலன்) வரையிலான தமிழின் முக்கிய நாவல்களிலும், கெமுவும் சார்த்தரும் பாக்னரும் ஹெமிங்வேயும் கரைந்திருப்பதைத் தேர்ந்த வாசகர்கள் அவதானிக்கமுடியும்.

தத்துவம் பற்றிய பொதுப்புத்தி மிகவும் வெளிப்படையானது. டாக்டர் ராதாகிருஷ்ணன் இங்கு தத்துவவாதி. ஓஷோவும் ஜெ. கிருஷ்ணமூர்த்தியும் இங்கு தத்துவ ஞானிகள். (இதில் முதலாம வர் பத்து லட்சம் விற்கிற பத்திரிகையின்படி செக்ஸ் சாமியார்.) வீடுவரை உறவு, வீதி வரை மனைவி என்றால் மிகச் சுலபமாக தத்துவக் கவியாக முடிகிறது.

நாகரத்தினம் கிருஷ்ணா, பிரஞ்சு ஏகாதிபத்தியத்தின் கீழிருந்த புதுச்சேரிக்காரர். பிரெஞ்சுக் கல்வி அப்படி இவருக்கு வாய்த்தது. பிரெஞ்சு குவர்னர்கள் மற்றும் அக்காலத்து பிரதேச பூடகத்துடன் கூடிய சம்பவக் கோவையுடன் முன்னர் இவர் எழுதிய நாவல் கவனம் பெற்றுள்ளது. சுயமான சிறுகதைகளும் பிரெஞ்சுமொழிச் சிறுகதைகளை மொழிபெயர்த்தும், இவரது படைப்புகள் இவரை மேலும் கவனப்படுத்திக்கொண்டிருக்கின்றன. இப்போது மாத்தா ஹரி (புதுச்சேரியிலிருந்து புறப்பட்ட ஒரு பெண்ணின் கதை) என்னும் பெயரில் நாவலுடன் வந்திருக்கிறார்.

மாத்தா ஹரி வேவுக்காரியாக அறியப்பட்டு அல்லது தவறாகப் புரிந்துகொள்ளப்பட்டு, பிரான்சில் 1917ல் சுட்டுக்கொள்ளப்பட்டவள். அவள் காலத்தில் பேரழகியாகக் கருதப்பட்டவள். இராணுவ அதிகாரிகள், எழுத்தாளர்கள், நாடக ஆசிரியர்கள், கவிஞர்கள், அரசியல் சித்தாந்திகள் என்று பலரின் கனவுகளிலும் மாத்தா வந்து போனதாகச் சொல்லப்படுகிறது. தானே தனக்கென்று ஓர் அதிகார மையத்தை நிறுவிய அவள், இடைக்காலத்தில் தன்னிடம் இருப்பதிலேயே சிறந்த ஒன்றாக இருந்த உடலை முன்னிறுத்த வேண்டிய கட்டாயத்துக்கும் உள்ளாக்கப்பட்டாள். மாத்தா ஹரியைப் பற்றிய புனைவுகள் உருவாகி புத்தகங்களும் திரைப்படங்களும் வெளிவந்தன. மாத்தா ஹரியை அவர்கள் விரும்பும் வண்ணம் வடிவமைத்தார்கள். நான் இரண்டு படங்கள் பார்த்திருக்கிறேன்.

மாத்தா ஹரிக்குப் பிறகு பிரான்சுக்குப் போன பவானி, பவானியின் மகள் ஹரிணியைப் பற்றிய அடுக்குகளாலான நாவல் இது. மாத்தா, பவானி, ஹரிணி மூவரும் ஒருவரைப் போலவே மற்றவரும், ஒருவர் பெற்ற அனுபவங்களை மற்றவரும், ஏதோவொரு வகையில் போராட்டங்களுக்கு மத்தியில் வாழ நேர்கிறவர்கள் எனும் நூலே இவர்களைப் பிணைக்கிறது. இதற்குமேல் கதையை விவரிக்க முடியாது. ஏனெனில் நாவல் கதைகளால் ஆனதல்ல. நாவலுக்குள் கதை இருக்கலாம். இருக்கவேண்டிய கட்டாயம் இல்லை.

மூன்று பெண்களின் இருப்பைச் சொல்வதன் மூலமும், அவர்களைப் பற்றிய அடுக்கிலும் நாவலைக் கொண்டுசெலுத்துகிறார் நாகரத்தினம் கிருஷ்ணா. நேர்க்கோட்டுச் சொல்லல் முறை

இல்லை. அதனாலேயே முன்பின்னாக, சௌகரியம்போலச் சொல்லிச் செல்கிறார். நாவலின் அடர்த்தி கூடுதலுக்கு இம்முறை அவருக்கு அனுகூலமாகக் கைக்கொடுத்திருக்கிறது.

மாத்தா ஹரி, பவானி, ஹரிணி என்னும் இம்மூன்று பெண்களின் வாழ்க்கையைச் சற்றே ஒதுங்கல் பார்வையுடன் நாகரத்தினம் கிருஷ்ணா சொல்லிச் சென்றாலும் இம்மூவருக்கும் அமைந்த வாழ்வு சற்றேறக்குறைய ஒரு நிறமாக இருப்பதை வாசகர்கள் அவதானிக்கமுடியும். மாத்தா, பவானி, ஹரிணி இம்மூவரும் இருபதாம் நூற்றாண்டை 'முழுவதும் நிரப்புகிறார்கள். அந்த நூற்றாண்டின் முதலிரு தசாப்தங்களை மாத்தாவும், இடைப்பகுதியை பவானியும், இறுதிப்பகுதியை ஹரிணியும் எடுத்துக்கொள்கிறார்கள். எனினும், அவர்களின் மூவரும் வாழ்க்கையும் முன்னர் சொன்னது போல ஒரு நிறம். ஒரு வாசனை. ஒரு பயணம். இதன் பொருள், எல்லாப் பெண்களும் ஏதோ ஒரு வகையான நுகத்தடிகளைச் சுமக்கிறார்கள் என்று சொல்லி, இதைப் பெண்ணிய நாவல் என்று ஒரு சிமிழுக்குள் அடக்கிவிடமுடியுமா என்றால் முடியாது. மேலும் ஒரு நுட்பமும், பல்வித 'டயலாக்'குகளும், விசாரணைகளும் கொண்ட நாவல் இது.

உண்மையில்லாத புனைவு எது என்பது ஓரிடத்தில் ஆசிரியர் கேட்கிறார். உண்மையில் பொய்யும் புனைவுகளுக்குப் பங்களித்துள்ளது. புனைவுகளைப் பொருத்தவரை உண்மை பொய் என்பது எதுவுமில்லை. இரண்டும் பிணைந்தது தான் படைப்பு. சம்பவங்களால் இந்த நாவல் படைக்கப்பட்டிருக்கவில்லை. சூட்சுமமான பல அடுக்குகளில் இது எழுதப்பட்டிருக்கிறது. மாத்தாவின் வாழ்க்கையே பல இருளடுக்குகளாலும் புதிர்களாலும் பிணைந்தது. பவானியின் முடிவு தற்கொலையா கொலையா என்கிற புரிதலிலும், ஹரிணி தொலைந்துபோதல் என்கிற புனைவிலும் என்று பல கேள்விகளால் ஆன பிரதேசங்களில் பயணம் செய்கிறது நாவல். அவ்வப்போது ஒரு துப்பறியும் புதினமாகத் தோற்றம் தந்தாலும், இது அந்த வகைப்பட்டதும் அல்ல. மகள், தன் தாயாரைக் கண்டடையும் முயற்சியின் ஊடாகப் புனைவைக் கட்டமைக்கிறார் கிருஷ்ணா. பவானி பற்றிய தேடலில் பவானியோடு மாத்தா இணைக்கப்படுகிறார். இந்த மூன்றடுக்கு நாவலில் ஒரு நூற்றாண்டு கடந்து போகிறது, சப்தம் இல்லாமல்.

இருபதாம் நூற்றாண்டின் குறுக்குவெட்டாக கதைப் பயணம் நிகழ்ந்தாலும், ஆசிரியர் நோக்கம் காலத்தைப் பதிவு செய்வது அல்ல. பிரதி, அம்மூன்று மனுஷிகளின் ஊடாக, அவர்கள் உணர்ச்சிகள் உந்தித் தள்ளிய நிகழ்ச்சிகள் மூலமாகப் புனைவின் வழியாகக் கட்டமைக்கப்படுகிறது. ஆகவே நாவல் முழுமையும் மனிதக் கவிச்சியும், மனித ஊடாட்டமும், மனித வேரூன்றுமாக நடக்கிறது பிரதி.

நாகரத்தினம் கிருஷ்ணா ஒரு நல்ல கதை சொல்லியாகத் தன்னை நிரூபித்திருக்கிறார். எழுத்து அவருக்கு நீர்ப்பரவல் மாதிரி மிக இயல்பாக வருகிறது. உண்மையில் நாவல் என்கிற வசன வடிவம், வசனத்தின் உயிர்ப்பில் தான் இயங்குகிறது என்றால் தவறில்லை. இயல்பான, கட்டுடைத்து நீளும் வசனப் பரப்பில் தான் நாவல் சாத்தியம்.

தமிழ் நாவல் பரப்பில் புதிய வரவாக நாகரத்தினம் கிருஷ்ணாவின் முயற்சி பதிவாகியிருக்கிறது. அடுத்தடுத்த முயற்சிகளிலும் பாய்ச்சல்களிலும் அவர் நிலைபெறுவார். இந்த மாத்தா ஹரி நாவலும் கவனிக்கப்படும்.

– பிரபஞ்சன்

என்னுரை

வணக்கம் நண்பர்களே!

மாத்தா ஹரி என்னுடைய இரண்டாவது நாவல். மீண்டும் பெண்களைப் பேசுகிறேன்... உண்மையைப் பேசுகிறேன்... உரத்துப் பேசுகிறேன்.

ஓர் எழுத்துக்கு அமைதியும் தேவை, ஆர்ப்பாட்டமும் தேவை. இரண்டுமே அதனதன் சுபாவப்படி எளிமைதான். மயிலென்றால் அகவும், சிங்கமென்றால் கர்ஜிக்கும். எனக்கு இரண்டுமே எளிமைதான். படைப்பாளி என்பவன் ஐந்தவித்தானல்ல, தான் கேட்டதை, பார்த்ததைப் பகுத்துணர்ந்து சொல்லணும், மகானாக நினைத்துக் கொண்டல்ல; மனிதனாக வாழ்ந்து சொல்லணும், மனிதர் குரலில் சொல்லணும். சிலர் புன்னகைக்கின்றனர், சிலர் கலகலவென்று சிரிக்கின்றனர், சிலர் இரண்டொரு வார்த்தைகளில் முடித்துக்கொள்கின்றனர், சிலருக்கு எதையும் நீட்டி முழங்கணும். அமைதியாக ஆர்பாட்டமில்லாமல் சலசலக்கிற நதிகூட, ஓடும் பாதையில் மாற்றமேற்பட துள்ளிக் குதிப்பதில்லையா. எனக்கும் அதுதான் நடக்கிறது, என் போக்கிற்கு எழுத்தைக் கொண்டு – வருவதில்லை, அதன் போக்கிற்கு நான் உடன்படுகிறேன்.

அடுத்து எனது கதை மாந்தர்கள்: நீங்களும் நானும் உட்பட இங்கே எவரும் இராமருமில்லை, இராவணருமில்லை. சீதையு மில்லை, சூர்ப்பனகையுமில்லை. 'மாத்தா ஹரி' உத்தமர்களைப் பற்றிய கதையல்ல, மனிதர்களைப் பற்றிய கதை – உண்மையென்ற அம்மணத்தை ஒளிக்காமற் காட்டினால், சிலருக்கு அருவருப் பூட்டலாம் என்றவகையில் பொய்யாடைகளைப் புனைவுகள் என்ற பேரில் உடுத்த வேண்டியிருக்கிறது. எனினும் பெரும்பகுதியான கதைக்களம் உண்மை ... உண்மையைத் தவிர வேறில்லை. மாத்தா ஹரி ஹாலந்தில் பிறந்து, பிரான்சுக்குக் குடியேறி, பெண் உளவாளியென்று குற்றம்சாட்டப்பட்டு,

சுடப்பட்டவள். பவானி புதுச்சேரியில் பிறந்து, பிரான்சுக்குக் குடியேறி ஒரு பனிநாளில் தற்கொலை செய்துகொண்டதாகச் செய்தி.

பவானி நான் அறிந்த பெண், அசலான பெண் – பெயரை மாற்றி இருக்கிறேன் – சூது கவ்விய தர்மம். கல்வி எத்தனை பேருக்கு அறிவைத் துலக்கியிருக்கிறது, புத்தியில் தெளிவை உண்டாக்கியிருக்கிறது. நிமிர்ந்த நன்னடை நேர்கொண்ட பார்வை என்றெல்லாம் பாராட்டுப் பத்திரம் வழங்க விருப்பமில்லை, ஆனால் துலக்கம் பெற்றவள், தெளிவுடன் வாழ்ந்தவள். அத்தனையும் ஒருநாளில் சாம்பலாகிப் போகின்றன. ஆண்டுகள் என்பது ஒரு தகவலைப் பற்றிய காலவரையறையைத் தீர்மானிக்க உதவுகின்றன. அவ்வாறே மானுட வாழ்க்கையில் மனித உயிரொன்றின் அடையாளத்தைத் தெளிவுபடுத்த பெயர்கள். இப்பெயரையும் காலத்தையும், இரப்பர் கொண்டு அழித்துவிட்டால் எவளுக்கு, எப்போதென்கிற தெளிவற்று அடிதடி வரலாற்றையே நாம் எழுத வேண்டியிருக்கும். மாத்தா ஹரிக்கும் பவானிக்கும் நேர்ந்தது இன்றைக்கும் நிகழ்ந்துகொண்டிருக்கிறது. மாத்தா ஹரியும் பவானியும் வேறு பெயர்களில், வெவ்வேறான தருணங்களில் தினம்தினம் அடுப்படியில், பெற்ற கல்வி, உற்ற ஞானம் ஆகியவற்றுடன் எரிந்துகொண்டிருக்கிறார்கள். அவர்களையும் மனதில் நிறுத்தியே எழுதியிருக்கிறேன்.

நூலிற்கு முன்னுரை வழங்கிய திரு. பிரபஞ்சன் அவர்களுக்கும், எனது எழுத்தைப் பட்டைத் தீட்டிக்கொண்டிருக்கிற திண்ணை இணைய இதழின் ஆசிரியர் திரு. கோபால் ராஜாராம் வழங்கியுள்ள பதிப்புரைக்கும் இக்கதையில் இடம் பெறுகிற எனது தோழியரும், மனித உரிமை ஆர்வலரும், பிரபல வழக்கறிஞருமான திருமதி சுதா இராமலிங்கத்திற்கும் மனமார்ந்த நன்றிகள். வழக்கம்போல என் வாழ்க்கைத் துணைக்கும், இடுக்கண் களையும் நண்பர்களுக்கும் என்றென்றும் நன்றிகள்.

- நாகரத்தினம் கிருஷ்ணா

10, Rue Herschel
67200 - Strasbourg
France
nakrish2003@yahoo.fr

Dans les fossés de Vincennes
Quand fleurissait la verveine
Au petit jour, les yeux bandés,
Aù poteau l'espionne est placée
Et celle qu'on va fusiller
C'est elle! C'est sa bien & aimée!
Fermant les yeux pour ne pas voir
Il cria : "Feu! "C'était son devoir!
Dans les fossés de Vincennes
Le soleil se lève à peine
Sous les murs du fort
A passé la mort.
Et l'espionne a subi sa peine!
Et lui, brisé par l'effort,
Le cœur pris de folie soudaine
Eclate d'un grand rire alors
Dans les fossés de Vincennes!

      - Cami

சமர்ப்பணம்

கி. அ. சச்சிதானந்திற்கு...

1

கடந்தகாலத்திய முக்கிய நிகழ்வினை, உண்மையை (?) வரலாறு என்கிறார்கள். வெற்றிகள் மாத்திரமே வரலாற்றைத் தீர்மானிப்பதில்லை, தோல்விகளும் வரலாற்றைத் தீர்மானிக்கின்றன. பிறப்பு மாத்திரமல்ல இறப்புங்கூட வரலாற்றை எழுதுகின்றது. அது ஓரிடத்தில் ஒருசமயத்தில் ஒருமுறை நிகழ்வது திரும்ப நிகழாதது.

10–2–1992: பிரான்சு நாட்டின் கிழக்குப் பகுதியிலிருந்து வெளிவருகிற தினசரிகளில் ஒன்றை அன்றையதினம் புரட்டிக்கொண்டிருந்தபோது உதிரிச்செய்திகளில் ஒன்றாக, ‘புதுச்சேரியைச் சேர்ந்த பெண்ணொருத்தி தீயில் கருகித் தற்கொலை’ என்று தலைப்பிட்டிருந்த செய்தியை வாசிக்க நேர்ந்தது. ‘தாம்பரத்தில் விபத்து’ என்ற செய்தியை, தி. நகர் ஆசாமி உள்ளூர் தினசரியில் வாசிக்கிற மனப்பான்மையில் தான் அதை எடுத்துக்கொண்டேன். இறந்தவளை எனக்கு வேண்டியவளாக நினைத்துச் சொந்தங்கொண்டாடிய போது அதன் விபரீதத்தை உணர்ந்தேன். இழப்பும் தோல்வியும் நமக்கென்றால் வேதனைகளைக் கூடுதலாகத்தானே உணர்வோம். வரலாறென்பதே இறந்தகாலத்தைப் பற்றியதென்பதால் – எத்தனைக் குரூரமான முரண்நகை பாருங்கள் – எனக்கு அவள் இறப்பும் அது சார்ந்த உண்மைகளும் முக்கியம் – அவளது எரிந்த உடலும், பொசுங்கிய மயிரின் துர்நாற்றமும் இன்றைக்கும் நெஞ்சை அடைக்கின்றன. பல இரவுகள் தூக்க மின்றித் தவித்திருக்கிறேன். குஜிலி இலக்கிய மொழியில்

சொல்வதென்றால், 'புதுச்சேரி பவானி பிரான்சு நாட்டிலே தீக்கிரையான மர்மம்' என்று எழுதலாம்.

காலத்தின் உதவியால் அவளை மறந்திருந்தபோது ஒருநாள் இரவு, கட்டிலருகே முப்பது முப்பத்தைந்து வயது மதிக்கக்கூடிய பெண் நிற்கிறாள். எனதருகில் போர்வைக்குவியலுக்கு மேலே கைவைத்து, படுத்திருந்த மனைவியை உறுதிப்படுத்திக்கொண்டதும், மறுபடியும் நின்றிருக்கிற பெண்ணைப் பார்க்கிறேன். உடலில் நடுக்கம், தொடர்ந்து சிவ்வென்று குளிர் பரவி ஓய்ந்தது. கண்களைக் கசக்கிக்கொண்டேன். அவள் அசையாமல் நிற்கிறாள். சட்டென்று மாத்தா ஹரியின் ஞாபகம். சமீபத்தில்தான் அவளைப் பற்றிய புத்தகமொன்றைப் படிக்க நேர்ந்தது. 'அற்ப ஆயுசுல போன கழுதை... ஆயுசு முடியறவரைக்கும் சுத்துவா' என எங்கள் கிராமத்து சொலவடையும் நினைவுக்கு வந்தது.

மனதிலிருந்த பேய்நினைவுகளையெல்லாம் விலக்கிக்கொண்டு பார்க்கிறேன். அவள் இன்னமும் நின்று கொண்டிருக்கிறாள். இருளுக்கிடையில், பிரகாசமாய் வெள்ளை வெளேரென்ற உடல். முகத்தில் உறைந்த விழிகள், இறுகிய உதடுகள், முன்புறம் இறக்கிய கருங்கூந்தல், கழுத்துக்குக்கீழே கூந்தல் இழைகளுக்கிடையே மார்புக் காம்புகள். படுத்திருந்த கட்டில் என்னைவிட்டு நழுவி மேலே மேலே செல்கிறது. தன்னைச் சுற்றி என்ன நடக்கிறது என்பதை அறியாதவளாக, ஆழ்ந்த தூக்கத்தில் மனைவி. அவளைக் கூப்பிடலாமென்று வாயைத் திறக்க, நின்றிருந்த பெண்மணியின் நீண்ட கை, அரவம் போல என்னைச் சுற்றிக்கொள்கிறது. சட்டென்று வாரி எடுத்து இறுக்குகிறது. அவளிடத்திலிருந்து அல்லது அதனிடமிருந்து விடுவித்துக்கொண்டு, மெல்ல நடந்து, நாற்காலியில் அமர்ந்து, மேசை விளக்கைத் தட்டினேன். கணினியை உயிர்ப்பித்து, விரல்கள் தமிழில் உள்ளீடு செய்ய ஆரம்பித்தன. மெல்ல நடந்து என் பின்னே யாரோ நிற்பது போல இருக்கிறது.

– கிருஷ்ணா ....

மனது திக்கென்கிறது, அதைக் காட்டிக்கொள்ளாமல், 'யார்?' என்கிறேன்.

– வேறு யார்? நான்தான் வந்திருக்கிறேன்.

திரும்பிய வேகத்தைப் பார்த்து கலகலவென்று சிரிக்கிறாள்.

– மாத்தா ஹரியா?

– இதற்குள்ள என்னை மறந்தாச்சா? நான் மாத்தா – ஹரி இல்லை. பவானி.. அவளது கைவிரல்கள் எனது தலை மயிரை உழுகின்றன, பின்னர் கன்னத்தைத் தொட்டுவிட்டு மெல்ல விலகுகின்றன.

– என்ன இப்படி வியர்க்கிறது?

என்று கேட்டவளின் கவனம், கணினியில் படிகிறது. அதை நிதானமாக வாசித்து முடித்தாள்.

ஒரு சில நொடிகள் அமைதி.

– இதென்ன பேய் பிசாசென்று எழுதியிருக்கிற, எங்கள் இரண்டுபேரில் யார் பேய் யார் பிசாசு.

– உங்கள் இரண்டு பேரையுமே அப்படிச் சொல்லக்கூடாதுதான். மாத்தா ஹரிக்கும் உனக்குமுள்ள ஒற்றுமைகள் ஆச்சரியப்படவைக்கின்றன. ஆனால் இன்றைக்கு மாத்தா ஹரியைப் பத்திச் சொல்லணுமென்று நினைத்து எழுதத் தொடங்கினேன்.

– என்னை மறந்தா?

– நீ இல்லாமல் இந்தக் கதையேயில்லை, எனக்கு நீ தான் பிரதானம்.

– நேற்றுத்தான் ஹரிணியைப் பார்த்தேன், உன்னுடையவையென இரண்டு கையேடுகளைக் கொடுத்தாள். அவளைப் பற்றியும் சில தகவல்களைத் தந்திருக்கிறாள். இப்புனைவைத் தொடங்கிவைத்தவள் உன் மகள்தான்.

– கிருஷ்ணா, என்னோட உதவி இல்லாமல் உன்னால இக்கதையைச் சொல்ல முடியாது.

– மாத்தா ஹரியைப்பத்தி எழுத, போதும்போதுமென்ற அளவிற்கு ஆதாரங்கள் பலவடிவிலே இருக்கு.

– மாத்தா ஹரியைப் பத்திப் பேசலாம், ஆனா மாத்தா ஹரி பேசுவதுபோல ஆகுமா?

– என்ன சொல்ற?

– மாத்தா ஹரியைக் கொஞ்சம் பேசவிடேன்.

– குழப்பாம தெளிவா சொல்லு.

– அதை நான் பார்த்துக்கிறேன். இப்போது என்ன மணி, இரவு பன்னிரண்டு. பேய்கள் உலவும் நேரம், போய்ப்படு.

கலகலவென்று சிரிக்கிறாள்.

2

ஹரிணிக்கு நாக்கு உலர்ந்திருந்தது. தொண்டையில் வறட்சி. வழக்கத்தைப் போல ஆறு மணிக்கே விழித்தாயிற்று. மனத்திலிருந்த பாரம் தலையிலும் வெளிப்பட்டது. ஆறுதலளிப்பது போல மின்விளக்கு ஒளியில் நீர்த்திருக்கும் இருட்டு. கண்களில் இன்னமும் தூக்கம் மிச்சமிருந்தது. உடலிலும் அப்படியொரு அசதி. விரல்களை மடக்கிக் கைகளினால் கண்களை மாறிமாறித் தேய்த்துக்கொண்டவளின் பார்வையில், சுவரில் மாட்டியிருந்த பெண்மணியின் படம் முதலில் பட்டது. மடங்கிக் கிடந்த கால்களிரண்டையும் போர்வையை விலக்காமலேயே நீட்டினாள். மாறாகக் கைகளிரண்டும் சட்டென்று மேலே உயர, சின்னதாய் ஒரு கொட்டாவி. நேற்றுமாலை வெகுநேரம் அலுவலகத்திலிருக்க வேண்டியிருந்தது. அவளது நிறுவனம் வளர்ந்துவரும் கணினி நிறுவனம். பெயர் டிராக்குலா.காம் இருபது ஊழியர்கள். தொடர்ந்து ஐந்து ஆண்டுகளாக இலாபத்தில் கொழித்துக் கொண்டிருக்கிறது. பிரான்சு நாட்டின் இருபது சதவீத நிறுவனங்கள், தங்கள் எதிர்கால ஊழியர்களை அதன் மூலந்தான் தேர்வு செய்வதாகப் பெருமையோடு சொல்லிக்கொள்கிறாள். 'டெல்' நிறுவனம் முன்னூறு இணைய சேவை வழங்கிகளை நியூசிலாந்து தொடங்கி, அமெரிக்கா வரை (பின்னே இந்தியா இல்லாமலா) அவர்களுக்காக உலகெங்கும் நிறுவியிருக்கிறதாம். நம்புவதும் நம்பாததும் உங்கள் விருப்பம். நேற்று, பிரான்சு டிஜிட்டல் கம்யூனிகேஷன்ஸ் நிறுவனத்தோடு மிகப்பெரிய ஒப்பந்தம் கையொப்பம் இடப்பட்டது. இயக்குநரின் நேரடிப்பார்வையில்

நிறுவனம் இருப்பதால், வேலை முடிந்ததென்று வரமுடியாது. நிர்வாக இயக்குநரென்று சொன்னால் ஏதோ நரைத்த தலை, வயிறு பெருத்த ஆசாமி என்று நீங்கள் பாட்டுக்கு எதையாவது கற்பனை செய்துகொள்ளவேண்டாம். ஒவ்வொரு நாளும் இரண்டு கி.மீ ஓடி உடலைப் பராமரிக்கிற இருபத்தெட்டு வயது இளைஞன். ஒப்பந்தத்தைத் தயாரிக்க, கையொப்பமிட விற்பனைப் பிரிவு, விளம்பரப் பிரிவென ஆளுக்கொரு நகல் தயாரித்துக் கொடுக்க, பத்திரிகைக்காரர்களுக்குத் தகவல் தெரிவிக்க, பின்னர் ஏற்பாடு செய்யப்பட்ட விருந்தில் கலந்துக்கொண்டு இருப்பிடம் திரும்ப அதிகாலை நான்காகிவிட்டது. ஆடைகளை வரவேற்பறையிலேயே அவிழ்த்து உதறியிருந்தாள்.

கிழமை நாட்களென்றால் காலை ஆறுமணிக்கெல்லாம் எழுந்துவிடுகிற வழக்கம். காலைச் சடங்குகளை, நேர அட்டவணைப்படி சுருக்கமாக முடித்துக்கொண்டு, ஏழரை மணிக்கு கராஜிலிருந்து காரை எடுத்தாக வெண்டும். அதிவேகச் சாலைகளில், நெருக்கடியேதும் இல்லையென்றால், 30 கி.மீட்டர் தொலைவிலுள்ள அலுவலகத்தில் வரவேற்பில் அமர்ந்திருக்கிற ஜெனிஃபர்க்கு ஏழு ஐம்பதிற்கு போன் ஜூர்[1] சொல்ல முடியும்.

வார இறுதி நாட்கள் சோம்பேறித்தனத்துடன் விடிபவை. எல்லாக் காரியங்களுக்கும் கூடுதலாக நேரத்தினை ஒதுக்கிக்கொண்டு செயல்படுவது பழகிவிட்டது. திட்டமிடல்கள் இல்லை. விழித்தபடி படுத்திருக்கலாம். காலை உணவுக்கான நேரமென்பது பத்தும் ஆகலாம் பதினொன்றும் அகலாம். நினைப்பு வந்தால் பல் துலக்கலாம். அவசரமாய் ஓடிச் சென்று கணினியை உயிர்ப்பித்து, ‘மணக்கும் மல்லிகை’ வலைப்பூ தளத்திற்காக எதையாவது எழுதலாம். இடையில் டாய்லெட் போகலாம். மீண்டும் விசைப்பலகைக்கு வரலாம். தோழி கமிலியோடு தொலைபேசியில் பேசவேண்டுமென்கிற நினைப்பு குறுக்கிடும். எழுந்தோடுவாள், அவசர கதியில் எண்களைத் தொட்டு, (குறைந்தது இரண்டு முறை) எப்படி இருக்கிறாய் எனப் பிரெஞ்சுமொழியில் நலம் விசாரித்துவிட்டு ஸ்டார் அகாடெமி, ஜனாதிபதி தேர்தல், இந்திய சினிமா, வெண்டைக்காய் மசாலா என்று தமிழில் பேசப்போக ஒரு கட்டத்தில் அவள் எப்போதும்போல, “நான் வேண்டுமானா, பிறகு ஃபோன் பண்றேனே” என்பாள், இவள் “சரி” என்பாள். அவள் மறுமுனையில் ரிஸீவரை வைக்கும் சத்தம் கேட்க, மீண்டும் கணினி.

சலவை மணம் குறையாத பருத்தித் துணியாலான வெள்ளைப் போர்வையை உதறித் தள்ளிவிட்டு, வாய் திறந்த அலாரத்தை விரல் முனைகளால் அடக்கினாள். எழுந்ததும் காத்திருந்தது போல அணிந்திருந்த மஸ்லின் இரவாடை, உடலினின்று நழுவிப் பாதங்களை மறைத்தது. தாண்டிக் கொண்டு நடந்தாள். இடுப்பிலும் மார்பிலும் ஸ்லோகி. கேட்பாரில்லையென்கிற தைரியம். அவளது ராச்சியம். அந்த ராச்சியம் பிரான்சு நாட்டின் ஸ்ட்ராஸ்பூர் நகரில் மேற்கிலுள்ள வில்சன் அவென்யூவில், நான்காவது மாடியிலிருக்கிறது. ஒரு வரவேற்பறை, அருகிலேயே சமையலறை. எதிரே படுக்கை அறை, ஒட்டினாற்போல குளியல் மற்றும் இயற்கை உபாதைகளுக்கான சிறிய ஒழிவிடம். வரவேற்பு அறையில், சமீபத்தில் வாங்கியிருந்த ஈரானிய தரைவிரிப்பு. வெளிர் மஞ்சள் சுவற்றில், அரக்குவண்ணப் பின்னணியில் தஞ்சாவூர் ஓவியங்கள், மத்தியில் கரும் பழுப்பில் தோலாலான சாய்விருக்கை. எதிரே சின்னதாய் செம்மரத்தாலான சிறிய மேசை, வலதுபுறம் சுவரையொட்டி நீங்கள் பார்ப்பது நூல் நிலையம். பிரெஞ்சு, ஆங்கிலம், தமிழ் எல்லாம் கலந்திருக்கிறது. நேற்றைய ஃபூக்கோ, தெலெஸ், தெரிதா, சார்த்துரு, சிமொன் தெ பொவா, பெட்டி ஃப்ரீ டென் தொடங்கி, இன்றைய மர்செல் கொஷெ, தொமினிக்லெக்கூரென அம்மாவின் ஞாபகார்த்தமாக இவள் வயதிற்குப் பிடிபடாத பெரியவர்கள் இருக்கிறார்கள். பிறகு தனக்கே தனக்கென்று எரிக் ஒல்தெர், ஒலிவியே அதாம், மார்க் லெவி, கரோலின் லமார்ஷ், டாம் கிளன்சி, ஜான் கிரிஷாம். தமிழில் முக்கிய எழுத்தாளர்கள் அனைவரையும் வாசிக்கிறாள்.

கைகளை வலப்புறமும், இடப்புறமும் நீட்டி, பின்னர் இடுப்பில் கொண்டு வருகிறாள். இயல்பாய் பின்புறமாக நடந்து சென்று சமையலறைக்குள் நுழைந்தாள். ஃபிரிஜ்ஜைத் திறந்து, ஆக்டிவியா தயிர்குப்பியை உடைத்து கிண்ணத்திற் கவிழ்க்கிறாள். உணவு மேசையிலிருந்த பழத்தட்டில் ஸ்ட்ராபெரி பழங்களிலிருந்த காம்புகளைக் கிள்ளியெறிந்துவிட்டு, பழங்களை நான்காகப் பிளந்து தயிரில் கலந்தவள், சிறிய மேசைக் கரண்டியொன்றின் உதவியுடன் சாப்பிட்டபடி நடந்து வந்தாள். பிறகு என்ன நினைத்தாளோ, அதை அப்படியே அருகிலிருந்த மேசைமீது வைத்துவிட்டு வரவேற்பறையின் இடதுபுறமிருக்கும் கதவினைத் திறந்து கொண்டு பால்கனியை எட்டிப்பார்க்கிறாள். ரைன் நதியிலிருந்து பிரிந்த கிளைநதி சற்று தூரத்தில் ஓசையின்றி

ஓடிக்கொண்டிருக்கிறது. வரிசையாக நிமிர்ந்து தழைத்திருந்த மேப்ள் மரங்களுக்கிடையே 'பீச்' மரங்கள் மூங்கிற்புதர்களைப் போல ஒழுங்கற்று வளர்ந்து, நான்கு திசைகளிலும் கூன்போட்டு நின்றிருக்கின்றன. அவற்றில் கரிக்குருவிகள் வரிசையாக உட்கார்ந்து கொண்டு அவ்வப்போது மூக்கினைக் கிளைகளில் தேய்ப்பதும் பின்னர் சிவ்வென்று ஒரு வட்டமடித்து விட்டு மீண்டும் அமர்ந்த இடத்திற்கு வருவதுமாயிருக்க, கைத்தட்டி அவைகளின் கவனத்தைத் தன்பக்கமாய்த் திருப்ப உத்தேசித்து அவ்வாறு செய்யவும் செய்தாள். தென்மேற்காக தூரத்தில் கொரனாம்பூர் பீர் ஆலையின் பெரிய புகைபோக்கியூடாகக் கசியும் புகை. கண்ணுக்கெட்டியவரை அடுக்கடுக்காய், செதிள்செதிளாய் சாம்பல் வண்ணத்தில் கூரைகள், இடைக்கிடை புகைபோக்கிகள், ஒலி ஒளி வாங்கிகள். பிரான்சு நாட்டு இரயில்வே குழுமத்திற்குச் சொந்தமான, பாரீஸிலிருந்து வருகிற அதிவேகத் தொடருந்தொன்று ஸ்ட்ராஸ்பூர் இரயில் நிலையத்தை நெருங்குவதால் சத்தமின்றி மெதுவாக ஊர்கிறது.

நேற்றிரவு ஒழுங்காகச் சாப்பிடாதது ஞாபகத்திற்கு வந்தது. ஷாம்பெய்ன் வேறு அதிகமாகவே வயிற்றில் இறங்கியிருந்ததன் விளைவு, மீண்டும் பசியெடுத்தது. டோஸ்ட்டரில் பிரெட்டும், முட்டையும் கொண்டு சாண்ட்விச் தயாரித்து விழுங்கினாள். மிச்சமிருந்த வயிற்றுக்கு ஆரஞ்சு ஜூஸ் உதவியது. சாப்பிட்ட தட்டை சமையலறைத் தொட்டியில் போட்டு, குழாய் நீரைத் திறந்து மூடினாள்.

வரவேற்பறையிலிருந்த சுவர்க்கடிகாரத்தில் மணி ஒன்பதை நெருங்கிக் கொண்டிருந்தது. இன்னும் ஒருமணிநேரத்தில் அம்மாவைச் சந்தித்தாக வேண்டும். அருகில்தானிருக்கிறாள். அருகிலிருந்தாலும் இவள்தான் போய்ப்பார்க்கவேண்டும். இவளைக் கண்டதும், எதிர்கொள்ளவோ, கட்டியணைக்கவோ, என்ன சாப்பிடுகிறாய் என்பதான சம்பிரதாயச் சொற்கள் பிரயோகிக்கவோ அவளால் ஆகாது. இருவரும் அடுத்திருப்பவர்களுக்கு இடையூறில்லாமல் உரையாடத் தெரிந்தவர்கள். ஒருவித ஊமைகள் சம்பாஷணை. ஸ்ட்ராஸ்பூர் நகரின், மத்தியக் கல்லறையில் அவள் இருப்பிடம். கடந்த சில வருடங்களாக பிப்ரவரி மாதத்தில் பத்தாம் தேதியன்று கல்லறைக்குச் சென்று அம்மாவைப் பார்க்க வேண்டுமென்பது ஹரிணிக்கு விதிக்கப்பட்டிருக்கிறது. அதில் இன்றுவரை மாற்றமிருந்ததில்லை. ஹரிணி தான் தங்கியுள்ள

இருக்கையிலிருந்து பார்க்க, மேற்குத் திசையில் ஸ்ட்ராஸ்பூர் நகரமன்ற நிர்வாகத்தின் கீழ் இயங்கும் பேருந்துகளுக்கான பணிமனைக்கு அருகில் கல்லறை தெரியும். இங்கிருந்து நடந்தேகூடப் போகலாம்.

நகரமன்றத்தின் 1992ம் ஆண்டுக்கான இறப்பு ஆவணத்தின்படி கடந்த பதினைந்து ஆண்டுகளாக ஹரிணியின் அம்மா பவானி தேவசகாயம் அங்கே நித்திரையிலிருக்கிறாள். வருடத்திற்கொருமுறை எழுந்திருப்பாள். ஆனால் அவளை எழுப்ப ஹரிணி வேண்டும். அம்மாவை நினைத்த மாத்திரத்தில் ஹரிணியின் இருபத்தோரு வயது, பார்க்கும் உத்தியோகம், இன்றைய தேதியில் அவளுக்குள்ள சுதந்திரம் எல்லாம் மறந்து போகிறது. நெஞ்சக்கடல் திடீரென்று வற்றிப்போகிறது. அலைகளில்லை, ஆர்ப்பாட்டம் இல்லை, விழுந்து மீளக் கரைகளில்லை. இப்போதும் அப்படித்தான், மனதை என்னவோ செய்கிறது. அறையில் திரும்பத் திரும்ப நடக்கிறாள். கதவினைத் திறந்துகொண்டு மீண்டும் பால்கனியை எட்டிப் பார்க்கிறாள். மஞ்சள் வெயில் தீ நாக்குகளாக நீள்கின்றன. அவசர அவசரமாகக் குளியல் அறைக்குத் திரும்பியவள், ஷவரை நன்றாகத் திருப்ப, நீர் பீறிட்டுக்கொட்டுகிறது உள்ளாடைகளை அவிழ்த்தெறிந்துவிட்டு நிர்வாணமாக நனைந்தாள். தூக்கம், துக்கம், அசதி அனைத்தும் நீரில் கரைந்திருந்தன. துவாலையைச் சுற்றிக்கொண்டு வெளியேறினாள். தலையைத் துவட்டி, பின்புறம் தள்ளிச் சவிக்கொண்டாள். கொஞ்சமாய் ஒப்பனைச் செய்துக்கொண்டாள். கீழே ஜீன்ஸூம், மேலே டீ ஷர்ட்டும் அணிந்து கொண்டாள். லெதர் ஜாக்கெட் குளிர்கண்ணாடியெனக் கிளம்பியவள் கதவருகே நிறுத்தியிருந்த, காலணிகள் அலமாரியிலிருந்து சாண்டில் ரக மிதியடியொன்றைத் தேர்வு செய்து அணிந்தாள். கதவினைப் பூட்டிக்கொண்டு, லிஃப்டைத் தவிர்த்து விட்டு, படிகளில் இறங்கினாள்.

மற்ற நாட்களைப்போலவே வில்சன் அவென்யூவில் மறுதிசைக்குச் செல்ல பாதசாரிகளுக்கான சமிக்ஞை விளக்கிற்குக் காத்திருக்க வேண்டியிருந்தது. இரயில்வே குடியிருப்புகளை இடப்புறம் ஒதுக்கி, பாலத்திற்குக் கீழாக கடந்து, எதிர்ப்படும் சைக்கிள்காரர்களுக்கு வழிவிட்டு, வாகன இரைச்சல்களைச் சகித்துக்கொண்டு அவுஷ்பெல்டன் சாலையைப் பிடித்து, சுமார் இருபது மீட்டர் தூரம் நடந்து, கல்லறையின் வடக்குப்பக்க வாசலுக்கு வந்தாள். அங்கிருந்த

பூக்கடையில் முப்பது யூரோ கொடுத்து ரோஜா, துலிப்பென்று அடங்கிய பூங்கொத்தினை அம்மாவுக்காகத் தயாரிக்கச் சொல்லி வாங்கிக்கொண்டாள். நடைபாதையிற் போட்டிருந்த குறு மணலும் கூழாங்கற்களும் காலணியில் அரைபடுவதுபோல் சத்தம். சீருடையிலிருந்த கல்லறை பராமரிப்பு ஊழியன் ஒருமுறை இவளைத் திரும்பிப் பார்த்துவிட்டு, தொடர்ந்து பணியில் ஈடுபட்டான். வரிசைவரிசையாய்ப் பளபளக்கும் கல்லறைகள், வெள்ளை, கருமைநிறப் பளிங்குக் கற்களில் வாடாத செயற்கைப் பூக்களோடும், வாடிய பூக்களோடும் ஆழ்ந்த நித்திரையிலிருந்தன. இறந்த பிறகும் ஏழை பணக்காரர்களை அடையாளப்படுத்தும் கல்லறைகள். சலவைக் கல்லில், இறக்கைக்கொண்ட தேவதூதர்களின் அலங்கரிப்புடன் கூடிய மண்டபம் போல நின்ற கல்லறையைக் கடக்க: கையிற் பெரிய சிலுவையொன்றைப் பிடித்தபடி சிறுவனொருவன் முன்னே செல்கிறான். அவனைத் தொடர்ந்து கறுப்பு அங்கியும் அதன் மேலே சிறிய வெள்ளை அங்கியும் தரித்தவராக கையில் ஜெபப் புத்தகத்தை விரித்தபடி குருவானவர் நடந்து செல்கிறார். அவரைத் தொடர்ந்து ஒரு சிறுகூட்டம். இவள் முகந்தெரியாத ஒருவருடன் தட்டுத்தடுமாறி நடக்கிறாள். நிமிர்ந்து பார்க்க அப்படி யாரும் இல்லை. இவளொருத்தி மட்டுமே நடந்து செல்கிறாள். ஒன்று, இரண்டு மூன்றாவதாக இருந்த கல்லறையில், பவானி தேவசகாயம் பிறப்பு 27-6-1959 இறப்பு 10 - 02-1992 என்று பொறிக்கப்பட்டிருந்தது. தலைப் பகுதியில் மரத்தாலான சிலுவை அலங்கரித்திருந்தது. பூங்கொத்தினைப் பிரித்து சிலுவையின் கீழ் வைத்தவள் சிறிது நேரம் அமைதியாகப் பிரார்த்தனை செய்தாள். "கர்த்தாவே! இதோ உமது அடியாள் பவானி தேவசகாயம் இன்று நித்திரை அடைந்து உம்மிடம் வருகிறாள், நீர் அவளது பாவங்களைப் பாராமல் மன்னித்து உமது நித்திய வீட்டில் சேர்த்துக்கொள்ளும். அவர் சமாதானத்தில் இளைப்பாறுவாராக! முடிவில்லாத பிரகாசம் என்றும் ஒளிர்வதாக! ஆமென்."

குருவின் குரல் ஒலித்துத் தேய்ந்தது. அவளைக் கைபிடித்து அழைத்துவந்த மனிதர், அவள் கையில் மண்ணைக்கொடுத்து சவப்பெட்டியின் மீது போடச்சொல்கிறார். இவளுக்குப் பின்னால் துக்கத்தை அடக்கத் தெரியாமல் யாரோ உடைந்து அழுகிறார்கள். திரும்பிப் பார்க்கிறாள்.

– மத்மசல் (மிஸ்) ஹரிணி..?

– உய்., (யெஸ்)

– என் பெயர், எலிஸபெத் முல்லெர். உங்கம்மாவை எனக்கு நல்லாத் தெரியும். ரொம்ப காலமா உன்னைப் பார்க்கணும்னு ஆசைபட்டுத் தேடிக்கொண்டிருக்கிறேன்.

3

மத்மசல் எலிஸபெத் முல்லெர். முப்பத்தைந்து வருடங்கள் பிரெஞ்சு அரசாங்கத்தில் சமூகநலத்துறையில் ஊழியராகப் பணிபுரிந்த பெண்மணி. கடந்த ஜனவரி மாதத்திலிருந்து 50 வயது. அவளாகச் சொன்னாலன்றி பிறர் அவள் வயதை நம்புவது அரிது. இவளைப் பார்க்கிறபோதெல்லாம் முகத்தைத் திருப்பிக்கொள்கிற எதிர்வீட்டு ஆசாமி, சென்ற வாரம் கதவினைத் தட்டி, ஒற்றை ரோஜாவைக் கொடுத்து, 'பெண்கள் தின' வாழ்த்தினைத் தெரிவித்தவன், "இரவு டின்னருக்கு வரமுடியுமா?" என தடுமாற்றத்துடன் கேட்டிருக்கிறான். இவள் சிரித்துக்கொண்டே "அதற்கெல்லாம் நேரமில்லை, மன்னிக்கவும்" என நாகரிகமாக மறுத்துவிட்டாள். அவன்மீது குற்றமில்லை. அவளது சுருக்கமற்ற முகம், உதடுகளுக்குக் கவர்ச்சியூட்டும் நாசி, உடற்பயிற்சிக் கூடத்தின் ஆயுள் உறுப்பினர் அட்டை, அதன் உபயோகம், வருடந்தோறும் ஜூலை மாதத்தில் பிரான்சிற்குத் தெற்கிலிருக்கும் வலான்ஸ் நகரத்தின் உடற்பராமரிப்பு விடுதியொன்றில் பதினைந்து நாட்களுக்குக் குறையாமல் தங்குதல், அங்கே உடலைப் பிடித்து விட்டுக்கொண்டு நீராவிக்குளியல் எடுத்தல், பிறகு பெண்ணுடலுக்கென்றேயுள்ள பிற சமாசாரங்கள் என அவளை அறிந்தவர்கள் அவள் இளமையின் ரகசியத்தையும் அறிந்து வைத்திருந்தார்கள்.

மத்மசல் எலிஸபெத்திற்கு இன்னொரு முகமுமுண்டு. அம்முகத்திற்கு, இந்தியாவில் நிலவும் பெண் சிசுக்கொலைகள், வரதட்சணைக் கொடுமைகள், ஆப்ரிக்க அரபு நாடுகளிலுள்ள

பலதார மணமுறை, செம்மறியாடுகளுக்காகப் பெண்களைப் பண்டமாற்றுச் செய்யும் ஆப்கானிஸ்தான வழக்கம், வளர்ந்த நாடுகளில் பெண்கள் மீதான உள, உடல் ரீதியான வன்முறைப் பிரயோகங்கள் ஆகியவற்றின் மீது எரிச்சலுண்டு. அவளுடைய கோபப் பட்டியலில் ஆண்களைப் போலவே மதங்களும் இருக்கின்றன, மதங்கள் பெண்களுக்கானவை அல்ல என்பது அவளது வாதம். அவள் வரையில், 'பெண்கள் மதங்களின் விசுவாசிகளாக இருக்கும் அளவிற்கு, மதங்கள் பெண்களின் விசுவாசிகளாக இருப்பதில்லை.'

எல்லா அநாதைக் குழந்தைகளையும் போலவே, பிரெஞ்சு அரசாங்கத்தின் மாவட்ட நிர்வாகம் பவானி தேவசகாயத்தின் மகள் ஹரிணியை வளர்க்கும் பொறுப்பையும், ஒரு குடும்பத்திடம் ஒப்படைத்து, அதற்கான உதவித் தொகையையும் கொடுத்து வந்தது. பவானி தேவசகாயத்தின் திடீர் இறப்பிற்குப் பிறகு, ஆறுவயது ஹரிணியை வளர்க்கும் பொறுப்பை அரசாங்கம் எடுத்துக்கொள்வதற்கான அத்தனை முயற்சிகளையும் எலிஸபெத் செய்தாள். உரிய வயதில் ஹரிணியைச் சந்திக்கவேண்டிய கடமையும் அவளுக்கு இருப்பதாக எண்ணவும் செய்தாள். நான்கு ஆண்டுகளுக்கு முன்பு ஸ்பெயினிலிருக்கும் தனது சகோதரியைப் பார்த்து வரச்சென்றாள். திரும்பி வந்ததும் மாவட்ட நிர்வாகத்தைத் தொடர்புகொண்டு, அங்கிருந்த தனது தோழியை விசாரிக்க, ஹரிணி தற்சமயம் அவளை வளர்த்த குடும்பத்திலோ அல்லது மாவட்ட சமூக நலத்துறையின் கட்டுப்பாட்டிலோ இல்லை என்கிற செய்தியைச் சொன்னாள். அன்றிலிருந்து தொடர்ந்து ஹரிணியைப் பற்றிய தகவல்களைத் திரட்டிக் கொண்டிருக்கிறாள். இரண்டு நாட்களுக்குமுன்பு பவானி தேவசகாயத்தின் பழைய தோழியொருத்தியை எதிர்பாராமல் சந்திக்க இப்படியொரு தகவல் கிடைத்தது. 'பிப்ரவரி மாதங்களில் பத்தாம் தேதியன்று, பவானி தேவசகாயத்தின் கல்லறைக்குச் சென்றால், இறந்தவளின் மகளைச் சந்திப்பதற்கான வாய்ப்பு அமையலாம்' என்பது அத்தகவலின் சாரம். அதை நம்புவதா கூடாதா என்கிற குழப்பம் மத்மசல் எலிஸபெத்திற்கு.

சனிக்கிழமை காலை ஒன்பது முப்பதுக்கெல்லாம் கல்லறைக்கு வந்துவிட்டாள். சுமார் பதினைந்து வருடங்களுக்கு முன்னர் பவானி தேவசகாயத்தின் இறுதிச் சடங்கில் கலந்துகொண்டவள் என்றாலும், உடனடியாக அவளை அடக்கம் செய்த இடத்தைக் கண்டுபிடிப்பது அவ்வளவு சுலபத்தில் இல்லை. நல்ல

வேளை, கல்லறை பராமரிப்பு ஊழியரை விசாரிக்க, அவர் அழைத்துக்கொண்டுபோய் சம்பந்தப்பட்ட இடத்திலேயே நிறுத்தினார். “இறந்த பெண்மணிக்கு மகளாக இருக்கவேண்டும், அவ்வப்போது வந்துபோகிறாள். இன்றைக்கு அவசியம் வரக்கூடும், காத்திருங்கள்” – என்றார். வானம் தூறலிட ஆரம்பிக்க, குடையை விரித்துக் கொண்டு காத்திருந்தாள். பத்து நிமிடங்கள் கடந்திருக்கக்கூடும். இளம் பெண்ணொருத்தி கையிற் பூங்கொத்துடன் நடந்து வருவது தெரிந்தது. வந்தவள் பவானி தேவசகாயத்தின் கல்லறையைக் குறிவைத்து நடந்து வருவதைப் பார்க்க, இவள் தேடிவந்தவள்தானென்பது உறுதியாயிற்று. கல்லறையை அடைந்ததும், வந்தவள் ஒரு சில விநாடிகளை அதைச் சுத்தம் செய்வதற்கு ஒதுக்கினாள். பிறகு நட்டுவைத்திருந்த சிலுவையின் அடியில் மலர்க்கொத்தைப் பிரித்து பரப்பியபின், அமைதியாகப் பிரார்த்தனை செய்ய, காத்திருந்தாள். ஹரிணியைச் சின்னவயதில் பார்த்தது. இறந்த பவானி தேவசகாயத்தின் திருப்பலி ஒரு சிறிய தேவாலயத்தில் வைத்து நடைபெற்றது. பெரிதாக கூட்டமென்றில்லை. வந்திருந்தவர்களில் தேவசகாயத்தின் உறவினர்களே அதிகம். பாரீஸிலிருந்து பவானி தேவசகாயத்தின் நெருங்கிய தோழி வந்திருந்ததாக ஞாபகம். பிறகு பவானி தேவசகாயத்தின் ஒன்றுவிட்ட சகோதரன் குடும்பமென்று ஒன்று வந்திருந்தது. அந்த ஆசாமிதான், ஆறுவயதுச் சிறுமியாக இருந்த ஹரிணியை விடாமற் கையிற் பிடித்திருந்தான். சிறுமியின் கையில் மண்ணைக்கொடுத்து சவப்பெட்டியின்மீது போடச்சொன்னபோது, பெரும்பாலோர் கலங்கிவிட்டனர். விம்மி அழுததும் பிறகு கூச்சத்துடன் அடங்கிப்போனதும் நினைவுக்கு வர, கைக்குட்டையை வாயிற் பொத்திக்கொண்டு பொருமினாள். ஹரிணி திரும்பிப் பார்க்கிறாள் என்றவுடன் அமைதியானாள்.

– மத்மசல் (மிஸ்) ஹரிணி?

– உய்... (யெஸ்)

– என்பெயர் எலிஸபெத் முல்லெர். உன்னுடைய அம்மாவை நன்கு அறிந்தவள். வெகுகாலமாக உன்னைச் சந்திக்க நினைத்துத் தேடிக் கொண்டிருக்கிறேன்.

– ஐந்து நிமிடம் பொறுங்களேன், அம்மாவிடத்தில் கொஞ்ச நேரம் பேசணும்.

– புரியுது, வெளியில் காத்திருக்கிறேன்.

எலிஸபெத் புறப்பட்டுச் சென்றாள். ஹரிணி இங்கே அம்மாவின் நித்திரையைக் கலைத்து எழுப்பும் போது மத்மசல் எலிஸபெத்தின் காலடிகள் நடைபாதைக் குறுங்கற்களில் புதைந்து எழுவது அடங்கியிருந்தது.

– அம்மா....

இவள் குரலைக் காதில் வாங்கியவள் போல மெல்ல அசைந்து கொடுக்கிறாள்.

மனதிலிருக்கும் அம்மாவிடமும், படுக்கை அறையின் நிழற்பட அம்மாவிடமும் சொல்லாத தகவல்கள், கசடுகளாக ஹரிணியின் நினைவில் படிந்திருக்கின்றன. அக்கசடுகளில் எதுவேண்டுமானாலும் இருக்கலாம்: மூன்று நாட்களுக்கு முன்பு தனது விற்பனை பிரிவு இயக்குநரோடு நடத்திய வாதம்; நேற்று மாலை நிர்வாக இயக்குநரான இளைஞன் சிரிலோடு பாதுகாப்பு எதுவும் எடுத்துக்கொள்ளாமல் உறவு கொண்டது; சைனிஸ் நூடில்ஸ் வாணலியில் தீய்ந்து போனது; திறந்திருந்த சாஸ்பாட்டில் இரவல் வாங்கி வந்திருந்த புத்தகத்தின் பக்கங்களை நனைந்துவிட, சாப்பிடாமற் படுத்தது; குறிப்பிட்ட பிராண்டு சானிட்டரி நாப்கின் உபயோகித்த நாளிலிருந்து தனது அந்தரங்கத்தில் ஏற்படுகிற எரிச்சல். இவள் சொல்லச் சொல்ல அம்மா கேட்டுக்கொண்டிருக்கிறாள். இடைக்கிடை வறட்டு இருமலால் பாதித்திருக்கிறவள் போல தொடர்ச்சியாக இருமவும் செய்கிறாள்.

– அம்மா...

– ம்...

– நான் கிளம்பறேன்.

– ம்.

– யாரென்று தெரியலை. எனக்காகக் காத்திருக்கிறேன் என்கிறாள். எதற்கென்று விசாரித்து, பிறகு சொல்றேனே...

பவானி தேவசகாயம் அமைதியாக இருந்தாள். அவளது கையைத் தொட்டு, மெல்ல எடுத்து மார்பில் அணைத்துக்கொண்டாள். கை சில்லிட்டிருந்தது. விரல்கள் இவள் மார்பைத் தேடிப்பிசைந்தன. இதயம் குளிரில் வெடவெடத்தது. அக்குளிர் மெல்ல மெல்ல

திசுக்கள், இரத்த நாளங்கள், நரம்புகளென்று, சிற்றெறும்புகள் கூட்டம்போல ஊர்ந்துபோகின்றன. உடல் விறைத்துக் கொள்கிறது. கால்களிரண்டும் மரத்து இரும்பாகக் கனத்தன. முதலில் வலம் பின்னர் இடம், என்று காலை நீவிவிட எழுந்திருக்க முடிந்தது. எழுந்தாள். கல்லறையிலிருந்த பூஞ் செடிகளுக்குத் தண்ணீர் தேவையோ என்ற கேள்வி பிறந்தது. தூவானம், பனிமூட்டத்தினால் ஏற்பட்ட ஒருவகை வெண்மை இருட்டு கல்லறைகளில் படிந்திருக்கிறது, தனது வழக்கமான பணியினை மாற்றிக்கொள்ள விருப்பம் இல்லாதவள்போல, அருகிலிருந்த குழாயடிக்கு ஹரிணி சென்றாள். அங்கிருந்த பிளாஸ்டிக் பூவாளிகளில் ஒன்றை எடுத்து, தளும்ப நீர் பிடித்து, செடிகளுக்கு ஊற்றினாள். இதயத்திற்கு நிறைவாக இருந்தது.

வழியில் கல்லறை ஊழியர் **'ஓர்வார் மத்மசல்'**[2] (*மறுபடியும் சந்திப்போம்*) என்கிறார். கல்லறையில் கேட்கக்கூடாத சொல். ஹரிணி நின்றவள், தனது பர்சைத் திறந்து இரண்டு யூரோ நாணயமொன்றை அவரிடம் நீட்டினாள். வாங்கியவர் **'மெர்சி'**[3] (*நன்றி*) என்றார், அதை ஏற்றுக்கொள்பவள்போல தலையை மெல்ல ஒருமுறை குலுக்கியவள், தொடர்ந்து நடந்தாள்.

கல்லறையின் வடக்கு வாசலுக்கு வந்தபோது, பழைய மாடல் ரெனோ காரொன்று வலப்புறம் நிறுத்தப்பட்டிருந்தது. வாகன ஓட்டியின் இருக்கையில் சற்று முன்பு கண்ட பெண்மணி. ஹரிணி வாகனத்தை நெருங்கவும், பயணிகளுக்கான முன் இருக்கையில் இவளை எதிர்பார்த்தவள் போல,

– *கதவு திறந்திருக்கிறது, உட்கார்!* – என்றாள்.

இவளிடம் மறுப்புமில்லை, தயக்கமுமில்லை. சட்டென்று கதவைத் திறந்து கொண்டு காரில் அமர்ந்தாள்.

– *போன் ழூர்! என்னுடைய பேரு எலிஸபெத்* – சற்று முன்பு தெரிவித்திருந்தேன். கையை நீட்டினாள்.

ஹரிணியின் கீழுதடு அசைந்துக் கொடுத்தது, "ம்..." என்றாள். உடலை முப்பது டிகிரி இடப்புறம் திருப்பி வலது கையை நீட்ட இருவரும் கை குலுக்கிக் கொண்டனர்.

– *நீங்க?*

– ஒரு வகையில் உன்னுடைய அம்மா எனக்குத் தோழி போல. ஆரம்பத்திலே எனக்கும் அவளுக்குமான சந்திப்பென்பது, ஓர்

அரசாங்கத்தின் பிரதிநிதிக்கும், அரசு உதவியை எதிர்பார்த்து வந்த பெண்ணுக்குமான தொடர்பாகத்தானிருந்தது. பிறகுவந்த காலங்களில் நாங்கள் மிகவும் நெருக்கம்... மற்றதை என் வீட்டில் நிதானமாகப் பேசலாமா?

– உங்கள் இருப்பிடம்?

– ப்ருமாத்.

– அவ்வளவு தூரம் போகணுமா? பிறகு நான் திரும்பிவரணுமே. வேண்டுமானா, உங்கள் காரை இரயில்வே நிலையம் வரை விடுங்கள், நான் வில்சன் அவென்யூவில்தான் இருக்கிறேன். ஒரு பத்து நிமிடம் அனுமதிப்பீர்களென்றால், எனது காரை எடுத்துவருவேன்.

– அவசியமில்லை, எனது காரிலேயே போகலாம். மாலை நான் திரும்பவும் அழைத்து வருவேன். ஸ்ட்ராஸ்பூர் வரவேண்டிய வேலை இருக்கிறது.

ஹரிணியின் பதிலுக்குக் காத்திராமல், சாவிகொண்டு எஞ்சினை உயிர்ப்பித்தாள். தடதடவென அடித்துக்கொண்ட எஞ்சின் ஒரு சில நிமிடங்களுக்குப் பிறகு நிதானத்திற்கு வந்தது. ஸ்டியரிங்கை இடதுபுறம் அரைவட்டமடித்து, ஆக்ஸிலேட்டரை மிதிக்க, வேகத்திற்கான முள் நிதானித்து முப்பதைத் தொட்டது. இடப்புறத் திசையில் சாலையில் தலைக்குமேலே நீல நிற அறி விப்புப் பலகை, அதில் பாரீஸ், மெட்ஸ் என்று எழுதியிருந்தது. பிறகு மீண்டும் ஒரு வட்டம். சிறிது தூரம் நிதானமாக ஓடிய வாகனம், வலப்புறம் திரும்பி அதிவிரைவுச்சாலை எண் A4 எடுத்து, வேகமெடுத்தது. பழைய மாடல் காரென்பதால் எஞ்சின் மோசமாக உறுமியது. சாலைப் போக்குவரத்துக் காவலர்கள் எந்த நேரமும் வண்டியை நிறுத்தி அபராதத் தொகையை விதிக்கலாம் என்பதுபோல அப்படியொரு சத்தம். ஹரிணிக்கு தலைவலித்தது. சுமார் பதினைந்து நிமிடங்களுக்குப் பிறகு பிரதான சாலையிலிருந்து விலகி வேகத்தை மட்டுப்படுத்திக்கொண்டு ஊர்ந்தது. இருபுறமும் பரந்து கிடக்கும் கோதுமைத் தாளடிகளில் அடைக்கலமாகி ஒட்டிக் கிடக்கும் பனி. இடதுபக்கம் கண்ணுக்கெட்டியவரை விரிந்து நீண்டவெளி. சிமெண்டும் கல்லுமாய் மனிதர் எழுப்பிய முரண்பாடு பண்ணை வீடென்ற பெயரில் ஒற்றையாய் நிற்கிறது. அருகில் பிரமிடுகளைப் போல அடுக்கி வைக்கப்பட்டிருந்த

கோதுமை வைக்கோற் கட்டுகள், தலை கவிழ்ந்தபடி பசுமாடுகள், இரண்டொரு குதிரைகள், ஓடுவதும் நிற்பதுமா யிருக்கிற ஒரு குதிரைக்குட்டி. வானம் வெளுத்திருந்தது. ஹரிணி கார்க்கண்ணாடியை இறக்க, குளிர்காற்று சுள்ளென்று முகத்தில் அடித்தது. மீண்டும் கண்ணாடியை ஏற்றினாள். அதை விரும்பியவள் போல மத்மஸல் எலிஸபெத் இவளிடத்தில் 'மெர்சி' என்றாள்.

எலிஸபெத்தின் கவனம் முழுக்க சாலையிலிருந்தது. அடுத்த பத்து நிமிடங்களில், ப்ருமாத் நகரத்திற்குள் நுழைந்த வாகனம், வலம் இடமென்று குழப்பிக்கொண்டு, இறுதியாக, சிறிய வீதியொன்றில் பிரான்சு நாட்டின் கிழக்குப் பகுதிக்கேயுரிய அல்ஸாஸ் பிரதேச அடையாளத்துடனிருந்த வீட்டின் முன் நின்றது. சீராய் உடைத்தெடுக்கப்பட்ட வோழ்மலைக் கற்கள் கொண்டு எழுப்பப்பட்ட அடித்தளச் சுவர்கள். சுவர்களின் சந்திப்புகளைச் சிறிய கற்களைக் கொண்டு கட்டியிருந்தனர். இடையில் செதுக்கு வேலைகள் நிறைந்த வலிமைவாய்ந்த மரக்கதவுகள். மேலே பலம் வாய்ந்த மரங்களைப் பின்னலைப் போலக் கட்டுமானச் சட்டங்களாக அமைத்து எழுப்பப்பட்ட சுவர்கள், ஓடுகள் வேய்ந்த கூரை. முன்பக்கம் சரிந்திருந்த கூரையில் புறாக்கூண்டினைப்போல மென்மாடச் சிற்றறைகள். வாகனத்தின் எஞ்சினை நிறுத்திவிட்டு, எலிஸபெத் இறங்கவும், ஹரிணியும் இறங்கிக்கொண்டாள்.

– என்ன பார்க்கிற, இரண்டு நூற்றாண்டுகள் கண்ட வீடு. நானே நினைத்தாலும் இடித்துவிட்டு வேறுமாதிரி கட்டிவிடமுடியாது. உள்ளூர் நகரசபையும் அனுமதிக்காது.

ஹரிணியின் பதிலுக்குக் காத்திராமல், பூட்டியிருந்த இரும்புக் கிராதிக் கதவைத் திறந்து, கைகொண்டு தள்ளினாள். இருபுறமும் பூஞ்செடிகளிருக்க சில மீட்டர்கள் தூரம் நீண்டிருந்த சிமெண்ட் கற்களிட்ட பாதை முடியுமிடத்தில் இறந்தகாலத்தை நெஞ்சில் நிறுத்தும் செஸ்ட்நட் மரங்கள் சூழ்ந்த வீடு. நிலைவாயிலுக்குப் பின்னே விசாலமாக வரவேற்பறை. நுழைந்தவுடன் எலிஸபெத் தான் அணிந்திருந்த அனோராக்கைக் கழற்றியவள், ஹரிணியின் லெதர் ஜாக்கெட்டையும் வாங்கிக் கொண்டுபோய் அங்கிருந்த கோட் ராக்கில் தொங்கவிட்டாள்.

– உன்னுடைய வீடு போல நினைத்துக்கொள். என்ன கொண்டு வரட்டும்? முதலில் உட்கார்.

சோபாவில் அமர்ந்த ஹரிணி, 'எதுவென்றாலும் பரவாயில்லை' என்றாள்.

– நல்லது காப்பியே கொண்டுவருகிறேன்.

சென்றவள் ஒரு சில நிமிடங்களுக்குப் பிறகு, இரண்டு கோப்பைகளில் பால் கலவாத காப்பியைச் சிறிய தட்டொன்றில் கொண்டு வந்து வைத்தாள். மீண்டும் உள்ளே சென்று, சர்க்கரைக் கட்டிகள் நிரப்பிய கிண்ணமும், சூடாக்கிய பால் வழியும் குவளையுமாகத் திரும்பிவந்தாள். பாலைத் தவிர்த்துவிட்டு சர்க்கரைமட்டும் சேர்த்துக்கொண்டு கோப்பையை எடுத்து நிதானமாகக் குடிக்க ஆரம்பித்தனர். முதலில் வாய் திறந்தவள். ஹரிணி.

– அரசாங்கத்தின் சமூக நலத்துறை ஊழியராகச் சேவகம் புரிந்தவளென்ற வகையில் என் அம்மாவை நீங்கள் பார்த்திருக்கலாம். பணிக்காலத்தில் தங்கள் வாழ்வியல் பிரச்சினைகளுக்கென்று உங்களைத் தேடிவந்தவர்களென்று பலரைச் சந்தித்தும் இருக்கலாம். ஆனால் இத்தனை காலத்திற்குப் பிறகு அவர்களின் வாரிசுகளையும் தேடிச்சென்றும் பார்ப்பது முரணில்லையா?

– இதற்கான பதிலை என்னால் சுருக்கமாக ஒன்றிரண்டு வாக்கியங்களில் சொல்வதென்பது முடியாத காரியம். அப்படிச் சொன்னாலும் உனக்குப் புரியவும் புரியாது. 1989ம் ஆண்டு அவளை முதன் முதலில் அலுவலகத்திற் சந்தித்த அன்று, மயக்கமடையாத குறை. அப்படியொரு அழகுப் பெண்மணியை என் வாழ்நாளில் அதற்கு முன்பு சந்தித்ததில்லை என்று தான் சொல்லவேண்டும். அலுவலகத்திற்கு வந்திருந்த பொதுமக்களும் சரி, அன்றைக்கு அக்கட்டடத்தில் வேறுபணியில் இருந்த மற்ற ஊழியர்களும் சரி சிலையாகச் சமைந்து போனார்கள். வாளிப்பான உடல், பட்டினைப் போன்ற முகம், நாசிதுவாரங்களை ஒளித்த மூக்கு, உலர்ந்திராத சிவந்த உதடுகள், இடையில் நிழலாடும் வெண்பற்களின் உதவியோடு உதடுகள் சிரிக்க முயல்வது போன்ற பாவனை, வெல்வெட்போல இரண்டு விழிகள், தீப்பொறிபோல கண்மணிகள், எல்லாவற்றையும் தன்னுள் அடக்கியது போல, தலைமுதல் இடைவரை நீண்டிருந்த கூந்தல், இந்தியர்களுக்கென்றே அமைந்த இளம் பழுப்பு நிறம், மொத்தத்தில்...

– மாத்தா ஹரிபோல... அப்படித்தானே?

4

– ஆமாம். உன்னுடைய அம்மாவுக்கும், மாத்தா ஹரின்னு பெயர் உண்டு. அவளைப்பற்றிக் கேள்விப்பட்டதுண்டா?

– கொஞ்சம்....

– எதுவும் நல்லதாக இருக்காது. எல்லாக் கதைகளும் பொய். ஆண்கள் சொன்ன பொய், ஆண்கள் எழுதும் பொய். மானுடத்தின் பிரதிநிதியென்று தன்னைப் பிரகடனப்படுத்திக்கொள்ளும் ஆணாதிக்கத்தின் பிரசார உத்திகளில் இப்படியான கதைகள் நிறைய உண்டு. ஐரோப்பா, ஆசியா, ஆப்ரிக்கா என்ற எல்லைகள் இதற்கில்லை. மாத்தா ஹரி குறித்த இன்னொரு கதை என்னிடத்தில் இருக்கிறது அதை உனது அம்மாவிடத்திலும் சொல்லியிருக்கிறேன்.

– '...'

– அவள் அநீதியாகத் தண்டிக்கப்பட்டவள். புத்திசாலிப் பெண்மணி. உண்மையில் தைரியசாலி. அவள் கூடாரத்தில் ஆண் சிங்கங்களும், ஆண் புலிகளும், ஆண் கழுதைகளும், ஆண் குரங்குகளும் வரிசையாக உட்கார்ந்தன. திடலில் சுற்றிவந்தன. கம்பி வளையத்திற்குள் புகுந்து வந்தன. வேண்டிய போது அவளை முதுகில் சுமந்தும் நடந்துகாட்டின. அதனதன் தன்மைக்கு ஏற்ப வித்தைகள். சிங்கம் வாய் திறந்து அவள் தலையை வாங்கிக் கொண்டபோதும், கோரைப் பற்களின் கூர்முனைகள் அவள் கழுத்திலோ, கன்னங்களிலோ பதிந்திடாமற் பார்த்துக்கொண்டது. பசித்திருந்த புலிகள்கூட அவளது

பார்வையின் கூர்மைக்கு அஞ்சி வரிசையில் நின்றன. குரங்கு தன் குறியில் கைவைத்து முகர்ந்து பார்ப்பதைத் தள்ளிப்போட்டது. கழுதைகளுக்கு வேறு கவலைகள்.... அவள் விருப்பத்தின்பேரில் கூண்டிற்குள் அடைந்து இருக்கவும், வெளியே வரவும் பழகி இருந்தன. அத்தனையும் 'அழகு' என்ற சவுக்கு நிறைவேற்றிய காரியம். அவளுக்கென்று ஒரு கூடாரம். அங்கே கால் நீட்டிச் சயனித்த கட்டிலருகே மதுவும், கனிவகைகளும் இருந்தன. கண்களின் இமைத்தலுக்கு ஏற்பச் சாமரம் வீசவும்; முற்றிய பேரீச்சம் பழங்களை வலதுகை விரல்கள் தொட்டு எடுக்கவும்; மது சுவைத்த ஈர உதடுகளை மெல்லிய துவாலை கொண்டு ஒற்றி எடுக்கவும்; இடுப்பவிழும் ஆடையைச் சரி செய்யவும்; ஆண் அடிமைகள் காத்திருந்தார்கள். அவளது உடல்வெளியில் காற்று அசையாமல் வீசியது. வெயில் குளிர்ந்தது. அலைகள் ஓய்ந்தன. ஒட்டகங்களில் சுமைகளை ஏற்றிவிட்டு ஆண்கள் இறங்கி நடந்தார்கள். நடக்கிற போது மணற்புயலிடமிருந்து பாதுகாத்துக்கொள்ள முகத்தில் இட்டிருந்த துணிகளை ஊடுருவிப் படிந்த மணல், வெடித்திருந்த உதடுகளில் படிந்து ஊசிகளாய்க் குத்தின. யுகங்கள் தோறும் சேர்த்துக்கொண்ட மணல், குவியல் குவியலாக வளர்ந்திருக்க, சுலபத்தில் கடந்துவிட முடியாத பாலை. நடை தளர்ந்திருந்த பயணிகள், இறுதியில் பசுஞ்சோலையையும் கூடாரத்தையும் கண்டார்கள். விடிவு பிறந்ததெனப் பேராசையுடன் பார்த்தார்கள். கை கட்டினார்கள். ஆரவாரம் செய்தார்கள், என்ன நடந்தது?

'...'

1917ஆம் ஆண்டு அக்டோபர் மாதம் பதினைந்தாம் தேதி அதிகாலை நேரம்...

கணத்தில் ஒட்டகங்கள் குதிரைகளாக மாறிப்போகின்றன. நடந்தவர்கள் குதிரைகளில் பாய்ச்சலிடுகிறார்கள். கூர் தீட்டப்பட்ட வாள்கள் கோடை வெப்பத்தில் சிவந்து அவர்கள் கைகளில் தீ நாக்குகளாய் உயருகின்றன. பகல் இரவாக மாறிப்போனது. அந்திவேளை அதிகாலையானது. சூரியனும் இதற்கு உடந்தை போலப் பதுங்கிக்கொள்கிறான். தூந்திரப் பிரதேச காற்று, இவள் திசை அறிந்து வீசுகிறது. அவர்கள் வருகையை எதிர்பார்த்ததைப்போல கூடாரம், சிறைவடிவம் கொண்டு கரிய இருளுக்குள் புதைந்து கிடக்கிறது. சில்வண்டுகள் ஓசைகூட அடங்கிவிட்டது. நட்சத்திரங்கள் இறைத்த வானம், அதிகாலைப்பனி. மூன்றாவது முறையாகச்

சேவலொன்று கொக்கரித்து அடங்கியிருக்கிறது. சிறைக் கம்பியினைப் பற்றிக்கொண்டு ஒட்டிக்கிடந்த பல்லியினுடைய உறைந்த பார்வையைச் சகித்தபடி தரையிற் கிடந்தாள். மீசை முளைத்த எலியொன்று நிலவு எப்படி தரையில் விழுந்ததென்று யோசித்தபடி அவள் முகத்தை நெருங்குகிறது. அதற்கு இடையூறாக மனிதர்கள் வருகை. தாமதமின்றி எலி ஓடி ஒளிகிறது. ஆழ்ந்த உறக்கத்தினைத் தெரிவிக்கும் உடல். என்றைக்கும் இல்லாமல் அன்றைக்கு, அவளது உடல்வெளியில் வீசும் காற்றில் கல்லறைகளின் சுவாசம்.

உறக்கம் கலையாத அதிகாலையைத் தட்டி எழுப்புவது போல் சீரான காலடி ஓசைகள். அக்காலடிகள் சுமைகளை இறக்கியபடி முன்னேறுவதைக் கூர்ந்து கவனிப்பவர்கள் உணர முடியும். அடுத்தடுத்து மெல்லிய மனிதக் குரல்களும் பிற ஓசைகளுமான கலவை. தாழ்ப்பாள்கள் கிறீச்சிட்டு இரவைக் கிழிப்பதும், சத்தத்துடன் திறக்கப்படும் கதவுகளும் வழக்கமான அதிகாலை அல்ல என்பதைச் சொல்கின்றன. அவளை அடைத்து வைத்திருந்த சிறைக் கதவினைத் திறந்துகொண்டு, உள்ளே வந்தவர்கள் தயங்கி நின்றனர். தள்ளிய வேகத்தில் சிறைக்கம்பியில் ஒட்டியிருந்த பல்லி அவள் தலையில் விழுந்தது. வந்திருந்தவர்களுடைய மிடுக்கும், சாம்பல் வண்ணச் சீருடையும் அவர்கள் இராணுவத்தைச் சேர்ந்தவர்கள் என்று தெரிவித்தன. சிலுவை அடையாளங்களுடன் கன்னியர்மடப் பெண்மணியொருத்தியும், மதகுருவுங்கூட அக்குழுவில் இருந்தனர். தெரிந்த முகமாக மற்றொருவன். அவர்களது உடைகளைப் போலவே முகங்களும் கறுத்திருந்தன. ஒருவன் மட்டும் கட்டிலை நெருங்கினான். வந்திருந்த மனிதர்களால் அவள் உறக்கம் கலையவில்லை . கடைசியாய் ஒருமுறை உறங்கிப் பார்த்திடவேண்டும் எனத் தீர்மானித்தவள்போலப் படுத்திருந்தாள். ஒருசில நொடிகள் அவள் அருகே நின்ற அதிகாரி, உடன் வந்தவர்களைத் திரும்பிப் பார்க்கிறான். அதிகாரத்தில் அவனுக்கும் பெரியவனாக இருக்க வேண்டும். 'நடக்கட்டும்' என்பதுபோலக் கண்சாடை செய்தான். ராணுவ அதிகாரி மெல்ல அவள் உடலைத் தொட்டு அசைத்தான். தாமதமின்றி எழுந்து உட்கார்ந்தாள்.

- மாத்தா ஹரி.

அவள் தலையை உயர்த்தி முணுமுணுத்த ராணுவ அதிகாரியைப் பார்க்கிறாள்.

- மாத்தா ஹரி... மன்னிக்கவேண்டும். தண்டனையை நிறைவேற்றவேண்டிய நேரம்.

அவள் பார்வையில் கலக்கம். பின்னர் அதை மறைக்க முயன்றவளாக, தனது இதழ்களைக் குறைத்துப் பிரித்து, புன்னகைக்க முயன்றவள், இயலாமல் நிறுத்திக்கொள்கிறாள். தயங்கிய அதிகாரி தான் சொல்லவந்த வாக்கியத்தை முடிக்க நினைத்தவன் போல.

- உனது கருணை மனுவை ஜனாதிபதி நிராகரித்திருக்கிறார்.

ஒவ்வொரு சொல்லையும் நிதானமாகச் சொல்லி முடித்தான். எச்சில் கூட்டி விழுங்கினான். அவளை நேராகப் பார்ப்பதைத் தவிர்த்தான்.

அவள் கண்கள் விரிந்தன. நடக்குமென்று எதிர்பார்த்திருந்தது, நடக்கிறது. விதி தனது கருமைநிறச் சிறகை விரித்து அலகு காட்டி, தூக்கிச் செல்ல ஏதுவாகக் கூர்மையான நகங்களுடனான கால்விரல்களை விரித்தபடி இறங்கியிருக்கிறது. அவள் வாய் தொடர்ந்து வார்த்தைகளின்றி காற்றில் அசைகிறது. அவள் சொல்வதைக் காதில் வாங்கத் தீர்மானித்தவன் போல அதிகாரி குனிந்து தலையை அவளிடத்திற் கொண்டுபோனான்.

- ஓர் உயிரை அதிகாலையில் வாங்க நினைக்கிற பிரெஞ் சுக்காரர்களின் வக்கிரத்தை என்ன சொல்வது? - மாத்தா ஹரி.

இப்போது இன்னொருவன் அவளை நெருங்கித் தோளைத் தொட்டு முணுமுணுக்கிறான். தொட்டிருந்த கைகளும், சொற்களில் உணரப்படும் நெகிழ்வும் இவளுக்குப் புதிதல்ல.

யார் அவன்?

அவளது வழக்கறிஞன், சினேகிதன். அவளது பாரீஸ் வாழ்க்கையோடு இணைந்தவன் - அவள் மீதான காதல் அபிமானத்தில் கடைசிவரை துணையாக வருபவன் - க்ளுனே. அவளது கைகள் இரண்டையும் ஆறுதலாக வாங்கிக் கொண்டவன், அவளுக்கு மட்டும் கேட்கும்படியாக.'

- மார்கெரித்தா, நீ விரும்பினால் தப்பிக்கலாம், 'என் வயிற்றில் கரு இருக்கிறது' என்று சொல், தண்டனைத் தொகுப்புச் சட்டம் விதி எண் 27... என்ன சொல்கிறதென்றால்....

மருத்துவர் 'சொக்கே' இப்போது அருகிலிருந்தார்.

- மார்கெரித்தா, உன்னைப் பரிசோதிப்பது அவசியம். தயவுசெய்து ஒத்துழைப்புக்கொடு, - மீண்டும் வழக்கறிஞன் க்ளூனே. 'ஒத்துழைப்புக் கொடு' என்ற சொல்லை, அவன் அழுந்த உச்சரிப்பது எதற்காக என்பது மாத்தா ஹரிக்கும் புரிந்தது, மற்றவர்களுக்கும் புரிந்தது.

- எனக்கு எந்தப் பிரச்சினையும் இல்லை. நான் கருத்தரித்தவளென்று உங்களிடத்தில் சொன்னேனா? அப்படியெல்லாம் பொய் சொல்லித் தப்பிக்கவேண்டும் என்ற எண்ணம் எனக்கு இல்லை. மருத்துவ பரிசோதனைகள் அவசியமற்றவை. தயவு செய்து தள்ளி நில்லுங்கள். நான் கொஞ்சம் எழுந்து நிற்கவேண்டும்.

சொல்லி முடித்த வேகத்தில் எழுந்து நின்றாள். எழுந்த வேகத்தில், அணிந்திருந்த சட்டையின் மேற்பகுதி விரிசலிட்டதில், மார்பகம் வெளியில் தெரிந்தது. கன்னியர் மடத்தைச் சேர்ந்த மரி நிற்பதைக் கவனித்தாள்.

- சகோதரி மரி! அங்கிருக்கிற பலகைமீது நல்ல ஆடைகளைப் பத்திரமாக வைத்திருக்கிறேன். எடுத்துக்கொடுக்க முடியுமா?

மடத்துப்பெண்மணி, எடுத்துக்கொடுத்தாள். நிதானமாக அணிந்தாள். கூட்டத்தில் ஒருவராக இருந்த மதகுரு தபூ, மாத்தா ஹரி அருகில் முழந்தாளிட்டு அமர்ந்தார். இவளும் வணங்கினாள். தகரக் குவளை ஒன்றில் நீர் கொண்டுவரச் செய்து, வணங்கிய மாத்தா ஹரியின் தலையில் ஊற்றினார். அவள் எழுந்தாள். காலுறைகளையும், கையுறைகளையும் அணிந்து கொண்டாள். தொப்பியைத் தலையில் பொருத்த ஊசி ஒன்று கேட்டாள். 'சட்டத்தில் அதற்கு அனுமதி இல்லை', - என்றான் சிறை நிர்வாகி.

கேப்டன் திபோல் - நீதித்துறையின் ஊழியன். அவளை நெருங்கி எழுதுகோல் ஒன்றும் எழுதுவதற்கான தாள்களும் கொடுத்தான்.

- ஏதாவது சொல்லவேண்டுமா?

- நானா? என்ன சொல்ல. சொல்வதற்கு உண்மைகள் என்று ஏதும் இல்லை. ஆனால் சில தகவல்கள் இருக்கின்றன. அவற்றை உன்னிடத்திற் சொல்ல முடியாது.

மடத்துப் பெண்மணி விம்மினாள். மாத்தா ஹரியின் கண்களிலும் நீர் எட்டிப்பார்த்தது.

- சகோதரி மரி, உங்கள் மனது எனக்குப் புரியாமல் இல்லை. ஆனால் எனக்காக இந்நேரத்தில் அழுவதென்பது கூடாது

என்றவள் தொடர்ந்து,

- நீண்ட பயணமென்றாலும், ஒருமுறையேனும் உங்களைச் சந்திக்கவென்று திரும்பவும் வருவேன். பிறகு இருவருமாக தொடர்ந்து பயணிக்கலாம். என்ன சரிதானா?

என்றாள்.

குற்றவியல் நீதிபதியிடம் கொடுப்பதற்கென்று எழுதி வைத்திருந்த கடிதங்களை ஒப்படைத்தாள். கேப்டன் திபோல் கொடுத்திருந்த தாள்களைக் கொண்டு ஒன்றிரண்டு கடிதங்களைக் கூடுதலாக எழுதி உறையிலிட்டு அவனிடம் கொடுத்தாள். அழைத்துச் செல்ல வாகனமொன்று காத்திருந்தது. உள்ளே சென்று அமர்ந்தாள். அருகில் மதகுரு தபூ, எதிரில் கன்னியர் மடத்தைச் சேர்ந்த சகோதரி மரி, வாகனத்தை ஓட்டிச் சென்றவன் பக்கத்தில் காவலன் ஒருவன், முன்னெச்சரிக்கையாக. மாத்தா ஹரியின் வாகனத்திற்கு முன்னும் பின்னுமாக நான்கு வாகனங்கள், அவற்றில் குற்றவியல் நீதிபதிகளும், மருத்துவரும், அவளுடைய வழக்கறிஞரும் பின்தொடர்ந்தனர். வாகனங்கள், லா ப்ளாஸ் தெ லா நசியோன்' கடந்து நெருக்கமாக வளர்ந்திருந்த மரங்களுக்கிடையில் நிதானமாக ஊர்ந்தன. எங்கும் புலராத இரவு. எழுந்து செல்ல விருப்பமில்லாத இருள் முடிந்த இடத்திலெல்லாம் கால் நீட்டி நித்திரை கொண்டிருக்கிறது. மழைநீரில் நனைந்து ஊற்றெடுத்த சாலைகளில் பழுத்து உதிர்ந்த இலைகள், டயர்களில் நறநறவென நொறுங்கின. வேன்சான்' கோட்டைக்குள் நுழைந்ததும், பயணத்தினை முடிவுக்குக் கொண்டுவரத் தீர்மானித்ததைப் போல, முதல் வாகனம் நிறுத்தப்பட அதற்கென காத்திருந்தது போல கிடைத்த இடத்தில் மற்றவைகளும் நின்றுக்கொண்டன. ஒரு சிறிய திறந்தவெளியில் மெல்லிய தூணொன்று நடப்பட்டிருந்தது. துப்பாக்கி ஏந்திய சிப்பாய்கள் சுடுவதற்குத் தயாராக அணிவகுத்து நிற்கிறார்கள்.

வாகனத்திலிருந்து, முதலில் இறங்கிக்கொண்டவர் மதகுரு. அவர்முகம் கறுத்திருக்கிறது. தண்டனையை அவருக்கு நிறைவேற்ற இருப்பதைப் போல, அவர் ஒதுங்கி வழிவிட மாத்தா ஹரி இறங்கிக் கொள்கிறாள். பின்னிக்கொள்ளாத கால்கள், நிமிர்ந்த தலை.

- சகோதரி மரி, எனது கையை கொஞ்சம் பிடித்துக்கொள்ள முடியுமா?

துப்பாக்கி ஏந்திய ராணுவ வீரர்களின் திசைக்காய் நடக்கிறாள். தூணையும் இவளையும் சில அடி நிலங்கள் பிரித்திருந்தன. கன்னியர் மடப்பெண்மணியிடமிருந்து கைகளை விடுவித்துக்கொள்கிறாள். வழக்கறிஞன் ஓடிவருகிறான் பதற்றத்துடன் முத்தமிடுகிறான். காவலர்கள் அவளைத் தூணருகே அழைத்துச் செல்கிறார்கள்.

மீண்டும் ஒரு முறை தீர்ப்பு வாசிக்கப்படுகிறது. இதுவரை அக்கும்பலிலிருந்து, இவள் கவனத்தை ஈர்த்திராத மற்றொரு பெண் வருகிறாள். அவள் கைகளில், கறுப்புத் துணி. இவளுக்குப் புரிந்தது. கண்களைக் கட்டக் கூடாதென்பதுபோல தலையை ஆட்டுகிறாள். மதகுரு வேகமாய் நடந்துவந்தவர், அவளை ஆசீர்வதிக்கிறார்.

"ஆண்டவனே! மாத்தா ஹரியின் ஆத்துமாவை ஏற்றுக்கொள்ளும்! நித்திய இளைப்பாற்றியை இவளுக்குக் கொடுத்தருளும் ஆமென்."

மாத்தா ஹரி உதடுகொள்ளப் புன்னகைக்கிறாள். இதழ் தொட்டு தனது முத்தங்களை காற்றுவெளியில் கலக்கிறாள்.

- 'சுடுங்கள்!'

பிடித்திருந்த துப்பாக்கிகளிலிருந்து கிளிக்-கிளாக், தொடர்ந்து வெடிச் சத்தம், துப்பாக்கிக் குழல்களின் புகை கசிவது ஒரு சில நொடிகள் தொடர்ந்தது, மாத்தா ஹரியின் உயிரற்ற உடல், நிலத்தில் மடிந்து விழுந்தது. உதைபட்ட கால்கள் கணத்தில் அடங்கிப்போயின. விழிகள் திறந்திருக்க, குண்டு பாய்ந்திருந்த இடத்திலிருந்து களக் களக்கென்று வெளிப்பட்ட இரத்தம் மண்ணிற் கலந்தது.

"...."

- ஹரிணி கடைசியாக ஒன்றைச் சொல்ல வேண்டும், இச்சம்பவத்தை நினைவுகூறும் போதெல்லாம் மாத்தா ஹரியின் உடலருகே இரத்தச்சேற்றில் தொப்புட்கொடியுடன் குழந்தையொன்று வீறிட்டு அலறும் காட்சியைக் காண்பதுண்டு. இன்றைக்கு அக்குழந்தை யாரென்று தெரிந்துவிட்டது.

- யார்?

- நீதான்.

5

– எங்கெல்லாம் உங்களைத் தேடுவது?

கழிவறையிலிருந்து வெளியேறிக்கொண்டிருந்த பவானிக்கு, எதிர்பாராமல் வந்த குரலைக் கேட்டதில் அதிர்ச்சி. எதிரே தேவசகாயம் நின்றுகொண்டிருந்தான்.

– எதற்கு?

– பவானி... உங்களுக்குக் காரணம் தெரியாதா?

– முதலில் வழியை விடுங்கள் தேவா! பேசுவதற்கு நல்ல இடத்தைக் கண்டுபிடிச்சீங்க.

அவனது உடற் தீண்டலின்றிக் கடந்து செல்ல முடியாது போலிருந்தது. அதை எதிர்பார்த்தவன் போலவே அவனும் நின்று கொண்டிருக்கிறான். தேவசகாயம் அந்நியன் அல்லன்? எனினும் முதன்முறையாக, அவனை நிமிர்ந்து பார்க்கத் தயங்கினாள்.

– உங்க தோழியை விசாரிச்சேன், நீங்க இருக்கலாம் என யூகித்த இடங்களில் எல்லாம் தேடினேன். கடைசியிலே இங்கே இருக்கீங்க.

– உங்களுக்கு என்ன வேண்டும்?

– கொஞ்சம் தனியே பேசணும்.

– கொஞ்சமென்ன நிறையவே பேசலாம். இதற்கு முன்னால் நாம் பேசியது இல்லையா? உங்களைச் சந்தித்தென்ன

ஆறுமாதங்கள் இருக்குமா? இருக்குமென்றுதான் நினைக்கிறேன். இந்த ஆறுமாதத்தில் நிறையப் பேசி இருக்கிறோம். திடீரென்று இன்றைக்கு 'கொஞ்சம் பேசவேண்டும் தனியே வரமுடியுமா'ன்னு சொல்றதுக்கு என்ன அர்த்தமென்று தான் விளங்கலை.

– பயப்படாதீங்க! வழக்கம்போல ஒரு கவிதையை உங்களிடத்தில் சொல்லியாகணும். நீங்க விரும்பினா, வீட்டின் பின்புறம் அமைதியாக உட்கார்ந்து பேசலாம்.

அவன் முகத்தை ஏறிட்டுப் பார்த்தாள். உதட்டில் ஒட்டாத அவனது வழக்கமான புன்னகை. ஆறுமாதங்களுக்கு முன்னால் 'அல்லியான்ஸ் பிரான்சேய்ஸ்'ல் பிரெஞ்சு படிக்கவென்று சேர்ந்தபோது, முதல் நாள் வகுப்பு முடிந்து காப்பி பாருக்கு அழைத்துச் சென்ற பத்மா, பக்கத்து நாற்காலியில், கழுத்தில் வெள்ளைமணிகளில் கோர்த்த மாலையும், சவரம் செய்யப்படாத முகமுமாக, தமிழ்ப்படங்களில் வருகிற அடியாள் போல இருந்த தேவசகாயத்தை அறிமுகப்படுத்தினாள். பிறகொரு நாள், நீதிமன்ற வேலைகளை முடித்துக்கொண்டு ஸ்கூட்டரில் திரும்பும்போது, காந்தி சிலை அருகே குட்டிச் சுவற்றின் மீது அமர்ந்தபடி சிந்தனையில் மூழ்கி இருந்தவனைப் பார்க்க வியப்பு. அவன் அருகில், இவளை அறியாமலேயே ஸ்கூட்டர் நிதானித்தது. நடப்பதை உணர்ந்தவன் போலத் திரும்பிப் பார்த்தவன், எழுந்து வந்து விசாரித்தான். கையில் தமிழ்க்கவிதை. ஆச்சரியமாக இருந்தது. 'நீங்களும் பெரிய கவிஞராமே, பத்மா சொல்லி இருக்கிறாள்' என்றான். பிறகு அவனே உரிமை எடுத்துக்கொண்டு குளிர்பானம் வாங்கி இவளுக்கு ஒன்று கொடுத்தான். அவ்வப்போது கவிதைகள் எழுதிக் கொண்டு வந்து இவளிடத்தில் காட்டுவான். அவன் மனதில் வேறு எண்ணங்களும் இருந்திருக்க வேண்டும் என்பதான சந்தேகங்கள் உண்டு. ஆனால் அவை சந்தேகங்களாகவே இருந்தவரை இவள் மனதிலும் சலனங்கள் ஏதும் இல்லை. இவளுக்கே வியப்பாக இருந்தது. நானா இப்படி?

– சரி... வாங்க போகலாம்.

மூளை தீர்மானிக்கும் முன்பாக சொற்கள் வெளிப்பட்டன.

அவன் முன்னால் நடக்கிறான். அவன் பின்புறத்தைப் பார்த்தாள். ஓர் ஆணுக்கான அத்தனை வசீகரமும் தேவசகாயத்திடம் இருப்பதை உணர்ந்தாள். இந்த உணர்வு

வேறு எப்போதேனும் அவளிடத்தில் எழுந்ததுண்டா? இல்லையென்று திட்டவட்டமாக அவளால் சொல்ல முடியவில்லை. அவனது அண்மையில் அவ்வப்போது உணர்ச்சிகளின் விளிம்புநிலைக்குத் தள்ளப்பட்டிருக்கிறாள். அந்த நேரங்களில் மனக்கட்டுப்பாடு பிடிமானமாக அவளுக்கு உதவி இருக்கிறது. ஒருவகையான அவா தன்னுள் வளர்வதை உணர்ந்தாள். இன்றைய இக்கட்டான நிலைமைக்கு அவளும் காரணம். அவள் என்றால் அவளல்ல. அவள் அழகு, அதன் ஈர்ப்பு. காந்தக் கதிர்களாகச் செயல்பட்டு, எல்லைக்குள் நெருங்குகிற அத்தனை உயிர்களையும் வளைத்துப்போடும் அதன் கெட்டித்தனம். வயது வேறுபாடின்றி ஆண்கள் இரண்டாவது முறையாகத் திரும்பிப் பார்க்கிறார்கள்; பேருந்தில் எழுந்து இடம் கொடுக்கிறார்கள்; நிறைவைத் தராத கவிதைகள்கூட இவளது படத்திற்காகப் பிரசுரிக்கப்படுகின்றன. இவள் கவுன் அணிந்து நீதிமன்றம் போனால், நீதிபதியும் எழுந்து நிற்கிறார். எனவே தேவசகாயம் என்ற இளைஞன், தேடிவந்து இவளிடம் காதலைப் பேசுவதற்குக் காரணங்கள் நிறைய இருக்கின்றன. நடந்தபடி, தனது மனதில் நிறுத்தியிருந்த தேவசகாயம் என்ற பிம்பத்தை மறுவிசாரணை செய்தாள். கணினிப் பொறியாளன், நல்ல உயரம், அதற்கேற்ப உடல். அழகாய் சிரிக்கிறான். கவிதை எழுதுகிறான். நேற்றுவரை குறைகளாகக் கண்ட வில்லன் தோற்றமும் மதுப் பழக்கமும் வலுவிழக்கின்றன. அடுத்தவரிடம் குறைகளென்றோ நிறைகளென்றோ நாம் பார்ப்பது அனைத்துமே அவரவர் கருதுகோள்களின் அளவீடு சார்ந்ததென்று இப்புதிய மனநிலைக்குக் காரணமும் கற்பித்தாள். தேவசகாயத்தின் மனத்தில் அரும்பியுள்ள காதலுக்கு உடலழகு மட்டுமே காரணம் என்றால், பிற்காலத்தில் சிக்கல்கள் இருக்கின்றன. அவரவர் எல்லைக்குள் இருந்து கொண்டு அம்புகள் எய்யக்கூடும். வேட்டையில் ஆண்கள் தேர்ந்தவர்கள். அவளது சட்ட அறிவும், வழக்கறிஞர் தொழில் அனுபவமும் கற்றுக்கொடுத்த பாடமிது. சிந்தித்துப்பார்த்ததில் இதுவரை எந்த இளைஞனையும் தனது மனதில் மறுவிசாரணைக்கு உட்படுத்தியது இல்லை. அவளுக்குள் விவாதித்ததுமில்லை. வாதிக்கும் பிரதிவாதிக்குமாக அவளே வாதிட்டதில்லை. நீதிபதி இருக்கையிலும் அவளே அமர்ந்திருக்கிறாள். இவளது சிநேகிதிகளில் பத்மா வேறு ரகம். கவிதை என்றால் யார் நடித்தது என்பாள். அவளுக்குப் பையன்கள் என்றால் பிரெஞ்சு பேசவேண்டும், மேற்கத்திய இசை கேட்கவேண்டும், அவள் கூப்பிடுகிற சினிமாவுக்கு

வரவேண்டும்... "என்னை அணைத்துக் கொள்ளவும், கூந்தலைக் கோதவும், தழுவவும், புறக்கழுத்தில் முத்தமிடவும், அதரங்களைச் சுவைக்கவும், முலைக்காம்புகளில் பற்கள் பதிக்கவும் ஒருவன் வேண்டாமா?" – மீண்டும் தலையை உயர்த்திப் பார்த்தாள். அவனுக்குள் இருந்த மகிழ்ச்சி நடையில் தெரிந்தது. முதன் முறையாக அவளுக்கு ஒரு 'தேவையாக'த் தெரிந்தான். தேவசகாயம் இன்றி பவானி இல்லை என்பதுபோல ஒரு மயக்கம். இவளுக்காக அவன் நடக்கவும், உட்காரவும், பேசவும், சிரிக்கவும் தயார் என்பதுபோல நடக்கிறான். நடந்தவன் கவனமின்றி வாசற்கதவில் இடித்துக்கொண்டான். பவானிக்கு வலித்தது.

– கவனித்து நடக்கக்கூடாதா?

புத்தி சொன்ன இவள் இப்போது இடித்துக் கொள்கிறாள்.

– கவனித்து நடக்கக்கூடாதா? குரலில் மென்மையைக் குழைத்து அவளைப் போல பேசிக் காட்டுகிறான். இருவரும் கலகலவென்று சிரிக்கின்றனர்.

தோட்டத்தில் இருந்தனர். காற்று இருவர் தலைகளையும் கலைத்து விளையாடியது. அந்திச் சூரிய ஒளியில் பவானி இன்றைக்குக் கூடுதலாகவே பிரகாசித்தாள். காற்சட்டைப் பைகளில் கைகளை வைத்துக் கொண்டு அண்ணாந்து பார்க்கிறான். அவனை இவள் பார்க்கிறாள். இவள் பார்ப்பதை அவன் பார்த்துவிடக்கூடாது என்பதைப் போலப் பார்க்கிறாள். அவனும் அதை உணர்ந்தவன்போல, இவள் திசையை மறந்தவன் போல,

– பவானி! என் மனதை நீங்க படிச்சிருப்பீங்கன்னு நினைக்கிறேன்.

– சொல்லுங்க.

– கடந்த ஆறு மாதமா ஓரளவு என்னைப் புரிந்துகொண்டிருப்பீங்க. இருந்தும் உங்களை எனக்குப் பிடித்திருக்கிறதென்று சொல்லத் தயக்கம்.

– பிடித்திருக்கிறது என்றால்?

– உங்களை விரும்புகிறேன் அதாவது...

– ஏதோ கவிதை சொல்லப் போவதாகச் சொன்னீங்க.

– இதுவும் ஒரு வகையில் கவிதைதான்.

– மன்னிக்கணும் தேவா. இதற்கு உடனே பதில் என்னால் சொல்ல முடியாது, நிறைய யோசிக்கணும்.

அவனது பெரிய முகம் ஒடுங்கிப்போனது. கண்கள் சுருங்கிக்கொண்டன. பார்வையில் கவலை வெளிப்பட்டது. இவள் தொடர்ந்து பேசினாள்.

– தேவா, என்னைக் கடந்த ஆறுமாதங்களாக அறிந்தவர் நீங்கள். எனினும் தங்கள் விருப்பத்தைச் சொல்ல இப்போதுதான் முடிஞ்சிருக்கு. எனக்கும் அப்படித்தான் நிறைய யோசிக்கணும். இப்போதைக்கு உங்களுக்கும் எனக்குமான எதிர்மறையான விஷயங்களே என்னிடத்தில் உங்கள் விருப்பத்தை வளர்த்துக் கொண்டதற்கான காரணங்களென்று நினைக்கிறேன். உடன்பாட்டுக்குரிய காரணிகளைக் காட்டிலும் எதிர்மறையான காரணிகளுக்குக் கவர்ச்சி அதிகம். நிதானமாக சிந்திக்கணும். 'அம்மா அடுப்பைப் பற்றவை, குளிராவது காயலாம்' என்ற கவிஞர் இளம்பிறையின் ஏக்கங்களோடு தான் நானும் இருக்கேன். அதிலும் உடனடியாகப் பங்குக்கு வந்திடாதீங்க.

தேவசகாயத்திற்கு ஒரு வகையில் அப்பதில் நிறைவை அளித்தது. அவனது கேள்விக்கான மேம்போக்கான பதில் அல்ல. அக்கறை எடுத்து அளித்த பதில். பத்மாவிடம் இதுபற்றி நேற்று பேசியபொழுது அவளது பேச்சு இவனை உற்சாகப்படுத்தும் அளவில் இல்லை. பவானி இவன் விருப்பத்தை மறுத்துவிடுவாள் என்றாள். உனக்கு அவள் ஒத்துவராது என்றாள். அவள் சொன்னதிலும் உண்மை இல்லாமல் இல்லை. இவனுக்கென்று சில கனவுகள் இருக்கின்றன. புதுச்சேரியில் இருக்கும் பெரும்பாலான இளைஞர்களுக்குள்ள கனவு. சில கதவுகள் திறந்திருக்கிறபொழுது, எட்டிப்பார்க்க விழையும் மனதின் யதார்த்தம். இவனது பள்ளி இறுதிவகுப்புப் புத்தகத்திலும், பிற சான்றிதழ்களிலும் பார்த்தீர்களென்றால் குடியுரிமை என்ற இடத்தில் பிரெஞ்சுக்காரன் என எழுதியிருக்கிறது. அப்பா பிரான்சில் இருந்தார். அண்ணன்கள் பிரான்சில் இருக்கிறார்கள். தமக்கை ஒருத்தியும் தங்கை ஒருத்தியுங்கூட அவரவர் கணவர்களுடன் பிரான்சில் இருக்கிறார்கள். இவனோடு சினிமாவுக்கும் பாருக்கும் வந்த நண்பர்கள் ஒருவர் பின் ஒருவராகப் பிரான்சுக்குப் பயணப்பட்டுக் கொண்டிருக்கிறார்கள். பிரான்சிலிருந்து வந்த தமக்கையும்,

அண்ணன்களும் சும்மா இருக்கும் நேரங்களில் பிரெஞ்சு படியேன் என்றார்கள்.

புதுச்சேரிக் கடற்கரை அருகில், பிரெஞ்சு அரசாங்கத்தின் தயவில் இயங்கி வந்த மொழி பயிலும் நிறுவனத்தில் ஒருநாள் மாலை பதிவு செய்துகொண்டான். சமீபகாலமாக பிரான்சுக்குப் போவதென்று உறுதியாக இருக்கிறான்.

பவானிக்கு அறிமுகமாகியிருக்கும் தேவசகாயம் பரவா யில்லை ரகம். பிரெஞ்சுக் குடியுரிமையுடன் இருக்கிற பிற இளைஞர்களோடு அவனை ஒப்பிட முடியவில்லை. இவன் வேறாகத் தெரிந்தான். கண்கள் வேறாக இருக்கின்றன, பார்வை வேறாக இருக்கிறது, சிந்தனை வேறாக இருக்கிறது. இக்கேள்வியையேகூட பலமுறை சிந்தித்தபிறகே அவளிடம் கேட்டிருக்கக் கூடும்.

– பவானி...

– ம்..

– நீங்கள் நேரம் எடுத்துக் கொண்டு, தீர யோசித்தே முடிவைச் சொல்லுங்க. ஆனால் எதற்காக மறுபடி மறுபடி, இருவருக்கும் இடையேயான சந்திப்புக் காலத்தை ஞாபகப்படுத்தறீங்க? காலத்திற்கும் இதற்கும் என்ன சம்பந்தம்? 'தேவைகளும் விருப்பங்களும் காலம் சார்ந்தது அல்ல, அவை மனம் சார்ந்தது, உணர்வு சார்ந்தது' என்று நீங்களே பலமுறை சொல்லி இருக்கீங்க. உங்க பதிலுக்காக ஆறுமாதங்கள் காத்திருக்கவேண்டும் என்பது போல யோசிக்கும் காலத்தை நிர்ணயிப்பதெல்லாம் சரியில்லெ. இன்றைய எனது உணர்வு வேறு: இந்தக் கணத்திலிருந்து உங்களுக்கென்று வாழ முடியும். உண்மையாக நடந்துகொள்ள முடியும். உங்கள் மனதை ஓரளவு புரிந்துகொண்டவன் என்ற நம்பிக்கையில் சொல்றேன்.

அவனுடைய கண்களை ஏறிட்டுப் பார்த்தாள். அவன் உதிர்த்த வார்த்தைகள், தம் பங்கிற்கு அவள் இதயத்தை இளக்கின. அவளுக்குப் பயமாக இருந்தது. தனக்குள் சுரக்கும் பயத்தை அவன் கண்டுவிடக்கூடாது. குரலில் கொஞ்சம் கடுமையைச் சேர்த்துக்கொண்டாள்.

– தேவா, என்னைப்பற்றி உங்களுக்கு என்ன தெரியும்? நான் உங்களை அறிந்திருக்கும் அளவிற்கு நீங்கள் என்னை அறிந்தவரா?

– மன்னிக்கவேண்டும். பெரிய பெரிய சொற்களில் உங்களைக் குழப்பும் எண்ணமெல்லாம் எனக்கில்லை. அநேகமாக என்னைப் பற்றிய உங்கள் புரிதலோடு ஒப்பிடுகிற பொழுது பொருளற்றதாகவும் இருக்கலாம். உங்களுக்கு உண்மையில் என்மீது அன்பிருக்கிறதா? நல்ல எண்ணங்கள் உண்டா? கூடுதலாகத் தகவல்கள் வேண்டுமென்றால் இருக்கவே இருக்கிறாள் உங்கள் சினேகிதி பத்மா.

– நல்ல ஆளைப் பிடிச்சீங்க. வேலிக்கு ஓணான் சாட்சியா? அபிப்ராயங்களை வளர்த்துக் கொள்ள சிபாரிசு உதவலாம். ஒருவர்மேல் அன்பினை வைக்க சிபாரிசுகள் உதவுமென்று நான் நினைக்கலை.

– நன்றி பவானி, பிறர் சிபாரிசு இன்றி உங்களால் என் மீது அன்பு செலுத்தமுடியுமென்றால் நான் கொடுத்து வைத்தவன். நல்ல முடிவை எடுப்பீர்களென்று நம்பறேன்.

– நம்பிக்கைகள் பொய்க்கவும் கூடும் என்பது தான் வாழ்க்கை. யோசித்து பதில் சொல்லவேண்டும், என்னால் திடுமென்று ஒரு முடிவுக்கு வரமுடியாது.

– சொல்லும் பதில் எனக்குச் சாதகமாக இருக்கவேண்டும். நல்ல பதிலென்றால் எத்தனை வருடங்களென்றாலும் காத்திருப்பேன்.

– இப்படி, தோராயமாக எத்தனை பெண்களிடம் சொல்லி இருப்பீர்கள்?

– சிரிக்கிறாள்.

– விளையாடாதே பவானி. என் மீது நல்ல அபிப்ராயம் இருக்கிறது. அன்பாகவும் பழகி வந்திருக்கீங்க. எதற்காக யோசனை? உங்களுக்குப் பொருத்தமானவனாக இருக்கமாட்டேனா அல்லது என்னோடு பிரான்சுக்குப் போக வேண்டி இருக்குமே என்ற அச்சமா? பிரான்சுக்கு வர விருப்பமில்லை என்றால் இருவரும் இங்கேயே இருக்கலாம். உங்கள் வழக்கறிஞர் பணியையும் இடையூறின்றிச் செய்யலாம். அதற்கான உத்தரவாதங்களை என்னால கொடுக்க முடியும்.

– இத்தனை பரிவுடன் உத்தரவாதங்களை எனக்காகத் தயாரிப்பதற்கு நன்றி. அவைகள் உண்மையாகவே இருக்கட்டும். என்னை நம்பி வயதான ஒரு பாட்டி இருக்கிறாள். நீங்கள் குறிப்பிட்டதுபோல பிரான்சு பற்றிய பயமும் இருக்கிறது.

உங்களிடத்தில் சொல்லத் தயங்குகிற வேறு காரணங்களும் இருக்கலாம். இப்போதுள்ள மனநிலையில் உடனடியாக எந்தப் பதிலையும் என்னிடம் எதிர்பார்க்காதீர்கள். எடுக்கும் முடிவு உங்களுக்குச் சாதகமாக இருக்கவேண்டுமென்று எதிர்பார்க்க உங்களுக்கு என்ன உரிமை உண்டோ, அந்த உரிமை எனக்கும் இருக்கு. எல்லாவற்றையும் விளக்கமாய்ச் சொல்லிக்கொண்டிருக்க எனக்கு முடியாது.

– இல்லை, சிறிது நேரம் கூடுதலாக ஒதுக்கிப் பேசவேண்டுமென்றாற்கூட நான் தயார். நீங்கள்தான் சம்மதிக்கவேண்டும்.

கெஞ்சுவது போலப் பேசினான்.

– இல்லை தேவா. தொடர்ந்து பேசுவதால் மட்டும் என்ன நடந்துவிடுமென எதிர்பார்க்கிறீங்க.. ஒரு சில நாட்களிலே கூட என் முடிவைத் தெரிவிக்க முடியுமென்று நினைக்கிறேன். முடிந்தால் நானே உங்களை நேரில் சந்திக்கிறேன். தொடர்ந்து பேசிக்கொண்டிருப்பதால் எந்தப் பயனும் இல்லை. நாம் புறப்படுவோம், அதுதான் இருவருக்கும் நல்லது.

– நல்ல முடிவாகச் சொல்லுங்கள்.

இவள் புறவாசற்கதவுக்காய்த் திரும்பி நடந்தாள். தேவசகாயம் அசையாமல் நின்றுகொண்டிருந்தான். அவன் கண்கள் இரண்டும் அவள் நடந்து செல்வதைப் பார்த்தபடி இருந்தன. அவளும் பவானியாக இல்லாதிருந்து, இவனும் வழக்கமான தேவசகாயமாக இருந்திருந்தால் அவளை, பின்புறமாய்ச் சென்று கட்டிக்கொண்டிருப்பான். திடுமென்று தாவிக் குதித்தான். எட்டிக் காய்த்திருந்த எலுமிச்சையைப் பறித்தான். மனதிற்குச் சந்தோஷமாக இருக்க, பிடித்த சினிமாப் பாடலை முனகியபடி அவளைப் பின்தொடர்ந்தான்.

6

இன்பத்துக்கு முதல் அவசியம் விடுதலை. தேவசகாயத்துக்கான எனது பதில் இன்பத்துக்கான திறவுகோலா? எனது மனச் சிறையிலிருந்து விடுதலை பெற்றாக வேண்டுமா? முடியுமா? பவானி தெளிவில்லாமல் இருந்தாள், எதிரே நிறையப் பாதைகள், முதற் பாதையில் தேவசகாயம் என எழுதப்பட்டு அம்புக்குறி இடப்பட்டிருந்தது. கண்ணுக்கெட்டியவரை பாதை செப்பனிடப்பட்டு இருக்கிறது. எத்தனை கல் போகவேண்டும் என்ற குறிப்புகள் ஏதுமில்லை. தெளிந்த வானமும், வீசும் காற்றும் சங்கடமற்ற பயணத்தின் குறியீடுகளாகத் தெரிகின்றன. இத்தனை காலமாய்க் கண்டிராத இனிமைத் துளிகள் இதயச் சாளரத்தில் விழுகின்றன, உடல் விம்முகிறது. சாளரத்தைத் திறந்து சாரலில் நனையென்று உடல் சொல்கிறது. திரும்பிப் பார்க்கத் துணிச்சலில்லை. அறையில் மிச்சமிருக்கும் இருட்டில் நிற்கும் மனிதன் எப்போதும்போல இவளைப் பயமுறுத்துகிறான். இவள் அமைதியாக இருந்தால் வளர்ந்து நிற்கவும், கண் சிவந்தால் கால்களுக்கு அடியில் சுருங்கிப்போகவும் தெரிந்த நிழல் அவன். தனது அறைக்குத் திரும்பி, அழவேண்டும் போலிருக்கிறது. இன்பம் துன்பம் இரண்டையும் அழுகையாய் வெளிப்படுத்தியே பழகிக்கொண்டாள். தனித்து இருக்கிற பொழுது அழுகை சுலபமாக வருகிறது, சுகமாக இருக்கிறது. பிறரிடம் பகிர்ந்துகொள்வதைவிட இது பரவாயில்லை. 'பிறர் யார்? அவர்களிடம் புரிந்துகொள்ளும் தன்மை என்ன, அவர்களிடம் எதைச் சொல்லலாம், எதைச் சொல்லக்கூடாது? அதற்கான சொற்கள் எவை, அவரிடம் இருந்து பதிலூட்டாகப்

பெறப்படும் சொற்களின் பொருண்மை என்ன? அவற்றில் இருப்பது பரிவா? ஆறுதலா? கிண்டலா?' என்ற தேடுதல்கள் இல்லை. அழுவது சுலபம், பின்விளைவுகளற்ற செயல். கண்களும் மனமும் தனிமையும் ஒத்துழைக்கவேண்டும், அழ முடியும். அவள் வாழ்க்கை நகர்வுகளில் அழுகை மட்டுமே துணையாய் இருந்திருக்கிறது, வரமாய்க் கிடைத்திருக்கிறது. தேவசகாயத்தின் கேள்வி, விடுதலையா? வரமா? எதிற்சேர்த்தி? வழக்கமான ஆண்களின் உத்தியா? அதாவது பெண்ணை உரிமை அற்றவளாகச் செய்து, தனது உடைமை தனது பொருள் என மாற்றிக்கொள்ளும் ஆண்களின் வழக்கமான தந்திரமா? நான் மீசையற்ற பாரதி, மூவலூர் இராமாமிர்தம், பிரெஞ்சுக்காரியான சிமொன் தெ பொவா. வேண்டாம் அவர்களையெல்லாம் முன்மாதிரிகளாக நினைத்துக் குழம்பிப் போகாதே. அதிகம் படித்ததும், அதிகம் விவாதித்ததும், உன்னை எங்கே நிறுத்தி இருக்கிறது?

– ***'நல்ல முடிவாகச் சொல்லுங்கள்'*** தேவசகாயத்தின் குரல்.

இரண்டு நாட்களாக அவள் மனதில் ஒட்டிக்கொண்டு அரித்துக் கொண்டிருக்கும் வாக்கியம். சில நேரங்களில் அடி நாக்கில் தங்கிய மிட்டாய் போல இனிக்கவும் செய்கிறது. அதனை இவள் ஒருமுறை சொல்லிப் பார்த்தாள். அச்சொற்களை உச்சரிக்க, அவை பிடிகொடுக்காமல் இவளிடம் வழுக்கிக்கொண்டு, மீண்டும் உள் மனதிற்குத் திரும்பியபடி சிரிக்கின்றன. கடந்த நாற்பத்தெட்டு மணி நேரத்தில் தோராயமாக எத்தனைமுறை கேட்டிருப்பாள். எண்ணவில்லை. இவள் சந்திக்கிற மற்றவர்களுக்கும் அதுதான் பிரதான வாக்கியமாக இருக்கிறது. காலையில் தனது அலுவலகத்தில் பார்க்கவந்த பெண்மணியும் வழக்குப்பற்றிய பிரச்சினைகளைச் சொல்லி முடித்தவள், 'இந்த வழக்கை நீங்கதாம்மா ஏற்று நடத்தணும், உங்களை நம்பித்தான் வந்திருக்கேன்' என்று வழக்கமான தனது எல்லாக் கட்சிக்காரர்களையும்போலப் புலம்பியவள் இறுதியில், 'நல்ல முடிவாகச் சொல்லுங்கள்' என்கிறாள். கோபத்தில், 'என்னிடம் வராதே வேறு வக்கீலாகப் பார்த்துகொள்' என்று அனுப்பிவிட்டாள். எதற்காக அப்படிச் செய்தோம் என்று வருந்தினாள். இத்தனைக்கும் அவள் பவானியுடைய சீனியர் சுதா இராமலிங்கம் பரிந்துரையில், இவளைத் தேடிவந்தவள். சீனியரிடம் போனில் பேசவேண்டும். எப்படியாவது அப்பெண்மணி முகவரியைக் கேட்டுப்பெறவேண்டும்.

மாதத்திற்கு ஒன்றிரண்டு வழக்குகள் வருகின்றன அதையும் இப்படி... எல்லாவற்றையும் மறந்திருந்தாள். வாழ்க்கை ஜீவநதியின் உயிர்ப்புடன் சீராகக் கடந்த சில வருடங்களாக ஓடிக்கொண்டிருந்தது, அது பொறுக்கவில்லை. தேவசகாயம் கல்லை எறிகிறான், ஒன்றல்ல இரண்டல்ல ஓராயிரம் முறை, குவியல் குவியலாகக் கற்களைச் சேர்த்துக் கொண்டு, இவள் நிதானத்திற்கு வரும்போதெல்லாம் இதயத்தில் 'களுக்' என்ற சத்தம்.

அன்றைக்குப் பத்மா வீட்டில் – கூடத்தில் – 'கேக்' கினை வைத்துக்கொண்டு, இவளையும் தேவசகாயத்தையும் எதிர்பார்த்து எல்லோரும் காத்திருக்கிறார்கள். பத்மாவிற்குப் பிறந்தநாள். பகல் விருந்தில் கோழி, ஆடு, ஐஸ்கிரீம் என அனைத்தும் இருந்தன. பரோட்டா அரிஸ்டோவிலிருந்தும், கோழி குருமா ஓட்டல் ஷகீலாவிலிருந்தும் வரவழைக்கப்பட்டிருந்தன. மீன் வகைகள் 'ஓட்டல் அஞ்சப்பரி'லிருந்து வந்திருந்தன. பிரெஞ்சு அரசாங்கத்தின் பணம். அவள் தகப்பன், பிரெஞ்சு ராணுவத்தில் துப்பாக்கி பிடித்த நேரத்தைக் காட்டிலும், வெள்ளைத் தோல் கப்பித்தேனுக்கு–கேப்டனுக்கு – பிரியாணி செய்து போட்ட நேரங்களும், கால், கை பிடித்துவிட்ட நேரங்களும் அதிகம். பதினைந்து ஆண்டுகள், தெரிந்த இரண்டொரு பிரெஞ்சு வார்த்தைகளோடு பிரான்சில் காலந்தள்ளிவிட்டு, புதுச்சேரியில் வீடு, கார் என்று வாங்கி வைத்துக்கொண்டு உள்ளூர்வாசிகளின் வயிற்றெரிச்சலைக் கொட்டிக்கொண்டிருக்கிறார். பத்மா ஒரே பெண். எனவே பிறந்தநாள் விழாவை ஆடம்பரமாக எடுப்பது புதிதில்லை. வெட்டப்பட இருந்த கேக் பெரியதாகத்தான் இருந்தது. தோட்டத்திலிருந்து முதல் ஆளாக பவானி உள்ளே நுழைந்தாள். அடுத்து தேவசகாயம் உள்ளே வந்தான். எல்லோர் கண்களும் இவளையே மொய்த்தன. பவானிக்குக் கூச்சமாக இருந்தது. நிலைமையை இயல்பு நிலைக்கு மாற்ற முனைந்தவள்போல பத்மா,

– என்னடி கேக் வெட்டலாமா?

என்றாள். பவானி தலையை ஆட்டினாள். அவளுக்கு இலேசாகத் தலைவலிப்பது போல் இருந்தது. வந்திருந்த விருந்தினர்களின் அளவுக்கதிகமான வாசனைத் தைலங்களின் உபயோகம் காரணமாக இருக்கலாம். கூடம் எங்கும்

அருவருப்பூட்டும் அடர்த்தியான மணம். மெழுகுவர்த்தியை பத்மா ஊதி அணைக்க, சுற்றி இருந்தவர்கள் கை தட்டினார்கள். 'ஜொய்யேஸ் அன்னிவர்சேர்' பாடினார்கள். அருகில் நின்றிருந்த, அண்டைவீட்டு மணி அய்யர் வீட்டுக் கடைக்குட்டி கத்தியை எடுத்துக்கொடுத்தாள். அவள் கவனம் கேக்கில் இருந்தது. முதல் துண்டத்தை எடுத்துக்கொண்டு பத்மா, அம்மாவைத் தேடினாள். கும்பல் பத்மாவின் அம்மாவை முன்னால் தள்ளியது. அவள் உதட்டுச்சாயத்தினைக் கேக் எடுத்துக்கொண்டுவிடுமோ எனப் பயந்தவள்போல, கவனமாக வாயைத் திறந்தாள். பத்மா அதைப் புரிந்துகொண்டு ஊட்டினாள். பிறகு பத்மாவின் அப்பா சிங்காரத்தை எல்லோரும் தேடினார்கள். வேட்டி அவிழ்ந்து, அறையொன்றில் கிடந்த அவரைப் பத்மாவின் மாமா அழைத்துவந்தார். அங்கிருந்தவர்களில் பலரும் 'வாயைத் திற வாயைத் திற' என ஒற்றைக் குரலில் சத்தமிட்டார்கள். அவர் வாய் திறப்பதாக இல்லை. அவர் வாழ்நாளில் அந்த அம்மா எதிரே வாய் திறந்து பழக்கப்பட்டவரல்ல. இப்போது மட்டும் திறவென்றால் எப்படி? பத்மாவின் அம்மா பலரும் பார்க்க அவர் வாயில் குத்தினாள். பத்மா அலுத்துக்கொண்டாள். எல்லோருக்கும் கேக் துண்டுகள் பரிமாறப்பட்டன. மணி அய்யர் வீட்டுப் பெண் அவசர அவசரமாக விழுங்கினாள். முடிந்தால் இன்னொரு முறை கேட்டுவாங்கிச் சாப்பிட வேண்டும் என்று நினைத்தாள். தகப்பனார் பார்த்தாரென்றால் வம்பு. கேக்கில் முட்டை கலந்திருக்கிறதென்று சொல்லி பொழுதுக்கும் வைவார். அவள் கவலை அவளுக்கு. பத்மா ஒரு தட்டில் ஒன்றுக்கு இரண்டாக கேக் துண்டுகளை எடுத்து வைத்துக் கொண்டு பவானியைத் தேடினாள். இவளுக்குப் புரிந்தது.

– நான் இங்கிருக்கேன்.

அவளுக்குக் கேட்கும்படியாகக் குரலை உயர்த்தி பவானி சொன்னாள். அவளைப் பார்த்துவிட்டு பத்மா வேகமாய் நடந்துவந்தாள்.

– என்னடி? முகம் என்னவோ மாதிரி இருக்கு, தேவா ஏதாச்சும் சொன்னானா? எனக்குத் தெரியும். இப்படி ஏதாவது செய்து ஃபங்ஷனைக் கெடுப்பான்னு எனக்கு நல்லாவே தெரியும். நான் வேண்டாமென்று சொன்னேன், கேட்கலை. என்னை மன்னிச்சுடுடி. எம்மேல எந்தத் தப்புமில்லை.

– சீச்சீ நீ வேற... உம்மேல வருத்தப்பட என்ன இருக்கு. எனக்குக் கொஞ்சம் தனிமை வேணும். நான் கிளம்பறேன். உன்னிடத்திற் சொல்லிக்கொண்டு புறப்படணுமென்றுதான் காத்திருந்தேன்.

– இரு போகலாம். கொஞ்சநேரம் இருந்தால் எல்லாம் சரியாயிடும். வந்திருக்கிறவங்க போகட்டும், உட்கார்ந்து பேசலாம். வேண்டுமென்றால் தேவா ராஸ்கலை போகச் சொல்றேன்.

அது அதிகம். அவனைக் குற்றஞ் சொல்ல ஒன்றுமேயில்லை, மிகவும் பெருந்தன்மையோடுதான் அவனது பேச்சும் இருந்தது. நீயாக ஏதாவது பிரச்சினையை எழுப்ப வேண்டாம். எனக்குத்தான் இந்த நிலைமையில தொடர்ந்து உன்னுடைய விழாவில் மகிழ்ச்சியோடு கலந்துகொள்ள முடியாது போலிருக்கு. அது உன்னையும் பாதிக்கும் விழாவையும் பாதிக்கும். இரண்டொரு நாட்களில் மறுபடி சந்திப்போம். தனியா எனக்கொரு ட்ரீட் கொடு. இப்பொழுது நான் புறப்படறேன்.

அவளது பதிலுக்குக்கூடக் காத்திராமல் புறப்பட்டு விட்டாள். தேவசகாயத்திடம் சொல்லிக்கொண்டு புறப்படலாமோ என்று நினைத்தவள், வேண்டாமே என்று தவிர்த்துவிட்டாள். ஆனால் அவன் கண்களிரண்டும் இவள் முதுகில் படிந்திருப்பதை உணரமுடிந்தது.

இரண்டு நாட்கள் கடந்திருந்தன. இவளால் முடிவுக்கு வரமுடியவில்லை. நிறைய கேள்விகளுக்கு இவளுக்குப் பதில் தெரியவில்லை. "தேவசகாயம் என்னை மன்னியுங்கள், என் மீது நீங்கள் வைத்திருக்கும் அன்பிற்கு மிகவும் நன்றி, ஆனால் உங்களுக்கு ஏற்றவள் நான் இல்லை – பவானி" என்று எழுதித் தப்பிக்கும் எண்ணமும் அவளுக்கில்லை. நேராகவே அவனிடம் சொல்லிவிடலாம். அன்றைக்கே சொல்லியிருக்கவேண்டும். "தேவா, பெண் என்பவள் பிறர் சார்ந்து தனது வாழ்க்கையை அமைத்துக் கொள்வதைப் பொதுவாக நான் விரும்புவதில்லை. எனவே இதற்கு என்னால் உடன்படமுடியாது" என சொல்லி யிருந்தால் பிரச்சினை முடிந்தது. சொன்னாயா? மனம் கேட்கிறது.

- 'நல்ல முடிவாகச் சொல்லுங்கள்'

தேவசகாயம் கெஞ்சுவது போல எதிரே நிற்கிறான்.

அவனுக்குப் பின்னால் ஒளிந்துகொண்டு நமட்டுச் சிரிப்புடன் நிற்கும் அவன்? பெரிய கால்களும், நீண்ட கைகளும், அகன்ற மார்பும், தேகமெங்கும் வளர்ந்து சடைசடையாய் ஒட்டிக்கிடக்கும் மயிர்க் கற்றைகளுமாக முகமற்ற அந்த மனிதன்... வாடா வா... எங்கே வந்தாய், உனக்கு என்ன வேண்டும்? அரக்கன் சிரிக்கிறான். ஓடிச்சென்று சன்னலைத் திறந்தாள். அறையைச் சூரிய ஒளி வெள்ளமெனப் பாய்ந்து நிரப்பியது. இரண்டாவது ஆள் இல்லை. தேவசகாயம் மட்டும் நிற்கிறான். அருகில் வா என்கிறான். கைகள் நீள்கின்றன. அவளது ஆடையற்ற உடல் வெளியில் மரவட்டைகளாக நெளியும் விரல்கள், நகக்கணுக்களில் ஒட்டிக்கிடப்பது காமமா? காதலா? எதிர்பாராத நேரமாகப் பார்த்து, சட்டென்று குனிந்து முத்தமிடுகிறான். இத்தனை முரட்டுத்தனம் கூடாது என்று சொல்ல நினைத்தாள். வார்த்தைகள் வர மறுக்கின்றன. விலகியவள், தடுமாறி விழப்போனாள். அவனது இடக்கை அவளது இடையைத் தாங்கிப்பிடித்து நிறுத்துகிறது. அவனது முகம் மீண்டும் இவள் முகத்தில் படிகிறது. அவன் செயலை மறுப்பதற்கு இவள் உடலில் தெம்பில்லை, அனுமதிக்கிறாள். அவன் கைவிரல்களும் அதரங்களும் கிடைத்த சுதந்திரத்தைக் கொண்டாட நினைத்தவை போல அவள் உடல் எங்கும் பயணிக்கின்றன.

உடல் வியர்வையில் நனைகிறது; தலை கிறுகிறுக்கிறது. தனது உடலில் இருந்து தேவசகாயத்தை யாரோ பிரித்திருந்தார்கள். இவளுக்கு மூச்சு இறைத்தது. கண் விழித்துப் பார்த்தாள். தேவசகாயம் இல்லை. சன்னல் வழியில் தெரிந்த அடிவானத்தில் கறுத்தமேகம். திறந்திருக்கும் கழுத்தில் சிலுசிலுவென்று காற்று பரவுகிறது. நொடியில் சிறுசிறு துகள்களாக ஆரம்பித்து, பின்னர் நீர்க்கம்பிகளாக, சடசடவென, அநேகமாக மழை தரை இறங்கலாம்.

7

'வானத்துச் சுடர்களெல்லாம் மிக இனியன. மழை இனிது, மின்னல் இனிது, இடி இனிது, கடல் இனிது, காடு நன்று' எனப்படித்த பாரதியின் 'காட்சி' நினைவில் விரிந்தது. மழையின் எல்லாப் பரிணாமங்களும் பவானிக்குப் பிடித்தமானது. சினம், நிதானம், பாய்ச்சல், பரிவு, விழுமியம், குரூரம், ஆளுமை, வன்மம், விதுப்பு, உடல், மனம், விளிம்பு, நுனி, ஓரம், கூரை விழல்முனையின் குன்றிமணிக் காய்ப்புகள், இலைச் சரிவுகளில் எடுக்கும் ஓட்டம், நீர்க் காளான்களாய் நிலத்தில் இறங்குமுன் உள்ளங்கைகளில், உதடுகளில், பற்களில், கண்களில், கண்மடல்களில், இமை மயிர்களில், மார்பகங்களில், இதயத்தில் நிகழ்த்தும் அதன் செப்படி வித்தைகள், ஆனந்தப்படும் உடல், ஏற்படுத்தும் கிளர்ச்சி, அதன் முன்பின் காலங்கள், போதிக்கும் பாடங்கள், கற்றுத் தரும் அனுபவங்கள் எல்லாமே விருப்ப மானது. அதை எதிர்கொள்ள, முடிந்ததைச் செய்திருக்கிறாள். ஒதுங்கிக் காத்திருந்து சிறுமியாய் ஓடும்நீரில் கப்பல் விட்டு அது கவிழாமல் பார்த்துக் கொண்டிருக்கிறாள்; பதின்வயதில் பாவாடை நாடாவை இறுக்கிக்கட்டிக் கொண்டு, வாசல் நீரில் தபதபவெனக் குதித்திருக்கிறாள், விலாப்புறங்களில் இடித்துக்கொண்டு கூத்தாடி இருக்கிறாள்; தெறித்து உயரும் நீரை முகத்தில் வாங்கி இருக்கிறாள்; ஒருசிலதுளிகள் சந்தடிச்சாக்கில், இவள் சட்டையின் அனுமதி பெற்று, முதுகுப்பரப்பிலும், மார்பிலுமாக இறங்கிப்பரவ, கிறங்கி இருக்கிறாள்; பாட்டியுடைய இளஞ்சூட்டுக் கோபத்திற்கு அஞ்சியவளாக மூக்கால் அழுதபடி ஏறிவந்திருக்கிறாள்;

இரண்டு நாட்கள் சேர்ந்தாற்போல தும்மிக்கொண்டு, அவள் அரவணைப்பில் வேது பிடித்திருக்கிறாள். வாலைக்குமரியாய் மழைக்காதலைப் புரிந்து குடை விரிக்காமல் நிதானமாக நடந்து அதன் அன்பில் நனைந்திருக்கிறாள்; இன்றைக்கு உடல் தழுவும் அதன் தாபத்தைத் தெரிந்து, கலவிக்கு உடன்படுகிறாள்; முடிவில் பரவசம் காண்கிறாள். இடியும் மின்னலுமாய் ஊடலை வெளிப்படுத்தும் மழையையும் எதிர்கொள்ளத் தெரிந்தவள், அவள் மண் அல்ல குன்று, பேய் மழையிற் கரைவதில்லை. சூறாவளி நண்பனுடன் சிநேகிதம் கொள்ளும் மழையை வெறுக்கிறாள். கெஞ்சுதலுடன் அந்த உறவு வேண்டாமே என்கிறாள். அதன் வெள்ளப் பிரவாகத்தில் நீச்சல் தெரிந்தவர்களுங்கூட மூழ்கடிக்கப்படுகிறார்களே என்கிற வருத்தம் அவளுக்கு.

புதுச்சேரியிலும் அதன் சுற்றுவட்டாரத்திலும், மழைக்கு முன்னும் பின்னுமான காலங்கள் மெய்சிலிர்க்க வைப்பவை. ஐப்பசி கார்த்திகை மாதங்களில் கடற்கரையில் நின்றபடி, மழைக்குத் தன்னைத் தயார் செய்து கொள்ளும் வானத்தை ஏதோ புதையலைக் கண்டவர் போல அப்பாவின் விழிகளும், உடலும் வாங்கிக்கொள்வதும், அவர் கைவிரல் தொட்டு தன்னுள் பாயும் அனுபவ மின்சாரத்தில் சிறுமி பவானி அதிர்வதும் நிறைய நடந்திருக்கிறது. மழையை வரவேற்கும் அப்பா மேலுக்குச் சட்டை அணிவதில்லை. துண்டைக்கூட வீட்டில் போட்டுவிட்டுத் திறந்த மார்புடன் ஆவேசம் வந்தவர்போல இவளை இழுத்துக்கொண்டு நடப்பார். ‘பார் பார் மேலே பார்... அங்கே... இதோ இந்தப்பக்கம் அடிவானில்,...’ தவறவிட்டால் இனிக் கிடைக்காது என்பது போல. அதற்குப் பிறகு அவர் புலன்களின் காட்சித்தரவுகள், துணுக்குச் சித்திரங்களாகத் துளிர்விட்டு கொடிகளாகச் சுற்றிக்கொள்வதும், பல நேரங்களில் கிளைபரப்பி அசைவதும் அவளிடத்தில் நடந்திருக்கிறது. “மழை ஒரு மகத்தான ஜீவன். நம்பிக்கைகளுக்கு ஆதாரமாக இருந்திருக்கிறது, கனவுகளை நிறைவேற்றி இருக்கிறது” என அப்பா சொல்லிமுடித்துவிட்டு அடிவானத்தைப் பார்க்கவும், சோர்ந்திருக்கும் சூரியனை மேகங்கள் சூழ்ந்து கொள்ளும். பின்னர் அவற்றைக் காற்றின் கைகொண்டு சூரியன் வழித்துப்போடுவதும், அவ்விடத்தை வேறு மேகங்கள் ஆக்ரமிப்பதும் நடக்கும். சாம்பல் வண்ணத்தில் இருள் படர, பகல் தியானத்தில் ஆழ்ந்துவிடும். நெளிவுகளில் தன் உடல்காட்டி

பகலின் மோனத்தைக் குலைக்கவென்று கடல் அலைகள் மூலம் முயற்சிக்கும், தொடர்ந்து நாசித் தமர்களில், ஈரத்துடனான கவிச்சி. தனது உடலைக் குறுக்கித் திணிப்பதுபோல பவானி உணரும்போது, 'அப்பா வீட்டிற்குத் திரும்பலாமே' என்பாள். அவர், இவளைத் திரும்பிப் பாராமலேயே, 'ஸ்ஸ்ஸ்...' என்பார். 'மழையில் நனைந்து பழகிக்கொள். பனிக்குளிருக்கும், அலைக்கும் காற்றுக்கும், சுட்டெரிக்கும் வெயிலுக்கும் இல்லாத மகத்துவம் மழைச் சஞ்சீவியில் இருக்கிறது மகளே! வாழ்வியல் மேட்டையும் பள்ளத்தையும் சமதளத்தில் நிறுத்துவதற்கான வல்லமை நீருக்கும் அதன் தாயான மழைக்கும் மட்டுமே உண்டு. நமது பிறப்பிற்கும், உயிர்வாழ்க்கைக்கும் மழையே ஆதாரம். வயிற்றுக்கு உணவு இல்லையென்றாற்கூடச் சக்கரவாகப் பறவை போல எனக்கு மழையை உண்டு பசியாறமுடியும் நமது எல்லா, வலிகளுக்கும் மழையே நிவாரணம்' என்பார்.

கோடையில் கடைசிவரை ஏமாற்றப் பழகி, விரக்தி எச்சிலாய் நாக்கில் துளிர்க்கும் மழை. ஆடிமாதத்தில் வீட்டிற்குள் நுழைவதற்குள் இடியும் மின்னலுமாகச் சடசடவென்று பெய்து நம்மைத் தொப்பலாக நனைத்துத் தெருவில் புழுதியாய் மணக்கும் மழை. போதும் போதும் என்று புலம்பினாலும் இரவு பகலாக இடைவிடாமல் ஹோவென்று மண்ணில் இறங்கி, ஐப்பசி கார்த்திகை மாதங்களில் பூமியை வெள்ளக்காடாக மாற்றி, நொப்பும் நுரையுமாகப் பாய்ந்து கடலை ஆர்ப்பரிக்க வைக்கிற மழையென அப்பாவால் அறிமுகப்படுத்தப்பட்ட மழையிற்தான் எத்தனை விதம். தனது இறப்புக்கூட ஒரு மழை நாளில் நடைபெறவேண்டுமெனத் தீர்மானித்தவர் போல, இவள் பார்த்துக்கொண்டிருக்க அவர் கடலில் இறங்கியதும், கரையில் நின்று கதறியதும், உப்பிய வயிறும் சிவந்த கண்களும் ஈக்கள் மொய்க்கும் மூக்குமாக வாசலில் கிடத்தி இருந்த அப்பாவை எரிக்க, ஈரவிறகிற்கு டின் டின்னாய் மண்ணெண்ணெய் தேவைப்பட்டதை, அரிச்சந்திரன் கோவிலில் நின்றபடி பார்த்துக்கொண்டிருந்ததும் நேற்று நடந்தது போல இருக்கிறது. மழை காரணமாக இரண்டு நாட்கள் தொடர்ந்து அவரது உடலை எரிக்கவேண்டி இருந்ததென்று வெட்டியான் சொன்னான். அப்பாவைத் தீயில் எரித்ததைவிட மழையிற் கரைத்திருக்கலாம்.

அறையைவிட்டு வெளியில் வந்தாள், தென் திசையில் பார்வையின் முடிவில் நீள் வரிசையில் மரங்கள். என்னென்ன

மரங்கள் அவை என்பது தெளிவில்லாமல் இருக்கிறது. அவை அரியாங்குப்பம் ஆற்றின் கரை ஒட்டியும் ஒட்டாமலும் வளர்ந்து நிற்கும் தென்னை, பலா, மாமரங்கள். வெண்புள்ளிக் கூட்டமாய் மடையான்கள், கொக்குகள், நாரைகள். மேலாக ஐம்பதில் நரைத்த மனிதத்தலை போல கறுத்தமேகம். இவள் பார்த்துக் கொண்டிருக்க சருகுகள் சிவ்வென்று மேலெழும்பி, சிட்டுக்குருவிகள் போலத் தட்டாமாலையாகச் சுற்றிவிட்டு மயக்கத்துடன் பூமியில் விழுகின்றன. காற்றுக்கு ஈடுகொடுக்க முடியாத மரங்கள், இரண்டொரு முறை அசைந்து கொடுத்து விட்டு, ஏதோ செய்யக்கூடாததைச் செய்து விட்டதைப்போல நிறுத்திக்கொள்கின்றன. அடுத்து அதிகாலை நேரங்களில் கடற்கரை மணலில், கால் புதைய நடக்கிற போது, உடலைச் சுற்றிக் கொள்ளுமே குளிர்ந்த காற்று, அப்படியான காற்று. இப்போது இடைக்கழி, கூடமென்று நடந்து வாசலுக்கு வந்திருக்கிறாள். காற்று ஓய்ந்து உடலில் இதமாய்ப் பரவும் வெப்பம். இடக்கையால் உலக்கை மாதிரி இடப்புறம் நிற்கிற தூணைப் பிடித்தாள். பிறகு இடதுகாலால், கவனமாக குதிகாலைப் பின்னே தள்ளி தூணைக் கெந்தி அணைத்தைபடி வாசலூடாக மீண்டும் விண்ணைப் பார்க்கிறாள். காற்றில் வழுக்கும் முதல் நீர்முத்து, மீன்கொத்தி போலச் செங்குத்தாக அவள் கண்மணியைக் குறிவைத்து இமை மயிர்களில் விழுந்து ஊசலாடி முடிக்கும் முன்பு, சட்டென்று விழிமடல்களில், அடுத்தடுத்து குதித்து விளையாடுகிறது, தலையைச் சிலுப்பிக்கொள்ள நேரிடுகிறது, கிறக்கத்தில் வலது கையைக் குவித்து நீட்டுகிறாள், உள்ளங்கையில் நீர்த்துளி விழுகிறபோதெல்லாம் உடல் சிலிர்க்கிறது.

கடந்த சில ஆண்டுகளாகப் பவானியின் விருப்பமானவைகள் பட்டியலில் காற்றும், தீயும், மண்ணும், ஆகாயமுங்கூட இடம்பெற்றிருக்கின்றன. அதற்கும், மழையேகூட காரணமாக இருக்கலாம். அப்பா இருந்திருந்தால் காரணம் சொல்லி இருப்பார். பிடிக்காதது அவைகளை மறந்து வாழ்வது. அவற்றின் கோபத்தோடும், சாந்தத்தோடும் வாழப் பழகி இருக்கிறாள். வானில் வேர் விடவும், மண்ணில் கிளை பரப்பித் துழாவவும், காற்றைப் பருகவும், நீரைச் சுவாசிக்கவும், தீயில் விரல் நனைக்கவும் அவளுக்கு முடிகிறது. இலையுதிர்காலத்தில் பூக்களையும், கோடையில் மழையையும், எதிர்பார்க்கும் சராசரி மனிதர்களிலிருந்து வேறுபட்டு, அவற்றுக்கான குறியீடுகளுடன் தனது கதவைத் தட்டுகிறபொழுதெல்லாம் தாழ் திறக்கிறாள்.

நெஞ்சு பிசையப்பட சர்வமும் சிலிர்த்திருக்கிறாள். பிறரைப்போல நாம் இருப்பதில்லை என்பது இருக்கட்டும், சில நேரங்களில் நாமாகக் கூட நாம் இருப்பதில்லை. அதுதானே உண்மை. நேற்று பாருங்களேன், ‘காஃப்கா’ போலவே பாய்ச்சலிடும் குதிரை ஒன்றில் செவ்விந்தியனாக சவாரி செய்கிறாள், அவனைப் போலவே அவளது தலையற்ற உடலைப் பார்க்கிறாள் இரண்டு நாட்களுக்கு முன்பிருந்த பவானி இல்லை. இவள் வேறு.

– மழையோடு இப்படி ஆட்டம்போடுவது, பிறகு இரவெல்லாம், மூக்கை உறிஞ்சியபடி தும்மிக்கொண்டு இருப்பது. நாளைக்கு பிரச்சினைகள் என்றால், கிழவி என்ன செய்வேன்? – பாட்டி.

இச்சொற்களையும், வாக்கியத்தையும் நினைவு தெரிந்த நாளிலிருந்து கேட்டுக்கேட்டு பவானிக்கு அலுத்துவிட்டது.

– என்ன பாட்டி, ஆரம்பிச்சுட்டியா?

– ஆமாண்டி, நீ பாட்டுக்கு மழையிலே நனைந்து, சளி காய்ச்சலென்று படுத்துக்கொண்டால், அவசரத்துக்கு எங்கேன்னு வைத்தியனைத் தேடறது?

– இப்படிப் புலம்புவதை விட்டாகணும். இல்லைன்னா ஒருநாள் இல்லாட்டி ஒருநாள் நீ வேண்டாமென்று சொல்லிட்டுப் புறப்பட்டுடுவேன்.

பாட்டியின் கண்களை, மறுகணம் கண்ணீர் மறைத்தது. ஒடுங்கிய கண்களின் இடநெருக்கடி காரணமாக ஒன்றிரண்டு துளிகள் சுருங்கிய முக வரிகளில் விழுந்து பரவின.

– அய்யோ பாட்டி! உன்னை விட்டுட்டு எங்கே போவேன்?

இறுகக் கட்டிகொண்டாள். தளர்ந்த உடலென்றாலும், அவளது, அன்பின் கதகதப்பு தனது உடலில் பரவட்டும் என்று காத்திருந்து, விலகிக் கொண்டாள். அவள் கண்களைத் துடைத்தாள்.

மெள்ளச் சிரிக்க முயற்சித்தாள். உதடுகள் ஈரப்பதத்துடன் திறந்து மூட, பற்களற்ற சூன்யத்தை ஒளிரும் கண்கள் நிரப்புகின்றன. இருகண்களிலும் சேர்ந்தாற் போல நீர்த்திரை. முந்தானையைத் தேடி அவள் கை அலைவதைக் கவனித்தாள். அவளை மீண்டும் அணைத்துக்கொண்டாள். பாட்டியின் கண்ணீர் இவளது கன்னத்தில், இவளது கண்ணீர் பாட்டியின் முகத்திலுமாகச் சங்கமித்து உதட்டினைத் தொட்டுக் கரித்தது.

இடியும் மின்னலுமாக மழை இன்னமும் சடசடவென்று பெய்துகொண்டிருக்கிறது. வாசல் நிரம்பி, நீர்க் குமிழிகள் உண்டாவதும், விலகுவதும், உடைந்து தெறிப்பதுமாக இருக்க, பாட்டியை விலக்கிக்கொண்டு கவனிக்கிறாள்.

"இதில் யார்யாருக்கு எந்தக் குமிழி? படைப்பிலக்கணத்தின் விதிப்படி நான் தொடக்கம், உடைந்து தெறிக்கிற நீர்க்குமிழி பாட்டியாகவும் இருக்கலாம், பிறகு அங்கே அதோ அதுபாட்டுக்கு எனது கவனத்திற்படாமல் உடைந்து நீர்த்துப் போகிற குமிழிகளில் அப்பாவும் அம்மாவும் இருக்கலாம். தொடக்கமென்று நான் குறிப்பிட்ட குமிழி, பார்த்துக்கொண்டிருக்க விலகிப் போகிறது, எத்தனை தூரம் போகும்? வாழ்க்கையே விலகல் சார்ந்ததா? இந்த வீட்டையும், பாட்டியையும் விட்டுவிட்டு எப்படி?"

8

மழைவிட்டிருந்தது. குழந்தைகள் தெருவில் கால் பதிய ஓடும் சத்தம். வயதை மறந்து ஒரு பரபரப்பு. வாசலில் வடியாமல் தேங்கி நின்றிருந்த தண்ணீரில் கால்நனைத்துக் கடந்து, பாசிபடிந்த மெத்தைப்படிகளில் கவனமாகக் கால்வைத்து, வாயில் முட்டைகள் கவ்விச்செல்லும் கட்டெறும்புகளின் வரிசையைத் தாண்டிக்கொண்டு மாடிக்கு வந்தாள். நாளின் பிற்பகுதி. மாலை நேரத்திற்கு இன்னமும் நேரமிருக்கிறது. அடிவானத்தில் நிறம் தளர்ந்த சூரியஒளி. ஈரக்காற்று பிசுபிசுவென்று முகத்தில் ஒட்டுகிறது. வலப்புறம் இருக்கும் முருங்கை மரத்திலிருந்து அணிலொன்று வாலை உயர்த்திக்கொண்டு விர்ரென்று இறங்கிய வேகத்தில், பூமியில் எட்டிக் குதித்துப் பார்வை யிலிருந்து மறைகிறது. ஒரு குடிசை வீட்டின் முன்பகுதியில் பரபரப்புடன் குப்பையைச் சீய்த்தபடி நடந்துசெல்லும் தாய்க்குக் கோழி வானத்தை எச்சரிக்கையுடன் பார்த்துக் கொக்கரிக்கிறது. கவலை மழை பற்றியது அல்ல. கழுகுகள் அல்லது வல்லூறுகள் பற்றியது. மாடிக் கைப்பிடிச் சுவற்றில் சாய்ந்தபடி தெருவைப் பார்க்கிறாள். ஊர் முழுக்கத் தண்ணீரில் முங்கியெடுத்ததுபோலச் சொட்டச்சொட்ட நனைந்திருக்கிறது. வீதியில் ஆங்காங்கே திசைதெரியாமல் பயணிக்கும் மழைநீர், சில இடங்களில் பயணத்தைத் தொடரவியலாமல் சோர்ந்து குட்டையாய் நிற்கிறது. வயிற்றில் சுருக்கென்றது. மடிந்து சாய்ந்திருந்த கைப்பிடிச் சுவரிலிருந்து விலகி, என்னவென்று பார்க்க, சிற்றெறும்புகள்.

பவானியின் வீடு தெற்கே பார்த்த கல்வீடு. கற்சுவரெழுப்பித் தளம் போட்டு, மொட்டைமாடி வைத்துக் கட்டப்படும் வீடுகளனைத்திற்கும் இப்படியொரு பெயர். கடலூர், விழுப்புரம் மாவட்டங்களிலும், புதுச்சேரியிலும் இப்போதெல்லாம் பெரிய பெரிய வீடுகள் பல இலட்சங்களை விழுங்கிக்கொண்டு முளைத்திருக்கின்றன. எழுபதுகள் வரை புதுச்சேரி அழகு அதிகம் சிதைக்கப்படாமலேயே இருந்த காலம். மரபான தமிழ் வீடுகளைப் போலத்தான் அவளுடைய வீடும் இருந்தது, என்றாலும் அவர்கள் (அதாவது பாட்டி, அவளென்று அடங்கிய) வீட்டினை வைத்து அவரவர் வயதளவிற்குக் கதைகளிருக்கின்றன (ஆதாரமில்லாத எதுவும் கதைகள்தானே?)

வீட்டின் முன்புறம், தெருப்பக்கமாய்ச் சரிந்த கூரை, சிற்றோடுகள் வேய்ந்தது. தேக்குமரத்தில் வாசற்கதவு பூக்கள், அன்னமென்று செதுக்கப்பட்டிருக்கும். எல்லா வீடுகளையும் போலவே, அவள் வீட்டிலும் எந்நேரமும் வாசற் கதவு திறந்துபோட்டபடியிருக்கும். கதவின் இருபுறமும் திண்ணைகள். தாத்தா உயிரோடிருக்கும்வரை அத்தனை பிரச்சினைகளுக்கும் அங்குதான் தீர்ப்பு வழங்கப்பட்டிருக்கிறதாகப் பாட்டி பலமுறை அலுக்காமல் சொல்லியிருக்கிறாள். பிறகு நடை. அங்கே, வார இதழொன்றில் வருகிற அட்டைப்படப் பெண்களையெல்லாம் வாலிபப் பருவத்தில் அப்பா வரிசையாக ஒட்டிக்கொண்டிருப்பாராம். தாத்தா ஒருமுறை பார்த்து விட்டு, கிழித்தெறிந்திருக்கிறார். அன்றைக்கே சுண்ணாம்பு அடித்தார்களாம். இதுவும் பாட்டி ஞாபகப்படுத்திச் சொல்லும் கதைதான். பிறகு நடையைக் கடந்தால் முற்றம். முற்றம் செல்லும் வழியில் இரண்டு பெரிய அறைகள். அதில் ஒன்று அவளுடையது. அங்குதான் சற்றுமுன்பு வரை பவானியை நாம் பார்த்தது. நீண்ட பெரிய அறை, தெருவைப் பார்த்து ஒரு சன்னல். சன்னற்கதவுகளைத் திறந்து வைத்துக்கொண்டு மணிக்கணக்கில் வீதியை சுவாசித்திருக்கிறாள். அதன் விழிப்பு, இயக்கம், உறக்கம், அவளோடு இணைந்தது. அதன் சந்தோஷமும் துக்கமும் அவளிடத்தில் கலந்திருக்கிறது.

பாட்டியோடு பிறந்தவர்கள் பெண்களில் இரண்டுபேர், ஆண்களில் மூன்று பேர். அத்தனை உறவுகளும் வெவ்வேறு உறவின் பெயரில் வருவதும் போவதுமாக இருந்த வீடு. தாத்தா தரப்பு உறவினர்கள் உள்ளூர்க்காரர்கள் என்பதால் விசேட நாட்களில் மட்டும் எட்டிப்பார்ப்பதுண்டு. எதிரெதிராக

உட்கார்ந்துகொண்டு, வந்திருக்கும் உறவினர்கள் வெகுநேரம் சளசளவென்று பேசிக்கொண்டிருப்பார்கள். தாத்தாவுக்கு இடைஞ்சலென்றால், தனது அறையிலிருந்து வெளிப்பட்டுக் கூடத்தில் இருட்டில் சில நொடிகள் நிற்பார், பிறகு பாட்டி மடியில் உட்கார்ந்துகொண்டிருக்கும் அவளிடம், 'நீ போய் வேளையாய்ப் படு, அவளுக்குத்தான் (பாட்டிக்கு) ஊர்க்கதைகளைப் பேசலைன்னா தூக்கம் பிடிக்காது; நீ எதற்காகக் கண்முழிக்கணும்' என்பார். உறவினர்கள் புரிந்துகொள்வார்கள். அவரவர் அங்கங்கே படுத்து அடுத்த சில நொடிகளில் குறட்டை விட ஆரம்பித்துவிடுவார்கள்.

கடந்த இரண்டு தினங்களாக வீடு அமைதியாக இருக்கிறது. சன்னற் கம்பிகள், மேலிருக்கும் சாளரம், கதவிடுக்குகள், சுவரில் தெரியும் ஓட்டைகள் இங்கெல்லாங்கூட, நடக்கிறபோது கால்விரல்கள் இடைவெளியை நிரப்புகிற மணலொத்து மௌனங்கள் இடம் பிடித்துவிட்டன. மொட்டை மாடியின் ஈரம் கோர்த்த தரையில், இளங்காற்றில் தடுமாறும் முடிக்கற்றையை ஒதுக்கியபடி குறுக்கும் நெடுக்குமாக நடக்கிறாள். கைப்பிடிச் சுவர்மாத்திரம் குறுக்கிடாவிட்டால், உலகின் அடுத்தமுனை வரை நடந்திருப்பாள். சுளீரென்று காய்கிற மாலைச்சூரியன் சங்கடப்படுத்துகிறான். ஒளி மங்கிய இடம் வேண்டும்: நிலவற்ற இரவு, இருண்ட குகை, அடர்ந்த காடு இப்படி ஏதாவதொன்றில் தன்னை இருத்திக்கொள்ளலாமெனத் தோன்றுகிறது. தமிழ்நாட்டில், தென் இந்தியாவில், ரிஷிகேசத்தில், ஐரோப்பாவில், வட அமெரிக்காவில், தூந்திரபிரதேசத்தில் எஸ்கிமோக்களோடு, இக்ளூவில்? தோலாடை அணிந்து, மிருகங்கள் கொழுப்பில் எரிகிற விளக்கின் துணைகொண்டு மனச்சங்கடங்களை எழுதி அலுத்துப்போகலாமென்று நினைக்கிறாள்.

– பவானி?

– ம்.

– ஆசைகளும் கனவுகளும் எதிர்காலத்துக்காகத்தான் இருக்கணும். அவை கடந்த காலத்துக்கானதல்லவென்று எத்தனை முறை சொல்லியிருப்பேன்.

கண்களை இறுக மூடிக்கொள்கிறாள். வந்தவளை விழிமடல்களுக்குள் சிறைப்படுத்தியாயிற்று. அவள் முரண்டுபிடிக்கிறாள். தப்பிக்கும் எண்ணமிருக்கிறது; தான்

அனுமதிப்பதில்லை எனத் தீர்மானித்தாயிற்று. அனுமதித்தால், சிறுகச் சிறுகச் சேர்த்து வைத்திருந்த அத்தனை நினைவுகளையும் கனவுகளையும் கூடவே கொண்டுபோய் விடுவாள். அவளுக்கு நினைவுகளின் வதைகள் புரியாது. போடீ... பெரிய பராசக்தி என்கிற நினைப்பு. உன்னைப்பற்றிய அர்ச்சனைகள் தப்பு, துதிப்பாடல்கள் தப்பு. இந்த உலகை ஏதோ இரட்சிக்க வந்தவளென்கிற நினைப்பும், ஆணவமும் உனக்கு நிறைய இருக்கிறது. பூச்சூடவோ, பொட்டு வைத்துக்கொள்ளவோ, நிழலாய்த் தெரிகிற பற்களுக்கிடையில் விரல்வைத்து நகங்கடிக்கவோ, விழிகளைத் தாழ்த்தி நாணப்படவோ தெரியாமல், என்ன பெண் நீ?

– அங்கெல்லாம் போயிட்டு நிற்காதேன்னு எத்தனை முறை சொல்றது. ஈரச் சுவர் எப்போ எப்போ என்றிருக்கிறது.

கையில் காப்பி தம்ளர், பாட்டிக்கு மாடிப்படி ஏறி வந்ததில் மூச்சிரைத்தது. அந்திவெயில் காரணமாக முளைத்திருந்த பாட்டியின் வளர்ந்த நிழல் தன்மீது படிவதை, அப்போதுதான் கவனித்தாள். சொன்னவளின் கருடப் பார்வை வீட்டை ஒருமுறை வலம்வந்தபின், படபடத்த கண்ணிமைக்குள் ஒடுங்கிக்கொண்டது.

– நீ எதற்காக இப்படி மேலே வந்து சிரமப்படணும்? கொஞ்சம் நேரம் போனா, நானே இறங்கிவந்திருப்பேன்.

அநேகமாகப் பாட்டியின் கவலைகள் சிதிலமடைந்த நிலை யிலிருக்கும் இந்தவீட்டைப் பற்றியதாக இருக்கலாம். அவள் நினைப்பு அவ்வப்போது நான்குதிசைகளிலும் குறுக்கும் நெடுக்குமாக விர்விரென்று பறக்கும். பிறகு சடாரென்று எதையாவது பிடித்துக் கொண்டு தொங்க ஆரம்பித்துவிடும்.

– பாட்டி சாயந்திரம் கோவிலுக்குப் போகலாமா?

காப்பித் தம்ளரை கையில் வாங்கியபடிக் கேட்டாள். வழக்கம்போல பெரிய தம்ளர் நிறைய காப்பி.

– '...'

– பாட்டி, உன்னைத்தான் கேட்கிறேன்.

– என்னால் இப்போதெல்லாம் அவ்வளவுதூரம் நடக்க முடியலைடா. சித்தே முன்ன பத்மாவிடமிருந்து ஃபோன் வந்தது. உன்னை அவசியம் பார்க்கணுமாம்.

– வீட்டிலேயா இருக்கிறாள்? பிரெஞ்சு வகுப்புக்கு போகல்லையா?

– என்னைக் கேட்டா?

– சரி நான் அவளை பார்க்கப் போகிறேன்? அப்படியே இரண்டு பேருமா கோவிலுக்குப் போயிட்டு வந்துடறோம்.

– வேளையாய் வீட்டுக்குத் திரும்பு....

9

நடையிற் காலெடுத்து வைக்கையில், "என்னதான் தோழியைப் பார்க்க என்றாலும், கொஞ்சம் முகத்தை அலம்பிட்டு, நெற்றியில் ஒரு பொட்டை வச்சுக்கிட்டுப் போயேன், வெறும் நெற்றியோட பார்க்க நல்லாவா இருக்கு?" என்று அக்கறையுடன் ஒலித்த பாட்டியின் குரலில் நியாயமும் இருப்பது போலத் தோன்றியது. குளியலறைக்குள் நுழைந்தவள், பித்தளை வாளியைக் குழாய்க்கு நேராகத்தள்ளி முழுக்குழாயையும் திறந்துவிட்டாள். ஆவேசத்துடன் வெளிப்பட்டு வாளியில் விழுந்த தண்ணீரின் அளவில் திருப்தி அடைந்தவளாய், குழாயைத் திருகி அடைத்தாள். தரையில் பாசி மெழுகியது போலப்படர்ந்திருந்தது. துடைப்பம் எடுத்து தரையைத் தேய்த்து தண்ணீர்விட்டு அலசினாள். சுவரில் ஊர்ந்துகொண்டிருந்த கரப்பானைச் சுவரைத் தட்டிப் பயமுறுத்தினாள். ஓடி மறைந்தது. கூடுதலாகத் தலைகாட்டிய புடைவைக் கொசுவத்தை கால்களுக்கு இடையிற் பிடித்துக்கொண்டு, பிளாஸ்டிக் குவளையில் தண்ணீர் மொண்டு வலது கையில் குவித்து வாங்கி முகத்தில் அறைந்தாள். பின்னர் சோப்பினை நுரைவரக் குழைத்து முகத்திலிட்டு, மீண்டும் குவளையில் தண்ணீரை எடுத்து ஒருமுறைக்கு இருமுறையாக முகத்தை அலம்பியவளிடம் பாட்டி துண்டை நீட்டினாள். வாங்கி முகத்தைத் துடைத்துக்கொண்டவள் கூடத்தில் நிறுத்தியிருந்த அலமாரியின் மேலே கிடந்த சீப்பினை எடுத்து கண்ணாடியில் பார்த்தபடி நேர்வகிட்டினைத் தவிர்த்து தலைசீவிக் கொண்டாள். கூந்தலைத் தளர்த்தி ஒற்றைச்சடையாகப் பின்னிக்கொண்டு,

முகத்திற்கு எவ்வளவு குறைத்துப் பவுடர் போட முடியுமோ, அவ்வளவு போட்டுக்கொண்டு, அலமாரி கண்ணாடியில் ஒட்டிக் கிடந்த ஸ்டிக்கர் பொட்டை எடுத்து ஒட்டியபடி திரும்ப, பாட்டி தன்னுடைய இரு கைகளாலும் அவள் கன்னத்தைத் தடவி கண்ணேறு கழித்தாள்.

– அப்போ நான் புறப்படறேன் பாட்டி,

– இரண்டு நாளா தொடர்ந்தாற்போலக் கட்சிக்காரர்களைப் பார்க்கலை.

– உண்மைதான் பாட்டி, எனக்குக் கவனம் இருக்கு. நான் போனபிறகு யாராச்சும் வந்தா நாளைக்கு வரச்சொல்லேன்.

பாட்டி தலையாட்டினாள். கடந்த ஓராண்டாக எல்லாவற்றையும் மறந்து பவானி இயல்பான வாழ்க்கை நடத்தி வந்தவள், இரண்டு நாட்களாக எதையோ பறிகொடுத்தவள் போல இருக்கிறாள். என்ன நடந்திருக்கும்? சிங்காரம் வீட்டுப் பெண்ணைக் கேட்டால் ஏதாவது தகவல் கிடைக்கலாம் என்று பாட்டியின் மனம் யோசனையில் ஆழ்ந்திருந்தது.

– வரேன் பாட்டி, என மீண்டும் பவானி சொன்னபோது அவள் தெருக் கதவைத் தாண்டிக் கொண்டிருந்தாள்.

மழை உண்ட பூமியைக் காற்று சீராட்டிக்கொண்டிருந்தது. சிலுசிலுவென்று உடல் தழுவும் காற்றுடன் நடக்க அத்தனை சுகம். கம்பன் கலை அரங்கத்தைக் கடந்து, வலப்புறம் திரும்பி, லால்பகதூர் சாஸ்திரி வீதியில் காலடி வைத்தபோது, வழக்கம்போல அவ்வீதியில் வாகனங்கள், பாதசாரிகள், ஆட்டோக்கள், டெம்போக்கள் துவம்சம் செய்து கொண்டிருந்தனர். வீதிகளிலும் கடைகளிலும் மின்சார விளக்குகள் முன்னதாகவே ஏற்றப்பட்டு ஒளி ஆங்காங்கே தேங்கிக் கிடக்க, இடையிடையே தன்னை வெளிக்காட்டத் தயங்கியதைப்போலச் சன்னமான இருள். கிளினிக்குகளில் காத்திருக்கும் நோயாளிகள், பிரெஞ்சு மற்றும் தமிழில் ஓரளவு நல்ல புத்தகங்களை வெளியிடுவதோடு விற்பனையும் செய்துவரும் நிறுவனத்தைக் கடந்தபோது ஏதேச்சையாகத் திரும்பினாள். ஆச்சரியமாக இருந்தது அவரேதான். மிஸியே சிங்காரம் பாருக்குள் தள்ளாடியபடியே நுழைந்து கொண்டிருந்தார். அவர் தனியே எங்கும் வெளியிற்போவதில்லை என்று கேள்விப்பட்டிருக்கிறாள்.

அவருக்குத் துணையாக எடுபிடி ஒருவன் இருப்பான். அவளுடைய சந்தேகத்தை நிவர்த்தி செய்வதுபோல அருகிலேயே மருந்துக் கடையொன்றில், பத்மா மருந்துகளை வாங்கிக்கொண்டு திரும்பியவள், தனது அப்பாவைத் தேடிக்கொண்டிருப்பதைக் கண்டு, அவளை நோக்கி நடந்தாள்.

– பத்மா?

– வாடி...! எங்கே இந்தப் பக்கம்?

– உன்னைப் பார்க்கத்தான் வந்து கொண்டிருந்தேன். இன்றைக்குப் பிரெஞ்சு வகுப்பிற்கு நீ போகலைன்னு கேள்விப்பட்டேன். எனக்கும் வீட்டில் போரடித்தது. உன்னைப் பார்த்துவரலாமென்று புறப்பட்டுட்டேன்.

– உங்க வீட்டுக்கு இரண்டொரு முறை நானும் டெலிபோன் செய்தேன். பாட்டி சொல்லலையா? தேவசகாயம் இரண்டுமுறை போன் பண்ணினான். கொஞ்சம் பொறு, அப்பாவை அழைத்துக்கொண்டு டாக்டரிடம் வந்தேன். காண்பிச்சாச்சு. மருந்துகள் எழுதிக்கொடுத்தார். அதைத்தான் வாங்கிக் கொண்டிருந்தேன். திரும்பினால் ஆளைக் காணோம். எந்த பாருக்குள் நுழைஞ்சாரோ தெரியலை. அங்கே பாரு, எங்கள் ரிக்ஷாக்காரர் வழக்கம் போல தூங்கிக்கொண்டிருக்கிறார்.

– வெங்கிட்டு அண்ணே ... எழுந்திருங்க... அப்பாவைப் பார்த்தீங்களா?

– பதட்டப்படாதே! பெயர்ப்பலகையில் சிவப்பு விளக்கு எரிகிற அந்த பாருக்குள் நுழைஞ்சதைப் பார்த்தேன். ரிக்ஷாக்காரரை அனுப்பிப் பார்க்கச் சொல்.

– என்ன மனுஷன் இவர், பணங்கூட என்னிடத்தில்தான் இருக்கிறது.

பக்கத்தில் நின்றிருந்த ரிக்ஷாக்காரரிடம் இரண்டு நூறு ரூபாய் நோட்டுகளையும், கையில் வைத்திருந்த மருந்துப் பையையும் கொடுத்தாள்.

– நீங்க அப்பாவை பத்திரமாக வீட்டிற்கு அழைத்துப் போங்க. அம்மாவிடம், நானும் பவானியும் கோவிலுக்குப் போய்விட்டு அப்படியே பீச்சு வரை சென்றுவிட்டுத் திரும்புவதாகச் சொல்லுங்க – என்றாள்.

இருவரும் மீண்டும் வீதிக்கு வந்தனர். ஆட்டோ ஏதாவது தென்படுகிறதா எனப் பார்த்தார்கள்.

– காந்தி வீதி முனையில் ஆட்டோக்கள் இருக்கும். அங்கே போகலாமா?

பத்மா கேட்க இவள் தலை ஆட்டினாள்.

தோழியர் இருவரும் காந்தி வீதி லால்பகதூர் சாஸ்திரி சாலைச் சந்திப்பை அடைந்தார்களோ இல்லையோ, ஆட்டோக்கார இளைஞன் ஓடிவந்தான். பத்மாவைப் பார்த்து:

– எங்கம்மா போகணும், வீட்டுக்கா?– என வினவினான்.

– இல்லைப்பா. பீச்சுக்குப் போகணும்.

– உட்காருங்கம்மா

என்றவன் அடுத்த பத்து நிமிடத்தில் புதுச்சேரி நகரசபைக் கட்டடத்திற்கு அருகே வந்தபோது, தோழியர் இருவரும், ஆட்டோவை நிறுத்தச் சொல்லி இறங்கிக்கொண்டார்கள். கட்டணத்தை பத்மாவே கொடுத்தாள்.

திங்கட்கிழமை, தட்பவெப்ப நிலையும் உகந்ததாக இல்லை. எனினும் கூட்டம் இருந்தது. தடுப்புச் சுவரின் மறுபக்கம், இருட்டில் படுத்திருக்கும் கடற்பாம்பு தோலுரித்து அடையாளப்படுத்துவதுபோல அலைகள். கவனிப்பாரற்ற வான் நிலா. நியான் விளக்குகளில் முட்டிச்சோரும் ஈசல்கள். கடற்காற்றினால் பெருமை இழக்கும் தென்றல். பெரும்பாலான மக்கள் உறவுகள் அல்லது நட்புகள் சூழ இருந்தனர். எல்லோரிடத்திலும் சந்தோஷத்தின் சாயல். அந்தச் சந்தோஷத்தினைத் தங்களுக்குச் சாதகமாகப் பயன்படுத்தத்தெரிந்த ஐஸ்வண்டிக்காரர்களும், சுண்டல், முறுக்கு, வேர்க்கடலை விற்பவர்களும் சில்லறை பார்த்துக்கொண்டிருந்தார்கள். பெரியவர்களின் நிதானமான உரையாடல், இளைஞர்களுடைய உரத்த விவாதம், வெடிச் சிரிப்பு, காதலன் அல்லது புதுக் கணவனின் கொஞ்சல் மொழி, அவரவர் துணைகளின் சிணுங்கல் அல்லது பொய்க்கோபம், அடம்பிடிக்கும் குழந்தைகள், கண்டிக்கும் பெரியவர்கள்.

– பார்த்தியா உலகம் எத்தனை சந்தோஷமாக இருக்கு!

– இப்போது இவர்கள் தனிமையில் இல்லை, கூட்டத்தோடு இருக்காங்க. கூட்டத்தில் இருக்கிறபோது நம்மால் மகிழ்ச்சியாய்

இருக்கமுடியும், துயரங்களை மறக்க முடியும். கூட்டத்திலிருந்து விலகித் தனிநபராகிறபோது கூடவே அவரவற்குப் பாதகமான எல்லா விஷயங்களும் தலைகாட்ட ஆரம்பிக்கின்றன.

– நீயும் இந்தக் கூட்டத்தில் ஒருத்தி தானே. கொஞ்சம் கலகலப்பாய் இரேன். நான் ஒன்று சொல்லட்டுமா? சந்தோஷமோ துக்கமோ எதற்கும் நாமதான் மூலம்.

– நல்லவேளை சந்தோஷத்துக்கும் துக்கத்துக்கும் சினிமாதான் மூலம்னு சொல்லாதவரைக்கும் நான் பிழைத்தேன். ஆனால் பிரச்சினைகளைக் கண்டு பயந்து ஒதுங்குகிறவர்களைக் காட்டிலும், அதன் பிடரியைப் பிடிக்கத் துணிச்சலுடன் முன்வருபவர்களுக்குத்தான், சிராய்ப்புகளும், காயங்களும்....

– கவிஞரம்மா, என்ன நீங்கள் இன்னும் நல்ல மூடுக்கு வரவில்லையா? ஏதோ எனக்குத் தெரிஞ்சதைச் சொன்னேன். நான் விரல் சூப்பறவ. எனக்குத் தெரிஞ்ச மொழியிலே பேசுங்க.

– என்ன சொன்ன, விரல் சூப்பறவளா? ஏதாச்சும் சொல்லிடப்போறேன். முதலில் நீ என்னைப் பார்த்துப் பேசு. அங்கே என்ன பார்வை....

– ஆள் நல்லா இருக்கான் இல்லை.

– வாயைக் கழுவு. உங்கம்மாகிட்டச் சொல்லி சீக்கிரம் கல்யாணம் ஏற்பாடு பண்ணணும். எதற்காக நீ இப்படி அலையற...? யாரோ சொந்தக்காரப் பையன் பிரான்சுல இருக்கிறான்னு சொன்னியே. அவனை ஏமாத்திடாத...

– அவன் கற்போடு இருக்கிறானா இல்லையா என்ற கேள்வி எனக்கில்லை. அது மாதிரியே அவனுக்கும் இருக்கக்கூடாதுன்னு நினைக்கிறேன். தேவசகாயம் விஷயத்தில் என்ன முடிவு எடுத்த?

– எப்படிச் சொல்றது பத்மா... எனக்கு எதையும் நேரடியாச் சொல்லத் தெரியாது. அதிகமாக சிந்திப்பதும், வாசிப்பதும் எனது பிரச்சினைகளுக்குக் காரணமாக இருக்கலாம்... இரண்டு நாட்களாக யோசித்ததில், என்னால் எந்த முடிவுக்கும் வர இயலவில்லை. அவனிடத்தில் தற்போதைக்கு சம்மதம் இல்லை என்று சொல்லிவிடு.

– என்ன குழப்பற... தற்போதைக்குச் சம்மதமில்லைன்னு சொன்னா... இரண்டு நாள் கழித்து வாடா மன்மதான்னு சொல்ற மாதிரி எனக்குத் தோணுது.

அப்படியும் வச்சுக்கலாம். உண்மையில் இந்தக் கணத்தில் அவனை வெறுக்கிறேன். அதுதான் உண்மை. வாழ்வின் உன்னதங்களையும், குதூகலங்களையும் அனுபவிக்கும் தருணங்களில் மட்டும் சொற்களின்றி தவிப்பதில்லை. அவலமும், இழிவும் நம்மை வேதனைப்படுத்தும்போதும் சொற்களின்றித் தவிக்கிறோம். எனது நிலைமையும் அதுதான். தேவசகாயம் பிரான்சுக்குப் போகாமல் இங்கேயே இருக்கவும் முடியுமென்றான். அப்படி நேர்ந்தால் இந்தியாவில் இருந்து வாழ்க்கையைத் தொடர ஏதேனும் திட்டங்கள் வச்சிருக்கானா?

– அவன் படித்த படிப்புக்கு பிரான்சுல என்ன வேலை பார்க்கமுடியும், இங்கே என்ன சம்பாதிக்க முடியும்னு எனக்குத் தெரியாது. உன்னுடைய கேள்விக்கு எனது பதில் உதவுமான்னும் தெரியாது. ஆனால் ஒண்ணை மட்டும் திடமாச் சொல்லலாம். அவனால பத்துப் பெண்களுக்குத் தாலி கட்டவும், நூறு பிள்ளைகளைப் பெத்துக்கவும் முடியும். என்னுடைய தகப்பனாரைவிட அவனுடைய தகப்பனாருக்கு இருக்கிற சொத்தும் அதிகம், வாங்கற பென்ஷனும் அதிகம். எனக்கு அவன் மேல ஆர்வம் இல்லை. அப்படி இருந்திருந்தா, அவனை இழுத்துக்கொண்டு எப்போதோ பிரான்சுக்கு ஓடி இருப்பேன்.

– அவனைப் பத்தின நல்ல விஷயங்களே இல்லையா, என் மனசுக்குப் பிடிச்ச மாதிரி.

– அதுக்கு என்ன அர்த்தம்?

– ஒரு மண்ணாங்கட்டியுமில்லை. நீ பாட்டுக்கு எதையாவது கற்பனை பண்ணிக்காதே..

– அவன் கவிதைகளெல்லாம் எழுதுவானென்று நீ சொல்லித்தான் எனக்குத் தெரியும். வேறு எதைச் சொல்லலாம். அவன் கொஞ்சம் வித்தியாசமானவன். ஒரு சமயம் ரஜினி படத்தை முதல் நாளே பார்க்கணும் என்பான், இன்னொரு சமயம் மார்க்கோ ஃபெரேரி என்ற இத்தாலிய இயக்குநரின் படங்கள் பார்த்திருக்கிறாயா என்பான். தனது பிறந்த நாளைக்கு ஒரு பெரிய ஓட்டலில் எங்களுக்கு டின்னர் கொடுத்துட்டு, மறுநாள் மடத்துக்குச் சென்று அநாதைப் பிள்ளைகளோட சாப்பிடப் போறேன் என்பான். எனக்கு அவனைப் பிடிக்காமற் போனதற்கு அதெல்லாங்கூடக் காரணமாக இருக்கலாம்.

– பரவாயில்லையே, நிறைய நல்ல விஷயங்களா சொல்றியே..

– எனக்குப் பசிக்குது. எதிரே இருக்கும் ஓட்டல்ல எதையாவது சாப்பிடலாம்..

– இல்லை என்னால முடியாது. பாட்டி தனியா இருக்காங்க. நான் கோவிலுக்குப் போறேன்னு சொல்லிட்டு வந்தேன். மணக்குள விநாயகர் கோவிலுக்குப் போய்விட்டு வீட்டுக்குத் திரும்பலாம்.

– ஹலோ... கொஞ்சம் முன்னாலே பார்த்து நடங்க... எங்க மேலே மோதிட்டு, பிறகு நாங்கதான் இடிச்சோமென்று சத்தம் போடாதீங்க.

தோழியர் இருவரும் குரலுக்கு உரியவனை நிமிர்ந்து பார்த்தனர். தேவசகாயம் சிரித்தபடி நின்றுகொண்டிருந்தான். பக்கத்தில் ஒரு பெண்.

– நீங்க எப்போ வந்தீங்க? கடந்த அரைமணி நேரமாக நாங்க பேசியபடி நடக்கிறோம்.

– கழுதை கெட்டாக் குட்டிச் சுவருங்கிறமாதிரி, புதுச்சேரிவாசிகளுக்குச் சினிமாக் கொட்டகைகளும், இந்தப் பீச்சும் தவிர வேறு என்ன இருக்கிறது?

– உங்களைக் கழுதைன்னு சொல்லிக்கிறதுல எங்களுக்கு மறுப்பில்லை. ஆனால் எங்களை அந்தப் பட்டியலில் சேர்க்கவேணாம் – பவானி.

எல்லோரும் கலகலவென்று சிரித்தனர். தேவசகாயம் அதிரச் சிரித்தான். நடந்துகொண்டிருந்த சிலர் திரும்பிப் பார்த்தனர். பவானி அச்சிரிப்பினை ரசிக்கவில்லை எனபதைப் புரிந்துகொண்டவன்போல,

– என்னை மன்னிச்சுக்குங்க, கொஞ்சம் அதிகமாச் சிரிச்சுட்டேன்னு நினைக்கிறேன். இவள் என்னோட சித்தப்பா பொண்ணு. பேரு ஷர்மிளா. பத்மாவுக்குத் தெரிஞ்சவதான்.

– வணக்கம்

என்றாள் பவானி. பதிலுக்கு அந்தப் பெண்ணும் தலையாட்டினாள்.

– நாங்கள் காப்பி குடிச்சுட்டு வீட்டுக்குத் திரும்பலாம் என நினைச்சுப் புறப்பட்டோம். நீங்களும் வாங்களேன்.

பத்மா யோசிப்பதைப் பார்த்த பவானி,

– பத்மாவும் சித்தெ முன்னே ஏதாச்சும் சாப்பிடவேண்டும் என்று சொல்லிக் கொண்டிருந்தாள். நீங்கள் மூவரும் வேண்டுமானால் போங்களேன். நான் ஆட்டோ பிடிச்சு போயிடறேன்.

– பவானி, எதுவும் சாப்பிடப் போறதில்லை. ஆளுக்கொரு காப்பி மட்டும் குடிச்சிட்டுப் போயிடலாம். வா.

பத்மா வற்புறுத்த பவானி சம்மதித்தாள். தேவசகாயமும், அவனுடைய உறவுக்காரப் பெண்ணும் முன்னால் நடந்தனர். இரண்டு நாட்களுக்கு முன்பு பத்மாவின் வீட்டுத் தோட்டத்தில் கண்ட தேவசகாயத்தை நினைவுபடுத்திக் கொண்டாள். அன்றைய தினத்தைப் பார்க்கிலும் இரண்டு மூன்று அங்குலம் வளர்ந்தவனாகத் தெரிந்தான்.

10

டிராக்குலா.காம் அலுவலகம், ஸ்ட்ராஸ்பூர் நகரத்திற்கு தெற்கில், என்சைம் பகுதியில் இருக்கிறது. அதாவது ஸ்ட்ராஸ்பூர் நகரின் பன்னாட்டு விமானத் தளத்திற்கு அருகில், எட்டு ஆண்டுகளுக்கு முன்பு அங்கிருந்த பிரெஞ்சு ராணுவக் குடியிருப்புகளை அகற்றிவிட பெரும்பாலானக் கட்டடங்களைப் பிரபல ஏற்றுமதி இறக்குமதி நிறுவனங்களும், கார்கோ விமான நிறுவனங்களும் வாடகைக்கு எடுத்து, அலுவலகங்களுக்கும், பண்டக சாலைகளுக்கும் உபயோகித்து வருகின்றன. கைவிரல்களைக் காவி வண்ணத்தில் குவித்து நனைத்து, ஆங்காங்கே தொட்டு எடுத்தது போல, இரண்டு அல்லது மூன்று மாடிக் கட்டடங்கள். பழகியவர்களைத்தவிர மற்றவர்கள் குறைந்தது மூன்று தரம் சுற்றிவரவேண்டும். என்சைம் ஃபிரெட் எனத் தகவற்பலகை வைத்து, எண்களைக் குறிப்பிட்டு, வரைபடம் வைத்திருந்தாலும், கண்டுபிடிப்பது அத்தனை சுலபத்தில் இல்லை. ஹரிணியே பலமுறை கவனமின்றி அதைக் கடந்து சென்றுவிட்டு திரும்பக் காரைக் கொண்டுவந்து நிறுத்துவாள். பலருக்கும் அப்படியான அனுபவங்கள் அங்கே இருந்தன. முதல் உலகப் போருக்குப் பின்னே ஓர் அவசரத்தில் பிரசவிக்கப்பட்ட கட்டடங்கள், ஆயிரம் சதுர மீட்டர் இடம், எழுநூற்றைம்பது யூரோவுக்கு மாத வாடகைக்கு மலிவாகக் கிடைத்தது. கூடுதலாக, காவல், வெளிப்பராமரிப்பு, நகரசபை வரியென்று ஓர் இருநூற்றைம்பது யூரோ, வழக்கம்போல இம்மாதிரியான நிறுவனத்தினைக் கட்டித் தீனிபோடவென்று இருக்கவே இருக்கின்றன மற்ற செலவுகள். சிரில் படித்தது

என்னவோ பாரீஸ் அருகே, எவ்ரி பல்கலைக்கழகத்தில். உயிரியல் துறையில் பொறியியல் படித்துவிட்டு, குதிரைப் பண்ணையொன்றில் காயடித்துக்கொண்டிருந்தவன், இதர சந்தோஷங்களை மறந்து, வீட்டில் கணினி முன்னால் உட்காரப்போக, டிராக்குலா.காம் யோசனை அவ்வப்போது வந்துபோனது. ஒரு கட்டத்தில் குதிரையின் பலானதுகளைப் பிடித்து அலுத்துப்போக, இனி டிராக்குலாவை ஒரு கை பார்ப்பதென்று முடிவெடுத்துவிட்டான். பிறர் குருதியை அளவாய் குடிக்கக் கற்றிருக்கிறான். அவர்களாய்த் தேடி வருகிறார்கள். இந்தத் தேதிவரை எல்லாம் சுபம்.

ஹரிணி அனாலிஸ்டு புரோகிராமர் என்ற பேரில், வெளி நிறுவனங்களிலிருந்து வரும் தகவல்களை செர்வரில் ஏற்றுகிறாள். சிக்கல் வருகிறபோது, அவளுக்கு மேலே 'டேட்டாபேஸ் எஞ்ஜினியராக' அல்பெர்ட்டோ என்கிற இத்தாலியன். சோனியா காந்தியை இந்தியாவுக்கு அனுப்பிவைத்ததற்காக இத்தாலிக்கு ஹரிணி வரவேண்டும் என நேற்றுவரை புலம்பிக்கொண்டிருந்தவன், கடந்த சில நாட்களாக அவளைப் பற்றி சிரிலிடம் எதையாவது போட்டுக்கொடுத்துக் கொண்டிருக்கிறான்.

காலையில் க்ருவாசான் உடன், ஒரு கோப்பை நிறையக் கறுப்புக் காப்பியைக் குடித்திருந்தபோதும், உடலிற் கண்ணாமூச்சி ஆடுகிற சோர்வினை இனங்காண முடியாமல் இருக்கிறாள். இரண்டொரு முறை மத்மஸல் எலிஸபெத்தை போனில் தொடர்பு கொண்டிருந்தாள். இவளுக்கும் அவளை மறுபடியும் பார்க்கவேண்டும்போல இருக்கிறது. ஏனோ தவிர்த்து விட்டாள். வழக்கத்திற்கு மாறாக இன்று, கடந்த வியாழன், வெள்ளிக் கிழமைகளில் அணிந்து அலமாரியில் தொங்கிக்கிடந்த, சிவப்பில் வெண் புள்ளிகளிட்ட கைகளற்ற கவுன் ஒன்றையே அணிந்துகொண்டாள். கவுனை எடுக்கும்போதுதான், அம்மாவின் பழைய கர்னே ஒன்றை நேற்று கண்டெடுத்ததும் ஞாபகத்திற்கு வந்தது. இதுவரை ஹரிணி புரட்டியிராத எஃப். ஸ்காட் ஃபிட்ஜெரால்டுவின் 'திஸ் சைட் ஆஃப் பாரடைஸ்' என்ற நாவல், அதன் அடியில் இருந்தது. புரட்டினாள். தமிழில் நிறைய குறிப்புகள். சிலவற்றைச் சிரமப்பட்டுப் படித்துப் பார்த்தாள். சட்டென்று எதுவும் விளங்கவில்லை. அதை அமைதியாக உட்கார்ந்து படிக்கும் மனநிலையும் அவளுக்கில்லை.

ஆனால் கடைசிப் பக்கத்தில் பட்டியலிட்டிருந்த பெயர்களும் அவற்றுக்கெதிரே குறித்து வைத்திருந்த தொலைபேசி எண்களும் முக்கியமாகத் தெரிந்தன.

1. மத்மஸல் எலிஸபெத் முல்லெர்– 03 88 68 17 50

2. மதாம் ஷர்மிளா பூபெல் – 03 88 28 64 33

3. மிஸியே குளோது அத்ரியன் 03 88 67 56 24

4. மிஸியே பிலிப் பர்தோ 03 88 00 45 90

5. மதாம் பத்மா சந்திரன் 0195 70 44 32

6. மிஸியே நாகரத்தினம் கிருஷ்ணா 03 28 65 66 44

அவள் எதிர்பார்த்தது போலவே மத்மஸல் எலிஸபெத் பெயரை முதலிற் பார்க்க ஆச்சரியம். மிஸியே நாகரத்தினம் கிருஷ்ணாவையும் கிட்டத்தில் பார்த்திருந்தாள். அவர், அம்மாவைத் தனக்கும் தெரியுமென்று ஒருமுறை பல்பொருள் அங்காடி ஒன்றில் பார்த்தபோது, ஹரிணியிடம் தன்னை அறிமுகப்படுத்திக்கொண்டு தெரிவித்திருந்தார். இந்தியாவில் இருந்த போதே அம்மா பழக்கமென்றார். அவசியம் ஒவ்வொருவரையும் வரிசையாகப் பார்த்தாக வேண்டும் என முடிவெடுத்து, கர்னேயை மறக்காமல் இன்றைக்கு அலுவலகத்திற்குக் கொண்டு செல்ல விருக்கிற கைப்பை எதுவென்று பார்த்து அதில் நேற்றே எடுத்துவைத்திருந்தாள். வெளிக் கதவை இழுத்து ஒருமுறைக்கு இரண்டுமுறை பூட்டிவிட்டு, லிஃப்ட் பிடித்து கீழே இறங்கினாள். காரை எடுத்துக்கொண்டு வெளியில் வர, ஏப்ரல் மாதத்தில் இத்தனை வெயிலைக் காலை நேரத்தில் கண்டதில்லை. ஓட்டுநர் இருக்கைக்குப் பக்கத்திலிருந்த கதவின் கண்ணாடியை இறக்கிவிட்டுக் கொண்டாள். காலைச் சூரியனாற் கண்கள் கூசுகிறது, அதற்கானதை இறக்கி இருக்கினாள், பரவாயில்லை போலிருந்தது. சமிக்ஞை விளக்கைக் கடந்து இடப்புறம் அதிவிரைவுச் சாலை எண் 35 எடுக்க, சாலை ஸ்தம்பித்திருந்தது. அலுத்துக்கொண்டாள்.

வழக்கத்திற்கு மாறாகத் தனது அலுவலகத்தை அடைய கூடுதலாக இருபது நிமிடங்கள் தேவைப்பட்டன. எப்போதும்போல வரவேற்பில், பற்களுக்கிடையில் நகத்தைப் பராமரித்துக்கொண்டிருந்த ஜெனிஃபருக்கு ஒரு போன்ழூர்

– காலை வணக்கம். இருக்கையில் உட்கார தலைபளுவாக இருந்தது. பக்கத்து இருக்கையில் கமீலா இல்லை. மறுபடியும் ஒரு காப்பி குடிக்கவேண்டும் போலிருந்தது. தலையைப் பிடித்துக்கொண்டு கணினியைப் போட்டாள். திரையில்... *"ஹரிணி கடைசியாக ஒன்றைச் சொல்ல வேண்டும், இச்சம்பவத்தை நினைவுகூரும்போதெல்லாம் மாத்தா ஹரியின் உடலருகே இரத்தச்சேற்றில் தொப்புட்கொடியுடன் குழந்தையொன்று வீறிட்டு அலறும் காட்சியைக் காண்பதுண்டு, இன்றைக்கு அக்குழந்தை யாரென்று தெரிந்துவிட்டது, அது நீதான்...."* மத்மஸல் எலிஸபெத் தன்னை மாத்தா ஹரியின் குழந்தையாக உருவகித்து கூறிய சொற்கள். பார்வை விளிம்புகளில், இமைமயிர்களின் இடைவெளிகள் தோறும் எந்நேரமும் கைகால்களை உதைத்துக்கொண்டிருக்கும் சிசுவைப் பார்க்க ஹரிணிபோலத்தான் இருக்கிறது: உப்பிய கன்னம், நெற்றியில் ஆரம்பித்திருக்கும் தலைமயிர், தடித்திருக்கும் கீழுதடு, கருத்த புருவங்கள், பெரிய கண்கள் அவள்தான். மருத்துவச்சியொருத்தி சிசுவை வாங்கிக் கொள்கிறாள். அவள் புடவை கட்டி இருந்தது ஆச்சரியமாக இருந்தது. உடலில் ஒட்டிக்கிடந்த கொழகொழப்புகளையும் இரத்தத்தையும் வழித்துவிட்டு, தொட்டித் தண்ணீரில் அமுக்கி எடுக்கிறாள். குழந்தையின் உடற்கூட்டிலிருந்து நீர் சொட்டச்சொட்ட அவள் தனது பெரிய மார்பில் அணைத்தபடி எடுத்துவர, ஹரிணியின் உடற்கூடு எழுந்து அடங்குகிறது. இவளுக்கு மூச்சுத் திணறுகிறது. தொப்புட் கொடியை வெட்டி எடுத்தவள், என்னவோ செய்கிறாள் இவளுக்கு சுரீர் என்கிறது, அலறி அழுகிறாள். கட்டிலில் போட்டிருக்கிறார்கள். அருகில் முகமற்ற பெண், மெலிந்த கையொன்று வாஞ்சையோடு தலையைத் தடவுகிறது. வெப்பத்துடனான அவளது கண்ணீர்த்துளிகள், ஹரிணியின் தலைமயிரை நனைத்து, பின்னர் கபாலத்தில் இறங்குகிறது. இவள் முகத்தை வெதுவெதுப்பாய் ஏதோ ஒன்று அணைத்துக்கொண்டு விலகாமல் தவிக்கிறது. அதன் தவிப்பை உணர்ந்தவளாக, இவள் அதரங்கள் இரண்டும் முட்டுகின்ற சதைப் பிண்டத்தை நிமிண்டுகின்றன. முகமற்றபெண் தனது மார்போடு இவளை மேலும் இறுக்க, அவசரத் தேடலில் சிக்கிய பொருளை, வாய்கொள்ள கவ்வினாள். வெண்ணிற திரவம் அவள் நெஞ்சத்தில், இவள் உடற்கூட்டில் பெண்மணியின் மேலாடையில், இவள் உதட்டோரங்களில் கசிந்தும் நனைத்து, திரைந்தபால்

நாற்றம் வெளியை நிரப்புகிறது, களுக்கென்று சத்தம், மேசையில் ஆங்காங்கே திட்டுத் திட்டாய் வெண்ணிற திரவம் காகிதக் கைக்குட்டைகளில் ஒன்றை உருவினாள், துடைத்தாள். பிறகு மற்றொன்றை அதே வேகத்தில் உருவ, பக்கத்து மேசையில் வேலை பார்த்துக்கொண்டிருந்த கமிலி ஓடிவந்தாள்.

– உனக்கு என்ன ஆச்சு, இரண்டு நாளா முன்னைப் போல இல்லை. விடுமுறை எடுத்துக்கிட்டு இரண்டு நாள் ஓய்வெடுக்கிறதுதானே, தொக்தரைப் (டாக்டர்) போய்ப்பார். உன்னை யாரோ தப்பா மாற்றி இருக்காங்க..

– என்ன சொல்ற?

– தவறான பழக்கத்துக்கு அடிமையான மாதிரி தெரியுது..

– புரியலை...

– ஏதோ போதைப்பொருளுக்கு அடிமையான மாதிரி, பிறகு பேசுவோம். ஜெனிஃபர் வராள்.

– மத்மசல் ஹரிணி, உன் போனைச் சரியாய் வைக்கலைன்னு நினைக்கிறேன். சிரில் உன்னை வந்து பார்க்கச் சொன்னார் – ஜெனிஃபர்.

– கமிலி, அப்புறம் பேசுவோம், சிரிலைப் பார்த்துட்டு வந்துடறேன்.

–டாய்லெட்டுக்குப் போயிட்டு முகத்தைக் கொஞ்சம் நல்லா வச்சிகிட்டுப் போ...

– ஓகே. வரேன்.

டாய்லெட்டுக்குள் நுழைந்தவள், தன்னிடத்தில் ஏற்பட்டுள்ள மாற்றம் கமிலியால் உறுதிசெய்யப்பட்டிருக்கிறது என்பதை மட்டும் இப்போதைக்கு நம்பினாள். அம்மாவைப் பற்றிய ஆரம்பம் தனக்குள் இப்படியொரு விளைவை நிகழ்த்தமுடியுமா என்ற கேள்வி. இதில் எலிஸபெத்துக்கும் பங்கிருக்கிறது. அவள் கூப்பிட்டாளென்று போனது தவறோ? இந்த நேரத்தில் அம்மாவை எவர் நினைவூட்டினாலும், அவர்கள் இவளுக்கு வேண்டியவர்கள் – தவிர்க்க முடியாதவர்கள். அவசரமாய் டாய்லெட் கண்ணாடியில், முகத்தைத் திருத்திக்கொண்டு, வெளியே வந்தவள், கமிலியைப் பார்த்து, கீழ் உதட்டை இறக்கி, கண்களை உயர்த்தி, புன்னகைத்துவிட்டு, முழுக்கைச் சட்டையை

மடித்துக்கொண்டு மீண்டும் வலது கையினாற் தலைமுடியை ஒழுங்குபடுத்தியபடி, நிர்வாக இயக்குநரான சிரில் அறைக்குள் நுழைவதற்குமுன் கதவைத் தட்டினாள்.

– 'உய்' – வரலாம் – என்பது போல உள்ளிருந்து குரல். ஹரிணி கதவைத் திறந்து பின்னர் பின்புறம் சாத்திக்கொண்டு உள்ளே நுழைந்தாள்.

– போன் ழூர் – ஹரிணி. உட்கார்.

– போன்ழூர்... என்ன?

– உன்னைத்தான் கேட்கணும் என்ன ஆச்சு? நேற்று டி.என்.டி எக்ஸ்பிரஸ் வணிகவியல் பொறியியல் வல்லுநர்களுக்கான தகுதிகள் என்ற இடத்திலே 'மிஷெலன் நிறுவனம்' கேட்டிருந்த கல்வித் தகுதிகளைக் கணினியில் ஏற்றி இருக்க! டி.என்.டி. நிறுவனத்திலே இருந்து காலையிலேயே அடுத்தடுத்து போன்கால்கள். உனக்குத் தெரியாதா என்ன? நாம வளர்ந்து வர்ற நிறுவனம். இப்படி இரண்டு முறை நடந்தால் போதும், மறுபடியும் குதிரைக்குக் காயடிக்கத்தான் போகணும். நம்ம நிறுவனத்திலே விற்பனைத் துறையில இருக்கிற சிலருக்கு உன்னைக் கண்டாலே ஆகலை. நீ என்னோட சினேகிதி என்பதாலே, அவங்க அமைதியாக இருக்காங்க. கொஞ்சம் பொறுப்பா நடந்துக்க. சரி, இந்தவார இறுதியில் என்ன திட்டம் வச்சிருக்கிற? போன வாரத்தைப்போல ஏதாச்சும் சாக்குப் போக்குச் சொல்லிடாதே. உனக்குப் பிடித்த சீன உணவு விடுதியிலே வழக்கம்போல ரிசர்வ் செஞ்சிட்டேன்.

– இந்த வீக் எண்டும் என்னால முடியாது.

– இல்லை நீ வர்ற.

– பார்ப்போம்... பிறகு சொல்றேன் – என்று ஹரிணி எழுந்திருக்க, அவனும் எழுந்துகொண்டான். எக்ஸிக்கியூட்டிவ் நாற்காலியைப் பின்னுக்குத் தள்ளிவிட்டு, அவளிடம் ஓடிவந்தான். வந்தவேகத்திலேயே, அவள் தலையை இரு கைகளிலும் வாங்கி முத்தமிட்டவன், வலது கையை ஹரிணியின் மார்பில் இறக்கினான். அவன் மார்பிலிருந்து அளவுக்கதிகமாக வெளிப்பட்ட 'சேனல் 5' வாசனை இவளுக்குத் திகட்டியது. வரவேற்பில் இருக்கும் ஜெனிஃபர் உபயோகிக்கும் பர்ஃபூம் அருவருப்பாக இருந்தது. இவள் விலகிக்கொண்டாள்.

– வேண்டாம் சிரில். என்னை விட்டுடு, நான் போகணும் என்றவள், அவனது பதிலுக்குக் காத்திராமல் கதவைத் திறந்துகொண்டு வெளியில் வந்தாள்.

– என்ன, சிரில் ஏதாச்சும் சொன்னானா?

இவளை எதிர்பார்த்திருந்தவள்போல கமிலி கேட்டாள்.

– தப்பு என்னுடையதுதான். டேட்டாபேஸ் என்ட்ரியை மாற்றிப் போட்டிருக்கேன். ஏதோ நல்ல மூடில் இருந்திருக்கான்போல, விட்டுட்டான்.

– அதற்குப் பரிகாரமா ஏதாச்சும் எடுத்துக்கிட்டிருப்பானே?

நமட்டுச் சிரிப்புடன் கேட்டாள்.

– என்னைப் பாரு மேலே எதுவுமில்லை, ரொம்பச் சுலபம்... ம்... ஒருத்தனும் தொட்டுப்பார்க்க மாட்டேங்கிறான்.

சட்டென்று ஹரிணி அவள் மார்பைப் பார்த்துவிட்டு, எதையோ சொல்ல நினைத்தாள். தவிர்த்தாள்.

– கமிலி, வேலையைப் பாரு. நான் இன்றைக்கு நான்கு மணிக்கெல்லாம் கிளம்பணும்.

பாஸ் சிரிலைப் பார்க்கபோன நேரத்தில் கணினி, அலுத்துப்போய் குறட்டைவிட்டபடி இருந்தது. உறக்கத்தைக் கலைத்தாள். கோப்பைச் சுட்டினாள். டி.என்.டி. எக்ஸ்பிரஸில் கேட்டிருந்த கமர்ஷியல் எஞ்ஜினியர் பணிக்கு, விற்பனைத்துறையியலில் பொறியியல் பட்டமும், ஐந்து ஆண்டு அனுபவமும் தேவைப்பட்டது. ஆனால் மிஷெலன் நிறுவனத்திற்கு விற்பனைத்துறை தலைமைக்கு உதவியாளர்கள் வேலைக்குக் கேட்டிருக்கிறார்கள். தகுதி: அனுபவமற்ற ஆரம்பநிலைப் பொறியாளர்கள். அதைச் செய்து முடிக்க, இவள் நினைத்ததற்கு மாறாக ஐந்து மணி ஆகிவிட்டது. இவளை அதிகாரம் செலுத்தும் இடத்திலிருக்கும், ‘ஆல்பெர்ட்டோ’விடம் காட்டவேண்டும். அதற்கெல்லாம் நேரமில்லை. கைப்பையைத் திறந்து, பட்டியலில் இரண்டாவது இடத்திலிருந்த மதாம் ஷர்மிளா பூபெல்லுக்குத் தொலைபேசி எடுத்தாள். இவள் பயந்ததுபோல எதுவுமில்லை. மறு முனையில் கேட்ட நடுத்தர வயது பெண்மணியின் குரல் இவள் எதிர்பார்த்த குரல் என்பதில் சந்தேகமில்லை.

– மதாம் ஷர்மிளா?

– உய்.

– என்னுடைய பேரு ஹரிணி, என்னை உங்களுக்குத் தெரிந்திருக்க நியாயமில்லை. ஆனால், எங்க அம்மாவை உங்களுக்கு நன்றாகத் தெரியுமென்று நினைக்கிறேன்.

– யாரும்மா!

– அவங்க பேரு பவானி, அதாவது பவானி தேவசகாயம். அவங்ககூடத் தற்கொலை பண்ணிக்கிட்டதா கேள்விப்பட்டிருப்பீங்க....

– ஆமாம்மா... பவானி பெண்ணா நீ? சின்ன வயசுல பார்த்தது. இப்ப எங்க இருக்க?

– இங்கேதான் ஸ்ட்ராஸ்பூர்ல ஒரு தனியார் நிறுவனத்துல வேலை பார்க்கிறேன். நேற்று எதிர்பாராதவிதமா உங்கள் தொலைபேசி எண்ணைக் கண்டுபிடித்தேன். சந்தேகத்தோடுதான் எடுத்தேன். ரொம்ப வருஷம் ஆயிட்டுது இல்லையா, இன்னமும் இந்த எண்ணில் இருப்பீர்களா என்று சந்தேகம்.

– எங்கே போறது? இங்கேதான் இருக்கிறேன். ஒரு தடவை வீட்டுக்கு வந்து போயேன்.

– ஆமாம் எனக்கும் வந்தாகணும். சொல்லப்போனால் உடனே பார்த்தாகணும். சாயந்திரம் உங்களுக்கு வேறு பிரச்சினைகள் இருக்கா? இல்லைன்னா சுமார் ஆறுமணி வாக்கில் வந்திடுவேன். எங்கே இருக்கீங்க?

– ஹோத்பியர்லதான் பதினைந்து வருஷமா இருக்கிறேன். மாய் கதரீன், புல்வார் விக்தோர் ஹ்யுகோவில் 35ம் எண் கட்டடம், இரண்டாவது மாடி. அதாவது ஒப்பித்தாலுக்கு (மருத்துவமனைக்கு) வலப்புறம், ‘சுமா’ கடை இருக்கிறதே அதுக்குப் பின்னால்.

– ஓகே.. மதாம். பிரச்சினை இல்லை, கண்டுபிடிச்சுடுவேன். அரைமணிநேரத்துல வந்துடறேன்.

– வீட்டுலதான் இருப்பேன். எங்கே போயிடப்போறேன். வா... வா... எனக்கும் உன்னைப் பார்க்கணுங்கிற ஆசை இருக்கு. எதிர்பார்த்துக்கிட்டிருப்பேன்.

கைக்கடிகாரத்தைப் பார்த்தாள், மணி ஐந்தேகால் என்றிருந்தது. கமிலியிடம் சொல்லிக்கொண்டு புறப்பட்டாள். சக ஊழியர்கள்

ஒவ்வொருவராகப் புறப்பட்டுக்கொண்டிருந்தனர். பார்க்கிங்கில் இருந்த தனது ஃபோர்டு சியா காரைத் தேடிப்பிடித்து, எடுத்துக்கொண்டு வெளியில் வந்தாள். காலை வரும்போதிருந்த வெயில் இல்லை. வானில் ஏர்பிரான்ஸ் விமானமொன்று, விமான தளத்தில் தரை இறங்க ஆயத்தமாகிக் கொண்டிருந்தது. 90கி.மீ வேகத்தில் வாகனத்தைச் செலுத்தி, 'ஹோத்பியர் எக்சிட் வெள்ளைப் பலகை தெரிகிறதா எனப் பார்த்துக்கொண்டு வந்தாள். அடுத்த பத்தாவது நிமிடத்தில் எதிர்ப்பட்டது. பிரதான சாலையைவிட்டு வெளியில் வந்து நிதானமாக ஊர்ந்தாள். எதிர்ப்பட்டவர்களும் இவளைப் போலவே தங்கள் தங்கள் வாகனங்களில் நிதானமாக எதிர்கொண்டார்கள்.

சாலைகளில் மக்கள். பிரான்சில் குளிர்காலத்தை வழியனுப்பிவிட்டு, வசந்த காலத்தில் காலடி எடுத்துவைப்பதற்கான அடையாளம், உடையில் வெளிப்பட்டது. தடித்த, பெரும்பாலும் நீண்ட கறுப்புவகை பெரிய ஆடைகளைத் தவிர்த்துவிட்டு, பெரியவர்கள் முதற்கொண்டு மெல்லிய, குட்டையான, முடிந்த அளவு உடலைக் காட்சிப்படுத்திக்கொண்டு நடக்கிறார்கள். இளம் பெண்கள் ஆடைகளைப் பற்றிச் சொல்லவே வேண்டாம். ஹரிணி அறிந்தவள்தான், அவள் உடுத்தாததா? மேற் சட்டைகள் முடிந்த அளவு சுருங்கிப்போகும், கவர்ச்சிக்கு முக்கியத்துவம், கைகளற்ற சட்டைகள், இலைமறை காய்களாக மார்புகள் குலுங்க, தொப்புளில் வளையம் சிரிக்க, இடுப்போடு ஒட்டிய டெனிம். பையன்களும் இளைத்தவர்களா என்ன, சட்டைப் பொத்தான்களைப் போடாமல் இருக்கிறார்கள். மார்பில் சுருள் சுருளான மயிர்க்கண்கள் தெரிய நடக்கிறார்கள். ஜிம்முக்குப் போகும் பையன்கள் என்றால், புடைத்துக்கொண்டிருக்கும் தங்கள் கைகளை நிமிடத்திற்கு ஒருமுறை உயர்த்தியபடி நடக்கிறார்கள். சிலருக்குப் போலோ பிடித்திருக்கிறது. பெண்களின் அத்தனை கற்பனைக்கும் வழிகோலுவதுபோல இடுப்பில் ஜீன்ஸ் அல்லது லொடலொட சம்மர் காட்டன் வகை பாண்டாகூர், பெர்முடா... பிள்ளைகள் நடையில் ஆர்வம், இளமையின் நடையில் சந்தோஷம், முதுமையின் நடையில் அலுப்பு....

ஹரிணிக்கும் காரை எங்கேயாவது நிறுத்திவிட்டு ஆசைதீர நடக்கவேண்டும் போலிருக்கிறது. மிமோசா மரங்கள் மஞ்சளாய்ப் பூத்திருந்தன. சிவப்பும் ஊதா நிறத்திலும்

கொக்கலிக்கோ மலர்களின் பூரிப்பு... வரிசையாய் நின்றிருந்த மரோன் மரங்களில் சோளக்கதிர்கள்போல வெள்ளைவெளே ரென்று வானைப் பார்த்தபடி கொத்துக்கொத்தாய்ப் பூக்கள். அதைத் தொட்டு விளையாடுகிற குளவிபோன்ற சின்னஞ்சிறிய வண்டுகள். சாம்பல் நிறத்தில் வானம். இதமான வெப்பம். காற்றில் இலைகள் ஒன்றையொன்று உரசிக்கொள்ளும் அழகினை நின்று ரசிக்கலாம் போலிருக்கிறது. நேரமில்லை.

காரை வலப்புறம் திருப்ப 'மாய் கத்ரீன்' என்று எழுதிய பலகை கண்ணிற்பட்டது. வாகனங்கள் நிறுத்தும் இடத்தைத் தேடி உரிய இடத்தில் நிறுத்தி இறங்கிக்கொண்டாள். இளைஞர்கள் கும்பல் காரை வெறித்துப் பார்த்தது. இவளுக்கு உள்ளூரப் பயம். அதை மறைத்துக்கொண்டு அவர்களிடத்தில் புன்னகை செய்தாள். அந்தப் புன்னகைக்கு அவர்கள் கொடுக்கும் மதிப்பென்ன என்பது காரைத் திரும்பிவந்து பார்க்கத் தெரியும். மனதைத் திடப்படுத்திக்கொண்டு அவர்களிடத்தில் ஒரு சிரிப்பு. சம்பந்தப்பட்ட முகவரியைத் தேடினாள். அரசாங்கம் கட்டிக்கொடுத்திருக்கும் H.L.M குடியிருப்புகள், அதாவது ஏழைகள் மற்றும் குறைந்த வருவாய்க்காரர்களுக்கான குடியிருப்பு. இரவு எட்டுமணிக்குமேல் நடமாட முடியாத பகுதி. அடிக்கடி காவற்துறையினரும், இளைஞர் கூட்டமும் மோதிக்கொள்ளத் தயார் நிலையில் இருக்கும் காலனி. இடப்புறம் தெரிந்த பன்னிரண்டு மாடிக் கட்டடத்தில் 'முப்பத்தைந்து' என்ற எண் தெரிந்தது. வெளியில் அழைப்பு மணிகளோடு இருந்த பெயர்களைப் பார்த்தாள். பெயர்களின் மேல் குறுக்கும் நெடுக்குமாக கோடுகள், சில இடங்களில் சிகரெட் தீ முனைகளின் தழும்புகள், சுலபத்தில் படித்துவிடமுடியாதபடி இருக்கின்றன. முதல் வரிசையில் கீழிருந்து மேலே இரண்டாவது வரிசையில் மதாம் ஷர்மிளா என்று எழுதி இருந்தது. மணியை அழுத்த, சிறிது இடைவெளிக்குப்பிறகு, 'கொர் கொர்' என்ற சத்தத்திற்கு இடையில், 'உய்' என்று ஒரு குரல். 'பவானி தேவசகாயத்தோட பெண் வந்திருக்கிறேன்'– பதிலுக்கு இவள். மீண்டும் கொர்ர்ர்ர்... இந்தமுறை கதவை அழுந்தத்தள்ள திறந்துகொண்டது. திறந்ததும் குப்பென்ற மூத்திர நாற்றம் – வழியெங்கும் விளம்பரத்தாள்கள் இறைந்து கிடந்தன. இரண்டாவது மாடி, படிக்கட்டுகளை உபயோகித்து மேலே வந்தாள். மதாம் ஷர்மிளா கதவைத் திறந்துகொண்டு காத்திருந்தாள். இவள்

போட்டிருந்த காலணியைக் கழட்டப்போக, ஷர்மிளா, பரவாயில்லை அப்படியே வா என்றாள். இவளுக்கு மனம் இடங்கொடுக்கவில்லை. அவற்றைக் கழட்டி கதவருகே விட்டுவிட்டு உள்ளே வந்தாள்.

– நல்லவேளை எங்கே [10]அசான்சர் (லிஃப்ட்) எடுத்துவிடுவாயோன்னு பயந்தேன் – மதாம் ஷர்மிளா.

– ஏன்?

– இந்தக் கட்டடத்துல இருக்குற பசங்களுக்கு அசான்சர்ல ஏறினாத்தான் மூத்திரம் வரும் போலிருக்கிறது. அங்கேயே பெஞ்சுடுவாங்க. நானும் காலி பண்ணிக்கொண்டு வேற இடம் போகணும்னு ஒவ்வொரு வருஷமும் முட்டி மோதறேன், எங்கே கொடுக்கறாங்க? உட்கார் இப்படி... உனக்கு உங்கப்பா ஜாடைன்னு நினைக்கிறேன். என்ன சாப்பிடற?

– எதுக்கு வீண் சிரமம்? உங்களை எப்படியும் இன்றைக்குப் பார்க்கணுமென்று நினைச்சேன், வந்துட்டேன்.

– ரொம்ப சந்தோஷம். ம்... நீ எப்படி இருக்கவேண்டியவ, இப்படி அநாதையா... அய்யோ கடவுளே...

மதாம் ஷர்மிளா வாக்கியத்தை முடிக்கமுடியாமல் கண்கலங்கியபடி இருந்தாள்.

சிறிது நேரம் அமைதியாக இருந்த ஹரிணி, நிலவிய இறுக்கத்தைக் குறைக்க நினைப்பவள்போலப் பேசினாள்.

– மிஸியே இல்லையா?

– இல்லை, அவர் பிள்ளைகளோட தனியா இருக்கார். நான் தனியா இருக்கிறேன். அது பெரிய இராமாயணம். இந்த நேரத்துல அந்தக் கண்றாவிச் சமாசாரம் எதற்கு? சரி சொல்லு. அரசாங்கத்தின் உதவியில் வளர்ந்ததா உன்னைச் சொன்னாங்களே?

– ஆமாம், நான்கு வருடமாகுது வெளியில் வந்து.

– [11]பெத்திதமின்னு (ஆண் நண்பர்கள்) யாராச்சும்?

– இல்லைங்க....

– நல்லது. அவசரப்படாத. நம்மூர்ப் பையனாப் பார்த்துக்கட்டிக்க...

80 ❖ மாத்தா ஹரி

– ம்... எனக்கு அம்மாவைப்பத்திச் சேதிகள் தெரியணும்.

– என்ன தெரியணும்?

– ஏதாச்சும். முதன் முதலில் அம்மாவை நீங்க எப்ப பார்த்தீங்க?

– 1987ம் ஆண்டுன்னு நினைக்கிறேன். புதுச்சேரிக்கு வரவேண்டி இருந்தது. தேவசகாயந்தான் வழக்கம்போல பீச்சுவரைக்கும் போயிட்டுவரலாமா என்று கேட்க, அவனுடன் புறப்பட்டு வந்தேன்.

– அன்றைக்குத்தான் முதன் முதலாக அம்மாவைப் பார்த்தீங்க. இல்லையா!

– ஆமாம்மா. அதுதான் எங்க முதற் சந்திப்பு. உங்க அப்பா தேவசகாயந்தான், பவானியையும், பத்மாவையும் அறிமுகப்படுத்திவைத்தான். பவானிமேல் அவனுக்கிருந்த காதலோ, திருமணம் செய்துகொள்ள இருந்ததோ எனக்கு அப்போ தெரியாது. ஆனால் பத்மாவை ஒன்றிரண்டுமுறை தேவசகாயம் வீட்டிற்கு வந்திருக்கும் போதெல்லாம் சந்தித்திருக்கிறேன்.

– அப்போ நீங்கள் புதுச்சேரி இல்லையா?

– இல்லை, நான் பிறந்தது வளர்ந்தது எல்லாமே காரைக்கால். தேவசகாயத்தின் அப்பாவும் எங்கள் அப்பாவும் அண்ணன் தம்பிகள் என்றாலும் அம்மாக்கள் வேறு. எங்கள் தாத்தா அவரது முதல் மனைவியின் பிள்ளைகளுக்குப் பிரெஞ்சுக் குடியுரிமை கேட்டு விண்ணப்பம் போடும்போது எங்கள் குடும்பத்தை ஏதோ காரணத்தால் விட்டுட்டார். அப்பாவேறு புதுச்சேரியில் ஆரம்பத்தில் வில்லியனூர் கொம்யூன் பஞ்சாயத்தில் கமிஷனராக இருந்ததால், பிரான்சுக்கு வர விருப்பமில்லாதவராக இருந்தார். அதன்பிறகு அவருக்குக் காரைக்கால் நகரமன்றத்தில் உத்தியோக உயர்வு கிடைத்தது. அப்பாவுக்கும், அம்மாவுக்கும் ஊர் பிடித்திருக்க காரைக் காலிலேயே தங்கிட்டோம். அங்கே மாதாகோவில் வீதியில்தான் எங்கள் வீடு. அந்தத் தெருவில் பார்த்தாயென்றால், பெரும்பாலோர் பிரான்சில் இருப்பவர்கள். மாதத்திற்கு ஒருமுறையாவது அவர்கள் குடும்பத்திலிருந்து பிரான்சுக்குப் போகின்றவர்களாகவோ அல்லது வருகின்றவர்களாகவோ இருப்பார்கள். அவர்களைப் பார்த்து, அம்மாவுக்கும் பிரான்சுக்குச் செல்ல ஆசைப்பட்டு அப்பாவை வற்புறுத்த, அதற்காக கோர்ட், கோன்சுலா (கான்ஸலேட்) என்று அலைய

வேண்டியிருந்தது. புதுச்சேரிக்கு அன்றைய தினம் வந்திருந்ததும் அப்படியான ஒரு காரணத்திற்குத்தாம்மா....

– கொஞ்சம் விபரமா சொல்லுங்களேன்....

– என்ன சொல்லணும்னு தெரியலை? ஒரு எதிர்பாராத சந்திப்பென்றுதான் அதைச் சொல்லணும். அன்றைக்குத்தான் காரைக்காலில் இருந்து புதுச்சேரிக்கு அப்பாவுடன் வந்திருந்தேன். எப்போதாவது காரைக்கால் பக்கம் வந்திருக்கிறியாம்மா? காரைக்கால் புதுச்சேரிக்கு பஸ்ஸில் போய்வருவதென்றால் அத்தனை சிரமம்.

– இல்லைங்க, சொல்லப்போனால் இந்தியாவுக்கே நான் போனதில்லை. சமீபகாலமா இந்தியாவுக்குப் போய்வரணுமென்ற ஆசை நிறைய இருக்கு.

– ஆச்சரியமாயிருக்கு, இவ்வளவு நல்லா தமிழ் பேசற. இங்கிருக்கிற நம்ம பிள்ளைகள் இத்தனை அழகா தமிழ் பேசி நான் பார்க்கலை.

– ஒரு ஆர்வத்தில் கற்றுக்கொண்டதுதான்.

– உங்க அம்மாவிடத்திலிருந்து உனக்குத் தமிழ்ல ஆர்வம் வந்திருக்கலாம்.

– இருக்கலாம்... அவர்களுக்கும் அதில் பங்கிருக்கிறது.

– நீ டெலிபோன்ல பேசினப்போ எனக்குப் புரியலை. பேசின தமிழைக் கேட்டு, கிட்டத்துலதான் இந்தியாவிலிருந்து வந்திருக்கணுமென்று நினைச்சேன். பிறகு நீ பவானியுடைய பெண்ணுன்னு சொல்ல எனக்கு ஆச்சரியம். ஒன்றிரண்டுமுறை அவர்கள் வீட்டிற்கு அதாவது உங்கள் வீட்டிற்கு வந்திருக்கிறேன். நீ அப்போது குழந்தை. அப்போது இங்கே பக்கத்தில் துரைசாமின்னு புதுச்சேரிக்காரர் ஒருவர் இருந்தார். அவருக்கு என்ன வேலைன்னா, நம்ம ஆட்களைப் பத்தித் தப்பாச் செய்திகள் வந்ததென்றால் முதல் வேலையாக, அன்றைக்கு மாத்திரம் DNA[13], பேப்பரை வாங்கி பத்திரப்படுத்தி வைத்துக்கொண்டு வருகின்ற போகின்றவர்களிடத்திலெல்லாம் சொல்லிக்கொண்டு திரிவார். எங்க வீட்டு மனுஷனிடம் அந்தப் பேப்பரைப் படித்துக்காட்டி இருக்கிறார். அவரும் அதைக் கையோடு கொண்டுவந்து என்னிடத்தில் காட்டினார். அன்றைக்கெல்லாம் எனக்குத் தூக்கமில்லை. புதுச்சேரியில் முதன் முதல் உங்க அம்மாவைப்

பார்த்தப்ப, எனக்கே பொறாமையாக இருந்தது, அவ்வளவு அழகா இருப்பா. மாதாவே! பவானியை கரிக்கட்டையாகப் பார்ப்பேன்னு நினைக்கலை. மதாம் ஷர்மிளாவின் கண்கள் சட்டென்று குளமாயின. முந்தானையால் கண்களைத் துடைத்துக்கொண்டாள். சோபாவில் முன்னும் பின்னும் கால்கள் வந்துபோயின, தேவையின்றி முந்தானையை எடுத்து பெரிய மார்புகள் தெரிய விசிறிக்கொண்டாள். உடல் இடமும் வலமுமாக அசைந்து பின்னர் அமைதியானது. ஹரிணிக்கும் என்னவோ செய்தது. தலை குனிந்தபடி அமைதியாக இருந்தாள்.

– எங்க டெலிஃபோன் ந்யுமெரோ (எண்)[14] யார்கொடுத்தது?

– வீட்டிலிருந்த ஒரு கர்னேயில் கண்டுபிடிச்சேன். உங்களால் முடிஞ்ச அளவு அந்த சம்பவத்தை விரிவா சொல்ல முடியுமான்னு யோசிச்சுப் பாருங்களேன்.

– நீயும்தான் வந்ததிலிருந்து கேட்டுக்கொண்டிருக்கிற, அந்தச் சந்திப்புல எனக்கெதுவும் முக்கியமா நடந்தமாதிரி தெரியலை. ஏன், என்ன தெரிஞ்சுக்கணுமென்று நினைக்கிற?

– எனக்கும் அதற்கான காரணத்தைச் சொல்லத் தெரியலை. ஆனா அம்மாவைப் பற்றி எதுவென்றாலும் தெரிஞ்சுக்கணுமென்று ஆசை. கொஞ்ச நாளா மும்முரமா அப்படியொரு வேட்டையிலே இறங்கியிருக்கேன்.

– இரும்மா... வந்ததிலிருந்து உன்னைச் சும்மா உட்காரவச்சிப் பேசிக் கொண்டிருக்கிறேன். காப்பியாவது போட்டுவரேன்.

– வேண்டாங்க மதாம், எதுக்கு உங்களுக்குச் சிரமம். பக்கத்திலதான் வீடு. போனதும் சாப்பிடவேண்டியதுதான்.

– இருக்கட்டுமே... இதோ இரண்டு நிமிடத்தில் வந்திடறேன்.

ஹரிணியின் பதிலுக்குக் காத்திராமல் சமையலறைக்குள் நுழைந்து விட்டாள்.

சுவரில் மாட்டியிருந்த படமொன்றில் சந்தோஷமாக இரண்டு பெண்பிள்ளைகளை முன்னால் நிற்கவைத்துக்கொண்டு, மதாம் ஷர்மிளாவும், மிஸியே பூபெலும் சிரித்துக்கொண்டிருந்தார்கள். உரிந்திருந்த வால்பேப்பர்களில், கரப்பான்களுக்கான அடையாளம். ஆங்காங்கே தீய்ச்சல் கண்டதுபோல அழுக்குகள். ஒரு பக்கம் வெளிச்சமிட்ட கண்ணாடித் தொட்டியில், இவளை ஜாடையாகப் பார்த்தபடி மீன்கள் தங்கள் எல்லையில்

இடித்துக்கொள்கின்றன, அவற்றைச் சீண்டுவதுபோலச் செயற்கைக் காற்றுக் குமிழிகள் தொடர்ந்து நீர்ப்பரப்பில் வெளிப்பட்டு, அதேவேகத்தில் மறைந்தும் போகின்றன. மேசையில் ஜானிவாக்கர் விஸ்க்கி போத்தல். அருகில் குடித்து முடிக்காத விஸ்க்கி கண்ணாடித் தம்ளரில், இவளுக்குத் தலையை வலித்தது. சொல்லிக்கொண்டு போகலாமா என்று நினைத்தாள்.

– ஒன்று மட்டும் எனக்கு ஞாபகமிருக்கு, உங்க அம்மாவை அறிமுகப்படுத்தினபோது தேவசகாயம் என்னன்னு சொன்னான் தெரியுமா?

காப்பிக் கோப்பையை ஒரு தட்டில் ஏந்தியபடி மதாம் ஷர்மிளா சொல்லிக் கொண்டுவந்தாள்.

– என்ன சொன்னார்?

– அவளை மாத்தா ஹரின்னான்.

11

'நான் சிறுமியாக இருந்த போதே கங்கைக்கரையில் ராஜாக்கள் முன்பாக நடனமாடியிருக்கிறேன்...' என பாரீஸ் நகரக் கனவான்கள் அவருடைய காலடியில் கிடந்தபோது பெருமையாகச் சொல்லிக் கொண்டவள்.

– *யாரு?*

– *நீங்கள் குறிப்பிட்ட மாத்தா ஹரி.*

– *அப்படியா? அவ யாரு?*

– சொல்றேன், அதற்கு முன்னாலே எனக்குச் சில தகவல்கள் வேண்டும். எதனாலே பவானி அம்மாவை, தேவசகாயம் மாத்தா ஹரியென்று சொல்லணும். முதலிலே அன்றைக்கு நடந்தது எதுவுமே ஞாபக மில்லைன்னு சொன்ன நீங்க, பிறகு மாத்தா ஹரிங்கிற பேரை நினைவுல கொண்டுவர முடியுமென்றால் அதற்கு ஏதாச்சும் காரணம் இருக்கணுமே?

– *அப்படித்தான் வச்சுக்கோயேன். அன்றைக்கு நான், பத்மா, பவானி, தேவசகாயமென்று ஓட்டலுக்குப் போனபோது, அங்கே தேவசகாயத்திற்குத் தெரிஞ்சவங்க என்று இரண்டு பேரை பார்த்தோம். ஒருவன் பிரான்சிலிருந்து வந்திருந்தான், பேரு என்னன்னு ஞாபகமில்லை. ஆனால் இன்னொரு ஆளோட பேரு அருணாசலம் என்று ஞாபகம்.*

– அவர் என்ன புதுச்சேரியா, தேவசகாயத்திற்கு நண்பரா?

– *ஒருவகையில் புதுச்சேரிதான்.*

– விளங்கலை.

– பேரைக் கேட்க நம்ம ஊரு பேரு மாதிரி இருக்கிறது, ஆனால் முகத்தைப் பார்க்க சீனாக்காரன் மாதிரி இருந்தான். ஆனா ரொம்பக் காலமா புதுச்சேரியிலதான் இருக்கிறானாம்.

– மாத்தா ஹரிங்கிற பேரு எப்படி?

– பீச்சுல முதன்முதலில் நாங்க பார்த்துக்கொண்டபோது என்னை பவானிக்கு அறிமுகப்படுத்திய தேவசகாயம், அவளைப் பற்றி எதுவும் சொல்லலை. எனவே ஓட்டலுக்குள் நுழைந்து காலியாக இருந்த மேசையைத் தேடி அமர்ந்ததுமே நான் அவனிடம், இவங்க யாரென்று எனக்குச் சொல்லலையே என்று கேட்டேன். அதற்கு அவன், என்னை மன்னிக்கணும் ஷர்மிளா, என்றவன், இவங்கதான் பவானி அலியாஸ் மாத்தா ஹரி, பத்மாவுக்கு பிரண்டு, எனக்கும் தெரிஞ்சவங்க என்றான் மாத்தா ஹரி என்ற சொல்லை உச்சரித்தபோது, கண்ணைச் சிமிட்டினான் அதற்கு என்ன அர்த்தம்னு எனக்கு விளங்கலை. பவானிக்கும் அதுதான் நிலைமைன்னு அவ முகத்தைப் பார்த்ததும் புரிஞ்சுக்கிட்டேன். பத்மா எதுவும் சொல்லலை. அதே சமயம் தேவசகாயத்தின் பார்வை பக்கத்து மேசைக்காய்த் திரும்பியது, அங்கிருந்தவர்களும் இவனைத் திரும்பிப் பார்த்தனர். எதேச்சையாக நடந்ததென்று அந்த நேரம் நினைச்சேன்.

– பிறகு?

– பவானி தனக்குச் சாப்பிட எதுவும் வேண்டாம், காப்பி மட்டும் போதுமென்று பிடிவாதமாக இருந்ததால், எல்லோருக்குமே காப்பி என்றானது. எழுந்திருக்கும் நேரம், பக்கத்து மேசை யிலிருந்து சீனாக்காரன் மட்டும், எழுந்து வந்தான். தேவாவை டாய்லெட்டுப் பக்கம் அழைத்துப் போனான். அப்போதுதான் தேவாவுக்கு ஏற்கெனவே அவன் தெரிஞ்சிருக்கணுமென்று புரிஞ் சது. சில நிமிடங்களுக்குப் பிறகு இருவரும் திரும்பி வந்தனர். அவர்கள் திரும்பிவரட்டுமென்று காத்திருந்தது போல, பக்கத்து மேசையில், எதிர்ப்பக்கம் அமர்ந்திருந்த பிரெஞ்சுக்காரன் அவர்களோடு சேர்ந்து கொண்டான். இம்முறை அவர்களிடம், தேவசகாயம், பவானியைக் காட்டி இவங்கதான் நான் சொன்ன மாத்தா ஹரின்னு சொல்ல, அவர்கள் கண்களை அகலவிரித்து, சரியான தேர்வுதான் என பிரெஞ்சில் சொல்லிவிட்டுப் புறப்பட்டுச் சென்றனர்.

– அவர்கள் யார் என்னவென்று நீங்கள் கேட்கலையா?

– பத்மா வாய் திறக்கலை. அவளுக்கு அவர்களைப் பற்றிக் கொஞ்சமேனும் தெரிந்திருக்கணும். பவானியைப் பொருத்தவரையில், தான் இவர்களோடு சம்பந்தப்பட்டவள் அல்ல என்பதுபோலத்தான் அன்றைக்கு நடந்துகொண்டாள். நான்தான் இவர்கள் யாரு தேவான்னு கேட்டேன். அப்போதான் அவர்கள் இரண்டுபேர் பெயரையும் சொல்லி, தெரிந்த சினேகிதர்களென்றான்.

– பிறகு எப்போதாவது அந்த இருவரையும் பார்த்தீங்களா?

– இல்லைம்மா... அதற்குப் பிறகு இரண்டு மூன்று நாட்களில் காரைக்கால் திரும்பிட்டேன். அதுபற்றி விசாரிக்கணும்னு தோணலை.

– மாத்தா ஹரிங்கிற பேரு உங்களுக்கு வித்தியாசமாகப் படலையா?

– இல்லை. 'தேவா'வைத் தெரிஞ்சவங்களுக்கு அப்படித்தோண வாய்ப்பில்லை. அவன் வீட்டிலே என்ன மாதிரியான படங்களை மாட்டி வச்சிருப்பான்னு நினைக்கிற, இந்து மதத்தில் இருக்கிற அத்தனை பெண் தெய்வங்களையும் மாட்டிவைச்சிருப்பான். முகவரி தெரியாம பூசாரி வீட்டிற்கு வந்துட்டோமோ என்று நினைப்போம். அவன் வயதுக்கும், வெளியில் அவனைப் பார்க்கிறவர்களுக்கும், முரண்பாடாகத் தோணும். நிஜமா அப்படித்தான் நடந்துகொண்டான். சில நேரங்களில் ஆவேசம் வத்தவன்போல, இந்த உலகத்தில் அரக்கர்களும், பாவ ஆத்மாக்களும் பெருகிவிட்டார்கள், அவர்களை அழிப்பதில் நமக்கெல்லாம் பொறுப்பிருக்கிறது என்பான். மற்றபடி அவனை எதுவும் சொல்ல முடியாது. அதனால மாத்தா ஹரின்னு சொன்னப்ப, அவன் வீட்டில் மாட்டிவைத்திருக்கிற பெண் தெய்வங்களில் ஒண்ணுன்னு நினைச்சுட்டேன்.

– இல்லை. நீங்க நினைப்பதுபோல மாத்தா ஹரி பெண் தெய்வமில்லை.

– பின்னே?

– அவள் ஒரு நடனப்பெண்மணி. பெண் உளவாளி, மோகினிப்பிசாசு என வர்ணிப்பதுமுண்டு. இரண்டு நாட்களுக்கு முன்புதான் அவளைப் பற்றிய ஒரு புத்தகத்தை

வாங்கிப் படிக்க ஆரம்பிச்சிருக்கேன். படித்தவரை இருபதாம் நூற்றாண்டின் ஆரம்பத்தில் அப்பெயருக்கு மிகப்பெரிய ஈர்ப்புச் சக்தி இருந்திருக்கிறது. கீழை நாடுகளின் மகத்துவத்திற்கும் கனவுகளுக்கும், கற்பனைகளுக்கும், கலைகளுக்கும் அவள்தான் ஏகப்பிரதிநிதி என்பது போலே நடந்துகொண்டிருக்கிறாள். அவளுடைய முக தரிசனத்திற்கு ஏங்காத கனவான்கள் இல்லையென்று சொல்லலாம். அவளது கையை வாங்கி முத்தமிட ஐரோப்பிய ராணுவ அதிகாரிகள் வரிசையில் நின்ற காலமுண்டு. இந்து மதத்தின் புனிதவதிகளில் ஒருத்தியாகத் தன்னைப் பிரகடனப்படுத்திக்கொண்டு பாரீஸில் தங்கி கிமெ' அரங்கில் அவள் நடனமாட, பணக்காரர்கள் கூட்டம் நிரம்பிவழிந்தது. 1917 ம் ஆண்டு பிப்ரவரி மாதம் பாரீஸில் கைது செய்யப்பட்டபோது, ஐரோப்பாவே வியப்பில் ஆழ்ந்தது. நம்ப மறுத்தது.

– அவளைத் தேவடியான்னு சொல்லு....

– ஒருவகையிலே நீங்கள் சந்தேகிப்பதுபோல வாழ்க்கை நடத்தினவங்கதான். தவிர, முதல் உலகப் போரில், ஜெர்மானியருக்கு ஆதரவாக உளவுவேலையில் ஈடுபட்டவளெனக் குற்றச்சாட்டுவேறு. மாத்தா ஹரியை அறிந்தவர்கள், அவள் உளவுவேலை பார்த்தவள் என்பதை இன்றைக்கும் நம்ப மறுக்கிறார்கள். அவளைக் கைது செய்வதற்கும், குற்றஞ் சுமத்தவும் உண்மையில் போதிய ஆதாரங்கள் இல்லை. அவள் நிரபராதியா குற்றவாளியா என்ற விவாதம் அவள் இறப்புக்குப் பிறகும் தொடர்கிறது. அவளைச் சுற்றிலும் சுவாரஸ்யமான, ஏராளமான வதந்திகள். எதை நம்புவது? எதை நம்பக்கூடாது என்பதில்கூட குழப்பம். குற்றஞ் சுமத்தியவர்கள் அவளது விசாரணையை ரகசியமாக நடத்தினார்கள். ஜெர்மானியர்கள், பிரெஞ்சுக்காரர்கள், ஹாலந்து நாட்டவர், ஸ்பானியரென விசாரிக்கப்பட்ட சாட்சிகளில் பல தேசத்தவரும் இருந்தனர். சாட்சிகளிலும் நிறைய முரண்பாடுகள். அவளைப்பற்றிய அவரவர் கற்பனைக்கேற்பக் கதைகள் சொன்னார்கள், மேடை நாடகங்கள் அரங்கேற்றினார்கள். திரைப்படங்கள் தயாரித்தார்கள். 1964ம் ஆண்டுவரை அவளைப்பற்றிய ஆவணங்களை பிரெஞ்சு அரசு மறைத்து வந்திருக்கிறது. இன்றைக்கு ஆவணங்களைப் பார்க்க அனுமதிக்கப்பட்டிருப்பது உண்மையென்றாலும், புதிர்களின் எண்ணிக்கை கூடியிருக்கிறதே ஒழிய குறைந்தபாடில்லை. காப்பிக் கோப்பைகளைக் கொண்டுபோய் வச்சுட்டு வந்திடுங்களேன்

தவிர காரைப் பார்க்கிங்கில் நிறுத்தும்போது, போக்கிரிப் பையன்கள் கும்பலாக நின்றிருந்தார்கள், பயமாக இருக்கிறது, எட்டிப்பார்த்துவிட்டு வந்துவிடுகிறேன்.

– பர்தோம்மா (மன்னிக்கணும்)' சுவாரசியமாப் பேசிக்கொண்டிருந்ததுல கோப்பைகளைக் கவனிக்கவில்லை. காரைப் பற்றிப் பயப்பட ஒன்றுமில்லை, இரவு நேரங்களில்தான் ஏதாச்சும் செய்வார்கள் – என்ற ஷர்மிளா காலியாகயிருந்த காப்பிக்கோப்பைகளை எடுத்துக்கொண்டு உள்ளே சென்றாள்.

அவள் உள்ளே செல்லவும், ஹரிணியின் கைத்தொலைபேசி ஒலித்தது. கைப்பையை அவசரமாகத் திறந்து என்னவென்று பார்த்தாள், ஞாயிற்றுக்கிழமை வீட்டில் இருப்பாயா? இருப்பாயென்றால் வீட்டிற்கு வருவேன் அரவிந்தன், என எஸ்.எம்.எஸ். அரவிந்தன் அரவிந்தன் இருமுறை சொல்லிப் பார்த்துக்கொண்டாள். இரண்டு மாதங்களுக்கு முன்பு ஸ்ட்ராஸ்பூரிலிருந்து பாரீஸுக்கு இரயிலில் போகிறபோது, இவளோடு அவன் பயணம் செய்தது நினைவுக்கு வந்தது. புதுச்சேரியைச் சேர்ந்தவனென்றும், தனது மூத்த சகோதரியைப் பார்க்க ஸ்ட்ராஸ்பூர் வந்ததாகவும் தெரிவித்திருந்தான். பயணத்தின் ஆரம்பத்திலிருந்த இடைவெளி பாரீஸை நெருங்கும்போது, குறைந்திருந்தது. இருவரும் கலகலப்பாக ஐஸ்வர்யா ராய், லகான், தேவதாஸ் என சமீபத்தில் பிரான்சில் ஏற்பட்டிருந்த இந்திய சினிமாவின் தாக்கம் பற்றிக் கலகலப்பாகப் பேசியதும், பேச்சின் இடையில், தொலைபேசி எண்களைப் பரிமாறிக்கொண்டதும் நினைவுக்கு வந்தது. அவனுக்கு என்ன பதில் சொல்லலாம் என்று யோசித்தாள். எதுவாக இருந்தாலும் இப்போது வேண்டாமென்று தீர்மானித்தாள். இவள் கவனத்தைக் கலைப்பதுபோல 'கூ..கூ.. கூ.. கூ.. கூ.. கூ..' வென்று குரல். தலையை உயர்த்தி எதிரே சுவரைப் பார்த்தாள். அங்கே ஒவ்வொரு மணி நேரத்திற்கும் குருவியொன்று வெளிப்பட்டுச் சத்தமிடும் சுவிஸ் குக்கூக் கடிகாரமொன்று மாட்டப்பட்டிருந்தது. வீட்டுக்குள் நுழைந்தபோது வால் பேப்பரில் இருந்த கரப்பான் கறைகள்கூட தெளிவாகப்பட்டன, இத்தனை அழகாக இருக்கிற சுவர்க்கடிகாரம் கண்ணிற்படாதது ஆச்சரியம். அப்போதுதான் அங்கிருந்த பல பொருட்களும் மிகப் பழையதாகத் தெரிந்தன. அமர்ந்திருந்த சோபாகூட நைந்து, அதை விரிப்பொன்றின் மூலம் மறைத்திருப்பதைக் கவனித்தாள். சன்னலிற் தெரிந்த திரைகளில் தூசு மண்டிக்

கிடந்தன. சன்னற் கதவுகளையும் துடைத்து நாட்களாகி இருக்க வேண்டும், நிறைய ஒட்டடைகள், வலைப்பின்னல்களாகத் தெரிந்தன. நிறுத்தி இருந்த கண்ணாடி அலமாரியின் நடுவில் ஒரு பழைய தொலைக்காட்சிப் பெட்டி, அதனருகே, வீட்டில் பெண்பிள்ளைகள் இருப்பதை அடையாளப் படுத்துவதைப்போல ஒரு டெடிபியர், கண்ணாடிப்பெட்டிக்குள் தஞ்சாவூர் பொம்மை, ரோஸ்வுட் யானைகள், அல்சாஸ் பிரதேசத்தின் பிரத்தியேக உடை அலங்காரத்துடன் கூடிய பெண் பொம்மை ஒன்று, லாமினேஷனில் சிரித்துக்கொண்டிருந்த சிறுமிகள், அருகில் தரையிலிருந்த சிறிய மண்ஜாடியில் 'அமாரில்லி' தாவரம்... எனப் பார்வையாற் தொட்டுக்கொண்டிருந்த ஹரிணியின் கவனத்தைக் கலைப்பதுபோல காலடிகள். மதாம் ஷர்மிளாவின் கையில் ஒரு சிறிய சீனப் பீங்கான் தட்டு, அவள் பார்வை, கடிகாரத்தின் மீது படிந்ததை ஹரிணி கவனித்தாள்.

– யாரையாவது எதிர்பார்க்கிறீர்களா, வேண்டுமானால் இன்னொரு நாளைக்கு வருகிறேனே, என்றாள்.

– அதெல்லாம் ஒன்றுமில்லை. நேரமானா சாப்பாட்டுக்கு மேசையை ஒழுங்கு பண்ணலாமே என நினைச்சேன். பிரெஞ்சுக்காரர்கள் மாதிரி அநேகமாக நீங்க எல்லாம் ஏழுமணிக்கே சாப்பிட்டுவிடுவீங்க இல்லையா?

கொண்டுவந்த தட்டை மேசை மீது வைத்தாள்.

– என்னங்க இது?

– தமிழ்க் கடைக்குப்[17] போயிருந்தேன். நெத்திலி மீன் வந்திருக்கிறதா சொன்னாங்க. வாங்கிவந்தேன். ரொம்ப நாளாச்சு பஜ்ஜிபோட்டு, எனவே மதியம் செய்தேன். நீ வருகிறேன் என்று சொன்னதும் எடுத்துவச்சேன்.

– எதற்கு இப்படி சிரமப்படறீங்க? சாப்பாடெல்லாம் ஒன்றும் வேண்டாம். நான் போன் பண்ணவுடனேயே தயக்கமில்லாம, என்னை வீட்டுக்குக் கூப்பிட்டீங்க. அன்பா உபசரிக்கிறீங்க, இதுவே பெரிய விஷயம்.

– ஹரிணி, நீயும் எம்மகள் போல. உங்கிட்ட சொல்றதுக்கு என்ன? எம்புருஷன் வேற யாருமில்லை, சொந்த அத்தை பையன். கல்யாணத்துக்கு முந்தியே அப்படி இப்படின்னுதான் இருந்தார். மனிதர் திருந்திடுவார்னு சொன்னாங்க. சம்பாதிக்கிற காசெல்லாம் அல்கோலுக்குன்னு (மது)[18] ஆனது. உனக்கு

நம்ம பாண்டிச்சேரிக்காரங்களைப் பத்தித் தெரியுமே. சிலர் ஒழுங்காகவும் இருக்கலாம், அவங்களைச் சொல்லலை, ஆனால் நிறைய பேரு, ஒருத்தன் மாத்தி ஒருத்தன், அடுத்தவங்க வீட்டுக்குப் போறதே, தன் வீட்டுலே குடிச்சது போதாதுன்னு அங்கேயும் விஸ்கி பாட்டிலைத் திறந்து வச்சுக்கணும் என்பதற்காக. வந்தவுடனேயே ஆரம்பித்து விடுவார்கள். பெண்கள் குசினிக்குள்[19] இருப்போம். பிரெஞ்சு ராணுவத்துல பணிபுரிந்திருப்பார்கள், அவர்களை ராணுவ வீரர்கள் என்பதை விட எடுபிடிகள்னு சொல்லலாம். துப்பாக்கியைத் தொட்டுப் பார்க்காதவன்கூட, தான் இல்லையென்றால் பிரெஞ்சு ராணுவமே இல்லையென்பதுபோல பேசுவான். பிறகு எம்.ஜி.ஆர் என்பான், சிவாஜி என்பான். வேற ஒரு மசுரும் தெரியாது. விடிய விடிய குடிப்பார்கள். பெண்களாகிய நாங்கள் மீனையும், கறியையும் வறுத்தோ, பிரட்டியோ, அவர்கள் தின்று முடிக்க தின்று முடிக்க, குசினிக்கும் சலோனுக்குமாக[20] நடந்து, அவர்கள் சாப்பிட்டு முடித்த தட்டை நிரப்பவேண்டும். எனக்கு அலுத்துப்போச்சு. நேரம் பார்த்துக்கொண்டிருந்தேன். அதற்கேத்தமாதிரி ஒரு சம்பவம். ஒருநாள் வந்திருந்தவர்களில் ஒருவன், இரவு பதினோரு மணிக்கு குஸ்கூஸ்[21] வேண்டுமென்று சொல்ல, எங்க வீட்டுக்காரரும் தலையாட்டினார். செய்து முடிக்கப் பன்னிரண்டு ஆகிவிட்டது. வந்திருந்தவன் மனைவியும், நானுமாக மேசைமீது வைத்துவிட்டு, அருகிலிருந்த சோபாவில் அமர்ந்து டி.வியில் ஓடிக்கொண்டிருந்த தமிழ்ப் படத்தைப் பார்த்துக்கொண்டிருக்கிறோம். சாப்பிட்டுக்கொண்டிருந்த ஆள், மதாம் கொஞ்சம் கிட்டவாங்க என்றான். நானும் அதைப் பெரிதாக எடுத்துக்கொள்ளாமல் அருகிற் சென்றேன். பல சமயங்களில் கல்மிஷமில்லாமற் பேசிக்கொள்வதுண்டு. அன்றைக்கும் அப்படித்தானென்று நினைத்தேன். அவன் பக்கத்தில் சென்றதும், என்னிடத்தில் 'குஸ்கூஸ்' ரொம்பப் பிரமாதம் என்றான். பிறகு சட்டென்று என் முதுகிற் தட்டினான். பக்கத்திலிருந்த என் வீட்டுக்காரர் சிரிக்கிறார். அந்த ஆள் பொண்டாட்டியும், அதைப் பெருசா எடுத்துக் கொள்ளலை. நான் பல்லைக் கடித்துக்கொண்டிருந்தேன். அந்த ஆள் விடுவதாக இல்லை. மறுபடியும் எழுந்து வந்தான். என் வீட்டுக்காரரும் அந்த ஆள் பெண்டாட்டியும் கெக்கே பிக்கேயென்று சிரிக்கிறார்கள். வந்தவன் இந்தமுறை என் பின்புறத்தில் கையைவைத்து, இங்கேதான் தட்டணுமென்று நினைத்தேன், தவறிப்போய் முதுகில் பட்டுட்டுது என்கிறான்.

எனக்கு வந்தது ஆத்திரம். பத்ரகாளியாக மாறிட்டேன். சாப்பிட்டுக் கொண்டிருந்த தட்டை அவன் தலையில் வீசினேன். கோபத்துடன் எழுந்துவந்த எம்புருஷனுக்கும் அதுதான் நடந்தது. வந்த ஆள் தலையிலிருந்து ரத்தம் கொடகொடவென்று கொட்ட எல்லோரும் பயந்துபோனார்கள். ‘ஆ... ஊ...’ என்றார்கள். நான் போலிஸைக் கூப்பிட்டால் உங்களுக்குத்தான் ஆபத்து, வீணா வம்பிழுக்க வேணாம், பத்து நிமிஷத்துலே, நீங்க வீட்டைக்காலி பண்ணலை என்றால் இங்கே கொலையே விழும்; என்று சொல்லிவிட்டு, எனது அறைக்குள் புகுந்து கொண்டேன். பத்து நிமிடம் கழிந்திருக்கும், வந்து பார்க்கிறேன். ஒருத்தரும் இல்லை. எங்க வீட்டுக்காரனும் அவங்களோட சேர்ந்து போனவர்தான். அதற்குப் பிறகு வரவில்லை. பிறகு கோர்ட் கேஸ் என்றாகி விவாகரத்து ஆனது. இப்போ எங்க வீட்டுக்காரர் அந்தப் பொம்பிளையோடுதான் இருக்கிறார். எங்க பெண்கள் ரெண்டுபேரும், இங்கேயும் அங்கேயுமா இருக்கிறாங்க. நான் வருடத்துல பாதி நாளு அநாதைபோலத்தான் இருக்கேன். என் அண்ணன் தம்பிகளெல்லாம் ‘பரி’ (Paris) யிலதான் இருக்காங்க. அங்கே வந்துவிடச் சொன்னாங்க. எனக்கு இந்த ஊரு பழகிட்டது. நீ போன் பண்ணதும், பவானி பெண்ணுன்னு சொன்னதும் எவ்வளவு சந்தோஷப்பட்டிருப்பேன் தெரியுமா? அதனால் இன்றைக்கு எங்கூட சாப்பிட்டுட்டுத்தான் போகணும். சாதம் சாப்பிட விருப்பமில்லைன்னா, பிஸ்ஸா இருக்கிறது, இல்லை மெர்கெஸ்[22] பகத்[23] இருக்கிறது, எதுவென்றாலும் செய்து தறேன்.

– ஹரிணி சிறிது நேரம் அமைதியாக இருந்தாள். மதாம் ஷர்மிளாவின் முகத்தைப் பார்த்தாள், பேசி முடித்த உதடுகளில், உள்ளுணர்வின் ஈரம். அவளுடைய கைகளை இறுகப் பற்றினாள்.

– எழுந்திரும்மா... பஜ்ஜியை எடுத்துக்கோ. சூடா இருக்கும்போதே சாப்பிடணும். இப்பவே ஆறித்தான் இருக்கணும். வேண்டுமானா இன்னொருமுறை ‘மைக்ரோவேவ் ஓவன்ல’ சுடவச்சி கொண்டு வரட்டுமா?

ஹரிணி அவளிடமிருந்து விலகி நேராக உட்கார்ந்தாள்.

– மன்னிச்சுக்குங்க, ஏதோ அம்மா நினைப்புல.

– அதற்கென்னம்மா, நீயும் எம்மகள் போலன்னு ஆரம்பத்துலேயே சொன்னேனே. பஜ்ஜியைச் சாப்பிடு.

எதிரே இருந்த பஜ்ஜியில் இரண்டு எடுத்துச் சாப்பிட்டு விட்டு போதுமென்றாள். தண்ணீர் கொண்டுவரச்சொல்லிக் குடித்தாள். மீண்டும் மதாம் ஷர்மிளாவே உரையாடலைத் தொடர்ந்தாள்.

— எதிலோ ஆரம்பித்து என்னென்னவோ பேசிக்கொண்டிருந்துவிட்டோம். உங்க அம்மாவுக்கும், இந்த மாத்தா ஹரிங்கிற பெண்மணிக்கும் என்ன சம்பந்தம் இருக்க முடியும்?

— எனக்கும் அதுதான் கேள்வி? அவளைப்பற்றி எப்படிச் சொன்னா உங்களுக்குப் புரியுமென்று எனக்குத் தெரியவில்லை. ஆனாலும் உங்களிடம் சொல்வது அவசியமென்று நினைக்கிறேன். இந்தியப் புராணங்களில் சொல்லப்படுவதுபோல அவள் ஆண் அரக்கர்களை மயக்க, தேவர்கள் அனுப்பிய ரம்பை அல்லது ஊர்வசியாக இருக்கலாம். தந்திரசாலி ஆனால் பலவீனமானவள், ஏமாற்றுக்காரி ஆனால் ஏமாற்றப்பட்டவள். சட்டப்படி தண்டிக்கப்பட்டவள் ஆனால் உண்மையில் நிரபராதி. அசாதாரணமான வாழ்வைத் தேடிக்கொண்டவர்களில் ஒரு சிலர் அநியாயமாகத் தண்டிக்கப்பட்ட வரலாறு உண்டு. மாத்தா ஹரி அதற்கான ஒரு பரிதாபமான உதாரணம். இந்த மாத்தா ஹரிக்கும் அம்மாவுக்கும் என்ன சம்பந்தம் இருக்குமென்று கேட்டீர்கள். இரண்டுபேருமே நல்ல அழகு, உறுத்தும் மற்றொரு விஷயம், அநீதியாக மாத்தா ஹரி தண்டிக்கப்பட்டது. ஒருவேளை அம்மாவுக்கும் அது பொருந்துமென்றால் அம்மாவுடையது தற்கொலையல்ல கொலை என்றாகிறது.

— அம்மாவைப் பற்றிக்கூட ஏதேதோ வதந்திகளைக் கேள்விப்பட்டேன்மா

— என்ன சொல்ல வறீங்கன்னு புரியுது. மாத்தா ஹரிக்கும் அதுதான் நிலைமை. எதையும் நம்மால் உறுதிப்படுத்த முடியாது. மாத்தா ஹரியை வேசி என்றார்கள். ஆனால் அவளோ, கணவரைப் பிரிந்து பாரீஸுக்கு வந்த ஆரம்பத்தில் நிர்வாண ஓவியத்திற்கான மாடலாக நிற்பதற்குக்கூடத் தயங்கியவள், பின்னர் அவளே மோசமான முன்னுதாரணமாக மாறிப் போனாள். அதற்கான காரணங்களையும் பார்க்கவேண்டும். நெருக்கடிகளையும் புரிந்துகொள்ளவேண்டும். இன்னுமொரு சேதி, இன்றைக்கும் பவானி அம்மா பெண்ணியல்வாதியாக இருந்ததன் அடையாளமாக அவள் வைத்திருந்த புத்தகங்கள்

வீட்டில் இருக்கின்றன. அப்படியே மாத்தா ஹரியின் வாழ்விலுங்கூடச் சராசரிப் பெண்களினின்று வேறுபட்ட ஒருத்தியைப் பார்க்கிறோம். இருபதாம் நூற்றாண்டின் ஆரம்பத்தில் ஐரோப்பாவில் பெண்களின் நிலைமை மிக மோசமாக இருந்தது. சமுதாயத்தில் கடைநிலையிலிருந்த பெண்களும், தொழிற்சாலைகளிலிருந்த பெண்களும், ஆண்களைவிடக் கடுமையாக உழைக்க வேண்டிய கட்டாயம். சரி, மேட்டுக்குடி பெண்களின் நிலைமையாவது நன்றாக இருந்ததாவென்றால், இல்லை. பெரும்பாலான நேரங்களில் மாளிகைகளில் அடைத்து வைக்கப்பட்டு, வாரிசுகளைப் பெற்றுத் தருவதே அவர்களுடைய கடமை என்று உணர்த்தப்பட்டது. இங்கே அதாவது பிரான்சில் 1944 வரை பெண்களுக்கு ஓட்டுரிமைகூட இல்லை. இந்திய நிலைமைக்கு மாற்றாக பிரான்சில் விதவைப்பெண்களும், கணவரைவிட்டுப் பிரிந்துவாழும் பெண்கள் மட்டுமே சுதந்திரமாக இருக்கமுடியும் என்ற நிலைமை. அப்படி ஒரு சுதந்திரத்திற்காக கணவனை விஷம் வைத்துக் கொன்ற மதாம் லபார்ழ் (Madame Lafarge) வழக்கும் அப்போது மிகப் பிரசித்தம். அந்த உண்மைச் சம்பவத்தின் அடிப்படையில்தான் ப்ளோபெர் (Flaubert) என்ற எழுத்தாளர் மதாம் பொவாரி என்ற புகழ்பெற்ற நாவலையும் எழுதினார். இதை எதற்காகச் சொல்கிறேனென்றால், அன்றைய தேதியில் ஒரு சில பெண்கள், தாங்கள் சராசரிப் பெண்கள் அல்ல என்பதை நிரூபிக்கவும், ஆண்களை விரலசைவில் வைத்திருக்கவும் முயன்றிருக்கிறார்கள். அவர்களில் நமது மாத்தா ஹரியும் ஒருத்தியாக இருக்கலாம்.

– மாத்தா ஹரி பேரைக் கேட்டா ஏதோ நம்ம ஊர்க்காரி மாதிரி தெரியுதே.

– தன்னை இந்துமத தேவதையென்று சொல்லிக்கொண்டாள். அவள் மார்கெரித்தா, ம்கீரீத், கிரீத், மர்த்தா என பல பெயர்களில் அழைக்கப்பட்டாலும், தன்னை மாத்தா ஹரியென்றே, உலகம் அழைக்கவேண்டுமென நினைத்தாள். ஆரம்பத்தில் சொன்னதுபோன்று, 'சிறுமியாய் இருந்த போதே கங்கைக்கரையில் ராஜாக்கள் முன்பாக நடனமாடியிருக்கிறேன்...' என, பாரீஸ் நகர கனவான்களிடம் கதைவிட்டவள் உண்மையில் அவள் பிறந்தது இந்தியாவிலல்ல, ஹாலந்து நாட்டில். அவளது உண்மையான பேரு மார்கெரித்தா–ஜீயர்ற்றுய்தா செல். தகப்பன் பெயர் ஆடம் செல், அந்த ஆள் சின்னதாய் ஒரு தொப்பிக்கடை

வைத்திருந்தான். வியாபாரமில்லை. வரவுக்கு மேல் செலவு செய்தவன். ஆடம்பரப் பிரியன். மார்கெரித்தாவுக்கு பதினைந்து வயது ஆனபொழுது, வீட்டிலே அடைந்து கிடந்த அம்மா இறந்து போனாள். கடன்காரர்கள் தொல்லை. பிள்ளைகளை வைத்துக் கொண்டு ஆடம்செல் படும் துன்பங்களையும், பிள்ளைகள் அவரை வெறுத்ததையும் கண்ட அரசாங்கம், அவளுடைய இரு சகோதரர்களையும், அவளையும், உறவினர் ஒருவரிடம் ஒப்படைத்தது. மார்கெரித்தா ஆசிரியர் பயிற்சிப்பள்ளியில் சேர்க்கப்பட, விடுதியில் தங்கிப் படித்துவந்தாள். கட்டான உடல், வெல்வெட்டு போல கண்கள். தலைமயிரை அவிழ்த்து விட்டால், இடுப்பைத் தொடும், அத்தனை அழகு.

12

***1893*ம் ஆண்டு, லா ஹே (la Haye). நகரம்., ஹாலந்து...**

இரவு நேரம். ஆசிரியர் பயிற்சிப்பள்ளியின் விடுதி. எங்கள் அறை 'ப' வடிவக் கட்டடத்தின் மத்தியில் இருந்தது. சன்னலுக்கு வெளியே நிலவொளியில் நனைந்தபடி நூல் பிடித்ததுபோலக் காரை பூசாத செங்கற் கட்டடங்கள். தூண்களுக்கிடையில் சலவைக் கற்களிட்ட கூடங்களில், முடிந்த இடங்களில் நிலவொளி படிந்திருந்தது. எனது வாழ்க்கைப் பயணத்தில் சற்றே இளைப்பாற உதவிய சுமைதாங்கி கட்டடத்தின் முன்பகுதியில் செடிகள், கொடிகள், வளர்ந்த மரங்கள். தப்பாய் ஒரு செடியை, ஒழுங்கு தவறிய ஒரு தாவரத்தை, எல்லை கடந்த கிளைகளைப் பார்க்கமுடியாது. விடுதியின் தகுதியை ஒரு வகையில் வெளி உலகத்திற்கு அறிவிக்கும் ஊடகம். அடுத்து ஒழுங்கு செய்யப்பட்ட பாதைகள். அதில் பரப்பப்பட்டிருந்த சரளைக்கற்களிலிருந்து சில்வண்டுகள் எழுப்பும் சத்தம்.

எதிரே மரிவான் ஷீன்பெக், அவள் கண்கள் கலங்கியிருந்தன. இரவு பன்னிரண்டு மணிக்கு மேலிருக்கலாம். மறுநாளிலிருந்து விடுதிக்கும் - எனக்குமான உறவு துண்டிக்கப்பட இருந்த நிலையில், இருவருக்குமே உறக்கமில்லை. ஓராண்டுக்கு முன்பு ஆசிரியர் பயிற்சிப் பள்ளியில் சேருவதற்கென்று வந்தபோது, விடுதி நிர்வாகி, எனது அறைத்தோழியாக, கொடுத்திருந்த பட்டியலில் யாரைத் தேர்வு செய்திருக்கிறாய் எனக் கேட்டதும், அப்படியான தேர்வுக்கு உடன்பாடில்லை என்று சொன்னதும், 'வேறொரு பெண் உன்னைத் தேர்வு செய்திருந்தால், அவளுடன் தங்க "உடன்படுவாயா என அவர் மீண்டும் கேட்டதும் நினைவுக்கு

வந்தன. அன்றையதினம் அப்படி என்னோடு தங்குவதற்கு விருப்பம் தெரிவித்தவள் மரிவான் எனத் தெரிந்துகொண்டபோது முதலிற் தயங்கி, பின்னர் சம்மதித்ததும் நினைவுக்கு வந்தது. அடுத்து வந்த நாட்களில் விடுதியிலும் சரி, பயிற்சிப் பள்ளியிலும் சரி, சேர்ந்தே இருந்தோம். ஒவ்வொரு விடுமுறையின் போதும் ஆம்ஸ்டெர்டாமில் இருந்த அவளது வீட்டிற் சென்று தங்கியதும், அங்கு நடந்த உபசரிப்பும் என் நினைவுக்கு வந்தது. அவளைப் பிரிந்து செல்லும் வேதனையை முதன் முதலாய் உணர்கிறேன். அவள் கண்களை நேராய்ப் பார்க்க எனக்கு பலமில்லை. மரிவான் தேம்புகிறாள். எதையோ சொல்ல முற்பட்டு, சொற்கள் அவள் தொண்டைக் குழியிலிருந்து காற்றுக் குமிழ்களாக மேல் நோக்கி நகர்வதும், திறந்தவாய் அதனை ஓசைப் படுத்த வழியின்றி, கண்களைக் கெஞ்ச, பொலபொலவென்று கண்ணீர்.

- அழாதே மரி, எனக்கு இனியும் இங்கே தங்கிப் படிக்க விருப்பமில்லை, என்கிறேன்.

- பள்ளி நிர்வாகிக்காகவா? அந்தக் கிழத்தை இன்னும் சிறிதுகாலம் சமாளிக்க முடியாதா? உனக்குச் சொல்லிக்கொடுக்கவேண்டுமா என்ன? மரிவான்

- முடியாது மரி. நிலைமை ஆக மோசம். விடுதியைவிட்டு நான் எங்கேயும் போகக்கூடாது என்ற கட்டுப்பாட்டினை எனக்கு விதித்திருக்கிறான் என்பது உனக்குத் தெரியும். ஏதாவதொரு காரணத்தினை வைத்துக்கொண்டு அடிக்கடி அவனது அலுவலக அறைக்குக் கூப்பிட்டனுப்புகிறான் என்றும் 'சொல்லியிருக்கிறேன். இப்போது அது அதிகரித்துவிட்டது. பல்லை இளித்துக்கொண்டு கண்ணே மூக்கே எனக் கிழம் பேசும் வசனங்களைக் கேட்டு அலுத்துப்போச்சு, அதுகூடப் பரவாயில்லை. கையை வைத்துக் கொண்டு சும்மா இருப்பதில்லை. எதற்காகத் தலையைக் குனிந்துகொள்கிறாய். நான் சொல்வதை நம்ப மறுக்கிறாய். அப்படித்தானே?

- அநேக சமயங்களில் எதையும் மிகைப்படுத்திச் சொல்கிறாயோ என்ற சந்தேகம் எனக்குண்டு, மார்கெரித்தா.

- நீ கூடவா என்னைச் சந்தேகப்படுகிறாய். உன்னிடமிருந்து எதை மறைத்திருக்கிறேன். பரம்பரை பரம்பரையாக எங்கள் குடும்பம் மேட்டுக்குடியென்பதும், கோட்டைபோன்ற வீடும், அப்பா தொப்பிக் கடை நடத்தியதும், நோயாளி அம்மாவும், அவள் முடங்கிக்

கிடந்த அறையும். முகம்பட்டுத் தேய்ந்த சன்னற்கம்பிகளும், எல்லாம் உண்மை. அடுத்தடுத்துச் சோதனைகள், பதினைந்து வயதில் அம்மாவின் இழப்பு. வரவுக்குமேல் செலவு என்று வாழ்ந்த அப்பா, அதை ஏற்கும் பக்குவம் அவருக்கும் இல்லை, எனக்கும் இல்லை. வாழ்க்கையில் ஜெயிக்கணும் மரி. அதற்கு என்ன விலையென்றாலும் கொடுக்கத் தயார். மாளிகையிலிருந்து தெருவுக்கு வந்தேன், மீண்டும் மாளிகைக்குத் திரும்பவேண்டும். அதற்கான முதலீடு என்ன என்பதையும் அறிந்திருக்கிறேன்.

- என்ன உனது அழகா?

சொல்லிவிட்டு என்னைச் சிறிது நேரம் நேராக அவதானிக்கிறாள்.

- ம். உண்மைதான் மார்கெரித்தா, எத்தனை அழகாக இருக்கிறாய், இப்போது கூடப் பாரேன், உயிர்ப்புள்ள கருஞ்சிவப்பு உதடுகளும், எடுப்பான மூக்கும். மொழுமொழுவென்ற கன்னமும், சுருள்கம்பியொத்த அடர்த்தியான மைவண்ணத் தலைமயிரைப் பாந்தமாக வாரிச் சுருட்டி தலைப்பட்டை ஒன்றில் அடக்கியிருந்தும், அவை கட்டுக்கடங்காமல் முன்நெற்றியிலும் காதோரங்களிலும், பின்புறக் கழுத்திலும் விழுந்து கிடப்பதைப்பார்க்க, தேவதையைப் பார்ப்பது போல இருக்கிறது. அதை நினைக்க அச்சமாகவும் இருக்கிறது. மறுபடியும் உன்னைச் சந்திப்பேனா?

- நிச்சயமாக, அடிக்கடி கடிதம் எழுதுகிறேன். நீயும் தவறாமல் எழுது உன்னை மறுபடியும் சந்திப்பேன் என்கிற நம்பிக்கை எனக்கிருக்கிறது - என அவளுடைய கைகளிரண்டையும் எனது கைகளில் வாங்கிக்கொண்டு சொல்கிறேன். அவ்வுறுதிமொழி அர்த்தமற்றதெனவும், அவள் அச்சம் நியாயமானதென்றும் வெகு காலத்திற்குப்பிறகு பாரீஸ் நகரத்தில் ஓர் அதிகாலை நேரத்தில் உணர்ந்தேன்.....

- கிருஷ்ணா, நான் என்ன சொன்னேன் நீ என்ன செய்கிறாய்?

- பவானி, நீ இன்னுமா இங்கே இருக்கிறாய், போகவில்லை?

- இது நான் கேட்கவேண்டிய கேள்வி. அகால நேரத்தில் மீண்டும் இப்படி எழுந்து உட்கார்ந்து கொண்டு,

- வேண்டுமானால் இன்னொருமுறை படித்துப் பார்க்கறாயா? நீ நினைக்கிற மாதிரிதான் மாத்தா ஹரியை எழுதிகிட்டுவரேன். சில நேரங்களில் உன்னைப்பத்திச் சொல்றதா மாத்தா ஹரியைப் பத்திச் சொல்றதான்னு குழம்பிப்போறேன்.

- வேண்டாம்! நீ எழுந்திரு, உன்னைப் படுக்கச்சொன்னதாய் ஞாபகம்.

வலுக்கட்டாயமாக எழுப்பப்பட்டேன். இம்முறை அவளை நிமிர்ந்து பார்க்க பயம், பவானியின் குரல் போல ஒலித்தாலும், அவளல்ல. ஒருவேளை மாத்தா ஹரிதானோ?

- கிருஷ்ணா உனக்குப் புதிதாக எதைச் சொல்லப்போகிறேன். எனது தொடக்கம், முடிவு, அவை தொடர்பான உண்மைகள், பொய்கள், அனைத்தையும் நீ உள்வாங்கியவன், வேறு யாருக்காக பிறகு பதிவு செய்யப்படவேண்டும் என்று நினைக்கிறாய்.

- எனக்காக அல்ல, பவானிக்காக, குறிப்பாக உனது இந்தோனேசியா வாழ்க்கையைப் பற்றிப் பேசு. உனது எல்லா அவலங்களும் அங்குதானே ஆரம்பம்.

- 1897ம் ஆண்டு, தம்பதிகளாக நானும் எனது கணவரும் இந்தோனேசியாவில் வந்திறங்கினோம். 1900ம் வரை அங்கே நரக வாழ்க்கையென்றுதான் சொல்ல வேண்டும்.

அதிசயித்த ஆகாயமும், ஆர்ப்பரித்த பூமியும் சுவாசித்த காற்றும், அறிந்த நெருப்பும், பருகிய நீரும், உலகமெங்கும் ஒன்றுபோல இருப்பினும், நெருங்கிப் பார்க்கிற போது, அவற்றுக்கான குணங்கள் வேறென்று புரிகிறது. நெற்பயிரைக் குளிர்பிரதேசத்திலும், கோதுமையை வெப்ப காடுகளிலும் விவசாயம் செய்து, விளைச்சல் காணலாம். அவைகள் பால்களாக இருக்குமேயன்றி ஒருபோதும் அசல்களாகமாட்டாது. அமெரிக்காவில் பிறந்துவளரும் நீக்ரோக்களும், அமெரிக்கக் கறுப்பர்களாக - நகலாக - அடையாளப்படுத்த உதவுமே அன்றி அவர்கள் அசலான கறுப்பரினமல்ல. பிறப்பும், தொடக்கமும் ஒரு மண்ணுக்குச் சொந்தமாகிமிருக்க, மற்றொரு மண்ணுக்கு நிறைய எதிர்பார்ப்புகளுடன் புலம் பெயர்கிறோம். அங்கே தெளிவற்ற வாழ்க்கை - ஆணும் பெண்ணுமற்ற பிறவிபோல, வாழ்க்கைத் தேடல்கள். சொந்த மண் குறித்த நினைப்பு, போதைப்பொருள்போல அடிமையான மாத்திரத்தில், நம்மை விடுவதில்லை. அதன் இடும்புப்பிடியில் நமது நெஞ்சம். நமக்கோ உடல் மீது அக்கறை, அதற்கான பராமரிப்பு, அதற்கான உடை, அதற்கான வாசனை திரவியம் என்று அலைந்து திரும்ப, ஒரு நாள், ஒருகணம் ஏதோ உடைபடும் சத்தம், சிதிலம் அடைந்து இருப்போம். நமக்குள் நடந்து முடிந்த இந்த விபத்தை அறிகிற தளத்திற்கு வருகிறபோது காலம் கடந்திருக்கும். நமக்கென்று

ஒரு சிறையை ஏற்படுத்திக்கொண்டு அடைந்து கிடப்போம். இடையில் நம்மைச் சந்திக்க வருபவர்களுக்கென்று இருக்கவே இருக்கின்றன புனைக்கதைகள். பவானிக்கு பிரான்சுக்கு வந்த போது என்னென்ன பிரச்சினைகளோ, அப்பிரச்சினைகளையே இந்தோனேசியாவில் வந்திறங்கியபோது எனது அனுபவங்களாக இருந்தன. இருவருமே தவிர்த்திருக்கலாம். விதி வேறாக வாழ்வைத் தீர்மானித்திருக்கிறபோது, செய்வதற்கு என்ன இருக்கிறது. 1895ம் ஆண்டு ஐரோப்பியர்களிடையே காலனி நாட்டுக் கனவுகள் ஏராளம். பரபரப்பான ஐரோப்பிய நகரவாழ்க்கையும், ஆலைகளின் சங்கொலிகளும் அலுப்பினைத் தந்திருந்தன. வழக்கம்போல காலனிநாடுகளில் குடியமர்ந்த ஐரோப்பியர்களின் ராஜபோக வாழ்க்கையில் பங்களாக்கள், வேலைக்காரர்கள், வேட்டையாடுதல் மாதிரியான வசீகரச் சொற்கள் நிறைய இருந்தன. டச்சு கிழக்கிந்திய கம்பெனிகளில் பணிபுரிந்த, குறிப்பாக ராணுவ அதிகாரிகள் ஏதோ மேல் உலகத்திலிருந்து வந்தவர்களைப்போல நடந்துகொள்ள, அவர்களைக் கண்டு நாங்கள் பிரமித்தோம்.

ஆசிரியப் பயிற்சிப் பள்ளியிலிருந்து வெளியேறியிருந்த நேரம், எனது உறவினர் ஒருவர் வீட்டில் தங்கியிருந்தேன். ஒருநாள் காலை அன்றைய தினசரியைப் புரட்டிக்கொண்டிருக்கிறேன்.

'டச்சு கிழக்கிந்தியக் கம்பெனியின் ராணுவ அதிகாரி ஒருவருக்குத் தகுந்த மணமகள் தேவை, உரியவர்கள் விண்ணப்பிக்கவும்' என்ற விளம்பரம் கண்ணிற்பட்டது, எனது கனவுகள் நனவாகும் நேரமென்று மனம் குதூகலப்பட்டது. அந்த நிமிடமே எனது நிழற்படம் ஒன்றுடன், ராணுவ அதிகாரியான ருடோல்ப் மக் லெயோட் என்ற அந்நபருக்குக் கடிதம் எழுதினேன். கடிதத்துடன் இணைத்திருந்த எனது நிழற்படம் எப்படியும் ராணுவ அதிகாரியின் மனதை மாற்றி விடுமென்று தெரியும். இருவரும் சந்திக்கிறோம், அடுத்தடுத்து கடிதப்பரிமாற்றங்கள். எங்கள் திருமணம் உறுதிப்படுத்தப்படுகிறது. 1895ம் ஆண்டு ஜூலைமாதம் பதினோராம் தேதி நகர மேயர் முன்னிலையில் மோதிரம் மாற்றிக்கொண்டோம். இரண்டாண்டுகள் பிரச்சினைகள் ஏதுமில்லை. உலகில் பிற தம்பதிகளைப்போலத்தான் நாங்கள் வாழ்ந்தோம். அதற்கு அடையாளமாக எங்கள் முதல் ஆண்குழந்தையும் பிறந்தான். நோர்மன் (Norman) என்று அவனுக்குப் பெயரும் சூட்டினோம். தீர்மானித்தது போல அதற்கு அடுத்த சிலமாதங்களில் இந்தோனேசியாவுக்கு கப்பல் ஏறினோம். அவருக்கு 'அம்பாரவா' (Ambarawa) என்ற ஒரு சிறுகிராமத்து இராணுவ முகாமில் பணி என்று சொல்லப்பட்டது. சுற்றிலும்

காடு. திரும்புகிற இடங்களிலெல்லாம் சீந்தில் மரங்கள், போதா தற்கு கொசுத்தொல்லை வேறு. என் வாழ்நாளில் பார்த்தறியாத பறவைகளும் விலங்குகளும் விதவிதமாய்க் குரலெழுப்ப, முதுகுத் தண்டு சிலிர்க்கிறது. உறக்கமின்றித் தவிக்கிறேன். குழந்தை நோர்மன் அழுகிறான். முதன் முதலாக மனதில் தெளிவின்றி ஒரு பயம் மெல்ல எட்டிப்பார்க்கிறது. ஏமாற்றத்திற்குண்டான குழந்தையைப்போல் அழத்தொடங்குகிறேன். விடிய விடிய அழுகிறேன். பொழுது விடிகிறது. அடுத்துவரும் நாட்களை எப்படிக் கழிக்கப்போகிறேன் என்று வேதனையில் ஆழ்ந்த போது, நல்ல செய்தியொன்று கிடைத்தது. ருடோல்ப்க்கு மற்றொரு சிறிய நகரத்தில் பணியேற்குமாறு உத்தரவு. இப்புதிய பணியினால், வசதிகள் நிறைந்த மாளிகை போன்ற வீடு, கூப்பிட்ட குரலுக்கு ஓடிவருவதற்குப் பணியாட்கள், பொழுது போக்குவதற்கு வசதிகள் என ஓரளவு ஆரம்பத்தில் நிம்மதியாகவே இருந்தேன். ஒரு சில மாதங்களில் தலைகீழ் மாற்றம். ருடோல்ப் மோசமான மதுப்பழக்கத்துக்கு அடிமையானார். எனது அழகினைப் பிறர் பாராட்டுகிறபோதெல்லாம் மன உளைச்சல் அடைந்தார். ஒருநாள் மாலை ருடோல்பும், நானும் வெளியிற் சென்றுவிட்டுத் திரும்புகிறோம். எங்கள் காதுபட இரண்டு பெண்கள் பேசுகிறார்கள்,

- அந்தத் தம்பதிகளைப் பார்த்தா என்ன தோணுது? அவளைப் பார்க்க அழகாகவும், சின்னப்பெண் போலவும் இருக்கிறா. அந்த ஆளை விரும்பி மணம் செய்துகொண்டிருப்பாள் என்று நினைக்கிற?

- ம். இருக்காது. உன்னைப் போலத்தான் நானும் நினைக்கிறேன். அந்த ஆள் தூங்காமல் விழித்திருந்தால் ஒருவேளை, பத்திரமாக வைத்திருக்கலாம். இல்லையென்றால் ஆபத்து.

ருடோல்ப் அமைதியாக இருந்தார், 'பரவாயில்லையே' என்று நினைத்தேன். வீட்டிற்குள் நுழைந்தோமோ இல்லையோ, கதவை அறைந்து சாத்துகிறார். நான் வியப்புடன் திரும்பிப் பார்க்கிறேன். அவரது இருகைகளும் எனது மார்பில் விழுகின்றன. விரிந்த கைகளில் தனது பலம் அனைத்தையும் திரட்டிக்கொண்டு தள்ளியதில் என்ன நடந்ததென்று தெரியவில்லை. கண் விழித்த போது, வரவேற்பறையில் குடித்துக்கொண்டிருக்கிறார்.

ஏற்கெனவே குடித்து முடித்த போத்தல்கள் இரண்டு அருகிலேயே இருக்கின்றன. மெல்ல எழுந்து அமர்ந்தவள். அமைதியாக அவரைப் பார்த்துக் கொண்டிருக்கிறேன்.

– என்னடி என்ன பார்க்கிற?

– ‘...’

- எங்கிருந்து இத்தனை பாட்டில்கள் வெளியே வந்தன?

- ஏன் உனக்குக் கணக்குச் சொல்ல வேண்டுமா? உனக்குத் தெரியாமல் வாங்கிவைத்திருந்தேன்.

- குடிக்கவேண்டும் என்று தீர்மானித்த பிறகு, யாருக்குப் பயந்து ஒளித்து வைத்திருக்கிறீர்கள்?

- உனக்குப் பயந்து, உன் அழகுக்குப் பயந்து. உனது காதிலும் விழுந்ததே.

- அதற்கு நான் என்ன பண்ணட்டும்? அழகா இருப்பது என் குற்றமா?

- ஆமாம், அந்த அழகை வச்சு, வேண்டாம்... நான் என் வாயாலச் சொல்லக்கூடாது.

- ஏன் சொல்லவந்ததை முழுசாச் சொல்லிடுங்க.

- பச்சையா சொல்லணுமென்றால் நீ தேவடியா, போதுமா? பக்கத்துலே போயிட்டு வரணுமென்றாற்கூட அலங்காரம் பண்ணிக்க ஒரு மணி நேரமாகுது. ரஸம்போன கண்ணாடி முன்னால நின்னு ஸ்டிக்கர் பொட்டை ஒட்டிக்கொண்டு புறப்பட்டதையெல்லாம் மறந்தாச்சு இல்லையா?

- இல்லை எதையும் மறக்கலை. அப்பாவின் நினைவுகளோடு ஓட்டிய மழை, பாட்டியின் பெருமூச்சுகள், புதுச்சேரி கடற்கரை, மணக்குள விநாயகர் கோவில் மூலவர் மீது ஓடிவிளையாடும் மூஞ்சூறுகள், மார்கழிமாதக் காலைகள், மாக்கோலங்கள், மொட்டைமாடி, நுங்கு, சைக்கிள் மணியைத் தொடர்ந்து கேட்கிற பால்காரரின் குரல், கறுப்புக் கவுன், எழுதிய கவிதைகள் எதையும் மறக்கலை. எனக்குள்ள சிக்கலே அதுதான். இங்கே இரவில் ஒளிர்கிற நிலவும், பகலில் காய்கிற சூரியனுங்கூட வேறாக இருக்கிறது. மொழிக்கான பேதங்கள் இருக்கட்டும், அடிக்கடி ஒலிக்கும் தேவாலயத்து மணியின் நாதமுங்கூட எனக்குள் ஒட்டமாட்டேன்கிறது தேவா....

- இப்போ புரியுதா நான் எதற்காகக் குடிக்கிறேன் என்று... நீயும் விஸ்கி எடுத்துகிட்டா எல்லாம் மறந்திடும். பிறகு நான் நினைக்கிறதுபோல நீ மாத்தா ஹரிதான்- சித்தே முன்னே பேசினதுபோல நமக்குப்

பின்னே ஒருத்தரும் பேசமாட்டாங்க. மொத்தக் கூட்டமும் உன் காலில் விழும். மாத்தா ஹரிக்கும் அதுதான் நடந்தது.

- தேவா பலமுறை சொல்லிட்டேன், நான் மாத்தா ஹரி இல்லை. பவானி... பவானி... பவானி....

- உனக்கு பவானி, எனக்கு மாத்தா ஹரி.

மணியே, மணியின் ஒளியே, ஒளிரும் மணி புனைந்த அணியே, அணியும் அணிக்கு அழகே, அணுகாதவர்க்குப் பிணியே, பிணிக்கு மருந்தே, அமரர் பெரு விருந்தே பணியேன், ஒருவரை நின் பத்ம பாதம் பணிந்தபின்னே.

காலில் விழுகிறான். நான் விலகிக்கொள்கிறேன். மீண்டும் மீண்டும் பித்துப் பிடித்தவன்போல என் கால்களில் விழுகிறான். இப்படியே தொடர்ந்தால் பிரான்சு தெருக்களில் ஒருநாள் பைத்தியக்காரியாய் வீதிகளில் அலைவேனோ என்ற அச்சம். எவர் தோள் கிடைத்தாலும் போதும், உடைந்து அழுதுவிடுவேன் போலிருந்தது.

- தேவா, என்ன இது பைத்தியக்காரத்தனமா... எழுந்திருங்க.

எழுந்துகொண்டான். எழுந்தவன் அமைதியாக என்னைச் சிறிது நேரம் உற்றுப் பார்க்கிறான். மீண்டும் ஏதோ விபரீதம் நடக்கவிருக்கிறது என்பது மட்டும் புரிந்தது. சட்டென்று என் தலைமயிரைக் கொத்தாகப் பிடித்தான்.

- இதற்கெல்லாம் யார் காரணமென்று நினைக்கிற? நீ நீதான்.

- நான் என்ன செஞ்சேன்?

- அன்றைக்கு விழாவிலே என்ன நடந்தது? நாம இரண்டு பேரும் ஒன்றாக இருக்கிறோம், குளிர்பானம் கொண்டுவந்த பையன்கள் முதலில் உனக்குக் கொடுக்கிறார்கள்?

- அவர்களை நான் கேட்கலையே.?

- நீ வேண்டாமென்று சொல்லி இருக்கணும், முதலில் எனக்குக் கொடுக்கவேண்டுமென்று சொல்லி இருக்கவேண்டும். நீயும் பல்லை இளித்துக்கொண்டு எடுத்துக்கொள்கிறாய். உன்னுடைய அந்த இளிப்பு தப்பு, பார்வை தப்பு.

- ம்... தப்புத்தான்.

- கடைத்தெருவில் நாம் போன கடைகளுக்கெல்லாம், ஒருவன் தொடர்ந்து வந்ததைப் பார்த்தேன்.

- நாம் எத்தனை கடைகளுக்குப்போனோம், அவன் எத்தனை கடைகளுக்கு, நம் பின்னாடி, மன்னிக்கவும், அதாவது என் பின்னாடி வந்தான்.

- இரண்டு கடைகளுக்கும் வந்திருந்தான், ராஸ்கல் - இத்தனைக்கும் பொண்டாட்டி பக்கத்துல நிக்கிறா, வெள்ளைக்கார நாய்க்கு அறிவு வேணாம். அங்கேயே செருப்பைக் கழட்டியிருப்பேன்.

உங்களுக்குத்தான் அசிங்கம். நீங்க நினைக்கிற மாதிரி அவனும் நினைச்சா என்ன ஆகும்? யோசிச்சுப்பாருங்க.

– என்ன உளர்ற...?

– உளறல உண்மையைத்தான் சொல்றேன். அவன் பொண்டாட்டிக் காக அந்த இரண்டு கடைக்கும் நீங்க வந்ததா அவன் சொன்னா, முகத்தை எங்கே வச்சுக்குவீங்க? எதையும் உண்மை என்னவா இருக்குமென்று யோசித்துப்பார்க்கணும், அது சுயமா சிந்திச்சுப் பார்க்கிறவங்க செய்யறவேலை.

– என்னடி சொன்னே?

வீசி எறியப்பட்ட வேகத்தில் 'ணங்' கென்று நெற்றிப் பொட்டில் பட்டு உடைந்து விஸ்கி பாட்டில் சிதறுகிறது. அவனது கண்களில் உக்கிரம், மீசையை வருடியபடி என்னைப் பார்த்துக்கொண்டிருந்தவன் மீண்டும் சிரிக்கிறான். மெல்லத் தள்ளாடியபடி என்னிடம் வருகிறான். வலது கையை விரித்து முகத்தைப் பற்றியவன், அப்படியே தூக்கி நிறுத்த முயல்கிறான், மெல்ல எழுந்து கொள்கிறேன். சிரிப்பு... தொடர்ந்து சிரிப்பு... கட்டடமெங்கும் எதிரொலிக்கிறது. நான் நிற்க இயலாமற் தடுமாறுகிறேன்.

- நீ என்னவெல்லாம் இனி செய்யவேண்டும் என்று தீர்மானிச்சு வச்சிருக்கேன். என்னைக் கேட்காமல் இனி வெளியிற் செல்லக் கூடாது. இத்தனை நீளத்திற்கு தலை மயிர் வேண்டாம், மொட்டை அடித்து விடுவது நல்லது, ஏற்பாடு செய்கிறேன். யார்வீட்டுக்குப் போனாலும், ஆண்கள் கிட்ட நின்று பேசறதை நான் பார்க்கக் கூடாது.

தொடர்ந்து அழைப்புமணியின் சத்தம்... ஒற்றைவிரலைக்காட்டி என்னை அமைதியாய் இருக்கும்படி பணித்துவிட்டு, மெல்லச்

சென்று கதவைத் திறக்கிறான். இந்தோனேசிய கெம்பன் உடையில் இளம் வயதுப் பெண் நின்று கொண்டிருக்கிறாள்.

- கேப்டன் ருடோல்ப்.

- ம்...

- பேரு தசீமா, பக்கத்து கிராமத்துல இருந்து வறேன், வேலைக்காரச் சிறுமி வேண்டுமென்று கேட்டிருந்தீர்களாமே

- ஆமாம் நல்ல நேரத்திற்கு வந்திருக்கிறாய், என்றவர் அவளை அழைத்துக் கொண்டு அறைக்குள் நுழைந்து கதவை அடைத்துக்கொண்டார். குழந்தை நோர்மன் ஞாபகம் வந்தது. நல்லவேளை, இத்தனை அமளியிலும் அவன் அமைதியாக உறங்கிக்கொண்டிருந்தான். எனக்கு உறக்கமில்லை. நடுநிசியில் வேலைக்காரியை அழைத்துக்கொண்டு வெளியில் போனவர் விடியும்வரை திரும்பவில்லை... அன்றைய இரவும் என்னால் முடிந்தது அழுவது, அழுதேன்.

13

நான் நிறைமாத கர்ப்பிணி, மகள் 'நோனா' (Nonah) பிறக்க இருந்த நேரம். மே மாதத்தில் நாங்கள் குடியிருந்த தைம்பெங் பகுதியில் அவ்வளவாக மழை இருப்பதில்லை. இரவு பகலென்று தொடர்ந்து பெய்த மழை அன்றையதினம் ஓய்ந்திருந்தது. வானத்தில் அவ்வப்போது கூடிப் பயமுறுத்தினாலும், கலைந்து சென்ற மேகங்களைப் பார்க்க, மழை இனியில்லை என்று நினைத்தேன். திடீரென்று வெளிப்பட்ட சூரியன், எங்கள் இருப்பிடங்களுக்கு எதிர் வரிசையில் நின்றிருந்த தென்னங் கீற்றுகளை, பொன்னிறத்துக்கு மாற்றி இருந்தான். உண்ணிகள் போல ஒட்டிக்கிடந்த முற்றிய தேங்காய்களும் அந்த ரஸவாதத்திற்கு உட்பட்டுத் தங்கக்கட்டிகளாகக் குலைகளில் ஜொலிக்கின்றன. தலைமயிரைப் பிரித்துவிட்டது போலச் சடைசடையாய் விழுதுகள் மண்ணிற் புரள நிற்கும் ஆலமரங்கள். அவற்றுக்கிடையே காற்றடிக்கிற போதெல்லாம் சீழ்க்கை எழுப்பும் வளர்ந்த மூங்கிற்புதர்கள், மண்டிக்கிடக்கும் புற்கள், முட்புதர்கள். கவர்ச்சிகரமாய் வளைந்து நிற்கும் பனை மரங்கள், மண்ணில் விழுந்து சிதறிக் கேட்பாரற்றுக் கிடக்கும் பனம்பழங்கள், மொய்க்கும் கொசுக்கள், ஆண்பனைகளில் ராட்சத விரல்கள் போல வெளிப்பட்டு பயமுறுத்தும் பனம்பூக்கள், தென்னை ஓலைகளின் சலசலப்பு. பொதுவாகவே அங்கு வீசும் காற்றில் வறட்டுத் தன்மையுண்டு. வியர்வை நாளங்கள் முடுக்கி விடப்பட, கையோடிருக்கும் துவாலையால் துடைத்தபடி இருக்க வேண்டும். காற்று இதமாக வீசவே, வெளித்தாழ்வாரத்தில் ஒரு சாய்வு நாற்காலியைப் போட்டுக்கொண்டு அமர்கிறேன். வெகுதூரத்தில், மேகக்கூட்டங்களோடு கலந்து அமைதியாய்

நிற்கும் எரிமலைகள். திடீரென்று, அடிவயிற்றில் வலி. காரணத்தைப் புரிந்துகொண்டு, வேலைக்காரி தசீமாவை அழைத்தேன். இருவருமாய் மருத்துவமனைக்குப் புறப்பட்டுச் சென்றோம். செய்தி கேட்டு தாமதமாக வென்றாலும், மருத்துவமனைக்கு எங்களைத் தேடி ருடோல்ப் வந்தபோது மகிழ்ச்சியாக இருந்தது. மகளுக்கு 'நோனா' என்று மலாய் மொழியில் ஒரு பெயரை இருவரும் சேர்ந்தே தேர்வு செய்தோம். ராணுவ உடையிலிருந்த ருடோல்ப் மீண்டும் கம்பீரமாய்த் தெரிகிறார். ஹாலந்து முதற்சந்திப்பில் கண்டதைப் போலவே முகத்தில் அத்தனை பிரகாசம். எல்லாம் நிறைந்தவராக, எல்லாம் தெரிந்தவராக, எல்லாமே அவராக.. எனது முகத்தருகே அவரது முகாம் மோவாயைத் தீண்டியபடி. 'மார்கெரித்தா, சொல் உனக்கு என்ன வேண்டும்' என எழுப்பிய வினாவுக்கு என்னிடத்தில் பதிலில்லை. நான் அவரது கண்களைப் பார்த்தபடி இருக்கிறேன். இனி அப்பாவுக்கென எழுதும் கடிதங்களில் ருடோல்ப் பெருமைகளை நிறைய எழுதவேண்டும், என் தேர்வு பொய்யில்லை என்ற பெருமிதத்தை அப்பாவிடம் பகிர்ந்து கொள்ள வேண்டும், எனது ஆசிரியை பயிற்சிப்பள்ளித்தோழி-மரிவான் ஷீன் பெக், என்னை மறந்துவிடாதே, என்கிறாள். என்ன செய்வது வாழ்க்கையில் உண்மை என்று ஒன்றிருக்கிறதே, ருடோல்புக்கும் எனக்குமான சந்திப்பும் எனது இந்தோனேசியப் பயணமும், எங்கே தொடங்கியது, அதற்குப் பின் நேர்ந்தவைக்கும் யார் அல்லது எது காரணம்? வாழ்க்கை அழகானது எனக் கண்ட கனவுகள் எங்கே போயின?

அது பல புதிர்களை உள்ளடக்கியது என்பது புரியவந்ததாலா? எதிர்பாராத சம்பவங்களை எதற்காகவோ நிகழ்த்தி, தனது மகத்துவத்தைக் கூட்டிக் கொள்வதில் வாழ்க்கைக்கு ஏன் இத்தனை ஆர்வம்? ஒட்டுமொத்தமும் கற்பனையெனப் புரிந்துகொள்ள இரண்டொரு தினங்கள் பிடித்தது. மகளைப் பார்த்தாவது அவர் திருந்துவார் என்று நினைத்தேன். இல்லை, குடித்தார், மீண்டும் குடித்தார். வேலைக்காரி தசீமாவோடு அவர் அடித்த கூத்துகளை என்னவென்று சொல்ல? வேறொருத்தியை வேலைக்கு அமர்த்தினாலும், அது தொடருமென்று எனக்குத் தெரியும். உள்ளூர் மக்களின் வறுமை அவரது தப்பான காரியங்களை ஊக்கப்படுத்திற்று. அப்பெண்களின் பெற்றோர்கள் அதற்குத் தயாராகவே இருந்தார்கள். ஒரு சில நாட்களில் வேறு சில பெண்களும் வந்துபோக ஆரம்பித்தார்கள். அறையில் குழந்தை நோனாவுடன் கட்டிலில் படுத்திருக்க அத்தனை

அசிங்கங்களையும் கூச்சமின்றிச் செய்வார். சில நேரங்களில் அப்பெண்களின் கதறலைக் கேட்டுப் பதறி ஓடியிருக்கிறேன்.

அன்றைய தினம் புதன்கிழமை என்பதால் நாங்கள் குடியிருக்கும் பகுதியில், கூடுகிற சந்தைக்குச் சென்றேன். காய்கறிகளை வாங்கிக் கொண்டு வீட்டிற்குத் திரும்பியவள், கதவைத் திறக்கிறேன். திடீரென்று யாரோ வீறிட்டு அலறுவதைப்போல இருக்கிறது. முதலில் அது குழந்தை ஹரிணியாக இருக்குமோவென்ற சந்தேகம். அவளது அறைக்குச் சென்றுபார்க்க அமைதியாகத் தூங்கிக்கொண்டிருந்தாள். ஓரளவு வளர்ந்த சிறுமியின் குரல்போலிருக்க, மனதில் ஏதோ உதித்தது. அதை உறுதிப்படுத்திக்கொள்ள, வேகமாய் எங்கள் அறைக்குச் சென்று கதவைத் தள்ளினேன். உறைந்து போனேன்.

- தேவா இங்கென்ன நடக்கிறது?

- பார்க்கறீயே தெரியலை.

- இது அசிங்கம், இத்தனை நாளாக மத்தவங்க சொன்னப்ப நான் நம்பலை, பொய் சொல்கிறார்களோ என்று நினைத்தேன்.

- உனக்கு யாரு என்ன சொன்னாங்க? ஷர்மிளாவா... எங்கே பார்த்தாய் அவளை? இல்லை, ஒருவேளை இப்பவெல்லாம் நான் இல்லாத சமயமாகப் பார்த்து வீட்டுக்கு வருகிறாளா?

- ஏன் வீணாய் அவர்களை வம்புக்கு இழுக்கிறீர்கள். வீட்டிற்குள் நுழையக்கூடாது என முகத்திலடித்தாற்போல நீங்கள் சொன்னதை அத்தனை சுலபமாக அவர்களால் மறக்க முடியுமா என்ன? அவர்களுக்கும் உணர்வு இருக்கிறது, மறுபடியும் இங்கு வரத் தலையெழுத்தா என்ன?

- பின்னே யாரு, என்ன சொன்னார்கள்? பத்மாகிட்டே பேசினாயா?

- அவளா? எங்கே கிடைக்கிறாள். தொலைபேசி எண்ணைக்கூட மாற்றிவிட்டாளென்று சந்தேகம். சில நாட்களாகத் தொடர்பு கிடைக்கமாட்டேன் என்கிறது. அவள் மட்டும் கையில் கிடைத்தால் கடித்துக் குதறிவிடுவேன். ம்.... உங்களைப் பற்றிச் சொல்ல யாரும் எங்கிருந்தும் வரவேண்டாம். அக்கம்பக்கத்தில் உள்ளவர்களே போதும். ஏய் எழுந்திருடி, முளைத்து மூணு இலை விடலை, அதற்குள்ள உனக்கு ஆம்பிளை கேட்குதோ?

தமிழில் நான் பேசியபோதும் அவள் புரிந்துகொண்டாள். இதுவரை அமைதியாய் இருந்தவள், பதட்டமடைந்தவள் போலத் திடீரென்று கட்டிலிலிருந்து இறங்கிவந்தாள். ஆடையின்றி இருக்கிறாள்

என்பதைப் புரிந்துகொள்ள சில நொடிகள் பிடித்தன. மழையில் நனைந்த புறா போல, அவளுக்கு உடல் வெடவெடக்கிறது.

முதன்முறையாக நிர்வாணமாகப் பெண்ணொருத்தியைப் பார்க்கக் கண்கள் கூசுகிறது. அதிர்ச்சியில் என்ன பேசுவதென்று தெரியாமல் ஊமையாக நிற்கிறேன். அதைப் புரிந்துகொண்டவள் போலச் சடாரென்று என்னை இறுக அணைத்துக்கொண்டு முத்தமிடுகிறாள். மலத்தை மிதித்ததுபோல ஓர் அருவருப்பு. அவள் வாயிலிருந்து மதுவின் மணம். எனக்குக் குமட்டுகிறது. அவளை உதறுகிறேன்.

- மதாம் இன்றைக்கு மட்டும், கொஞ்ச நேரத்துலே போயிடுவேன். இல்லைன்னா, உங்க மிஸியேகிட்டச் சொல்லி வாங்கிக்கொடுங்க, நாளைக்கு அதற்கான பணத்தைக் கொடுத்திடுவேன். இங்கே பாருங்க, இது நல்ல வாட்ச், இருநூறு பிராங்க்குமேலே பெறும், உங்க மிஸியே அதை வேண்டாம் என்கிறார்.

- திருடின வாட்சா?

- இல்லை மதாம், எங்க அண்ணனுடையது.

- அவன் கொடுத்தானா?

- தலையைக் குனிந்து கொண்டாள், கணத்தில் அவள் முகம் மாறிப் போனது. என்னை மறந்தவளாக அவனிடத்தில் ஓடினாள்.

- மிஸியே மிஸியே... சில் வூப்ளே (தயவு செய்யுங்கள்.)

- கொடுக்கிறேன், நான் சொன்னபடி செய் - அவன்.

அப்பெண் தயங்குகிறாள், என்னைப் பார்க்கிறாள்... குழந்தை ஹரிணி வீறிட்டு அழும் சத்தம், ச்சீ என்று கதவை அடைத்துவிட்டு வெளியில் வந்தேன், தேவசகாயத்தின் சிரிப்பும் இடைக்கிடை இளம்பெண்ணின் அழுகுரலும் வெகு நேரம் தொடர்ந்தது.

செப்டம்பர் மாதம், ஹாலந்து நாட்டில் இளவரசி வில்லெல்மின் (Wilhelmine) பட்டத்திற்கு வந்ததைக் கொண்டாடும் வகையில், இசை நாட்டிய நிகழ்ச்சியொன்றை, இளம் ராணுவ அதிகாரிகள் இருவர் ஏற்பாடு செய்திருந்தார்கள். எனக்கு அதில் முக்கிய பாத்திரமென்றார்கள். சந்தோஷமென்றாலும், ருடோல்ப் சம்மதிக்கவேண்டுமேயென நினைத்தேன். நான் நினைத்ததற்கு மாறாக அவர் அனுமதித்தார். தன்னை வேவு பார்ப்பவளை இப்படியான நிகழ்ச்சியில் பங்கெடுக்க வைப்பதன் மூலம் கொஞ்சநேரம்தான் நிம்மதியாக இருக்கமுடியுமென

நினைத்திருக்கலாம். இசை நிகழ்ச்சி சிறப்பாக நடந்து முடிந்தது. ருடோல்ப் இருக்க பலரும் என்னுடன் நடனமாட விரும்பியதை ஏற்றுக்கொள்ளும் பக்குவம் அவருக்கில்லை. அவர் மனதில் தேவையற்ற சந்தேகங்கள். அவரது நடவடிக்கைகளுக்காக நான் பழிவாங்குகிறேனோ என்று நினைத்தார்.

- போதும் புறப்படு.

- எங்கே?

- எங்கே போகணும், வீட்டுக்குத்தான்.

- இன்னும் நிகழ்ச்சி முடியலையே, வந்திருப்பவர்கள் என்ன நினைப்பாங்க...

- இங்கே நான் என்ன நினைப்பேன் என்பதுதான் முக்கியம். ஏற்கெனவே உன்னிடத்தில் கிளிப்பிள்ளைக்குச் சொல்வதுபோல பலமுறை சொல்லி இருக்கிறேன், எவனாச்சும் பல்லை இளித்துக் கொண்டு கிட்டேவந்தால், ஒதுங்கிப் போகணுமென்று.

- நான் இல்லைன்னு சொல்லலை, ஆனா ஒரு நிகழ்ச்சிக்கு வந்திட்டு, ஒருத்தர்கிட்டேயும் பேசக்கூடாதுன்னா எப்படி, நானா ஒவ்வொருத்தனா தேடிப்போய்ப் பேசினேன்? அவர்கள் நிகழ்ச்சிக்கு நம்மை அழைத்தபோது, இப்படியெல்லாம் நடக்குமென்று தெரிந்தே, எனக்கு இதில் சம்மதமில்லை, நிகழ்ச்சிக்கு வரமாட்டான் என்றேன். நீங்கள் அவர்கள் எதிரில், இருவரும் போவதுதான் அழகு என்றீர்கள். உங்கள் உடம்பு முழுக்க விஷம். மற்றவர்கள் எதிரில் ஒரு பேச்சு, நாம் இருவரும் தனியாய் இருக்கையில் ஒரு பேச்சு. பிறவி நடிகன் எனச் சொல்லிக்கொள்கிறவனெல்லாம் பிச்சை வாங்கணும்...

- ம்

- என்னமோ முணுமுணுத்த மாதிரி கேட்டது.

- சத்தமாத்தான் பேசறேன், எனக்கென்ன பயம்?

- உனக்குப் பயம் மாத்திரமில்லை, உனக்கு வெட்கம், மானம் சூடு, சொரணை, எதுவுமில்லை. கொழுப்பெடுத்தவ. நீ கவிதை அது இதுன்னு எழுதறபோதே யோசிச்சிருக்கணும்.

- கவிதை எழுதற ஆண்பிள்ளைக்கெல்லாம் உடம்பில் கொழுப்பே இல்லையென்று சொல்லிடாதீங்க. நீங்க சொல்ற சூடு, சொரணைக் கெல்லாம் கொழுப்பு அவசியம் தேவை. அப்படி இருந்திருந்தா

என்னுடைய கவிதையை உங்களுடையதுன்னு சொல்லி அனுப்பி இருக்கமாட்டீங்க...

தேவா கையை ஓங்கினான். சாலையில் அனைவரும் பார்த்துக் கொண்டிருக்கிறார்கள்.

- உனது கையில் குழந்தை இருக்கிறது என்று பார்க்கிறேன், இல்லையெனில், வீதியில் இருக்கிறோம், மற்றவர்கள் பார்க்கிறார்கள் என்றெல்லாம் யோசிக்கமாட்டேன்.

- பரவாயில்லையே, தேவா படிப்படியாக உங்கள் குணத்தில் முன்னேற்றம் தெரிகிறதே, வீதிவரைக்கும் வந்திருக்கிறீர்கள், பாராட்டுகள், எனச் சொல்லிவிட்டு குழந்தையுடன் காரை நோக்கிச் சென்றேன்.

எங்களுக்குள்ளான விரிசல்களின் எண்ணிக்கை கூடிக்கொண்டு சென்றது. நாங்கள் பொருத்தமான தம்பதி அல்லவென்பதும் தெளிவாயிற்று. ருடோல்புடைய சிறுமையும், நேர்மையற்ற தன்மையும், மிருகக் குணமும், ஆணாதிக்க மனோபாவமும், சுதந்திரம், பெண்ணியம் என்றிருந்த எனது குணங்களுக்கு நேர்மாறாக இருந்தன. சுற்றிலும் நிறைந்திருந்த காட்டின் நிசப்தம், எனது அறைக்குள்ளும் எட்டிப்பார்க்கிறது. திறந்திருக்கும் சாளரத்தின் ஊடாகப் படபடத்தபடி அலையும் பட்டாம்பூச்சிகள்... ம்.. ஆயுட்காலம் குறுகியதென்றாலும், பொறாமை கொள்ளவைக்கும் வண்ணமயமான வாழ்க்கை. தனிமைக்குப் பழகுகிறேன். ஆனந்தமாக இருக்கிறது. ஒருவித யோகநிலை. அதைச் செயல்படுத்துவதற்கெனச் சில வழிமுறைகள் வைத்திருந்தேன். முழங்கால்களை மார்புபட முடக்கி, முன் கைகளால் அவற்றை இறுகப் பிடித்து, தலையை வளைத்து, முகத்தை புதைத்து, எனக்குள்ளேயே அடைக்கலம் தேடி, எனக்குள்ளேயே கரைய என்னுள் நிகழும் ஊமை அதிர்வுகளை அலட்சியம் செய்து, ஜாவாப் பிரதேசத்து எரிமலைகளைப்போல அமைதி காக்கவும், மரவட்டை போல சுருண்டு கிடக்கவும் கற்றிருந்தேன். ஆழ் துயிலில் விழுந்த உயிர்போல அசையாமல் பல்லிகளின் நடமாட்டத்தை அண்ணாந்து பார்த்தபடி இருப்பேன். வந்து போகும் தேனீக்களை எண்ணுவேன். சில நேரங்களில் எனக்கே என்னைப் பிடிக்காமற்போயிற்று. அப்படியான நாளொன்றில் தசீமா இராமாயண நாட்டிய நாடகம் பற்றி, ஒருமுறை கூறினாள், இரவுபகலாகத் தீவிர பயிற்சியெடுத்துக்கொண்டு, உள்ளூர்ப்பெண்கள் புனிதச் சடங்காக அதை மேடை யேற்றுவதை மிக ஆர்வத்துடன் விவரித்தாள். சென்றுப்

பார்த்தேன். அக்கலைவடிவம் ஆச்சரியத்தை அளித்தது. வெற்றுக் காதல் தாபத்தையும், தகுதி இன்மையையும் வெளிப்படுத்துவது மாத்திரம் அதன் நோக்கமல்ல என்பதைப் புரிந்து கொண்டேன். வேட்கை என்பது மதங்களுக்கான அடிப்படைத்தேவை மட்டுமல்ல, மனித உயிர்களின் அடிப்படைத் தேவைகூட என்பதையும் அப்போது அறிந்தேன் - மார்கெரித்தா, மாத்தா ஹரியாக மறுபிறவி கண்டதும், முத்திரைகள் பிடிக்க எனது விரல்கள் பழகவும் அன்றுதான் ஆரம்பம்.

14

இந்தோனேசிய மக்கள் வெகு காலமாகவே ராமாயணம், மகாபாரதம் போன்ற காவியங்களை நாட்டிய நாடகமாக நடத்தி வருகிறார்களாம். வாழ்க்கையே ஒரு கலைதானே? அசைவு தானே உயிர்களின் அடையாளம் மரம் செடிகொடிகள்கூட அசையும்போதுதானே அழகு பெறுகின்றன, தேங்கி நிற்கும் நீரைவிடச் சலசலத்து ஓடும் நீர்தானே அழகு காற்றுகட மெல்ல வீசினால்தானே சுகம். நமது செயல்கள் அனைத்தும் அபிநயங்களிற்றானே ஆரம்பிக்கின்றன? இரு உயிர்களுக்கான உறவுத்தேடுதல்களுக்கும், பிற புரிதல்களுக்கும், பாவமும், முத்திரையும் உலக மொழியல்லவா? வாழ்க்கையில் உள்ள நெளிவு சுளிவுகளை - ரகசியங்களை எத்தனை நளினமாக அசைவுகள் பேசுகின்றன. மேடையில் ஆட்டமும் அபிநயமும், பின்னணியில் ராகமும் தாளமும், இடையிடையே சுகபாவமாய் தீர்மானங்கள், விடிய விடிய ரசிக்கலாம் - உணர்வுக்கான தளத்தினை விரித்து, பார்வையாளர்களைக் கனவுலகில் சஞ்சரிக்க வைக்கிற ஆழ்கடல் அலைகளொத்த அசைவுகளும், சிருங்கார உடல்மொழியும் சுலபத்தில் மறக்கக் கூடியதா என்ன? சமயமும், சடங்கும், பிரதான வெளிப்பாடாக இருந்த போதிலும், கேட்ட வர்ணமும் பார்த்த கூத்தும், இன்றைக்கும் என்னைப் பரவசத்தில் ஆழ்த்துகிறது.

இப்புதியசாளரம், கடந்த சில மாதங்களாக நான் அறிந்திருந்த சிறை வாழ்க்கையிலிருந்து விடுதலை பெற உதவியது உள்ளூர்ப் பெண்களைப் போல உடுத்தவும் நடனமாடவும் விரும்பினேன் ருடோல்பும் கிழக்கிந்திய ராணுவ அதிகாரிகளின் காலனிய

வாழ்க்கை முறையும் மறந்து போனது. இந்துமதத்தின் புராணக்கதைகளைக் கேட்கவும், அதன் தாத்பரியங்களை விளங்கிக் கொள்வதிலும் ஏராளமாய் ஆர்வம். ருடோல்ப் அதனை எப்படி எடுத்துக்கொண்டிருப்பாரென்று உனக்குச் சொல்வது அவசியமற்றது. ஓர் ஐரோப்பியப் பெண்மணிக்கான இடம், தொடர்புகள், காப்ரிகள் கூட்டத்தோடு அல்ல என்பதில் அவர் தெளிவாக இருந்தார். வயது குறைந்த தனது இளம் மனைவி, வண்ண வண்ணமாய்ப் பட்டாடைகள் உடுத்திக்கொண்டு தேவதைபோல வலம்வருவதை எந்தக் கணவனாற் பொறுத்துக்கொள்ள முடியும். குடோல்ப் மனதில் வேறொரு எண்ணமும் இருந்திருக்கவேண்டும், எனது இப்புதிய ஆர்வத்தை, அவருக்கு எதிரானதாக, அவருக்கு எரிச்சலை உண்டு பண்ண, நான் விரும்பியே செய்ததாக நினைத்தார். எனது தரப்பில் எனக்கு விருப்பமானவற்றில் நான் ஆர்வம் காட்ட அவர்தரப்பில் வழக்கம்போல அவருக்கு விருப்பமானவற்றில் தொடர்ந்து ஈடுபாடு காட்டிவந்தார். வீட்டிற்கு வந்தால், ருடோல்பின் பேச்சு என்பது. - என்ன நோர்மன் ஒழுங்காகச் சாப்பிட்டானா? நோர்மனுக்காக முயல் குட்டி ஒன்றுக்குச் சொல்லி இருந்தேனே, வந்து சேர்ந்ததா? நோர்மனுக்கென்று பிரத்தியேகமாகக் கேக் செய்யச்சொல்லி இருந்தேன், கொடுத்துவிட்டுச் சென்றார்களா? -மகன் நோர்மனை மையமாகவைத்தே இருக்கும். அவன் மேல் அளவுகடந்த பாசம் வைத்திருந்தார். பதிலுக்கு நானும் 'ஆம்' அல்லது 'இல்லை' என்ற இரண்டு சொற்களில் எனது உரையாடலை முடித்துக் கொள்வேன். பிறகு அவரவர்க்கென்று வழக்கமான தேடல்கள் இருந்தன. எனக்கு கண்ணைப்பறிக்கும் ஆடையில், இந்துக்களின் நடனத்தைக் கற்றாக வேண்டும், அவர்கள் மாயாலோகத்தில் எனக்கான இடத்தை உறுதி செய்திட வேண்டும். இந்து தேவதைகள் இனிமையான வாக்கு சாதுர்யத்தை உடையவர்கள், சிவந்த மேனிக்குச் சொந்தக்காரர்கள், யௌவன மதர்ப்போடு இருப்பவர்கள், மங்களத்தைக் கொடுப்பவர்கள், எனக்கு அவர்களே கதி. ருடோல்புக்கு மது முக்கியம். இரவானால் உள்ளூர்ப் பெண்கள் வேண்டும். ஆளுக்கொரு திசையில் நடக்கிறோம், நாட்கள் கழிந்தன. மீண்டும் ருடோல்புக்கு உத்தியோக உயர்வு என்று செய்திவந்தது. ஆனால் இம்முறை சுமத்திராவுக்கு கிழக்கிலிருந்த மெடான் (Medan) ராணுவ முகாமிற் பணி. புறப்படுவதற்கான நாளும் நெருங்கியது, என்னிடம் ஒரு வார்த்தை இல்லை. ருடோல்ப் அவரது பொருட்களை மட்டும் எடுத்து அடுக்கி வைத்துக்கொண்டிருந்தார். சில பொருட்கள் தோணியில் பயணிக்கவென்று முதல்நாளே வண்டிகளில் அனுப்பப்பட்டன. ருடோல்ப் செல்லமாக வளர்த்த

நாய் 'பிளாக்கி'யும் பயணத்திற்கு தயார் செய்யப்பட்டது. எனக்கு ஆத்திரம், கோபத்துடன் ருடோல்ப் எதிரே போய் நின்றேன்.

- ருடோல்ப், உங்கள் மனதில் என்ன நினைத்துக்கொண்டிருக்கிறீர்கள்? என்னையும் பிள்ளைகளையும் என்ன செய்வதாய் உத்தேசம்?

- இங்கே பார், மார்கெரித்தா. உனக்குப் புரியுமென்று நினைக்கிறேன். முதலில் அவ்வளவு தூரம் பயணம் செய்வது நமது பிள்ளைகளுக்கு ஆகாது, அதுவும் தவிர அங்கே என்ன நிலைமை என்றும் தெரியவில்லை. வசதிகள் கூடிய புதிய இருப்பிடம் தருவார்கள் என்பது உண்மை. ஆனால் அதைப் போய்ப் பார்த்து ஒழுங்குபடுத்தவேண்டும். போனவுடனேயே தங்கலாம் என்று நினைத்துவிட முடியாது. புது இடமென்றால் செய்வதற்கு எவ்வளவோ இருக்கின்றன. அவற்றையெல்லாம் செய்து முடித்தபின்புதான் உங்களை அழைத்துச் செல்லமுடியும். இவைகளெல்லாம் நான் விளக்கிச் சொல்ல முடியாது. நீ அதற்கான பெண்மணியும் அல்ல.

- அதுவரை நாங்கள் இங்கேயே இருக்கலாமா? -

- முடியாது. இங்கு மாற்றலாகிவரும் வேறொரு அதிகாரியின் குடும்பத்திற்கு நமது இருப்பிடத்தை விட்டுக்கொடுக்கவேண்டும். அதுதான் சட்டம். வேண்டுமானால் ஓரிரு கிழமைகள்வரை நாம் தங்கலாம்.

- பிறகு எங்கள் கதி?

- நீ நம்பிக்கொண்டிருக்கிற இந்து தேவதைகள் உனக்கு உதவமாட்டார்களென்று எனக்குத் தெரியும்... எனது பிள்ளைகள் இருக்கிறார்கள். அவர்களுக்காவது மாற்று ஏற்பாடு செய்யவேண்டும். நண்பர் வான் ரீட் (Van Rheede)டிடம் சொல்லி இருக்கிறேன். அவர் வீட்டில் தங்கிக்கொள்ளலாம். அங்கே நிலைமை சீரடைந்தவுடன், நான் உங்களை அழைத்துக்கொள்கிறேன்.

வெகுநாட்களுக்குப் பிறகு எங்களிடையே நடந்த உயிர்ப்புள்ள உரையாடல். ருடோல்ப்பிடம் அதற்குமேல் எதுவும் எதிர்பார்க்கமுடியாது. திருமண நாள் முதல் கவனித்துவருகிறேன், அவரது தீர்மானங்களே வென்று இருக்கின்றன. நான் பேச என்ன இருக்கின்றது. தவிர ருடோல்ப் எடுத்திருந்த முடிவும், ராணுவமுகாமில் நடைமுறையில் இருந்து வந்ததே அன்றிப் புதிதல்ல. அவசரத்திற்கு ராணுவ அதிகாரிகளில் பலரும் தங்களுக்குள் இப்படித்தான் உதவிக்கொண்டார்கள். 'வான்

நாகரத்தினம் கிருஷ்ணா ❖ 115

ரீட்டும் அவரது மனைவியும், ஓரளவிற்கு எனக்கும் ஏற்கெனவே அறிமுகமானவர்கள். அதிகாரிகளுக்கான விருந்துகளின்போதும், விசேடங்களின்போதும் ஓரிரு சம்பிரதாய வார்த்தைகளை அவர்களோடு பகிர்ந்துகொண்டிருக்கிறேன். அவர்களோடு தங்குவதில் பிரச்சினைகள் இருக்காதென்றே தோன்றியது. தவிர, தனது பிள்ளைகளைப் பிரிந்து ருடோல்ப் அதிக நாட்கள் மாற்றலாகிப்போகிற இடத்தில் இருக்கமாட்டார். கூடிய சீக்கிரம் 'மேடான்' நகரத்திற்கு எங்களையும் அழைத்துக்கொள்வார் என மனதிற்குச் சமாதானம் சொன்னேன். மேடானுக்குச் சென்ற ருடோல்ப் எங்கள் செலவுக்கென்று பணம் அனுப்பியவரல்ல. 'வான் ரீட்' குடும்பம் பொறுமையாக எல்லாவற்றையும் ஏற்றுக்கொண்டபோதிலும் எனக்குச் சங்கடமாக இருந்தது. ஓரிருவாரங்கள் என நினைத்தது போக ஆறு மாதங்கள் கழிந்தன. எனக்கான நேரம் வருமென்று காத்திருந்தேன். வந்தது. ருடோல்ப் எங்களை மேடானுக்கு அழைத்திருந்தார். 1899ம் ஆண்டு மே மாதமென்று நினைக்கிறேன். புறப்பட்டுச் சென்றோம். பிரிந்து வாழ்கிற பெண்கள், மீண்டும் தங்கள் கணவனிடம் சேர்கிறபோது கொள்கிற மகிழ்ச்சி எனக்கில்லை. அதற்கு ருடோல்பும் காரணமாக இருக்கலாம். பெரிய கட்டடங்கள், நீண்ட அகன்ற வீதிகள், மின்சார வசதி, நயமான தோக்கோக்கள் அழகான சாரட் வண்டிகளென்று மேடான் நகருக்கு வந்து சேர்ந்தபோது விரும்பும்வகையில் இருந்தது. மகிழ்ச்சியாகச் சிலகாலம் வாழமுடியும் என்கின்ற நம்பிக்கையும் அளித்தது. ருடோல்ப் எப்போதும்போல குடிப்பதும், இரவு நேரங்களில் நேரங்கடந்து வீட்டிற்கு வருவதென்றும் அவரது குணத்தை மாற்றிக் கொள்ளாமலேயே அங்குமிருந்தார். அவற்றைத் தற்காலிகமாக மறக்கும் வகையில் மேடான் நகரம். தைப்பெங் நகரில் பார்க்காத கடைகளும் கிடைத்திராத பணவசதியும், எனது ஆரம்பகால ஏக்கங்களுக்குத் தூண்டு கோலாக இருந்ததும் உண்மை.

ஒரு நாள், தோக்கோ ஒன்றில், சுமத்திராபட்டுத் துணியில் நெய்யப்பட்ட சில கெபாயாக்களை வாங்கிக்கொண்டு வெளியேவந்தவள் நிறுத்தியிருந்த குதிரை வண்டியில் அமரப்போகிறேன், நாகரிகமின்றி என்னை இடித்துக்கொண்டு ஓர் இளம்பெண் போகிறாள். கோபத்துடன் கத்துகிறேன். அவள் என்னைத் திரும்பிப் பார்க்கிறாள். என் கண்களை நம்பு முடியவில்லை. எதிரே தசீமா. அவளுக்கு இங்கென்ன வேலை? தைப்பெங்கிலிருந்து இத்தனை தூரம்,

அதுவும் தனது பழைய முதலாளி பணிமாற்றம் செய்யப்பட்டிருக்கும் இடத்திற்கு, ஆச்சரியமாக இருந்தது.

- தசீமா இங்கே எப்படி?

நான் வழக்கம்போல டச்சு மொழியில்தான் பேசினேன். தைப்பெங் நகரில் அவள் டச்சுமொழிக்கு நன்கு பழகி இருந்தாள். அவள் என்றில்லை, வீட்டு வேலைக்கென வருகிற பெண்கள் அனைவருமே, வந்த சிலநாட்களில் எங்கள் மொழியை மிகச்சுலபமாக பழகிக்கொள்வார்கள். ஆனால் நான் எதிர்பார்த்ததற்கு மாறாக தசீமா, மௌனமாக இருந்தாள். உதட்டைப் பிதுக்கினாள். குதிரை வண்டிக்காரன் உதவிக்கு வந்தான். ஜாவா மொழியில் பேசினான். அதற்கவள், தசீமாவென்று தனக்கு எவரும் தெரியாதென்றாள். எனக்கு வியப்பு. வீட்டிற்குத் திரும்பியதும் மனதை அரித்தது. ருடோல்ப் வரட்டுமென்று அமைதியாகக் காத்திருந்தேன்.

இரவு நெருங்கியது. ராணுவக் குடி இருப்புகளெங்கும் நிசப்தம். வீதியில் எரிந்த மின்சாரவிளக்குகளால் தீண்டப்படாத இருட்டு, கைவிரல்களால் தொட்டுணரக்கூடிய வகையில் கரும்பட்டுப்போல விரிக்கப்பட்டிருக்கிறது. அவற்றில் நொறுங்கிய வைரக்கற்களாக மின்மினிப்பூச்சிகள். அதற்குப் 'பொருத்தமற்று சுவர்க்கோழியின் அச்சுறுத்தும் அசாதாரண சீழ்க்கைச் சத்தம். இருட்டை விலக்கிக்கொண்டு, கடக்முடக்கென்று சக்கரங்கள் உருண்டு முன்னேறுவது கேட்கிறது. வாசலில் போடப்பட்டிருந்த சாய்வு நாற்காலியில் சற்று கண்ணயர்ந்தவள் விழித்துக்கொண்டேன். இழுத்து நிறுத்தப்பட, முன்னிரண்டு கால்களையும், பின்னுக்கு வாங்கியபடி, தலையை ஒடித்துக்கொண்டு குதிரைகள், சக்கரங்கள் முன்னும்பின்னுமாய் அசைந்து, பின் நிற்கின்றன. எங்கள் வீட்டெதிரே இப்போது சாரட் வண்டி. இறங்கிய ருடோல்ப் தள்ளாடுகிறார். அவரிடம் பேசினாலும் பயனில்லை என்று தெரியும். எனினும் மனம் கேட்கவில்லை. அவரது ராணுவச்சீருடை கசங்கி இருந்ததாக நினைவு. படியேறிவந்த ருடோல்ப் நான் பிடித்துக் கொள்வேன் என நினைத்திருக்கவேண்டும். அவரது கையை எனது தோளில் வாங்கிக்கொண்டேன். உள்ளே அவரை அழைத்துச் செல்லும் பொறுமை இல்லை.

- தசீமாவைக் கடைத்தெருவில் பார்த்தேன் - நான்.

அவரிடமிருந்து பதிலில்லை. உண்மையில் என் கேள்வியை உள்வாங்கும் நிலையில் அவரில்லையா அல்லது அக்கேள்வியைக்

காதில் வாங்கிக் கொள்ளும் விருப்பம் அவருக்கில்லையா? எது காரணமாக இருக்கும் என்ற குழப்பத்தில் இரண்டாவது முறையாக அவரிடம்,

தசீமாவைக் கடைத் தெருவில் பார்த்தேன் - என்கிறேன்.

மீண்டும் மௌனம். கோபத்தில் என்ன செய்வதென்று தெரியாமல் சட்டென்று அவரை அப்படியே விட்டேன். பொத்தென்று விழுந்தார். நான் எனது அறைக்குள் நுழைந்து தாழ்ப்பாள் போட்டுக்கொண்டேன்.

மறுநாள் காலை பதினோருமணிக்கு, நோர்மன் வெளியே விளையாடிக் கொண்டிருக்கிறான், குழந்தை நோனா உறங்கிக்கொண்டிருக்கிறாள். வெளியே, எங்கள் புதிய வேலைக்காரி உள்ளூர் மொழியில் யாருடனோ உரையாடிக்கொண்டிருந்தாள். வெளியில் வந்து பார்க்கிறேன். தசீமாவின் கணவன். ஒருமுறை அவனை தைப்பெங்கில் அவள் அறிமுகப்படுத்திய ஞாபகம்.

- தசீமாவின் கணவன்தானே?

- ஆமாம்மா... உங்கள் கணவர் என்ன செய்திருக்கிறார் தெரியுமா? என் மனைவியை என்னிடத்திலிருந்து பிரித்து, கடந்த ஆறுமாதங்களாக இங்கே மேடானில் குடிவைத்திருக்கிறார். அவரிடத்தில் சொல்லிவையுங்கள், அதற்குரிய தண்டனையை அனுபவிச்சே ஆகணும்.

- நெற்றி நரம்புகள் புடைக்க, கண்களில் தீப்பொறி பறக்க, ஆவேசத்துடன் சத்தமிடுகிறான். பல தலைமுறைகளுக்கான பழிவாங்கும் உணர்வு அக்குரலில் இருந்தது. அக்கம்பக்கத்தில் இருப்பவர்களின் காதில் விழுந்திருக்குமோ என்ற எனது பயத்தைப் பற்றிய கவலையின்றி வேகமாய்ப் புறப்பட்டுச் சென்றான். அவன் சென்றபிறகும் வெகு நேரம் எனது உடல் நடுங்கிக்கொண்டிருந்தது. அச்சத்துடன் நடந்தது அனைத்தையும் வேடிக்கை பார்த்தபடி இருந்த வேலைக்காரியை அழைத்தேன்.

- ஏய் இங்கே வா... உன்னை வேலையில் சேர்க்கிற போது என்ன சொன்னேன். என்னைக் கேட்காமல் அந்நியர்களோடு பேசக் கூடாதென்று சொல்லி இருக்கிறேனா இல்லையா? இன்னொரு முறை அப்படி ஏதேனும் நடந்தால் உன்னை வீட்டுக்கு அனுப்பவேண்டியிருக்கும்.

சட்டென்று கால்களில் விழுந்தாள்.

- அப்படியெல்லாம் செய்துவிடாதீர்கள் அம்மா. இனி ஒருபோதும் இதுமாதிரியான தவறுகளைச் செய்யமாட்டேன். ஏதோ அவ்வப்போது நீங்கள் கொடுப்பதைவைத்துத்தான் எங்கள் குடும்பம் நடக்கிறது, என் அவள் கண்ணீர் விட்டதும் மனம் இளகியது.

மேடான் கடைவீதியில் பார்த்தது தசீமா என்பதை, அன்றைய சம்பவம் உறுதிப்படுத்திற்று, ஏதோ விபரீதம் காத்திருக்கிறது என்பதும் விளங்கியது ஒவ்வொரு நாளும் அச்சத்துடன் விடிந்தது. ருடோல்ப் மீது எனக்கிருக்கும் கசப்பு வேறு பரிமாணத்தை அடைந்திருந்தது.

இரண்டு நாட்கள் கடந்திருக்கும். காலையில் வீட்டுக்கு வந்த வேலைக்காரி நேராக என் அறைக்கு வந்தாள்.

- என்ன இருந்தாலும் ஐயா அப்படி செய்திருக்கக்கூடாதம்மா.

- இதென்ன தலையுமில்லாம வாலுமில்லாம, சொல்வதைக் கொஞ்சம் புரியும்படி சொல்.

- தசீமா கணவனைப் பிடித்துச் சிறையில் போட ஏற்பாடு செய்திருக்கிறார் ஐயா.

- பின்னே இங்கே அவன் மிரட்டிய மிரட்டலை நீயும்தானே கேட்டுக் கொண்டிருந்தாய்.

- ஆனாலும் இது அதிகம் அம்மா. எங்க மக்கள் என்ன பேசிக்கொள்கிறார்கள் தெரியுமா? கணவனைச் சிறையில் போட்டால், அவருக்கு தசீமாவை நிரந்தரமாக சொந்தமாக்கிக்கொள்வதில் எந்தச் சிக்கலும் இருக்காதாம், அதற்காகத்தான் என்கிறார்கள்.

அவள் சொல்வதில் நியாயம் இருப்பதுபோலத் தோன்றியது. எனினும் ஒரு காலனிநாட்டுப் பெண், ருடோல்ப்பை குற்றம் சொல்ல அனுமதிப்பது சரியாகாது என்பதுபோல,

- சரி சரி... நீ உள்ளே போய் வேலையைப் பார். அநாவசியமாக இதில் நீ மூக்கை நுழைக்கவேண்டாம், என்று எச்சரித்தபிறகு உள்ளே போய் விட்டாள்.

பின்னேரம், மதிய உணவுக்குப் பிறகு நோர்மன் உறங்குவது வழக்கம். அன்றைக்கும் வழக்கம்போல உறங்கிக்கொண்டிருந்தவன், திடீரென்று எழுந்து உட்கார்ந்தான். வாந்தி எடுக்கிறான். ஓடிப்போய்ப் பார்க்கிறேன். 'உடல் தணலாய்க் கொதிக்கிறது. சற்றுமுன்புவரை நன்றாகப் பேசிக் கொண்டிருந்தவன், தோட்டத்தில் சிறிது நேரம்

முயற்குட்டியோடு விளையாடிவிட்டு வந்திருந்தான். திடீரென்று என்ன நடந்தது? ராணுவ முகாமில் இருக்கும் மருத்துவர் அழைக்கப்பட்டார். அவர் உடனே மருத்துவமனையில் சேர்க்கவேண்டும் என்றார். மருத்துவமனையில் குழந்தை நோர்மனை அவசரமாய்க் கொண்டுபோய்ச் சேர்த்தோம். கோமாவில் விழுந்த குழந்தை இரண்டு நாட்களுக்குப்பிறகு இறந்துபோனான். நோனாவும் கோமாவில் விழுந்தாள். பிள்ளைகள் மதியம் உண்ட உணவில் விஷம் கலந்திருக்கவேண்டும் என மருத்துவர்கள் சொன்னார்கள். ராணுவ நிர்வாகம் புதியவேலைக்காரியை விசாரிக்கலாம் என்று நினைத்தபோது, அவள் தலைமறைவாகி இருந்தாள். உண்மையில் என்ன நடந்திருக்குமென்று உணர அதிகநேரம் பிடிக்கவில்லை.

15

– கிருஷ்ணா நீ சொல்லு, நான் யார்? மாத்தா ஹரியா? பவானியா?

– எனக்கும் அந்தச் சந்தேகம் கொஞ்ச நாளா உண்டு. பெரும்பாலும் மாத்தா ஹரி மாதிரிதான் நீயும் நடந்து கொள்கிறாய். எத்தனை பேர்ல வேண்டுமானாலும் இருந்துட்டு போ, எனக்கு நீ பவானிதான். முதன் முதல்ல உன்னை எங்கே பார்த்திருப்பேன்? நிச்சயமா நம் இருவருக்கும் பொதுவான ஒரு உறவினர் வீட்டில் வைத்தென்று சத்தியம் செய்யமுடியும் அது என்ன விசேடமென்று ஞாபகமில்லை, யார் வீட்டு நிகழ்ச்சின்னும் சொல்ல முடியாது, ஆனா உன்னை ஞாபகப்படுத்த முடியுது. ஜிமிக்கி, ரெட்டை ஜடை நாடாவின் இறுக்கத்துடன் அரக்கு வண்ணப்பட்டில் ஒரு பாவாடை பொருத்தமாக ஒரு மேற்சட்டை அத்திப்பழ நிறம்.

உன்னோடு வேறு சில பிள்ளைகளும் இருந்தார்கள். அக்கூட்டத்தில் நீ மாத்திரம் எங்கிருந்து பார்த்தாலும் தெரிகிற கோபுர கலசம் மாதிரி பளிச்சென்று இருக்கிறாய். பாட்டியொருத்தி திடீரென்று விளையாட்டாக உன்னை ‘மரப்பாச்சி’ன்னு கூப்பிடுகிறாள். நீ நின்று, கண்களை அகல மலர்த்திக்கொண்டு, புன்முறுவல் செய்கிறாய். அதற்குப்பிறகு, நீ வளர்ந்திருக்கையில், கல்லூரியில் சேருவதற்கான விண்ணப்பப் படிவங்களை நிரப்புவதற்கென்று உங்கள் வீட்டிற்கு வந்தபோது பார்த்தது. காலைநேர பரபரப்புடன் உங்கள் வீடு, உன்னுடைய அப்பா வாசற்கதவைத் திறக்கிறார், முழங்காலுக்கு மேலே பாதி

வயிற்றில் வேட்டி, டால்கம் மாவில் அபிஷேகம் செய்த உடம்பு, நாசியில் நிரம்பிய தெளிவற்ற அந்த மணத்தை முழுவதுமாக உணருமுன்பே, "எங்கே வந்தாய்?" என்று கேள்வி. "கல்லூரியில் சேருவதற்கான விண்ணப்பத்தை நிரப்பணும், அப்பா உங்களைப் பார்த்துவிட்டு வரச்சொன்னார்" என்கிறேன். அவரிடம் பவானியைப் பார்க்கத்தான் வந்தேன் என்று சொல்லத் தயக்கம். அந்த நேரம் நடை வாசற் கதவு கிர்ரென ஒலி எழுப்புகிறது, பாதி திறந்திருந்த கதவில் என் கண்களை நிறைத்துக்கொண்டு, மௌனச் சித்திரம்போல அமைதியாய் அழகாய் உன் முகம். அதிகாலை உதயம் உன் மீது நடத்தப்படுகிறதோ என்று வியப்பு. இருள் பிரியாத நடைவாசலில் சட்டென்று ஒளிபாய்ச்சப்பட்டதுபோல உணர்ந்தேன். எதையும் மறக்கலை, அதற்கப்புறம் ஓரிருமுறை கவிதைகள் சம்பந்தமா உரையாடி இருப்போம். பிறகு 1987ல இந்தியா வந்தபோது உங்கள் வீட்டிற்கு வந்தேன். அப்பவெல்லாம் உனக்கும் தேவசகாயத்துக்கும் திருமணம் நடக்கலை இல்லையா?

– இல்லை, 1988ல எங்களுக்குக் கல்யாணம் நடந்தது. வழக்குரைஞர் தொழிலில் எனக்கேற்பட்ட அனுபவங்கள் காரணமா ஆரம்பத்துல அவனைக் கல்யாணம் பண்ணிக்கிற எண்ணம் சுத்தமாக எனக்கில்லை. பிடிகொடுக்காமல் தானிருந்தேன். என்னமோ நடந்துட்டது. விதிமேல பழியைப்போட எனக்கு விருப்பமில்லை. என்னை மறக்க முடியலைன்னு சொன்ன இல்லையா? எதனாலேன்னு சொல்ல முடியுமா?

– ஒருவேளை உனது அழகு காரணமாக இருக்கலாம்.

– நான் அழகாக இல்லாதிருந்தால் இத்தனையும் உனக்கு ஞாபகத்திற்கு வந்திருக்குமா? ஆண்களுக்குள்ள வசதி இதையெல்லாம் தைரியமாகச் சொல்லிக்கொண்டு திரியலாம். உங்களுக்குச் சும்மாவாச்சும் நாலு பெண்களோடு தன்னைச் சம்பந்தப்படுத்திச் சொல்லிக்கொள்ளணும். படைப்பாளி ஆணாக இருந்தால் தொண்ணூறு வயதிலும், இருபதுவயதுக் காதலியைப் பற்றிச் சிலாகித்து எழுதலாம். மாறாகப் பெண்படைப்பாளி தனது காதலனைப் பற்றி எழுதினால் என்ன நடக்கும்? சக பெண்களே பரிகசிப்பார்கள். ருடோல்பிற்கும், தேவசகாயத்திற்கும் வாழ்க்கைப்பட்ட எங்களுக்கும் அதுதான் நடந்தது. தீட்டிய கத்தியாக இருந்தாலென்ன, தோட்டாக்கள் நிரம்பிய துப்பாக்கியாக இருந்தாலென்ன, நோக்கமொன்றுதான்.

பெண்களின் மரணம் முக்கியம். அவளைப் பூவோட பொட்டோட அனுப்பிவைக்க அத்தனை ஆர்வம். எங்களை ஆதரிப்பதாகச் சொல்லிக் கொண்டு வக்கிரங்களை வேறு வகையில் தணித்துக் கொள்கிறீர்கள். சீர்திருத்தங்களை எழுத்திலும் பேச்சிலும் வலியுறுத்திவிட்டு, நிஜங்களுக்கு வெளியில் இருப்பவர்கள்.

– ஆண்களைப்போலவே எழுத்தில் துணிச்சல் காட்டின பெண்கள் உண்டு.

– என்ன நடந்தது, அவர்கள் விமர்சனத்திற்கு உள்ளானார்கள். அவற்றை வாசிக்கும் ஆண்களும் அப்பெண்களின் எழுத்திலுள்ள நேர்மைக்காக வாசிப்பதில்லை, அடுத்தவர் ரகசியங்களைத் தெரிந்துகொள்ளும் ஆர்வம் காரணமாக வாசிப்பவர்கள். நல்லவேளை அவர்களுக்கு கணவன் என்கிற மேல் அதிகாரிகளில்லை. இருந்திருந்தால் அவர்களுக்கும் மாத்தா ஹரி அல்லது பவானிக்கு நேர்ந்தது மாதிரியான அனுபவங்கள், முடிவுகள் கிடைத்திருக்கும். பிறரைப் பற்றிப் பேசுவது இருக்கட்டும், கிருஷ்ணா நீ சொல்லு, கற்பனைக்குக்கூட உன் மனைவியால் தான் சந்தித்த ஆண்களைப் பற்றிச் சொல்லவோ எழுதவோ முடியுமா, அதற்கான புரிதலோ, மனப் பக்குவமோ உனக்கு உண்டா?

– நீ எதுவும் சொல்லவேண்டாம். அப்படியே சொன்னாலும் நான் நம்ப மாட்டேன். எல்லா சீர்திருத்தமும் அடுத்தவருக்குத்தான் என்கிற நினைப்பு ஆண்களுக்கு இங்கே அதிகமாகவே உண்டென்று எனக்குத் தெரியும். 'வீடுகளால் ஆன இனம்' என்ற மாலதி மைத்ரியின் கவிதையை வாசித்திருக்கிறாயா.?

"ஊரின் அனைத்து வீடுகளும் நடப்பட்ட பெண்களென இருக்கின்றன

சாளரங்கள் கண்களாகவும் வாசல் யோனியாகவும்

யாரோ ஒரு ஆணிற்காக ஆயுள் முழுவதும் காத்துக்கிடக்கின்றன வயதுக்கேற்றபடி தம் உறவுகளுக்காக

கொலைகாரன் திருடன் குடிகாரன் துரோகி மோசடிக்காரன் ஏமாற்றுபவன்

விபச்சாரகன் கொடுங்கோலன் காமவெறியன் சாதிவெறியன் மதவெறியன் இனவெறியன் இவர்கள் யாரையும் வீடு கைவிட்டு விடுவதில்லை

அவரவருக்கான வீடு எப்போதும் இருக்கிறது

உடம்பு தொட்டிலாகவும் மார்பாகவும் இருந்து

உயிரும் உணவும் அளித்து அரவணைத்துப் பாதுகாக்கப்படும் ஆண்பந்தங்கள்

ஆண்கள் வீட்டைப் புணர்வதன்மூலம்

பூமியை வளர்க்கிறார்கள், பெண்களையல்ல

காலத்தை ஆளும் பெண்கள் வீடாவதில்லை"

எனக்கும் மாத்தா ஹரிக்கும் எதிர்பாராமல் நேர்ந்த மரணங்கள்கூட ஒரு வகையில் இந்த வகை வீடுகளிலிருந்து கிடைத்த விடுதலையாக இருக்கலாம். நாங்கள் காலத்தைக் கோலோச்ச முடிவதற்கும் கவிஞர் சொல்வதுபோல அதுவே காரணம். நம்ம பெண்களைக் கேட்டுப்பாருங்கள், ஒருத்தனுக்கு இரண்டுபேருன்னு முந்தானை விரிக்கிற பெண்களையும் சேர்த்துத்தான் சொல்கிறேன், "தாலிகட்டிக்கிட்ட பாவத்துக்கு பொறுத்துக் கிட்டு வாழ்ந்தேன் அல்லது வாழ்கிறேன்" என்றுதான் அத்தனை பேரும் சொல்வார்கள். இந்தியாவில் அரசியற் சட்டம். அனைவரும் சமம் என்று சொல்கிறது. அப்படியா நடக்கிறது? அநேக சட்டங்கள் நடைமுறை வாழ்க்கையோடு இசைவற்றவை. குடும்ப வன்முறைகளை எடுத்துக்கொள்வோம். 1983 வரை குடும்ப வன்முறைச் சட்டங்கள் என்று பிரத்தியேகமாக எதுவுமில்லை. இருந்தபோதிலும் இந்திய தண்டனைத் தொகுப்புச் சட்டத்தின் கீழ், கொலை, தற்கொலைக்குத் தூண்டுதல், துன்புறுத்துதல், சிறைவைத்தல் ஆகிய குற்றங்களின்கீழ் குற்றவாளிகளுக்குத் தண்டனை வழங்கப்பட்டது. பெரும்பாலான மணவாழ்க்கைக் குற்றங்கள் மூடிய கதவுகளுக்குப் பின்னே நடப்பவை. ஆனால் இந்திய தண்டனைத்தொகுப்புச் சட்டம் சந்தேகத்திற்கு இடமின்றிக் குற்றத்தை நிரூபித்தாகவேண்டும் என்கிறது அதற்காகப் பாதிக்கப்படுகிற பெண்கள் சாட்சிகளையா தேடிக் கொண்டிருக்க முடியும். பிறகு சட்டத்தில் நிறையத் திருத்தங்கள் கொண்டு வந்தார்கள், இருந்தும் பெண்களுக்குப் பெரிதாக எதுவும் நடந்திடவில்லை. பலவீனமானவர்களை அடிமைப்படுத்த வேண்டுமென்பது மனதுடைய விருப்பமென்று நினைக்கிறேன். ஓர் அடிமையிடம், பத்து அடிமைகளைக் கொடுத்து, இவர்களை வேலை வாங்கவேண்டும் என்று சொல்லிப் பாருங்கள். அடுத்த

நொடி, அந்த அடிமை எஜமானன் ஆகிவிடுவான். இதுதான் யதார்த்தம்....

– அப்போ எதனாலே பெண் விடுதலைங்கிற பேர்ல இத்தனை கூச்சல்?

– குட்டுப்படும் போது நிமிர்ந்து பார்ப்பது, அடுத்த குட்டிலிருந்து தப்பிப்பதற்காக. வேறென்ன? நான் ஒருத்தி மட்டும் பேசிக்கொண்டிருக்றேனே என்று நினைத்தேன். நல்லவேளை வாயைத் திறந்த. எனது பேச்சு எரிச்சலூட்டுகிறதா?

– இல்லை, இப்படித்தான் ஒருமுறை பேச ஆரம்பித்து நிறுத்தவே யில்லை, அன்றைக்குப் பெண்ணியத்தைப் பற்றி ஒரு பெரிய சொற்பொழிவே நிகழ்த்தியிருந்த. வெகு நாட்களுக்குப் பிறகு உனது பேச்சில் மறுபடியும் அந்த ஆவேசத்தைப் பார்க்கிறேன்.

16

பவானி கடந்த மூன்று ஆண்டுகளாகத் தனக்கென்று ஓர் அலுவலகத்தைத் திறந்துக்கொண்டு, வழக்கறிஞர் தொழிலிற் தீவிரமாக இறங்கியிருந்தாள். அலுவலகம் வீட்டிலேயே இருந்தது. முற்றத்திற்குச் செல்லும் வழியில் வலப்புறம் இருந்த சிறிய அறையை ஒழுங்கு செய்துக்கொண்டு உட்கார்ந்துவிட்டாள். பள்ளி, கல்லூரிப்படிப்பு, பின்னர் சட்டப்படிப்பு என எல்லாவற்றிற்கும் அவளைத் தயார் செய்தது இந்த அறைதான். ஒரு மூத்த வழக்குரைஞரிடம், தொழில் அனுபவமும் பெற்று எங்கே அலுவலகத்தை வைத்துக்கொள்ளலாம் என யோசித்தபோது, பாட்டி, இங்கேயே வைத்துக் கொள். இதுதான் உனக்கு ராசியான இடம் என்றாள். பவானிக்கு ராசி என்பதைவிட முதற்காரணம் பொருளாதார சூழல்; சமீபகாலமாகப் புதுச்சேரியில் ஓர் இடத்தை வாடகைக்குப் பிடிப்பதென்றால் அத்தனை சுலபம் இல்லை . நகரில், வெளியூர் ஆசாமிகள் குவிந்துவிட்டார்கள் எனப் பிறர் கூறிய போது அதைச் சாதாரணமாக எடுத்துக்கொண்டாள். அது உண்மை என்பது வெகுசீக்கிரத்தில் புரிந்தது. நாட்டின் பிறபகுதிகளைப் போலவே புதுச்சேரியிலும் 'நல்லது கெட்டது' எதையும் வியாபாரம் செய்யலாம். இந்தியாவின் அத்தனை மாநில மக்களும் இங்கே வருகிறார்கள். நான்கைந்து ஆண்டுகள்வரை கேட்பாரற்றுக் கிடந்த வீதிகளிற்கூட பத்து

மாத வாடகையை முன்பணமாகக் கேட்கிறார்கள். கணிசமான தொகையை வாடகையாக எதிர்பார்க்கிறார்கள். பிறகு எல்லா வழக்கறிஞர்களையும் போலவே கட்சிக்காரர்களைப் பயமுறுத்தும் வகையிலும், நம்பிக்கையை ஊட்டவும்; சட்டப்புத்தகங்களை, சட்ட இதழ்களைக் கண்ணாடி அலமாரி ஒன்றில் வரிசைப்படுத்தவேண்டும். தீர யோசித்ததில் வீட்டிலேயே தனது அலுவலகத்தை வைத்துக்கொள்வது பலவிதத்தில் சௌகரியம். அவ்வப்போது எட்டிப்பார்த்து பேத்தியின் நலன் விசாரிக்கும் பாட்டியின் கரிசனமும், மணக்க மணக்க அவள் போட்டுத்தருகிற காப்பியும், கூடுதல் வசதிகள்.

அதிகம் கண்களை உறுத்தாத எளிமையான காட்டன் புடவை; அதற்குத் தோதாக ஓர் இரவிக்கை; நெற்றியில் இரு புருவங்களுக்கும் மத்தியில் பொட்டு என்று பேருக்கு ஒரு புள்ளி. நான்குகிராமில் ஒரு தங்கச்சங்கிலி; அதை மறைத்துக்கொண்டு வெள்ளை நிறக் கழுத்துப்பட்டை; தோளில் கறுப்பு அங்கி; அன்றைய வழக்குச் சம்பந்தமான ஆவணங்களெனச் சரியாகப் பத்து மணிக்கு இருசக்கர வாகனத்தில் புறப்பட்டாகவேண்டும், புறப்பட்டுவிடுவாள். வ.உசி. வீதியில் இருக்கும் அவளுடைய வீட்டிற்கும், லால்பகதூர் சாலையில், கடற்கரையை ஒட்டி யிருக்கிற நீதிமன்றத்திற்கும் இடையில் பத்து நிமிடப் பயணம். ஆரம்பத்தில் ரிக்ஷா; ரிக்ஷா ஓட்டுபவர் திடீரென்று இறந்துபோனதும், இருசக்கர வாகனம் என்றாயிற்று. நீதிமன்ற கட்டடத்தின் பக்கவாட்டில் நிழலாகப் பார்த்து வாகனத்தை நிறுத்திவிட்டு, பின்னர் உள்ளே நுழைவாள். நேராகக் கீழ் வளாகத்தில் இருக்கும், வழக்குரைஞர்களின் பொது ஓய்வு அறைக்குச்சென்று, சீனியர் வந்திருந்தால், அவரை நலம் விசாரித்துவிட்டு, ஒரு சில விநாடிகள் அவருடன் உரையாடல். பிறகு குடும்ப நீதிமன்றம். தனது வழக்கெதுவும் இல்லாத நாட்களில், சீனியர் எங்கே இருக்கிறார் என்று அவரது குமாஸ்தாவிடமோ, அவரிடம் தொழில் பயிலும் வழக்குரைஞர்களிடமோ விசாரித்து, அங்கு சென்று அவர் எப்படி வாதாடுகிறார் என்று பார்ப்பாள். மனதிற் பதித்ததை வீட்டில் கையேடு ஒன்றில் குறித்துக்கொள்வாள் – பக்கத்திலேயே, அந்த வாதத்தில் தனது அபிப்ராயங்களை எழுதிவைப்பாள். மாற்றுக் கருத்துகள், குழப்பங்கள் ஆகியவற்றை மறுநாள் மாலை சீனியர் நாராயணன் அலுவலகத்திற்கு நேரிற் சென்று தெளிவுபடுத்திக்கொள்வாள்.

"அம்மா, எங்க வீட்டுக்காரர் குடிச்சுட்டுவந்து என்னை அடிக்கிறார், செத்த வந்து அந்த ஆளை இன்னான்னு கேளுங்கம்மா" என்று நாள் தவறாமல் புலம்பும் தெரு முனைப் பெண்மணியொருத்தி, திடீரென ஒருநாள் தற்கொலை செய்துகொண்டது, பவானியை வெகுவாகப் பாதித்திருந்தது. பிறகு சின்னக்கடை பகுதியில் சைக்கிள் கடை வைத்திருந்த எதிர்வீட்டுக்காரர் – அவரது மனைவி, பவானி குடும்பத்தோடு மிக நெருக்கமாக இருந்தவள். அக்கா அக்காவென்று பவானியின் அம்மாவிடம் உறவு கொண்டாடிக்கொண்டு, தனது பிரச்சினைகள் என்றில்லை, தெருவில் நடக்கிற அத்தனை பிரச்சினைகளையும், ஒப்புவித்துவிட்டுப் போவாள். வெகுகாலம் பிள்ளை இல்லாமலிருந்து, கடைசியில் பவானி அம்மா முழுகாமலிருந்தபோது அவளும் உண்டாகி இருந்தாள். பிரசவங்கள்கூட ஒரு ஜனவரி மாதத்தில் ஒருவார இடைவெளியில் அடுத்தடுத்து நிகழ்ந்தன. அந்த அம்மாவுக்குப் பையன், இங்கே பவானி. "எம்பிள்ளைக்குத்தான் பவானியைக் கட்டப்போகிறேன்" என வாய்சலிக்காமல் சொல்லியிருக்கிறாள். பவானியை மருமகளே என்றுதான் வாய் நிறைய அழைப்பாள். அவளுடைய பையன் தவழ்ந்ததோடு சரி, எழுந்து நடக்கவில்லை. அவளுடைய கணவருக்குப் பையனின் கவலைகளோடு, கடன் தொல்லையும் சேர்ந்தது. திடீரென்று ஒருநாள் மார்வலி என்றார். பிரசித்திபெற்ற தனியார் மருத்துவமனையிற் சேர்த்தார்கள். கையிருப்பை மருத்துவர் கையில் கொடுத்த அதிர்ச்சியில், பரலோகம் போய்ச் சேர்ந்தார். எங்கிருந்தோ ஒரு பெண்மணி அந்த வீட்டிற்குச் சொந்தம் கொண்டாடிக்கொண்டு வந்து சேர்ந்தாள். அவருடைய முதல் மனைவி என்றாள். நீதிமன்றத்திற்குப் பிரச்சினை போனது. எதிர்வீட்டிலிருந்த பெண்மணியோ "எனக்கு திருவந்திபுரம் பெருமாள் கோவிலில் வைத்துத் தாலி கட்டினார்" என்று சத்தியம் செய்தாள். இந்து திருமணச் சட்டம், 'திருவந்திபுரம் பெருமாள்' சந்நிதியில் நடந்த திருமணத்தைவிட உறவுகள், மலர்கள் முன்னிலையில் கட்டிய தாலிக்குச் 'சக்தி' அதிகம் என்றது. இரண்டு நாட்கள் கழித்து, எதிர்வீட்டுப்பெண்மணி, தனது ஊனமுற்ற பிள்ளையை இடுப்பிலும், தலையில் மூட்டை முடிச்சுகளுமாகப் புறப்பட்டுப் போனபோது, இவர்களால் வேடிக்கை மட்டுமே பார்க்க முடிந்தது.

பவானி சட்டம் படிக்கிறபோது, எழுத்தாளர் ராஜம் கிருஷ்ணன் 'யாதுமாகி நின்றாய்' என்ற தலைப்பில் எழுதி 'தாகம்'

வெளியிட்டிருந்த கட்டுரைத் தொகுப்பு ஒன்றினை வாசிக்க நேர்ந்தது. அதிலொன்று 'சுதா இராமலிங்கத்தைப்' பற்றியது. அவரது சுயவரலாறு, போராட்டகுணம், குறிப்பாக 'சமுதாயத்தில் மிகவும் பின்தள்ளப்பட்டவள் – ஒடுக்கப்பட்டவள் பெண்தான் – அவள்தான் 'தலித்' என்ற சுதா ராமலிங்கத்தின் கூற்று இவளை ஈர்த்தது. மறுநாளே அவரைத் தொலைபேசியில் பிடித்தாள். "மேடம், நான் சட்டக்கல்லூரி மாணவி, இறுதியாண்டு படிக்கிறேன், உங்களைச் சந்திக்க வேண்டுமே!" எனத்தனக்கிருந்த ஆர்வத்தை வெளிப்படுத்திக்கொண்டாள் ஒரு நாள் முழுதும் அவரோடு இருந்து, பிரமித்தாள். படித்து முடித்தவுடன் தாமதிக்கவில்லை, அவரிடமே பயிற்சியாளராகவே சேர்ந்தாள். சென்னையில் இருப்பதால் நேர்ந்த சங்கடங்களைப் புரிந்தவராக, வழக்கறிஞர் நாராயணனிடம் பயிற்சி பெற மீண்டும் புதுச்சேரிக்கே பவானியை அவர் அனுப்பி வைத்தார். வழக்கென்று இல்லை, இன்றைக்கும் சொந்தப் பிரச்சினைகளென்றால், அவளுக்கு மேடம் நினைவுதான் வருகிறது. தொடர்பு கொள்வதுண்டு. சில தினங்களுக்கு முன்பு வழக்கொன்றிற்காக வந்திருந்த பெண்மணியை, ஏதோ ஒருவித மனநிலையில் வெருட்டி இருந்தாள். போகிறபோக்கில், அப்பெண்மணி தன்னை மேடம் சுதா இராமலிங்கம் அனுப்பியதாகக் கூறியிருந்தாள். அவள் முகவரியைக் கேட்டுப்பெற்று மீண்டும் அலுவலகத்திற்கு வரச் சொல்லியிருந்தாள்.

பத்மா இரண்டுமுறை போன் செய்ததாகப் பாட்டி கூறினாள். அவளைத் தவிர்ப்பது தற்போதைக்கு நல்லதென்று தோன்றியது. தேவையற்ற மன அழுத்தங்களிலிருந்து தப்பிக்க முடியும். தேவசகாயத்திடமிருந்து விடுதலை பெறுவது அத்தனை சுலபமில்லை போலத் தோன்றியது. எல்லா சராசரிப் பெண்களைப்போலவே, இவள் பெண்ணுடலுக்கும் ஓர் ஆணுடல் தேவையோ? இயற்கை நியதிக்குத் தானும் இணங்கித்தான் போகவேண்டுமா? பிரம்மச்சரியம் கடைப்பிடிக்கிற பெண்கள் இருக்கத்தானே செய்கிறார்கள். இருக்கலாம், அவர்களுக்குச் சமுதாயத்தின் ஏளனப்பார்வையிலிருந்தும், விஷமத்தனமான மதிப்பீடுகளிலிருந்தும் தங்களைப் பாதுகாத்துக்கொள்ள அவர்களது பொருளாதாரமும், சமுதாயப் படிநிலை உயர்தகுதியும் கவசமாக இருக்கின்றன. நடுத்தர வர்க்கத்து பெண்ணாய்ப் பிறந்தவள், ஒரு சுப தினத்தில், காதலித்தோ அல்லது காதலிக்காமலேயோ, கல்லுடனோ, புல்லுடனோ, குறைந்தபட்சம் மாலை மாற்றிக் கொள்ளவேண்டும், அடுத்து

நாகரத்தினம் கிருஷ்ணா ❖ 129

எத்தனை சீக்கிரம் முடியுமோ அத்தனை சீக்கிரம்தான் மலடி அல்லவென்று நிரூபித்தாகவேண்டும். கல்லுக்கும், புல்லுக்கும் பிடித்ததைச் சமைக்கவேண்டும், அவனது விருப்பத்திற்கென்று சினிமாவுக்குப் போகவேண்டும், அவனது விருப்பத்திற்கு நண்பர்களை உபசரிக்கவேண்டும், அவனது விருப்பத்திற்குப் படுக்கவேண்டும். நல்ல வேளை அவனுடைய விருப்பத்தைக் கேட்டுத்தான் மனைவியானவள் டாய்லெட் போகவேண்டுமென்ற கட்டாயம் எதுவுமில்லை. கணவன் மனைவிக்குமான அப்படியான உரையாடலொன்றை கற்பனை செய்துப்பார்க்க, சிரிப்பு வந்தது – சிரித்தாள்.

– என்ன ஆச்சு? என்னிடத்தில் சொல்லேன்... நானும் சேர்ந்து சிரிக்கிறேன்.

எட்டிப்பார்த்த பாட்டி கேட்டாள்.

– ஒன்றுமில்லை பாட்டி– என்றவள், அடக்க முடியாமல் மீண்டும் சிரித்தாள்.

– சரி... யாரோ வரணும் என்று சொன்னாயே வந்தார்களா?

– இன்னும் இல்லை பாட்டி, அவர்களைத்தான் எதிர்பார்க்கிறேன். மாலை ஆறு அல்லது ஆறரை மணிக்கெல்லாம் வந்துவிடுவதாகச் சொன்னார்கள்.

சுவர்க்கடிகாரத்தைப் பார்க்க, மாலை ஆறரை மணி.

அறைவாசலில் நிழலாடியது. பவானிக்கு வியப்பு. நடுத்தர வயதுப் பெண்மணியும், குழந்தையுடன் இளம் பெண்ணொருத்தியும் நின்றிருந்தார்கள். மூன்றாவதாக தேவசகாயம்.

– வணக்கம்மா... நீங்க வரச்சொன்னீங்கன்னு சொன்னாங்க, அதுதான் பெண்ணை அழைத்துக்கொண்டு வந்தேன்.

– வணக்கம், வாங்க உட்காருங்க – என்ற பவானி, தேவசகாயத்தைப் பார்த்தாள் – அப்பார்வையில், உள்ள கேள்வியைப் புரிந்து கொண்டவன்போல.

– இவங்க எனக்குத் தெரிஞ்ச குடும்பம். ஒரே தெருவில் இருக்கிறோம். ஆரம்பத்துலேயிருந்து என்ன நடந்ததென்று தெரியும். ஒரு பெண்வக்கீல் வீட்டுக்குப் போகணுமென்று சொன்னப்போ நீங்களாக இருக்குமென்று நினைக்கவில்லை. காலையில் பேரையும் முகவரியையும் சொன்னப்போதான் புரிஞ்சுது. நான் வரவில்லை என்று சொன்னேன், இவங்க கேட்கவில்லை.

– ஏம்மா, சொல்லவேண்டியதை ஓரளவு புரியும்படியா சொல்வீங்க இல்லையா? உங்களால் முடியாதென்றால், வழக்கில் சம்பந்தப்பட்ட உங்க பெண் இருக்கிறாங்க, மூன்றாவதாக ஒருத்தர் வேணுமா?

–எம்பொண்ணுக்கு அவ்வளவு கெட்டித்தனமிருந்தா ஏனிப்படி பிள்ளையைச் சுமந்துகொண்டு நிற்கிறாள். நான்தான் தேவா தம்பியைச் அழைத்து வந்தேன்.

– மிஸ் பவானி, உங்களுக்கு விருப்பமில்லைன்னா நான் புறப்படறேன்.

– பரவாயில்லை உட்காருங்கள். ஆனால் நீங்கள் குறுக்கிடாமல் இருக்கவேண்டும். அதைத்தான் எதிர்பார்க்கிறேன். மருத்துவருக்கும் வழக்கறிஞருக்கும் சம்பந்தப்பட்டவங்கதான் பிரச்சினையைத் தெளிவுபடுத்த முடியும். மற்றபடி உங்களைப் புண்படுத்தணும் என்பதற்காக இதைச் சொல்லலை.

தேவசகாயம் அப்பெண்களுக்கு அருகில் காலியாகயிருந்த நாற்காலியில் அமர்ந்தான். பவானி வெள்ளைத்தாளும் பேனாவுமாய்த் தயாரானதும் வயதான பெண்மணி சொல்லத் தொடங்கினாள்.

– எனக்குப் பேரு காமாட்சிம்மா, சின்னக்கடைகிட்ட ஜீவானந்தம் வீதியில். வீடு. ரோடியர் மில்லில் வேலை. புள்ளை ஒண்ணு, பொண்ணு ஒண்ணா இவதான் மூத்தவ. நல்லாத்தான் படிக்கவச்சேன். என் பொல்லாத நேரம். இன்றைக்கு இந்த நிலைமை...

– அழாதீங்கம்மா, அழாமச் சொல்லுங்க...

– இவள் பேரு சிவகாமி. பத்தாம் வகுப்பில் பெயிலாகிவிட்டாள். சும்மா இருக்கிறாளே என்று டைப்பிங் கிளாஸுக்கு அனுப்பி வைத்தேன். அப்போதுதான் அவனைப் பார்த்திருக்கிறாள். அவன் வேற சாதிப்பையன், காலேஜ்ல படிச்சிருந்திருக்கான், நல்ல வசதியுங்கூட. ரங்கப்பிள்ளைத் தெருவில் சொந்தமா ஏதோ கடை வச்சிருக்கானாம். கடைக்கு வரப்போக இருந்தவன், பக்கத்துல டைப் அடிக்க வந்த இவளைப் பார்த்திருக்கிறான். அடிக்கடி இவளிடம் தொந்தரவு கொடுத்திருக்கான். இந்தச் சனியனும் அவன் வார்த்தையில் மயங்கி, கூப்பிட்ட இடமெல்லாம் போயிருக்கு. பாவிப் பையன் கர்ப்பமாக்கிட்டான். எனக்கு மட்டும் கொஞ்ச நாளாக சந்தேகம் இருந்துச்சு. இந்த

ராட்சசியைக் கேட்கிறேன். ஆமாம் என்கிறாள். அந்தப் பிள்ளையை வீட்டுக்குக் கூட்டிவா பேசணும் என்றேன். ஒவ்வொரு நாளும் சாக்குப்போக்குச் சொல்லிக்கொண்டு வந்திருக்கிறான். ஏதாவது காரணத்தைச் சொல்வான் போல, இந்தக் கோட்டானும் அப்படியே நம்பிக்கொண்டிருந்திருக்கிறது.

– இங்கே பாருங்கம்மா. உங்கள் வேதனை எனக்குப் புரிகிறது, அதற்காக மூச்சுக்கு முந்நூறுதரம், பெண்ணைத் திட்டிக்கொண்டிருப்பது பிரயோசனமுமில்லை. வீட்டில் இதைவிடக் கூடுதலாக வார்த்தைக உபயோகிப்பீர்களா? ம்...

பவானி தொடர்ந்து பேசமுடியாமல் எதோ தடுத்தது. தேவசகாயத்தினுடைய கண்கள் தன்னையே கவனித்துக் கொண்டிருப்பது போல நினைப்பு. தொடர்ந்து, 'முகத்தைத் திருத்தமாக வைத்திருக்கிறேனா, காலை பாட்டி சொன்ன கரும்பச்சைப் புடைவையையே கட்டிக்கொண்டிருந் திருக்கலாமோ?' என அவளிடத்தில் முளைத்த கேள்விகளுக்குப் பதில்களில்லை. அவனைத் தவிர்க்க நினைக்கிறாள். முடியவில்லை. கல்வி, வயது. துணிச்சல், மனோதிடமென்று, இவளை நிறுத்த உபயோகம் கண்ட தூண்களை, அசைத்துப் பார்க்கிறான்.

– அம்மா... அந்தப் பையனுடைய சிநேகிதன்னு இப்பிள்ளையைச் சொன்னாங்க. எங்க தெருவிலேதான் இருக்குது.

வந்திருந்த பெண்மணிக்கு, இவள் மனதைப் படிக்கத் தெரிந்திருக்குமோ, அன்றைக்குத் துணிக்கடையில் இவள் முகமறிந்து ஒரு புடைவையைத் தேர்வு செய்து எடுத்து விரித்தானே விற்பனையாளன் அவன் போல. 'அவனைப்பார் அவனைப்பார்' என்ற மனதின் கட்டளைக்கு நொடியில் பணிந்தாள். எதிரே இருந்த பெண்மணி, அவள் பெண், பெண் சுமந்திருந்த குழந்தை மறைந்துபோனார்கள். மரத்தை மறைத்தது மாமத யானை. ஒரேயொரு கணம் கண்களை அனுமதித்தாள், காத்திருந்தவன்போல தலையை உயர்த்துகிறான். இருவர் பார்வையும் ஒருநொடி முட்டிக்கொண்டது. அவன் ஜெயித்துவிட்டவன்போல மெல்ல புன்னகைக்கிறான்.

– அம்மா மேலே சொல்லட்டுங்களா? – மீண்டும் பெண்மணி.

கட்சிக்காரர்களை வைத்துக்கொண்டு, அசட்டுத்தனமாகத் தன் மனதை அலையவிடுவதை உணர்ந்த மாத்திரத்தில், தன்மீது கோபம். தன்னைத் தானே கடிந்துகொண்டாள்.

– ம்... சொல்லுங்கம்மா

– இந்தப் பிள்ளையை அந்தப் பையனின் சினேகிதன் என்று சொன்னாள். ஒரு நாள் இவளை அழைத்துக்கொண்டுபோய்ப் பார்த்தேன். ரொம்ப நல்ல பிள்ளையாத் தெரிந்தது. எங்க வேதனைகளைச் சொன்னேன், பயப்படாதீங்கம்மா. அவங்க இரண்டு பேருக்கும் கல்யாணம் செய்து வைக்க நானாச்சு என்று ஆறுதல் சொல்லிச்சு. அந்தப் பையனைப் பார்த்துப் பேசியதில் திருமணத்திற்கு சம்மதித்தானாம். ஆனால் வீட்டிற்குத் தெரியாமல் திருமணம் நடக்கணுமென்று சொல்லியிருக்கான். எனக்கெதுவும் தெரியாது. மயிலத்துக்குப் போயிட்டு மாலை மாத்திக்கிட்டுப் புதுச்சேரியில் திருமணத்தை முறைப்படி பதிவும் செய்திருக்கிறார்கள். குழந்தை பிறக்கிற வரை இவள் எங்க வீட்டிலேயே இருப்பதென்றும், தனது குடும்பத்தைச் சமாதானம் செய்துவிட்டு அழைத்துக் கொள்வதாகவும் கூறப்பட்டதைக் கேட்டு நானும் சம்மதிச்சேன். குழந்தையும் பிறந்தது. அப்படி இப்படியென்று குழந்தை பிறந்து ஒருவருடம் ஓடிட்டுது. அவன் வந்து இவளைக் கூப்பிட்டுப்போற மாதிரி தெரியவில்லை.

– இதிலுள்ள சிக்கல் எனக்குப் புரிகிறது. பதிவுத் திருமண ஆதாரத்தை மட்டும் நம்பிப் பெரிதா எந்த உறுதிமொழியும் உங்ககிட்ட கொடுக்க முடியாது. சிவில் வழக்குகளில், சட்டம் என்ன சொல்கிறதென்பது இங்கே மிகவும் முக்கியம். தவிர நம் நாட்டில் கையூட்டு என்பது இன்றைய நீதிமன்றங்களையும் விட்டுவைக்கவில்லை. பெரும்பாலான வழக்குகளில் நீதிபதிகள் இப்போதெல்லாம் சட்டம், சாட்சிகளைப் பின்னுக்குத்தான் விட்டு, வழக்கில் சம்பந்தப்பட்டவர்களின் பணபலம், அரசியல் அதிகாரத்தினைக் கொண்டு தீர்ப்பு வழங்குகிறார்கள். உங்ககிட்ட இருக்கிற அத்தனை ஆதாரங்களையும் எடுத்து வாருங்கள். இருவருமாகச் சேர்ந்து எடுத்துக்கொண்ட நிழற்படங்கள், திருமணப் பதிவுப்பத்திரம், உங்களுக்கென வாங்கிய பரிசுப்பொருள்களுக்கான ரசீதுகள், இப்படி எதுவென்றாலம் கொண்டுவாருங்கள், முயற்சி பண்ணிப்பார்ப்போம். தேவா... நீங்க நண்பர்கிட்டே பேசிப் பார்த்தீர்களா? – –

– அவன் ஒரேயடியா மாறிட்டான். அவனை எனக்கு ரொம்பப் பழக்கமில்லை. ஆனாலும் நான் கேள்விப்பட்டவரை அப்படிப்பட்டவனில்லை எனக்கே வியப்பா இருக்கு.

இருந்தாலும் தொடர்ந்து அவன் கிட்டே பேசுவதென்றுதான் இருக்கிறேன்.

– அப்படியா? குழந்தை அழகாய் இருக்கான். குழந்தையைப் பார்த்தும் அந்த நண்பர் மனசு மாறலை? –

– இல்லைம்மா. வந்து எட்டியே பார்க்கலை, படுபாவி. மூக்கும் முழியும் குழந்தை அப்படியே அவங்க அப்பனை உரிச்சு வச்சிருக்குது பாருங்கள் நீங்க நினைக்கிற மாதிரி ஆம்பிளைப் பிள்ளை இல்லை. பொட்டை கழுதை... ஹூம், அதன் தலை யிலே ஆண்டவன் என்ன எழுதி வச்சிருச்கிறானோ?

– பயப்படாதீங்க. உங்க காலம் வேற. என்ன பேரு வச்சிருக்கீங்க?

– ஹரிணி – முதன் முறையாகக் குழந்தையின் தாய் வாய்திறந்து பேசினாள்.

– – நல்ல பேர்.

– அப்போ நாங்க புறப்படறோம் – தேவா.

– போயிட்டுவாங்க. நான் சொன்னதையெல்லாம் மறந்திடாதீங்கம்மா எவ்வளவு சீக்கிரம் என்னை வந்து பார்க்க முடியுமோ அவ்வளவு சீக்கிரம் வந்து பாருங்க.

அவர்கள் விடைபெற்றுச் சென்று ஒரு சில வினாடிகள் கழிந்திருக்கும் மெல்லக் கதவைத் தட்டும் சத்தம். யாரென்று நிமிர்ந்து பார்க்க, தேவா புன்முறுவலுடன் நிற்கிறான். –

– சொல்லுங்கள், என்ன விஷயம்?

– உங்களிடம் பேசவேண்டும். பத்மா போன் பண்ணினாளா?

– பாட்டி சொன்னாங்க. பேசுவதற்கு இது நேரமல்ல, இந்த இடமும் அதற்கானதல்ல. வழக்குகள் ஏதாவது இருந்தால் சொல்லுங்கள்.

– நாளைக்கு நீங்கள் பீச்சுக்கு வரணும். உங்களோடு பேசவேண்டியிருக்கு.

– நான் யோசிக்கணும். அடுத்த வெள்ளிக்கிழமை வரை என்னால் எங்கும் வரமுடியாது.

– யோசிச்சுவைங்க – அமைதியாகத் திரும்பிச் சென்றான்.

17

புதுச்சேரி நேரு பூங்கா. இருள், புதிதாக அமைக்கப்பட்டிருந்த நியான் விளக்குகளுடைய ஒளி. வளர்ந்த மரங்களின் தலையீடென்று வித்தியாசமான காட்சியை வியந்தபடி நிலா. ஆயி மண்டபத்தின் காலில் அதிகாரம் கிடப்பதுபோல, துணைநிலை ஆளுநரின் மாளிகை. கைக்கடிகாரத்தைப் பார்த்துக்கொண்டான். நள்ளிரவைக் கடந்திருந்தது. தலைவலியும் குறைந்திருந்தது. பத்மாவிடம் வற்புறுத்தி இருந்தான். "எப்படியாவது பவானியைச் சந்திக்கணும் பத்மா, ஏற்பாடு பண்ணமுடியுமா?" அவள், "பார்க்கிறேன்" என்றாள். "அப்படிச் சொல்லாதே! அவளை இன்றைக்கு நான் பார்த்தே ஆகணும். ஆல் இந்தியா ரேடியோ கட்டடத்திற்கு எதிரே கடற்கரையை ஒட்டிய பாதுகாப்புச் சுவரில் அமர்ந்திருப்பேன். அவளைப் பார்க்காது போனால் எனது தலை வெடித்து விடும் என்று சொல்." எச்சரித்திருந்தான். பவானி வரவில்லை. கோபம் வந்தது. கோபம் பவானி மீதா? அல்லது பத்மா மீதா? பவானியை மிகவும் பிடிக்கிறது. பவானி இடத்திலும், பத்மா முதலான வேறு சில நண்பர்களிடத்திலும் அதைக் காதல் என்று சொல்லிக்கொண்டான். உள் மனம் மறுக்கிறது. பத்மாவோ பவானியோ அல்லது இவனேகூட நினைப்பதுபோல அதற்கான காரணம் காதல் அல்ல. இவனைப்போலவே அவளிடமிருக்கும் அவளது கவிதை உணர்வு? ஊகூம்... இல்லவே இல்லை. பின் வேறெதுவாக இருக்கும்? இருவரும் பெற்றோரின்றி இருப்பது காரணமோ; இவனது அப்பாவும் 'அவளுடைய அப்பாவைப்போலவே சமீபத்தில் இறந்திருந்தார்.

தேவாவைப்போல பவானியும் சிறுவயதில் பெற்றதாயைப் பறிகொடுத்திருப்பதுகூட நியாயமான காரணமென்று சொல்லலாம். இவனுக்கும் அவளுக்குமான பொதுச் சங்கதிகள் நிறைய இருக்கும்போல. காங்கிரீட் பலகையில் புரண்டு படுத்தான். முழங்கைகளை மாற்றி மாற்றி தலைக்குக் கொடுத்து கண்ணயர நினைத்தான். –

– தேவா... இங்கே வா... யார் வந்திருக்காங்க பாரு?

– ஸ்கூல்ல இருந்து இப்பத்தான் வந்தேன்பா. சட்டையை மாத்திக் கொண்டிருக்கேன்.

– பரவாயில்லை, அப்படியே வா... அந்நியமனிதர் யாருமில்லை. உன்னை யாரும் தப்பா எடுத்துக்க மாட்டாங்க.. –

தேவா அவர்கள் எதிரே வந்து நின்றபோது, அப்பாவின் பிரெஞ்சு ராணுவ உடையுடனும், தொப்பியுடனும் இருந்தான். இவன் உடையைப் பார்த்து அவள் சிரித்தாள். அப்பா, “ராணுவ உடைகள்னா அவனுக்கு ரொம்ப விருப்பம்” என்கிறார். அப்பாவும் அவளும் புது ஆடைக்குண்டான கதம்ப மணத்துடன் சோபாவில் அமர்ந்திருந்தனர். அப்பா வழக்கம்போலத் தனது வெள்ளை ஸ்லாக் ஷர்ட்டை கறுப்புப் பேன்டுக்குள் விட்டு, பெல்ட்டால் வயிற்றை இறுக்கியிருந்தார். நரைத்த தலைக்குச் சாயம் பூசியிருந்தார். வழக்கத்திற்கு மாறாக மழமழவென்ற முகம். ஈறு தெரியச் சிரிக்கிறார். வியப்பாக இருந்தது. இரண்டு நாட்களுக்கு முன்னர்கூட அவளை ரோட்டில் பார்த்திருக்கிறான். பச்சை மணிலாக்கொட்டை, வெள்ளரிப்பிஞ்சு, மாம்பழமென தெருவில் அந்தந்த மாதங்களில் கிடைக்கிற பொருட்களைத் தெருவில் கூவி விற்பவள். அவளது கறுப்பு நிறத்திற்குப் பொருந்தாத வண்ணத்தில் காஞ்சிபுரப்பட்டு, இறுக்கமாக ஓர் இரவிக்கை, தடித்த உதடுகள். மை அப்பிய சூன்யக்காரிக்கான பெரிய கண்கள். மூக்குத்தியையும், விழிவெண்படலத்தையும் கவனமாகத் தவிர்த்துப் போட்டிருந்த பவுடர். உதட்டுச்சாயம் முகவாய்க் குழியில் கசிந்திருக்கிறது. கழுத்தில் புதுமஞ்சள் நிறத்தில் சுண்டுவிரல் கனத்திற்கு தாலிக்கயிறு. சுமக்க முடிந்த அளவிற்கு நகைகள். ஒருகிராம் கூடியிருந்தால்கூட உடைந்துவிடுவாள் போல, அத்தனை ஒல்லி. அவனைப் பார்த்து மெல்ல சிரித்தாள்.

– தேவா உனக்கு அம்மாடா.

அப்பா முந்திக்கொண்டார். அதற்கு என்ன பொருள் என்பதை விளங்கிக் கொள்ள இவனுக்குச் சில நொடிகள் தேவைப்பட்டன. பார்த்துக் கொண்டிருந்தவன், எதையோ விளங்கிக் கொண்டவன் போல தனது அறைக்குத் திரும்ப எத்தனித்தபோது அவளுடைய குரல் தடுத்து நிறுத்துகிறது. –

- தம்பி இங்கே வாப்பா.. (கூடையை இறக்கிவை.) வீட்டுப்படியேறி அவள் உச்சரிக்கும் வாக்கியந்தான். இரண்டாவது வாக்கியம் நெஞ்சுக்குள்ளேயே இருக்கவேண்டும்.

– தேவான்னே கூப்பிடு. பக்கத்துல வாடா, அம்மா கூப்பிடறாங்க இல்லை.

அப்பாவின் வார்த்தையைத் தட்ட விருப்பமில்லாமல், தயங்கி முன்னேறுகிறான். பயப்படாம வா தம்பி. இழுத்து அருகில் நிறுத்திக்கொண்டாள். பட்டின் ஸ்பரிஸத்தோடு கூடிய மார்புகளை மெத்தென்று உணர்ந்தான். அவள் தலையில் வைத்திருந்த மல்லிகையின் மணம் இவனுக்குக் குமட்டியது. விலகி நின்றான்.

– தேவா சீக்கிரம் கிளம்பு. அரிஸ்டோவில் சாப்பிட்டுட்டு, எம்.ஜி.ஆர். படம் போறோம். அதை விரும்பாதவர்போல அப்பா.

– அவனுக்கு ரஜினி படந்தான் பிடிக்கும். அவங்க கமராதுகளுடன் முந்தா நாள்கூடப் படம்பார்த்துட்டு வந்தான். வீட்டுல இருக்கட்டும், நாம் போகலாம். இன்னொரு நாளைக்கு நாம சேர்ந்து போனால் போகுது.

– இல்லைங்க தம்பியும் வரட்டும்.

– அப்பா தலையாட்டினார். ஆனால் அவர் முகம் சோர்ந்து போனது. கசப்புடனேயே புறப்பட்டார். ரிக்ஷா வைத்துக்கொண்டார்கள். தேவாவை மடியில் இருத்திக்கொண்டாள். தியேட்டர் மாடி இருக்கைக்கு நுழைவுச்சீட்டு வாங்கிக்கொண்டார்கள். ஆகப் பழைய படம். இடைவேளையில் அவரிட பணம் வாங்கிப்போய், ஸ்டாலில் உள்ள அத்தனையையும் வகை கொன்றாய் வாங்கிவந்து இவன் கைகளிற் திணித்தாள். அப்பா முனகினார் “என்ன தம்பி தலையைச் சாய்த்து பார்க்கிற, படம் ஒழுங்கா தெரியலையா?”– அவள். “எதிர் சீட்டுல புதுசா ஒருத்தன் உட்கார்ந்துகிட்டு மறைக்கிறான்.” “அப்படியா நீ வேணுமானா இங்கே வந்து உட்காரறீயா? “அவனுக்கு ஏன் தொந்தரவு கொடுக்கிற.

படத்தை நீ ஒழுங்காப் பாரு" அப்பா. "இல்லைங்க, தம்பிக்கு மறைக்குதாம், இங்கே வந்திடு..." மீண்டும் அவள் மடி. கைவிரல்கள் தலையைக் கோதின. மீண்டும் அவள் மார்பு முழுசாய் தலை சாய்த்துக்கொண்டான். அவள் இதயத்துடிப்பு இவனுக்குள் கேட்டது. உச்சிமோந்து, அடிக்கடி காதுமடல்களில் பற்களைப் பதித்தாள் உடலில் இவன் அனுபவத்திராத வெப்பம், ஒரு குறுகுறுப்பு. 'பயப்படாதே' என உற்சாகப்படுத்துவது போல மனதிற்குள் ஒரு குரல். முகத்தைத் திருப்பியவன் சட்டென்று அவள் மார்பைக் கடித்தான். அவள் போட்ட கூச்சலில் புரொஜக்டர் ஒளியும், தொடர்ந்து படமும் முடிவுக்கு வந்தது. தியேட்டர் ஆட்கள் ஓடிவந்தார்கள். கலங்கிய கண்களைத் துடைத்தபடி 'தியேட்டரை விட்டு வெளியேறினாள். அவளை நாய்க்குட்டிபோல அப்பா துரத்துகிறார். இவன் இருந்து முழுப் படத்தையும் பார்த்து விட்டுத் திரும்பினான்.

மறுநாள் லேடி டாக்டரிடம் அவளை அப்பா அழைத்துப்போனார். மருத்துவர் என்ன கேட்டிருப்பார், இவர்கள் என்ன பதில் சொல்லி இருப்பார்கள் என்பதை நினைத்து நினைத்துச் சிரிக்கிறான். அடுத்த மூன்று நாட்கள் வீட்டில் அமைதி. இவனைப் பார்த்ததும் அஞ்சி ஓடினாள். வயிற்றில் கட்டிய லுங்கியும், முண்டா பனியனுமாக சமாதானப்படுத்த அவளையே அப்பா சுற்றி வந்தது நினைவில் இருக்கிறது.

தேவசகாயத்தை, ஷியென் தேவசகாயம் என்றுதான் உங்களுக்கு அறிமுகப்படுத்தி இருக்கவேண்டும். புதுச்சேரி பிரெஞ்சுக்காரர்கள் வசமிருந்த நேரம், தேவசகாயத்தின் தகப்பன் வேலாயுதம் என்ற பெயருடன், பஞ்சம் பிழைக்க சேலியமேட்டிலிருந்து வந்திருந்தார். அவருக்கு வெள்ளாளர் தெருவிலிருந்த பாக்கியம் பிள்ளை வீட்டில் எடுபிடி வேலை கிடைத்தது. பாக்கியம் பிள்ளை கிறிஸ்தவர். ஒருநாள், வேலாயுதத்தை அழைத்துக் கொண்டு தேவாலயம் போனவர் தனது பங்குத்தந்தையிடம் சொல்லி இவருக்கும் ஞானஸ்நானத்திற்கு ஏற்பாடு செய்தார். அன்றிலிருந்து வேலாயுதம் அந்தோனிசாமியாக ஆனார். பாக்கியம் பிள்ளையுடைய மூத்தமகள் புஷ்பத்தின்மேல் வேலாயுதத்திற்கு மோகம் பிறந்தது. தானும் பாக்கியம் பிள்ளையும் புனித இருதய ஆண்டவரைத்தானே பிரார்த்தனை செய்கிறோம் என்ற நினைப்பில், வாய்திறந்து ஒரு நாள் தனது உள்ளக்கிடக்கையே பாக்கியம் பிள்ளையிடம் தெரிவிக்கவும் செய்தார். பாக்கியம்

பிள்ளைக்கு வந்தது கோபம். "செருப்பாலடி நாயே, ரெண்டுபேரும் கிறிஸ்தவரென்றாலும், நீயும் நானும் ஒன்றாகிவிடுவோமா. நான் சாதியிலே வெள்ளாளன் தெரியுமோ? வெளியே போடா." என்று சத்தம் போட்டார். கோபத்துடன் வெளியேறிய வேலாயுதம், பிரெஞ்சு ராணுவத்தில் சேர்ந்து கப்பலேறத் தீர்மானித்தார். வரிசையில் போய் நின்றார். பெயரைக்கேட்க "சாமி, வேணுமானா வேலாயுதம்னே எழுதிடுங்களேன், எங்க தகப்பன் வச்சது" என்றார். நின்றிருந்தவர், இவர் சொன்னதைப் பிரெஞ்சில் மொழிபெயர்த்து வெள்ளைக்காரனிடம் சொல்ல, அவன், "உனக்கு 'ஷியென்' சம்மதமா?" என்றான். இவர் பக்கத்தில் நின்றிருந்தவரைப் பார்க்க, "'நாய்' என்று பேர் வச்சிருக்கார், சம்மதமென்று சொல்" என்றார். "ஏங்க சாமி, வேற நல்ல பேரா எதுவும் இல்லைங்களா? அந்தோனிசாமினே கூட வச்சுக்கலாம், எதுக்காக சாமி 'நாயி, பேயி'ங்கிற பேரை வைக்கிறீங்க?" என்றுகேட்க, வெள்ளைக்காரன் பக்கத்திலே நின்றிருந்த தமிழருக்குக் கோபம் வந்தது. "எந்தப் பேரு வச்சா என்னய்யா? 'நாய்' என்று தமிழ்லயா கூப்பிடப் போறான். அவன் தயவிலே வயித்தைக் கழுவறோம், பேருல என்ன வந்திட்டுது? அங்கே நிற்கிறாங்க பாரு அவங்களோட போயுட்டு நீயும் நில்லு" என்கிறார். சக தமிழரின் பதிலில் நியாயம் இருப்பதுபோல தெரிந்தது. வேலாயுதம் வரிசையில் நின்றார். கப்பல் ஏறினார். கப்பலேறிய ஷியென் அந்தோனிசாமி சைகோன் போனார். சண்டைப்போட்டார். திரும்பிவந்த போது, தீவிர கிறிஸ்தவராக இருந்தார். புதுச்சேரியில் தென்பகுதியில் பழைய வீடொன்றை வாங்கி இடித்து நவீனப்படுத்தினார். மறக்காமல் 'அன்னை மரியாள் துணை' என்று முதல்மாடிச் சுவரில் எழுதிவைத்தார். சொந்தக் கிராமத்தில் இவருக்கு ஏஜமானாக இருந்த ரெட்டியார் நிலங்கள் விற்பனைக்குவர வாங்கிப்போட்டார். பின்னர் அவர்களிடமே அதைக் குத்தகைக்கும் விட்டார். பங்குத் தந்தையின் சிபாரிசின்பேரில், மரியம் என்ற பெண்ணை, அருகிலிருந்த அந்தோனியார் ஆலயத்தில் வைத்து மோதிரம் மாற்றிக்கொண்டார். பிரான்சுக்குக் கூட்டிச்சென்றார். 'பதினைந்து ஆண்டுகள்' பிரெஞ்சு ராணுவத்தில் பணிபுரிந்து விட்டு, புதுச்சேரிக்கு நிரந்தரமாகத் திரும்பியபோது அந்தோனிசாமி மரியம் தம்பதிகளுக்கு இரண்டு பெண்களும் நான்கு ஆண்பிள்ளைகளும் இருந்தார்கள். நமது தேவசகாயம் பிறந்தபோது அந்தோனிசாமிக்கு ஐம்பது வயது. பிள்ளைகளைப் பிரெஞ்சுப் பள்ளியில் சேர்த்தார், ஒருவர் பின் ஒருவராகப் பிரான்சுக்கு அனுப்பிவைத்தார். தேவசகாயத்திற்கு

இருபது வயது என்கிறபோது, காய்ச்சலென்று படுத்த மரியம் எழுந்திருக்கவில்லை. மனைவி இறந்த பதினைந்தாம் நாள் அவளை அழைத்து வந்திருந்தார் சமைப்பதற்கும் சில்லறை வேலைகளுக்கும் ஒருத்தி வேண்டுமே, அதற்காக என்றார்.

இன்னொருமுறை புகைக்கலாம்போல இருக்கிறது. சட்டைப் பையில் மிச்சமிருப்பது, சீண்டுகிறது. சில மாதங்களாகப் பொது இடங்களிலும் உபயோகிக்க ஆரம்பித்திருந்தான். புதுச்சேரியில் மிகச்சுலபமாகக் கிடைக்கிறது. கூச்சப்படாமல் வாய் திறந்து கேட்கவேண்டும். ரூபாய் நோட்டுக்களைக் கொடுத்து, எனக்கு 'அது' வேண்டுமென்று சொன்ன மாத்திரத்தில் பெட்டிக்கடைக்காரர்கள் புரிந்து கொள்கிறார்கள், கொடுக்கின்ற பணம் மதிப்பீட்டில் குறைவாக இருந்தால், 'அது' என்ற சொல்லுக்கு ஆணுறை என்று பொருள். கூடுதலாக இருந்தால் கஞ்சா என்கிற மரியுவானா. முதன்முறையாக நண்பன் பேச்சுவாக்கில் பெட்டிக்கடையில் கிடைக்கிறதென்று சொன்னான். "இன்னா தம்பி இங்கேயே இழுக்கறியா? தம்முக்கு இரண்டு ரூபாய்தான். பொட்டலமென்றால் ஒன்று நூறு ரூபாய். போலிஸ்காரன் வர்றானென்று பயப்படாதே, நமக்கு வேண்டியவங்கதான்." பெட்டிக்கடைக்காரன் தேவசகாயத்திற்குத் தைரியமூட்டினான்.

பௌர்ணமி இரவொன்றில், திருவக்கரை வக்கிரகாளியை தரிசிக்கச்சென்ற இடத்தில், சாது ஒருவர், "அம்மனைச் சாந்த சொரூபியாக இவனுள் காண உதவும் ஔடதம்" என்று இதை அறிமுகப்படுத்திவைத்தார். நாளொன்றுக்கு இரண்டுமுறை இம்மருந்தை எடுத்துக்கொண்டால், குறைந்தது 150 ஆண்டுகள் உயிர்வாழலாமென, தாடியை வருடியபடி, கண்களைச் சிமிட்டி, உத்தரவாதம் கொடுத்தார். ஷிலமில் வைத்து கைப்பிடி அளவு புகையைக் கசியவிடாமல் அவ்வளவையும், அவசரத்துடன் நெஞ்சுக்குள் இறக்க, கண்களில் நீர்கோர்த்தது. சட்டென்று அதிர்ந்து மீண்டான். குப்பியொன்றில் அடைத்து அவனை யாரோ மேலும் கீழுமாய்த் தாலாட்டுகிறார்கள். கண்கள் இருண்டன. கால்களிரண்டும் சோர்ந்தன, பூமி விலகிச்செல்கிறது. இருகைகளையும் பரத்தி, வானில் பறக்கிறான். மதிற்சுவர் தெரிகிறது. ஆயிரங்கால் மண்டபத்தினை அடுத்து தீர்த்தக் குளம். இறங்கி நீராடுகிறான். கரையேறி ஆடை தரிக்க, பெண்கள் இருவர் கைதொட்டு அழைத்துப் போகிறார்கள். கனகசபை, திருச்சபை, தேவசபை ஆகிய மூன்று சபைகளுக்கும் செப்போடு வேய்ந்திருக்க, இவனது ஞானசபைக்குப் பிரத்தியேகமாகத்

தங்க ஓடும் தங்கக் கலசங்களும். சிவப்புக் கம்பளத்துடனான நடைபாதை, முடியுமிடத்தில் தங்கத்தாலான சிம்மாசனம். இருபுறமும் சேடியர் கவரி வீசுகிறார்கள். அரியணையை நெருங்க கால்கள் பின்னுகின்றன. நடையில் நளினம் சேர்ந்துகொள்கிறது. சகல புவனங்களையும் மயக்கும் மோகினியாக இவனுள் வக்கிர காளி அம்மன்.. மாத்தா ஹரி. ம், இல்லை, பவானி.

கண் விழித்தபோது பெரிய நாயொன்று பின் தொடர சைக்கிளை நிதானமாக மிதித்துக்கொண்டு செல்லும், (அரவிந்தர்) ஆஸ்ரமத்துக் கிழவன், ராஜ் நிவாஸ் என்றழைக்கப்படும் கவர்னர் மாளிகையில் துப்பாக்கியைச் சாய்த்துப்பிடித்தபடி, காலை உதறும் காவலர். தீசல் எண்ணெய்ச்சட்டியும் பெட்ரோமாக்ஸ் விளக்குமாக வண்டியைத் தள்ளிச்செல்லும் நேந்திரங்காய்ச் சீவல் வியாபாரி. விழித்தபடி நிற்கும் தூங்குமூஞ்சி மரங்கள். பெண்ணொருத்தியுடன் அவசரமாக ஆயி மண்டபத்திற்குள் ஒதுங்கும் நடுத்தர வயது ஆசாமி. எரிச்சல் வந்தது. எழுந்து வேகமாக நடந்தான். இவனைப் பார்த்ததும் ஆசாமி பயத்துடன் விலகினான். அவள் முந்தானையைச் சரி செய்துகொண்டு இவனைப் பார்த்தாள். நேரேசென்று கன்னத்தில் ஓங்கி அறைந்தான். வாயில் குதப்பிவைத்திருந்த வெற்றிலை 'பச்' சென்று முகத்தில் விழுந்து வழிந்தது. இவனை ஒதுக்கித் தள்ளிவிட்டு அவன் ஓடினான். மண்டபத்தை விட்டு மெல்ல வெளியேறி சிறிது நேரம் மண்டபத்தின் மேற்குத் திசையில் நின்றான். மகப்பேறு மருத்துவமனைக்கு வந்திருந்த கிராமப்பகுதியைச் சேர்ந்த ஏழைகள், பிணங்கள் போலக் கிடந்தனர். கழுத்தை வலமும் இடமும் திருப்பிப் பார்வையை மேயவிட்டபடி நடந்தபோது, இரண்டு ஸ்கூட்டர்கள் ஒன்றன்பின் ஒன்றாக டயர்தேய கிரீச்சிட்டு நின்றன. அருணாசலமும், குளோதும் ஆளுக்கொரு ஸ்கூட்டரில் அமர்ந்திருந்தார்கள்.

– தேவா! ஸ்கூட்டரில் உட்கார். உன்னை வீட்டில் விட்டுட்டுப்போறோம் – குளோது.

– பரவாயில்லை நான் போய்க்குவேன் – தேவா.

– ராத்திரியில், இந்த நிலைமையில் நடந்தா?– அருணாசலம்.

– ஆட்டோ பார்த்துப் போய்க்கிறேன்.

– அதெல்லாம் உடனே முடியற விஷயமில்லை. வா, போகலாம்.

தேவா மறுப்பேதும் சொல்லாமல் பின்சீட்டில் அமர்ந்தான்.

18

– மிஸ் பவானி இன்றைக்கு உங்க ஆர்க்யுமென்ட் பிரமாதம். இனி புதுச்சேரியில் ஃபேமிலி கோர்ட்டென்றால் நீங்கதான் ஹீரோயின் – புகழ்பவர் சுந்தரமூர்த்தி. பவானியின் சீனியர் வக்கீலின் குமாஸ்தா. குடும்ப நீதிமன்றத்தை விட்டு பவானி வெளியேறி, படியில் இறங்கிக்கொண்டிருந்தாள். வழக்கம்போல இவளைப் புகழ்ந்தபடி வேகமாய் இறங்கிப் போன சுந்தரமூர்த்தி எதையோ ஞாபகப்படுத்திக் கொண்டவர்போல, சட்டென்று நின்றார், காத்திருந்தார். பவானி புரிந்துகொண்டவள் போல, அவர் அண்மையில் வந்ததும், மனதில் நினைத்ததைக் கேட்டுவிட்டாள்.

– என்ன சுந்தரமூர்த்தி சார், எதையாச்சும் மறந்திட்டீங்களா? நானும் கேக்கணுமென்று நினைச்சேன். அம்மாவுக்கு இப்ப தேவலாமா?

– சட்டென்று பாயின்ட்டைப் புடிச்சிட்டீங்களே, இதைத்தான் பவானிங்கிறது. ஆமாம்மா. நம்ம சீனியர் அய்யாவீட்டு அம்மாவை நினைச்சுத்தான் நின்னேன். என்ன பண்றது? மனம் சரியா இருந்தா, உடம்பு சரியா இருக்கும். மருமகன் கவலைதான் அவங்களை ரொம்ப வாட்டுது. ஒரே மகளென்று பார்த்துப் பார்த்துச் செஞ்சாங்க. சென்னையிலே சம்பந்தி குடும்பமும் தப்பில்லை. அவன் சகோதரர்கள் அத்தனைபேரும் பொறுப்பாக உத்தியோகமும் பார்த்துக்கொண்டு மனைவி பிள்ளைகளோட நல்லா இருக்கிறாங்க. இவங்க மருமகனும் எதுலே இளப்பம், பாங்குலே நல்ல உத்தியோகம், ஒழுங்கா இருந்திருக்கலாம். என்ன

செய்யறது? பணத்தைக் கையாடிட்டு, கைது வரைக்கும்போக, ஏதோ ஐயா தலையிட்டு பெரிய சிக்கலில் இருந்து மீட்டார். பிறகு டிராவல் ஏஜன்ஸின்னு ஒண்ணை ஆரம்பிச்சான். கலைவிழாங்கிற பேர்ல போலி பாஸ்போர்ட் போலி விசாவுல நிறைய ஆட்களை ஐரோப்பாவுக்கு அனுப்பி வச்சிருக்கான். அதுலேயும் மண் விழுந்தது. அங்கே இவன் அனுப்பிவைத்த ஆட்களை ஏர்போர்ட்லேயே பிடிச்சு, மறுவிமானத்திலேயே திருப்பி அனுப்பிட்டாங்க. நம்ம அரசாங்கத்துக்குத் தெரிவிக்க, மீண்டும் கைது. ஜாமீன், வழக்கென்று நடந்துகொண்டிருக்கிறது. என்ன செய்வது விதி எப்படியோ மதி அப்படி.

சுந்தரமூர்த்தி சார், இதெல்லாம் தெரிஞ்சதுதானே எத்தனை முறை சொல்லுவீங்க? அம்மா எப்படி இருக்காங்கன்னு கேட்டேன்?

– எதையோ சொல்ல நினைச்சு எதையோ பேசிக்கொண்டிருக்கேன். இரண்டு நாளைக்கு முன்னே ஆபீஸ் வந்திருந்தீங்க, வழக்கமா உள்ளே போய் அம்மாவைப் பார்க்காம போகமாட்டீங்க, அன்றைக்கு ஏதோ கவனத்துல புறப்பட்டுப் போயிட்டீங்க. நீங்க போனபிறகு “பவானி வந்திருந்தாளே போயாச்சா”ன்னு கேட்டாங்க.

– அய்யய்யோ ... அப்படியா! சாயந்திரம் அவசியம் வறேன்.

– இன்னொன்றையும் கேக்க மறந்துட்டேன். ஏம்பலம் கேசுல வாய்தா வாங்கிட்டீங்களா?

– வாங்கியாச்சு. உங்க ஐயாகிட்டே சொல்லிடு. அடுத்தமாதம் பதினைந்தாம் ஹியரிங் வருது.

படிகளில் தடதடவென்று இறங்கினாள். எதிர்ப்பட்டவர்களிடமிருந்து இலாகவமாக விலகிக் கீழே வந்தாள். அவசரகதியில் நீதியின் பங்குதாரர்கள் பலரும் சிதறிக்கொண்டிருந்தார்கள். அவர்களில் ஒருவளாக தகிக்கும் வெயிலில், சாலையைக் கடந்து தனது இருசக்கர வாகனத்தைத் தேடிக் கண்டுபிடித்தாள். ரெக்ஸின் இருக்கை கொதித்தது. பிற வாகனங்களைத் தள்ளிவிடாமல் தனது வாகனத்தைக் கவனமாகப் பின்னுக்கு இழுத்து, நீளவாட்டில் நிறுத்தினாள். சாலையை ஒட்டி, வேப்ப மரத்தின் கீழ் இவளை எதிர்பார்த்தபடி கோணியில் அமர்ந்திருந்த பெரியவர் ராமச்சந்திரனிடம் ஒரு ரூபாய் நாணயமொன்றைக் கொடுத்தாள். அவரை அந்த இடத்தில்

வெகுகாலமாகப் பார்த்துவருகிறாள். மாலையில் மணக்குள விநாயகர் கோவிலுக்கு எதிரே பார்க்கலாம். கடந்த ஆறு மாதங்களாகக் கிட்டத்தட்ட அவர் வயதொத்த இன்னொரு பெண்மணியுடன் பார்க்க முடிகிறது. அப்பெண்மணி தலைமை அஞ்சலகத்தின் எதிரே இளநீர் விற்பவள். ஒருமுறை, நீதிமன்றத்திலிருந்து அஞ்சலகத்திற்குப் போக வேண்டியிருந்தது. நேரு பூங்காவிலிருந்த குழாயில் தண்ணீர் பிடித்து, துணிகளை அலசி கொண்டிருக்க, இவர் ஈரக்கோவணத்துடன் வெயில் காய்ந்து கொண்டிருந்தார். மறுநாள் பவானி, தனது இரு சக்கர வாகனத்தை நீதிமன்றத்திற்கு எதிரே கிழவருடைய பாதுகாப்பில் நிறுத்தச் சென்றபோது, இவளுக்காகவே நேற்றிலிருந்து தனது மனதில் பத்திரமாக வைத்திருந்தது போல, வாய் திறந்து பேசினார்.

– அது வேறு யாருமில்லைம்மா. எனக்கு வேண்டியவங்கதான். உப்பளத்துல இருக்கு. இளநீ வியாபாரம். நீங்ககூட நம்ம போஸ்ட் ஆபீஸ் எதிரே பார்த்திருக்கலாம். புருஷனில்லை. ரெண்டு புள்ளைங்க, வளர்ந்ததுக்கு அப்புறம் அதது அதன் ஜோலியைப் பார்த்துக்கிறேனென்று சொல்லி இந்த அம்மாவை அநாதையாக்கிட்டுதுங்க. ஒருநாள் கையைப்பிடிச்சுகிட்டு அழுதுச்சி. தனியா என்னைய்யா பண்ற, எங்கூட வந்திடு, ஒண்ணா இருந்துக்கலாம்னு சொல்லுச்சி. எங்களுக்கெல்லாம் உடமைன்னு என்ன பெருசா இருக்கு, வயிற்றைத் தவிர. பட்டினி கிடக்காமல் காலந்தள்ளணும் நானும் புறப்பட்டுப் போயிட்டேன். இப்ப ஒண்ணாதான் இருக்கோம்.

சொற்கள் எளிதாக வந்தன. தாங்கள் எடுத்த முடிவின் நல்லது கெட்டது குறித்த பிரக்ஞையோ, சமூகம் என்று நான்குபேர் குறித்த கவலையோ, அந்த நான்குபேர்களுடைய நாக்குக்கான வலிமையையோ, சட்டதிட்டங்கள் குறித்த பயங்களோ, அவரிடம் இருப்பதாக பவானி உணரவில்லை. ஒரு பக்கம் பொறாமையாகவும் இருந்தது. இந்திய மக்கள்தொகையில் இப்படி வாழ்பவர்கள் எத்தனை சதவீதம். சமூகத்தின் நியதிகளை, கோட்பாடுகளை எத்தனை சுலபமாக "ச்சீ" என்று அலட்சியப்படுத்தமுடிகிறது. அந்தத் துணிச்சலை எங்கிருந்து பெற்றார்கள்? இவர்களுக்கென்று எந்தத் துரும்பையும் இச்சமூகமோ, அரசோ, அதன் பிரதிநிதிகளோ கிள்ளிப் போடாத போது, 'இந்த கவர்மென்ட்டும் கோர்ட்டும் என்... மசுருக்குச் சமானம்' என்று நீதிமன்றத்தில் கூச்சலிட்ட

ரிஷா வண்டிக்காரரர் மாணிக்கத்தின் குரலில் ஒலித்த நியாயத்தையே அவருடைய குரலிலும் கண்டாள். விட்டு விடுதலையாகித்தான் வாழ்கிறோமா? சுதந்திர நாடு, சுதந்திர வாழ்க்கை என்று பேரு. ஆனால், விரும்பிய திசையிற் பறக்கவும், எண்ணம்போலச் செயல்படவும் எத்தனை பேருக்கு முடியும்? அவளுடைய அப்பா, அடிக்கடி எழுப்பும் கேள்வியையும் அவள் ஞாபகப்படுத்திக்கொள்ள, தகிக்கின்ற வெயிலையும் மீறி உடல் சிலிர்க்கிறது. அனற்காற்றில் நெஞ்சு வறண்டது. வீட்டுக்குப்போனதும் செம்பு செம்பாய்ப் பச்சைத் தண்ணீரைக் குடித்தாகணும் என நினைத்து வண்டியைக் கிளப்பினாள். கீழே கொதிக்கும் தார்ச்சாலை, வெயில் வலைபோலப் படர்ந்து, கிடைத்த மனிதர்களையெல்லாம் சிறைவைத்திருக்கிறது. சுரணையுள்ள மனிதர்களுக்கு இந்த வெயில் கொஞ்சம் கடுமைதான். மரங்களில் அசைவில்லை. மரத்தடிகளில் ஈ மொய்க்கத் தூங்கும் ரிக்ஷா ஓட்டுனர்கள். பிரெஞ்சுக் குடிமகன்கள் பீர் குடிக்கவென்று பாருக்குள் நுழையும் நேரம், குளிர்பானக் கடைகளை மொய்த்துக்கொண்டு ஈக்களும், மனிதர்களும், கசகசவென்று உடல் எரிந்தது. முழுக்க வியர்வை. இரவிக்கை முதுகில் ஒட்டிக்கொண்டது. மீன்கூடைகளை வண்டியில் ஏற்றிக்கொண்டு, வயிற்றுப்பாட்டுக்காகப் பெடலில் குதித்து வலமும் இடமும் ஆட்டமிடும் நோஞ்சான் ஆசாமி, சட்டென்று ஒரு வெறி... வண்டி வேகம் பிடித்தது.

வீட்டின் முன்னே வண்டியை நிறுத்திக் கொறட்டில் ஏற்ற, இவளைப் போலவே கவிதையில் ஆர்வம்கொண்ட சிநேகிதி வந்திருந்தாள். நெஞ்சத்தில் ஆனந்தம் களுக்கென்று ததும்பி வழிந்தது. கண்கள் அகலவிரிந்தன. எதிர்பார்த்தவள்போல சிநேகிதி புன்முறுவல் செய்தாள். தேவகிக்கு, புதுச்சேரியை ஒட்டிய தமிழ்நாடு கிராமம் ஒன்றில் தொடக்கப் பள்ளி ஆசிரியை பணி. பவானியைப் போலவே சிற்றிதழ்களுக்குக் கவிதை எழுதி, ஒரு சில அசல் சிங்கம்மார்க் பட்டாசு ரக ஆண் எழுத்தாளர்களால், கொழுப்பெடுத்ததுகள் என வர்ணிக்கப்படும் இனம். எப்போது புதுச்சேரி வந்தாலும் பவானியைப் பார்க்காமல் போகமாட்டாள்.

– வாடி, எப்போ வந்தே? இரண்டு வாரமா உன்னைக் காணலியேன்னு பார்த்தேன்.

– எனக்குத் திடீர்னு செஞ்சிப் பக்கத்திலே மாற்றல்னு உத்தரவு வந்திட்டது. என்ன செய்யறதுன்னு புரியலை. சென்னைக்குப்

போயி அலை அலையென்று அலைஞ்சி, முடியாம, தொகுதி எம்.எல்.ஏவைப் புடிச்சுக் கொடுக்க வேண்டியதைக் கொடுத்து, இப்போதான் மூச்சுவிடறேன்.

– உள்ளே வா...

– ஒருவாய் சாப்பிடும்மா, பவானி வந்திடுவான்னு சொன்னேன். கேக்கலை.

– நடையிலிருந்தபடி பாட்டியின் குரல் ஒலித்தது.

– கூடத்துலேயே இலையைப் போடு பாட்டி நான் கால் கை கழுவிக்கொண்டு வந்திடறேன்.

பவானி வாசலில் இருந்த குழாயைத் திறந்து நீரைக் கைகொள்ள வாங்கி முகத்திலடித்து அலம்பியவள், கைகால்களையும் தாராளமாகத் தண்ணீர் எடுத்துக் கழுவிக்கொண்டு ஏறிவந்தாள். பாட்டி துண்டை எடுத்துக் கொடுக்க முகத்தைத் துடைத்துக்கொண்டு, மின்விசிறியைச் சுழலவிட்டவள், தேவகிக்கு அருகில் அமர்ந்தாள்.

– பாட்டி இன்றைக்கு என்ன ஸ்பெஷல்?– தேவகி.

– ஏண்டிம்மா, காலமேயே வந்திருந்தால் உனக்குப் பிடிச்ச சுண்டைக்காய்க் காரக்குழம்பும், உருளைக்கிழக்கு மசியலும் பண்ணியிருப்பேன். பவானிக்கு வெயிற்காலத்துலே காரக்குழம்பைக் கண்ணிலேயே காட்டக் கூடாது. வெங்காய சாம்பார் வச்சு, உருளைக்கிழங்கு வறுவல். வழக்கம் போல சோற்றுவத்தல். ரசம் மட்டும் செய்யலை. மோர் தாளிச்சு வச்சிருக் கேன். புதினா துவையல் இருக்கு. போதுமா?

– பாட்டி நீ எது செஞ்சாலும் அமுதந்தான். இப்படி பக்கத்திலே கொஞ்ச நேரம் உட்கார்.

– பக்கத்திலே வந்து உக்காந்திட்டா உங்களுக்கு பரிமாற்றது யார்? – பாட்டி

– வேண்டுமானா, எல்லாத்தையும் இங்கே கொண்டு வச்சுக்குவோம். நீயும் இலையைப் போட்டுக்கொண்டு பக்கத்திலே உட்கார். மூன்று பேருமா இப்படிச் சாப்பிட்டு எத்தனை நாளாச்சு?

– இல்லை, சிநேகிதிகள் ரெண்டுபேருக்கும் பேசறதுக்கு நிறைய விஷயங்கள் இருக்கும். நான் சமையற்கட்டுக்குப் போறேன்.

– என்ன வழக்கம்போல தேவகிகிட்ட என் கல்யாணத்தைப் பத்திப் பேசினாயா? அவள் அதைப் பத்திப் பேசணுமென்று எதிர்பார்த்துத்தானே எங்களைத் தனியா விட்டுட்டுப் போகணுங்கிற?

– ஆமாம் அப்படித்தான் வச்சுக்கோயேன். ஏதோ எங்கட்டை சாயறதுக்குள்ளே உனக்கு நல்லது நடந்து பார்க்கணும்னு ஆசைப்படறேன் அது தப்பா? – கடைசி வார்த்தை தழுதழுத்து அடங்கியது. பொருமலுடன் பேசியதால் ஏற்பட்ட படபடப்பில் அயர்வு கண்டது. தரையில் உட்கார்ந்து விட்டாள்.

மறுகணம், பவானியின் கண்களில் நீர் தளும்பியது. பேசமுற்பட்டவள் நா வராமல் தடுமாறினாள். தொண்டை அடைத்தது. பாட்டிக்கும் அதுதான் நிலைமை. பவானியின் தலையை வாங்கி தனது மடியில் இறுத்திய கொண்டாள். பாட்டியின் மார்புக்கூட்டுக்குள்ளிருந்து இவளறிந்த மெல்லிய சுகந்தம் – நாசி – நெஞ்சம் – உயிரென்று உறவாடும் மணம் பவானிக்குச் சுகமாக இருந்தது.

– பவானியைப் பற்றி உங்களுக்குத் தெரியாதா? நீங்க அவளைப் பற்றிய கவலையிலே இருப்பதுபோலவே அவளுக்கு உங்களைப் பற்றிய கவலைகள். நீங்கள் சொன்னது எல்லாத்தையும் விளக்கமா அவளுக்கு எடுத்தும் சொல்றேன். நீங்கள் முதலில் இப்படி உட்காருங்கள். பவானி சொன்னது போல இன்றைக்கு மூன்றுபேரும் ஒன்றாகச் சாப்பிடுவோம். மாலை வெளியிற் சென்றுவருவோம்.

சற்று முன்புவரை அங்கே நிலவிய கலகலப்பு நொடியில் மறைந்துபோனது. மூவரும் அமைதியாக சாப்பிட்டு முடித்தார்கள். பாட்டி வெற்றிலை செல்லத்தை எடுத்துக்கொண்டு சமையலறைப் பக்கம் ஒதுங்கினாள். தோழிகள் இருவரும் தாங்கள் வழக்கமாய் உட்கார்ந்து பேசுகிற பவானியின் அறைக்கு வந்தார்கள். பவானி சன்னலைத் திறந்தாள். வெயிலின் கடுமை தணிந்திருந்தது.

– மின் விசிறியைப் போடட்டுமா? புடவை மாத்திக்கிறயா?

– போடு. மாற்றுப் புடவை கொண்டுவந்திருக்கேன். ஒரு தலையணை மட்டும் கொடு, தரை சுத்தமாகத்தானே இருக்கிறது, கீழேயே படுத்துக்கிறேன்.

– பாட்டிக்கு உன்னைப்பற்றிய கவலைகள். அவளைக் குற்றம் சொல்ல முடியாது. பெண் என்பவள் ஆண் சார்ந்து

வாழ்ந்தாகவேண்டும் என்ற இந்தச் சமூகத்தின் எதிர்பார்ப்பை நிறைவேற்றி ஆகணுங்கிற நெருக்கடியில் அவள் இருக்கிறாள். அவள் வயசு அப்படி நாமென்ன மேலை நாடுகளிலா இருக்கிறோம். நாம் நினைக்கிற மாதிரி வாழறதுக்குப் பலகாலம் பிடிக்கும். அதற்காக நம்மைச் சார்ந்தவங்களை வேதனைப்படுத்தறது என்ன நியாயம்?

– என்ன தேவகி நீயும் அப்படிப் பேசற? நினைக்கிற மாதிரி வாழ்ந்தாகணுமென்றா நாம நினைக்கிறோம். நாம் நாமா வாழ்ந்தாற்கூடப் போதும். எனக்குச் சில சமயம் திருமணம் என்கிற பந்தமெல்லாம் அவசியமான்னு தோணுது. வருகிறவன் என் முதுகில் உட்கார்ந்து கொள்வான் என்கிற பயம்.

– சவாரி செய்ய வேற இடம் இருக்கிறதென்று சொல்..

– ச்சீ...

– என்ன ச்சீ. சலவைத் துணியாகவே உடுத்தி நாம பழக்கப்படுத்திக் கிட்டோம். சில நேரங்களில் வீட்டிலிருக்கும்பொழுதாவது அழுக்குத் துணிகளை உடலிற் சுற்றிப் பழகணும். அவசியமென்றால் சாக்கடைகளையும் தாண்டப் பழகணும். அப்படியெல்லாம் பழகியிருந்தால், உன்னைச் சுற்றி ஒரு காற்றுவெளியை உண்டாக்கிக்கொண்டு அதைத்தான் சுவாசிப்பேனென்று அடம்பிடிக்க மாட்டாய். அடுத்தவர்களைப் பார்க்கிறபோதே, நாம பெரியவங்க என்கிற நினைப்பு நமக்குள் வந்திடுது. முரண்படணுமென்று அடம் பிடிக்கிறோம். அவங்களைத் தள்ளிவச்சுக் குறைகளைத் தேடறோம். தேவசகாயத்திடம் குறைகள்னு என்ன பார்க்கிற? அவனாக உன்னிடத்தில் தனது விருப்பத்தைத் தெரிவிச்சது ஒரு குற்றமா எனக்குப் படலை.

– நல்ல அபிப்ராயம் அவன்மேல இருப்பது உண்மை. அதற்காகல்லாம் காதல், கல்யாணமென்று அவனோட கை கோர்த்துக்க முடியாது. பிறகு என்னோட பாட்டி இருக்காங்க. அவங்களைப் பத்தியும் யோசிக்கணும். எங்க சுதா இராமலிங்கம் சொல்வதுபோல, ஆண்களைத் திருமணத்திற்கு முன், பின் என்று பார்க்கணும். அதிலும் எனது வழக்கறிஞர் தொழிலில் காதற் திருமணம் செய்துகொள்கிற தம்பதிகளில் பலருக்கு, திருமணத்திற்குப் பிறகான வாழ்க்கையில் நிம்மதி இல்லை. குறிப்பாகப் பெண்களுக்கு. அதிலும் எவன் காதலில் மிக அதிகமாகப் பிதற்றியவனோ, அவனே திருமணத்திற்குப் பிறகு

ஒரு மோசமான கணவனாகவும் இருக்கிறான். காதலிக்கும்போது, அவனைக் கவர்ந்த விஷயங்களென்று பட்டியலிட்டதை எல்லாம், திருமணத்திற்குப் பிறகு மற்றவர்களுக்கானதென்று நினைத்து சந்தேகப்படுகிறான். பெண் கொடி, ஆண் கொம்பு என்ற உதவாக்கரை உவமைகள் மறக்கப்படணும். சார்ந்து வாழ்வது இரண்டு இனத்திற்குமான தேவை என்பது உணரப்படணும். தேவையெனில் தனித்து வாழவும் முடியணும். இப்போது என்னால ஒரு முடிவுக்கு வரமுடியலை. இப்படி வாதிடும் நான் பக்கத்துலே எவன் இருந்தாலும் பரவாயில்லை, தோள் கடைச்சா சாஞ்சிக்கலாம் என்கிற சராசரிப் பெண்ணின் மனநிலையிலும் சிலநேரங்களில் இருக்கிறேன்.

– ம்ம்... பார்ப்போம். உன்னைப் புரிஞ்சுக்க இத்தனை நாள் பழகிய என்னாலேயே முடியலை. முன்னெல்லாம் அடிக்கடி சொல்வாய். இப்ப மறந்துட்டான்னு நினைக்கிறேன்.

– என்னது?

– நாம விரும்பினால், உலகத்தில் ஒருத்தரும் கெட்டவங்க இல்லைன்னு சொல்லுவ, ஞாபகம் இருக்கா? உன்னைத் தேடி வருகிறவனையெல்லாம் தட்டிக் கழிச்சா, நாளைக்கு உன்னையே சந்தேகப்படுவார்கள். அதிலும் குடும்ப வக்கீலாக இருக்கிறாய். தொழிலில் ஜெயிக்கணுமென்றால் குடும்பம் என்ற தகுதி உனக்கும் வேண்டுமென்று இந்த சமுதாயம் எதிர்பார்க்கும். உன்னுடைய கவிதை ஒன்றை, இந்த மாத 'மொழி' இதழில் வாசிச்சேன். ரொம்ப நல்லா இருந்தது.

– எந்தக் கவிதை, யார், எப்போது எதைப் பிரசுரிக்கிறாங்கன்னு தெரியவில்லை. இவங்ககிட்டே காசை எதிர்பார்க்கவில்லை. குறைஞ்சபட்சம் இதழையாவது அனுப்பி வைக்கலாம். தலையங்கம் எழுதும்போது மாத்திரம், உபதேசத்துக்குக் குறைச்சலில்லை, நேர்மைக்குப் பஞ்சமில்லை இதுதான் நம்ம நாட்டோட சாபக்கேடு. அரசியல்வாதி சினிமாவைக் குறை சொல்வான், சினிமாக்காரன் அரசியல்வாதியைக் குறைசொல்வான் தங்கள் முதுகை எவனும் பார்த்துக்க மாட்டான். அரசியல்வாதியாகட்டும், நடிகனாகட்டும், எழுத்தாளனாகட்டும் எல்லாரையும் அனுசரித்து தன்னை வளர்த்துக்கொள்கிற சாமர்த்தியசாலியும் இருக்கத்தான் செய்கிறான் நமக்குத்தான் வீம்பு, சொரணையென்று மனதில் ஒட்டிக்கொண்டு அடம் பிடிக்கிறது. 'மொழி' இதழை வாங்கி வந்திருக்கிறாயா?

– ம்... எனது பையில் இருக்கிறது. கவிதையை மனப்பாடமாக என்னால் சொல்ல முடியும்.

“பாட்டி வைத்தியத்திலும்
அம்மா அடுக்களையிலும்” - நான்.

“அலுவலகத்திலுமாக
வேர்பிடித்தும்
போன்சாய் வாழ்க்கை
வெட்டப்படும் கணுக்களில்
பச்சை துளிர்க்குமெனத்
தடவிச் சோர்வதுமுண்டு
சத்தியம் பண்ணுவேன்
கோளாறு எங்கள்
வேர்களில் இல்லை.”

தேவகி முடிக்கவில்லை. குளியலறையிலிருந்து ‘மடார்’ என்று சத்தம். அடுத்தடுத்து விநோதமான சத்தங்களின் கலவை

– என்னவோ எனக்குப் பயமா இருக்குடீ. பாட்டிதான் விழுந்துட்டாங்களென்று நினைக்கிறேன். பவானி பதைபதைத்தபடி எழுந்தோடினாள். தேவகியும் அவள் பின்னே ஓடினாள்.

பெண்கள் இருவரும் குளியலறையை அடைந்தபோது, பாட்டி மூர்ச்சையாகிக்கிடந்தாள். தலையிலிருந்து இரத்தம் பரவிக்கொண்டிருந்தது.

பார்த்த காட்சியைத் தாங்கிக்கொள்ளும் திடம் பவானிக்கு இல்லை. விழும் விழிநிலையில் இருந்தவளை, தேவகி பிடித்து உட்கார வைக்காள் குவளை ஒன்றில் தண்ணீர் எடுத்துவந்து முகத்தில் தெளித்தாள். தாமதிக்கும் ஒவ்வொரு கணமும் ஆபத்தென்று தேவகிக்குப் புரிந்தது. பத்மாவைத் துணைக்கு அழைக்கலாம் என்று தோன்றியது. பவானியின் அறைக்குத் திரும்பினாள். தொலைபேசி எதிரே இருந்த சிறிய குறிப்பேடு ஒன்றில் பத்மாவுடைய தொலைபேசி எண் கிடைத்தது. தொலைபேசியில் விரல்களைப் பதிக்கும்போது, தேவகியின் விரல்கள் வேர்வையில் நனைந்திருந்தன. அடுத்த முனையில் மணி ஒலித்தது.

– ஹலோ.

– வணக்கங்க, நான் பவானியின் சிநேகிதி. அவள் வீட்டிலிருந்துதான் பேசறேன். கொஞ்சம் பத்மாவைக் கூப்பிடமுடியுமா மிகவும் அவசரம்.

மறுமுனையில் மௌனம். யாரோ நடந்துவரும் ஓசை. பத்மாவாக இருக்க வெண்டுமே என வேண்டிக்கொண்டாள்.

– ஹலோ!

மறுமுனையில் பத்மாவின் குரல்.

– பத்மாதான் பேசறேன். சொல்லுங்க என்ன விஷயம்?

– பத்மா... நான் தேவகி பேசறேன். இங்கே பவானியோட பாட்டி பாத்ரூம்ல வழுக்கி விழுந்துட்டாங்க. நிறைய ரத்தம் போயிருக்க விபத்தைப் பார்த்த அதிர்ச்சியிலே பவானி மூர்ச்சை ஆயிட்டா. நான் தனியா இருக்கேன் என்ன பண்றதுன்னு தெரியலை.

– பயப்படாதே... முடிந்த அளவு சீக்கிரமா வரப்பார்க்கிறேன்.

அடுத்த இருபது நிமிடத்தில், பத்மா காருடன் வந்திருந்தாள். காரோட்டிக்கு அருகில் முன் இருக்கையில் தேவா அமர்ந்திருந்தான். பவானி மூர்ச்சை தெளிந்திருந்தபோதும் சோர்வுடன் இருந்தாள், டிரைவரும் தேவாவுமாகப் பின்சீட்டில் ஒரு பெட்ஷீட்டை விரித்து அதில் பாட்டியைத் தூக்கிவந்து கிடத்தினார்கள். பவானி பின் இருக்கையில் பாட்டியுடன் அமர்க்கப்பட்டாள்.

– தேவகி எங்களுக்குத் தெரிஞ்ச கிளினிக் பக்கத்துலே இருக்கு அங்கே போவோம். தேவாகிட்டே பேசிட்டேன். அவன் காரில் கூடபோகட்டும். நாம வேண்டுமானா ஆட்டோ பிடிச்சுக்குவோம்.

– முன் இருக்கையில் அமர்ந்த தேவசகாயம் பவானியைக் திரும்பிப் பார்க்கான். அவள் உதடுகள் நன்றி தேவா என முணுமுணுத்தது காதில் விழுந்தது.

19

நேரங்காலம் பார்க்காமல் சட்டென்று பிடரியைத் தட்டி நம்மை அதிர்ச்சிக்கு உள்ளாக்குகிற மரணத்தை யார் வெல்வது? அஞ்சோ பத்தோ கொடுத்து, 'பக்கத்துவீட்டுக்காரன் துள்ளறான், அவனைக் கொஞ்சம் கவனி' என்றோ, பெட்டியொன்றைக்கொடுத்து, 'ஆளுங்கட்சிக்காரனை முடிச்சுடு' என்றோ மரணத்திடம் சொல்லமுடியாது. 'ஏழாவது பொண்டாட்டியின் வாரிசுக்கு எதுவுமே செய்யவில்லை, இரண்டுநாள் பொறுக்க முடியுமா?' என்றும் அவனிடம் தவணை கேட்க முடியாது. எமதர்மராசா கைசுத்தமான ஆசாமி, முகவரியை ரகசியமாக வைத்துக்கொண்டு நேர்மையாகத் தொழில் செய்பவன். முகவரி தெரிந்தால் நம்மூர் சுண்டைக்காய் அரசியல்வாதிகளை விடுங்கள், அமெரிக்க அதிபரும், பின்லாடனும் குறைந்தபட்சம் அவரவர்களின் துணைவியாரைக் கலந்து ஆலோசித்துவிட்டுத்தான் அடுத்தகட்ட நடவடிக்கையை அறிவிப்பார்கள் கடவுள் அவனை நம்பிக்கொண்டிருப்பவர்களை மட்டுமே அச்சுறுத்துபவன். எமன் அவனை நம்பாதவர்களையும் பயமுறுத்துகிறவன். மரணமில்லா உலகை நினைத்துப்பார்க்கவே பயமாக இருக்கிறது. ஒரு காந்தியைக் கொண்டாட ஒரு கோடி கோட்சேக்களை, அனுமதித்தாகவேண்டும். எமனே நீ வாழ்க! எத்தனை முறை வேண்டுமானாலும் தாராளமாக வாழ்த்தலாம், அவன் சாகசங்கள் அண்டைவீட்டில் தொடரும்வரை...

பவானியின் வீட்டிற்கும் அப்படித்தான் எந்தவித முன்னறிவிப்புமில்லாமல் திடுதிப்பென்று நுழைந்து அவள் பாட்டியைக்

கையோடு அழைத்துப் போய்விட்டான். பாட்டியின் குத்திட்ட விழிகளும், சில்லிட்டுக்கொண்டிருந்த உடலும், காரில் ஏற்றும்போதே மரணத்தைப் பூடகமாக உணர்த்திய போதிலும், உடன்சென்ற ஒவ்வொருவரும், விபரீத கற்பனையென்றே ஒதுக்கித் தள்ளினார்கள். பவானிக்கு அப்படியொரு உண்மையை எண்ணிப் பார்க்கவே பயங்கரமாக இருந்தது, மனம் கலவரப்பட்டது. இவர்கள் சென்ற வாகனம் மருத்துவமனையின் எதிரே நின்றதோ இல்லையோ, தேவசகாயம் இறங்கி ஓடினான். பவானி இறங்கிக்கொண்டாள். நெஞ்சத்தில் இதுவரை அடைபட்டிருந்த துக்கம், உடைத்துக்கொண்டு பீறிட்டது. ஆட்டோவில் வந்திறங்கிய தேவகியும் பத்மாவும் ஆளுக்கொருபுறம் தோழியைத் தாங்கிக்கொள்ள, தேவசகாயம் அழைத்து வந்திருந்த சிப்பந்திகள் இருவர், படுக்கைவண்டியொன்றில், பாட்டியை வைத்துத் தள்ளிக் கொண்டு போனார்கள். தேவசகாயம் “நீங்க போங்க. நான் வருகிறேன்” எனச் சொன்னவன், ரசீதுகளை வாங்கிக்கொண்டு, பணம் செலுத்தப் போனான். அவசர சிகிச்சைப்பிரிவுக்கு வண்டியைத் தள்ளிப்போக, பவானி அவளுடைய தோழிகளிடமிருந்து தன்னை விலக்கிக்கொண்டு ஓடினாள். அப்போதுதான் பணமேதும் கொண்டு வராதது புத்தியில் உறைத்தது. நின்று தோழிகளிடத்தில் நிலைமையை இரண்டொரு வார்த்தைகளில் தெரிவித்தாள். “நான் கொஞ்சம் கொண்டு வந்திருக்கேன். தேவாகிட்டேயும் சொல்லிவச்சிருக்கேன், உனக்கு இப்போதைக்கு அந்தக் கவலைகள் வேண்டாம்” என்ற பத்மாவுக்கு நன்றி சொல்லிவிட்டு முன்னே நடந்தாள்.

பாட்டியை எடுத்து நிதானமாக ஒரு கட்டிலில் கிடத்திய சிப்பந்திகள் புறப்பட்டுப்போன ஐந்தாவது நிமிடத்தில், வெள்ளைச்சீருடைத் தாதியொருத்தி உள்ளே வந்தாள். இரண்டு நிமிடம் கழித்துவந்த நடுத்தர வயதுடைய மற்றொரு தாதி, வந்திருந்தவர்களைப் பார்வையால் அளந்தாள். ஓரளவு படித்தவர்கள் என்று நினைத்திருக்கவேண்டும். அதற்கேற்ற வகையில் தனது சொற்களைத் தேர்ந்தெடுத்து, “முன்பணம் கட்டிட்டு வர கேஸ் கவுன்ட்டருக்கு யார் போயிருக்கிறது? அதைக் கட்டிட்டு ரசீதோட வந்திடுங்கம்மா, அதற்குள் டாக்டர் வந்துடுவார்” என வழக்கமான தனது வசனத்தை வரிபிசகாமல் ஒப்புவித்தாள். “கொஞ்சம் சீக்கிரம் டாக்டரை வரச் சொல்லுங்கம்மா, ஏற்கெனவே நிறைய ரத்தம் போயிருக்கு...”

என்ற தேவகியின் அவசரத்தைக் காதில் வாங்காதவள்போலப் பாட்டியின் தலை மயிரை விலக்கிக் காயத்தைப் பார்த்தாள், புடவைத் துணியைத் தளர்த்தி கால்களைக் கவனித்தாள். வலதுகாலில் கணுக்காலுக்குமேல் கன்றியிருந்தது.

மருத்துவர் உள்ளே நுழைந்தார். நாசியில் விரல்வைத்துப் பார்த்தார். முகம் சிறுத்துப்போனது. சுற்றி இருந்தவர்களை விலகச் சொன்னார். இதயத் துடிப்புப் பதிவுக்கருவியை அருகில் இழுத்தார். வண்ணக்கம்பிகளில் இணைத்திருந்த பொத்தான்களை மார்பில் பொருத்தினார். பிறகு இயக்கினார். சட்டென்று திரை கரும்பச்சை நிறத்தில் விழித்துக்கொண்டது. உச்சுக் கொட்டினார். இதய அழுத்தமும் நாடித்துடிப்பும் பயமுறுத்துகிறதெனச் சொன்னார். உடலின் வெப்பமும் வேகமாகக் குறைந்துகொண்டுபோக, இதயத்துடிப்புப் பதிவுக்கருவியின் கோடு ஒழுங்கின்றிச் சிலம்பம் விளையாட ஆரம்பித்தது. அவர் முகத்தில் சம்பிரதாயக் கவலைரேகைகள் படரத் தொடங்கின. திரையில் இப்போது 'பீப்...பீப்' என்ற சத்தத்தின் எண்ணிக்கை அதிகரித்துக்கொண்டு போக, அசாதாரணமான அமைதி. பாட்டியின் மூச்சு நின்றது. நாடியும் அடங்கிப்போனது. வந்திருப்பவர்களிடம், செயற்கையாய்க் கவலையை வரவழைத்துக்கொண்டு, "பாட்டி, இறந்துட்டாங்க" என்று உதடுகளை அதிகம் சிரமத்திற்கு உள்ளாக்காமல் கூறினார், பின்னர் தாமதிக்காமல் வெளியேறினார். மூர்ச்சையான பவானியை தேவகி தோளிற் சாய்த்துக்கொண்டாள். தேவா பாட்டியின் திறந்திருந்த கண்களை மூடினான். தொங்கிக்கிடந்த வலது கையைக் கட்டிலில் நேர்வாக்கில் உடலோடு அணைத்து வைத்தாள். கோணியிருந்த கால்களையும் நேர்படுத்தினான். பத்மா விலகிக் புடைவையைச் சரி செய்தாள். கடைவாயில் ஒழுகிக் காய்ந்திருந்த எச்சிலையும் துடைத்தார்கள்.

மறுநாள் சொல்லவேண்டியவர்களுக்குச் சொல்லி, கூப்பிடவேண்டியவர்களை அழைத்து, மயானத்திற்குக் கொண்டுபோய்... வந்திருந்தவர்கள் கூடாது என்ற போதும் பிடிவாதமாகப் பாட்டி சாம்பலாகும்வரை காத்திருந்து, பவானி வீட்டிற்குத் திரும்பினாள். சீனியர் நாராயணனும் தேவசகாயமும் பொறுப்பாய் இருந்து காரியங்களைச் செய்தார்கள் உறவினர்கள் எல்லோரும் துக்க காரியம் முடிந்ததும், ஒருவர் பின் ஒருவராகப் புறப்பட்டுப் போனார்கள். பவானியின் அப்பாவழி சகோதரியான அத்தை மட்டும் ஒரு நாள் கூடுதலாகத் தங்கியிருந்து, பாட்டி

கழுத்தில் போட்டிருந்த இரட்டைவடச் சங்கிலிக்கு உரிமை கொண்டாடி கொண்டிருந்தாள். பவானி அதை அவள் கையிற் கொடுத்து அனுப்பிவைத்தாள். இரண்டு நாட்களாக, வீட்டில் துணைக்கிருந்த பத்மாவும் தேவகியும் காலையில் வருவதாகச் சொல்லிவிட்டு புறப்பட்டுப் போயிருக்கிறார்கள் சென்னையிலிருந்து சுதா ராமலிங்கம் தொலைபேசியில் விசாரித்தார்.

பவானி, மரணம் அநியாயமாய்ப் பாட்டியைத் தன்னிடமிருந்து பிரித்து விட்டதென்று குற்றஞ் சாட்டினாள். நமது வாசலில், நமக்கு வேண்டியவர்களுக்கு நேரும் மரணமனைத்துமே அநீதியானதுதானே? பவானியின் நெஞ்சம் போலவே வீடும் ஒரு சில தினங்களாகக் கொழுந்துவிட்டு எரிந்து கொண்டிருக்கிறது. குடங்குடமாக கண்ணீரைக் கொட்டியும் தாளவில்லை, சோர்ந்திருக்கிறாள். எதிரே தொடுவான விளிம்பில் அம்மா. தூரத்தில் அடைமழையில் நனைந்தபடி அப்பா, கைக்கெட்டும் தூரத்தில் பாட்டி. அவர்களுக்கிடையே இடைவெளி இருப்பதுபோல தோன்றியதென்றாலும் – எல்லோரும் ஓரணியில் நிற்கிறார்கள். அவர்கள் ஒருவருக்கொருவர் முரண்பட்டவர்கள், 'இறப்பு' ஒருவட்டத்திற்குள் அவர்களைக் கொண்டுவந்திருக்கிறது. வற்றிப்போன குளத்தையும் இலைகள் கழித்த மரங்களையும் நினைவூட்டுவதுபோல வீடெங்கும் உயிர்களின் சுவடற்ற குரூர அமைதி. இத்தனை சீக்கிரம் ஒரு மரணம் வீட்டைத் துவம்சம் செய்து விடுமென்று நினைத்ததில்லை. ஒரு பெரிய விபத்து நடந்து முடிந்ததன் அடையாளத்துடன் பிணவாடை வெப்பக்காற்றில் மிதந்து வருகிறது. அடைத்திருக்கும் சன்னல்களைக் கண்ட ஏமாற்றத்தில் மீண்டும் இவளிடத்தில் திரும்புகிறது. தழுவும் காற்றில் கலந்திருக்கும் பரிவின் கதகதப்பும், பாசத்தின் வெதுவெதுப்பும், இவளுக்கு புத்திதெரிந்த நாள் முதல் நன்கு பரிச்சயமானது.

பாட்டியின் கண்ணுக்குள் வளர்ந்தவள். அவளது விரல்கள் முலைக்காம்புகளாய் பவானியின் பற்கடிகளுக்குத் தப்ப மறந்திருக்கின்றன. "உனக்குக் கல்யாணம் செய்து வைத்துவிட்டால் நிம்மதியா கண்ணை மூடிடுவேன்" என அடிக்கடி சொல்லியிருக்கிறாள், அதை உறுதிப்படுத்துவதுபோல இப்போது கருமணி தெரிய, பாட்டியின் கண்கள் இவளை மொய்த்தபடி வளைய வருகின்றன. பாட்டிக்குப் பெரிய கண்கள், மூப்பறியாக் கண்கள். பாட்டியின் வயதோடு வளர்ந்த

பிரபஞ்சத்தைப் பற்றிய முழுவரலாற்றையும் அவற்றுள் வாசிக்கலாம். தெளிவாக எழுதி வைத்திருப்பாள். மனிதர்களைச் சுலபமாகப் படித்து ஒற்றை வார்த்தையில் தனது அபிப்ராயத்தைப் பேத்திக்குச் சொல்லும் வித்தைக்கு ஆதாரமான கண்கள். பாட்டியின் ஒற்றை நாடி உடம்பிற்குத்தான் எத்தனை பலம்! இவளுக்கு அவள் கொடுத்தது அதிகம், கடன்காரியாக்கிவிட்டுப் போய்விட்டாள். கன்றைப் பசுவாக்க அவளுக்கு மட்டுமே வரும். அப்படித்தான் அவளை மாடத்தில் வைத்து தளும்ப தளும்ப எண்ணெய் ஊற்றி, நீலத்தீயாய் அவள் ஜொலிக்கும் அழகில் சொக்கி இருக்கிறாள். இவள் உதடுகளில் ஒட்டும் சோற்றுப் பருக்கையைத் துடைத்துவிட்டு, எத்தனை முறை பிரம்மித்திருக்கிறாள். அழுதழுது கண்ணீர்ச் சுரப்பிகள் வற்றி விட்டன. விழிமடல்கள் ஊதிப் பெருத்திருந்தன. பரந்து கிடந்த மயிர்க்கற்றையை, எடுத்துக் கட்டும் நினைப்பின்றி வெகுநேரம் தரையிற்கிடந்தாள்.

– பவானி...!

திடுக்கிட்டு எழுந்தாள். வீடெங்கும் சீராகப் பரவிக்கிடந்த இருள் இவளைக் குழப்பியது. தெருவாசல் இருக்கும் திசை தெரியாமற் திகைத்து நின்றாள். பவானி' மீண்டும் தெருவாசலில் இருந்தபடி இவள் பெயர் சொல்லி அழைக்கும் குரலுக்குச் சொந்தக்காரன் யாரென்று புரிந்ததும் கால்கள் தயங்கின. மனம் போய்த் திறவென்று கட்டளை இட்டது. மெல்லச் சென்று கதவைத் திறந்தாள். தேவசகாயம் நின்று கொண்டிருந்தான். இவள் அமைதியாக இருந்தாள். –

– பவானி உள்ளே வரலாமா?

பதிலில்லை. அமைதியாக அவன் கேள்வியை வாங்கிக்கொண்டபடி நடந்து சென்றாள். தேவசகாயம் அதைச் சம்மதமென்று எடுத்துக்கொண்டவனாக உள்ளே வந்தான்.

– வீடு ஏன் இருண்டுகிடக்கிறது?

கேட்கிறான், அதற்கும் அவளிடமிருந்து பதிலில்லை. ஆனால் நடை கூட மென்று வழியிலிருந்த விளக்குகளைப் போட்டுக்கொண்டே போனாள். அவன் அமைதியாக அவளைத் தொடர்ந்து வந்தான்.

கூடத்திற்குப்போனதும் தரையில் அமர்ந்தாள். இவனைப் பார்த்து உட்காருங்கள் என்றாள். அங்கிருந்த நாற்காலியொன்றில்

அமர்ந்தான். இருவரும் சிறிது நேரம் அமைதியாக இருந்தார்கள். பவானியின் அறைக்குள்ளிருந்த சுவர்க்கடிகாரம் பத்துமுறை அடித்து ஓய்ந்தது.

– இந்நேரத்திற்கு வந்திருக்கக்கூடாது. பத்மாவுக்குப் போன் பண்ணேன் அவங்க வீட்டுக்கு நீங்கள் போயிருக்கலாம். இல்லை தேவகியுடனாவது இரண்டொரு நாட்கள் சென்று தங்கி இருக்கலாம். உங்கள் மனதுக்கு ஆறுதலாக இருந்திருக்கும். சாப்பிட்டீங்களா? பத்மா ஏதோ சமைச்சு வச்சிட்டு வந்ததாகச் சொன்னாளே?

பவானி தலை குனிந்தபடி அமர்ந்திருந்தாள். இவனை நேரே பார்ப்பதைத் தவிர்த்தாள். அவள் மார்புகள் மெல்ல உயர்ந்து இறங்குவதைக்கொண்டு எந்த நேரத்திலும் உடைந்து அழுவதற்குத் தயாராக இருக்கிறாள் என்பதைப் புரிந்துகொண்டான்.

– பவானி, உங்கள் நிலைமை எங்களுக்குப் புரியாமலில்லை. வாய் திறந்து ஏதாவது பேசுங்களேன். அழவேண்டும் போலிருந்தால் அழுங்கள், மனதிற்குள் போட்டுக் குமையாதீர்கள். நீங்கள் இப்படி இருப்பதுதான் எங்கள் எல்லோரையும் பயமுறுத்துகிறது. இந்தச் சூழ்நிலையில் தனித்து இங்கே இருப்பதும் நல்லதல்ல. பத்மா வீட்டிற்குப் போவோமா?

– நான் யாரையும் எதிர்பார்த்து இல்லை. அழுவேன், அழாமலிருப்பேன், என் விருப்பம் – வெடுக்கென்று பதில் வந்தது. அவள் கண்கள் தற்செயல்களாகவோ அல்லது விரும்பியோ, அவனுடைய கண்களைச் சந்திக்கின்றன.

"வேண்டாம் வேண்டாம், அவனிடம் கவனமாக இரு" என்ற எச்சரிக்கையை மீறலாம்போலிருக்கிறது. நெற்றியில் அரும்பிய வேர்வைத் துளிகள். ஒரு கணம் அவனை நெருங்கிய கைகளைச் சட்டென இழுத்துக் கொண்டாள். தேவா எழுந்தான். அவனது கைகள் நடுக்கத்துடன் இப்போது மெல்ல அவள் தோளைத் தொட்டன. அவளுடல் சட்டென்று ஒருமுறை சிலிர்த்து அடங்கியது. நெஞ்சு வெடித்து, அவளுடைய வெப்ப மூச்சு இவன் உடலைத் தகித்தது. மறுகணம் கண்ணீர் தளும்பிய கண்களும், தேம்பலுமாக அவன் மார்பிற் புரண்டாள் – "தேவா? தேவா?" சொற்கள் தடுமாறின.... "சொல்லுங்கள் பவானி உங்களுக்கு நானிருக்கேன்." "உண்மையாகவா? நம்பலாமா?" "சத்தியமா நம்பலாம்..." இதயங்களிரண்டும்

நாகரத்தினம் கிருஷ்ணா ❖ 157

வேகமாகத் துடிப்பது காதில் விழுகிறது. உடல் கொதிக்கிறது. அவன் அவளைக் கிடத்தினான். சிறுபிள்ளைகள்போல சண்டையிட்டுக்கொண்டார்கள். இவனது முகத்தைத் தள்ளிய அவள் கைகள் பின்னர் ஒதுங்கிக்கொண்டன. சற்று வலிக்கும்படியாகவே அவள் உதடுகளில் பற்களைப் பதித்தான். அவள் அனுமதித்தாள்.

20

– வேன்சான் படுகுழி

பூத்துக்குலுங்கும் வெர்வேன்
இரவைப் பகல் எழுப்பும் வேளை
கொலைமரத்தில்
தோட்டாக்களால் துளைக்கப்படவென்று
கண்கள் கட்டுண்டவளாக
பிரியத்துக்குகந்த பெண் உளவாளி;
காணச் சகியாமல் கண்களை மூடி
'சுடு' என இரைந்தான்,
வேறொருவன்; அது அவன் தொழில்.
கோட்டைச் சுவரிடையே
இருள்பிரியுமுன்
தீர்ப்பின்வழி மரணம் வந்தது;
உணர்ச்சியின் உந்தலில்
நெஞ்சு வெடித்தது;
சித்தம் பிறழ்ந்தவனாக
சிரித்ததில்
அதிர்கிறது வேன்சான் படுகுழி

மாத்தா ஹரிக்கு மரணதண்டனை நிறைவேற்றியதை அறிந்து 'கமி' (Cami) *எழுதி, ழார்ழெல்* (Georgel) *பாட, 1917ம் ஆண்டின் இறுதியில் எல்லோராலும் முணுமுணுக்கப்பட்ட கவிதை. வாசிக்கிறபோதெல்லாம், குளோது அத்ரியன்கூட வெடித்துச் சிரிக்கிறார். மாத்தா ஹரியின் இறப்புக் குறித்த கேள்வி*

இன்றைக்கும் எழுகிறது. ஏன் இறந்தாள், நிரூபிக்கப்படாத குற்றத்திற்காக எதற்காக ஒருத்தியைக் கொல்லவேண்டும் என்று இவரைப் போல பலர் எழுப்பும் கேள்விகளுக்கு இன்றுவரை பதிலில்லை. குளோது என்கிற குளோது அத்ரியன் கொஞ்சமல்ல, நிறையவே வித்தியாசமான மனிதர். வயது அறுபது. ஹிப்பி, நியூடிஸ்ட் எக்கொலொஜிஸ்ட் மரண தண்டனைக்கு எதிரி, கடைசியில் மாத்தா ஹரியின் பரம ரசிகர். இங்கே... அவரது அறையின் நான்கு சுவர்களிலும் நீங்கள் பார்ப்பது அனைத்துமே மாத்தா ஹரியின் படங்கள்தாம்; குழந்தையாக, விடலைப் பெண்ணாக, வாலைக்குமரியாக, தேவதையாக, குற்றவாளியாக சுவரெங்கும் மாத்தா ஹரி அலங்கரித்துக் கொண்டிருக்கிறாள். கிரேக்க தேவதை போல குட்டைப் பாவாடையும், மார்பு பெருத்த சட்டையுமாக, அடக்க கூந்தலை இரப்பர் பட்டைக்குள் அடக்கி, வசீகரிக்கும் பார்வையில் நளினமாய் நிற்பதும் அவள்தான். தலையில் இறகும் ரத்தினங்களும் பதித்த கிரீடம் அணிந்து, கைகால்களில், முத்தும் பவளமும் பதிக்கப்பட்ட வளைகள் மின்ன, இருமார்புகளிலும் அலங்கரிக்கப்பட்ட உலோகக் கவசம் ஒளிய உடலை வெளிப்படுத்தும் சன்னமான ஆடைதரித்து, சகல புவனங்களையும் அடக்கியாளவல்ல இந்து தேவதை. மாயையின் வடிவம் – மோகினி.

இரவுபகலென்று பேதமில்லை, இவர் வேண்டும்போது அவள் வருகிறாள் இன்று குளோது வேண்டவில்லை, வந்திருக்கிறாள். குளியலறையில் வெகு நேரம் இருந்துவிட்டு வந்திருந்தார். அறை நடுவில் நின்றபடி, சுவரில் மாட்டியிருந்த நிழற்படங்களைப் பார்த்துக்கொண்டிருக்க, மெல்ல முறுவலித்து "வரட்டுமா?" எனப் படத்திலிருக்கும் மாத்தா ஹரி கேட்கிறாள். இவரது பதிலுக்குக் காத்திராதவள்போல, படத்திலிருந்து வெளிப்பட்டு, அருகில் நிற்கிறாள். அவளிடமிருந்து வெளிப்பட்ட மூச்சு இவர் உதடுகளில் ஒட்டும் போது தித்திக்கிறது. அவளது பார்வையில் இலேசாக ஏளனம், என்னவாக இருக்கும் என யோசித்தபோது அவள் திரும்பி நடக்கிறாள். இருவரும் சன்னலொட்டி நிற்கிறார்கள். திறந்திருந்த சன்னற் கதவூடாக, சோகையாய் பகல் வெளிச்சமும், அவ்வப்போது காற்றில் தலையசைக்கிற வேப்ப மரத்தின் நிழலும் முறைவைத்து அவள் முகத்தில் பதுங்கி விளையாட பகல் நிலவினை நினைவுபடுத்தும் அவளழகில் மயங்கி நிற்கிறார். மயக்க நிலையிலிருந்து விடுபடாத அவரது உதடுகள் இரண்டும், அவளுடைய முன் நெற்றியை

எச்சிற்படுத்துகின்றன. கால்கள் இரண்டும் தவிக்கின்றன. அடங்காத பெருமூச்சு ஒன்று வெளிப்பட்டு அவளது தலையில் இளஞ்சூட்டுடன் பரவுகிறது. பண்டமாற்றாக அவள் தலைமயிரிலிருந்து புறப்பட்ட சுகந்தம் இவர் நெஞ்சுக்குள் இறங்கித்தித்திக்கிறது. கைப்பிடித்து அழைக்கிறாள். பசியறிந்தவள்போல, உடலிற் சுற்றியிருந்த சன்னமான ஆடைகளைக் களைந்தபடி நடக்கிறாள். உச்சிமுதற் பாதம்வரை முழுமையாக அவளை ஒருமுறை பார்த்து முடித்தபோது, எங்கே தொடங்குவதென்ற குழப்பம்.

– *என்ன தயக்கம்? நான் உங்களுடையவள்தானே?*

– இல்லை, நண்பர்கள் இருவரை எதிர்பார்த்துக்கொண்டிருக்கிறேன்.

அறைக்கதவு திறந்திருக்கவேண்டும், பகல் வெளிச்சம் கீற்றாகக் கட்டில் வரை நீண்டு படிந்திருந்தது. அந்த ஒளியின் பின்னணியில் சுவற்றிலிருந்த படத்தைக்காட்டிலும் ஒயிலாகப் படுத்திருப்பது போலத் தோற்றம். அவளுடைய வாளிப்பான உடல் ஏற்படுத்திய இரசவாதத்தில், இவருக்கு முத்து முத்தாய் வேர்வை அரும்புகிறது.

– *என்ன ஆயிற்று உங்களுக்கு? இதற்கு முன்பு இப்படிப் பார்த்ததில்லையே?*

– இல்லை, தெரியலை... நீ வேறொருவனுடைய உடைமை ஆகிவிடுவாயோ என்கிற கலக்கமாக இருக்கலாம்.

– *தேவையில்லாமல் எதையாவது கற்பனை செய்து கொள்ளாதீர்கள். நம்மிருவரையும் பிரிப்பதற்கு ஒருவருமில்லை. உங்களுக்கு விருப்பமில்லையென்றாற் சொல்லுங்கள், நான் புறப்படுகிறேன்.*

– வேண்டாம்... மாத்தா ஹரி, போகாதே... போகாதே!

குளோது புலம்பிக்கொண்டிருக்கும்போதே மடமடவென்று களைந்த ஆடைகளை ஒன்றின் பின் ஒன்றாக அணிந்து முடித்தவள், மீண்டும் நிழற் படத்தில் நின்றபடி, இவரைப்பார்த்துச் சிரிக்கிறாள்.

– 'மிஸியே குளோது!' வெகு தூரத்திலிருந்து அழைப்பதுபோல ஒரு குரல். கண் விழித்தபோது மாலை மணி நான்கு.

புதுச்சேரி நகரத்தின் வடபகுதி. பட்டத்தின் வால்போலக் கடற்கரைக்குப்பம். கவிச்சியுடன் வீசும் உப்பங்காற்றில்

அருகிலிருந்த சாராய ஆலையிலிருந்து வெளிப்படும் துர்நாற்றமும், அரவிந்தர் ஆசிரமத்திற்குச் சொந்தமான கால்நடைப்பண்ணை நாற்றமும் கலந்து, விநோதக் கலவையுடனான ஒருவித மணம் காட்டுச்செடிபோலப் பரவி, குளோது அத்ரியன் குடியிருப்பையும் ஆக்ரமித்திருந்தது. பகல் வெப்பத்தில் சூடாகிக் கிடந்த அறையைத் தவிர்த்து வெற்றுடம்பும், பீர்பாட்டிலுமாக வெளியில் வந்தார். வெயில் இன்னும் தணியவில்லை. மனிதர் சஞ்சாரமற்று வீதி வெறிச்சோடிக் கிடக்கிறது. மார்பு ஒட்டி, வயிறு உப்பிய பையன் ஒருவன், நுனிக் காலில் பெடல் போட்டபடி இவரைப் பார்த்து 'போன்ழுர் முசே' என்கிறான். தூரத்தில், கடந்த அரைமணிநேரமாகப் பெண்கள் சிலர், வழக்கம் போல வேப்பமரத்தின் அடிப்பகுதியினை நீரூற்றிக் கழுவி முடித்து மஞ்சள் பூசிக்கொண்டிருக்கிறார்கள். எதிர்வீட்டு வாசலில், கால்நீட்டி அடையாய்ப் பிசிறிக்கிடக்கும் மயிற்கற்றையில் ஈர்க்கொல்லியைப் புதைத்துச் சிம்பிக் கொண்டிருந்த பெண்மணியின் உடல்மீது கண்கள் படிகின்றன. அப்பார்வையைப் புரிந்துகொண்டவள்போல, அவளும் சட்டென்று தலையை நிமிர்த்தி குளோதுவைப் பார்த்தாள். முகம் நிறைய மஞ்சள் பூசி இருந்தாள். இடது கையிலிருந்த மணிக்கூட்டை, வலதுகை ஆட்காட்டிவிரலால் இரண்டுமுறை தட்டிக்காட்டினார். பிறகு இரண்டு கைவிரல்களையும் ஒட்டாமல் விரித்துக் காட்டினார். அவள் தலையாட்டினாள். இந்தியாவில் மலிவாக எதுவும் கிடைக்கிறது.

குளோதுவுக்குப் பூர்வீகம் பிரான்சு நாட்டின் கிழக்கு திசையிலிருக்கும் அல்ஸாஸ் பிரதேசம். தாய் தந்தையர் இருவரும், இவரை மழலைகள் பள்ளியிற் சேர்த்த சூட்டோடு பிரிந்து போனவர்கள். அம்மாவழித் தாத்தாவும் பாட்டியும், குளோதுவையும் அவர் தமக்கையையும் பிரான்சின் தென்கிழக்குப் பகுதியிலிருந்த 'பிராதே' என்ற நகரத்திற்கு அழைத்தும் போனார்கள். கிழவர் நிலக்கரிச்சுரங்கத்தில் பணியாற்றிவிட்டு ஓய்வு பெற்றவர். குடிகாரர். கிழவியோ காசநோய்க்காரி. குற்றங்கள் துளிர்விடும் பகுதியாக இருந்ததால் குளோது பிஞ்சிலேயே பழுத்தார். போதைப் பழக்கம், அதன் தேவைக்காகச் சின்னச் சின்னத் திருட்டுகள், சிறுவர்களுக்கான சீர்திருத்தப்பள்ளி என ஆரம்பகால வாழ்க்கை. தமக்கை ஒருநாள் புறப்பட்டுப்போனவள்தான் திரும்பவில்லை. இவருக்கும் அப்படியொரு ஆசை. தாத்தாவின் சட்டைப் பையில் ஒருநாள் இநூறு பிராங்குக்கு மேலிருந்தது.

எடுத்துப் பையில் போட்டுக்கொண்டு தொடங்கிய பயணத்தை இதுவரை நிறுத்தவில்லை. உலகில் அத்தனை நாடுகளையும் மிதித்தாகிவிட்டது.

எழுபதுகளில் ஹிப்பி இயக்கத்தில் சேர்ந்து, இந்தியாவிற்குப் புறப்பட்டு வந்து கோவாவில் மாதக்கணக்கில், எல்.எஸ்.டியை விழுங்கியும் மரியுவானாவை முகர்ந்தும் வாழ்ந்து பார்த்தாயிற்று. எண்பதுகளில் முழுநிர்வாண வாழ்க்கையை விரும்பும் கூட்டத்துடன் சேர்மானம். பின்னர் இயற்கைவாதிகளோடு இணைந்து மாமிசத்தையும் காய்கனிகளையும் பச்சையாக உண்டு குகைகளில் வாழ்ந்த அனுபவம். இப்போது மாத்தா ஹரியைத் தேடிக் கொண்டு மீண்டும் இந்தியா. புதுச்சேரிக்கு வந்த புதிதில் ஜெர்மன் நண்பர் ஒருவர் இல்லத்தில், ஆரோவில் பகுதியில் தங்கி இருந்தார். இருவருமாக உள்ளூர் ஏழைகளைத் தினக்கூலிக்கு அமர்த்திக்கொண்டு படுக்கை விரிப்புகள், பருத்தி ஆடைகளெனத் தயாரித்து ஐரோப்பிய நாடுகளுக்கு ஏற்றுமதி செய்தனர். கடந்த ஆறுமாதமாக கலாசார அமைப்பொன்றில் பிரெஞ்சு வகுப்பு எடுத்துக்கொண்டிருக்கிறார்.

கிர்... கிர்ரென்று எரிச்சலூட்டுவதுபோல அழைப்பு மணி. அநேகமாக தேவசகாயம் அல்லது அருணாசலம் இருவரில் ஒருவராக இருக்கவேண்டும். பருத்தியினாலான ஒரு பைஜாமாவை அணிந்தவர். குர்தாவைப் போட்ட படி நடந்து வந்து கதவைத் திறந்தார். தேவசகாயம் வந்திருந்தான்.

– வாங்க தேவா வணக்கம்... உள்ளே வாங்க. எதுலே வந்தீங்க?!

– வணக்கம். பைக்கிலேதான் வந்தேன், மெக்கானிக்கிட்டே கேட்டேன். ரெடியாய் இருக்குதுசார், எப்பவேண்டுமானாலும் வாங்கன்னான். எடுத்து வந்தேன்.

குளோது முன்னால் நடக்க அவரைப் பின்தொடர்ந்து சென்றான்.

– உங்கள் முகத்தைப் பார்க்கையில் சந்தோஷமாக இருக்கிறமாதிரிதான் தெரியுது. மாத்தா ஹரியை சம்மதிக்க வச்சிட்டீங்கன்னு சொல்லுங்க.

– ஆமாங்க. என்னாலேயே நம்ப முடியலை. நம்பிக்கை இல்லாமதான் இருந்தேன். எதிர்பாராத விதமா திடீரென்று அவளுடைய பாட்டி இறந்ததால, இப்படியொரு திருப்பம்

அமைஞ்சிட்டுது. உண்மையைச் சொல்லணுமென்றால், பவானி இல்லையென்றால் நானில்லை என்பது மாதிரித்தான் தோணுது. நீங்கதான் அவளை மாத்தா ஹரி என்றும் சொல்றீங்க இணைய தளத்துல பார்த்தா, மாத்தா ஹரி பத்தின தகவல்கள் எதுவும் நல்லவிதமா இல்லையே?

கேட்டதும், குளோதுவின் முகம் கறுத்துப்போனது. இருவரும், வீட்டின் பின்பகுதிக்கு வந்திருந்தார்கள். குரோட்டன்ஸ் செடிகளும் கொட்டை வாழைச்செடிகளும், நான்குபுறமும் மண்டிக்கிடக்க இடையில், பராமரிக்கப்பட்ட புல்வெளி. பெரிய வண்ணக்குடை விரித்து, அதனடியில் மேசை, மடிப்பு நாற்காலிகள் போடப்பட்டிருந்தன. தூரத்தில் கடலலைகள் ஆர்ப்பரிக்கும் சத்தம். தேவசகாயத்தின் கேள்விக்குப் பதில் சொல்ல ஆசைபட்டவர்போல குளோது வாயைத் திறந்தார்.

– தேவா, என்ன பழையபடி ஆரம்பிச்சுட்ட. மாத்தா ஹரியைப் பத்தி உனக்கு என்ன தெரியும்? கொஞ்ச நாட்களுக்கு முன்னால, நேரு பூங்காவில இரவு பத்துமணிக்குமேலே நீ இருந்த நிலைமையை வைத்து, தேவா என்பவன் இப்படித்தான் என்று ஒரு தீர்மானத்துக்கு நாங்க வந்திட முடியுமா? வேறொரு நாடா இருந்தா அதற்கேகூட உன் தலையை வாங்கிவிடமுடியும். பவானியை நெருங்கமுடியாது என்றாய். இப்போது வேறுவிதமாகச் சொல்கிறாய். மாத்தா ஹரி நிறைய கனவுகளுடன் வளர்ந்தவள். வயது வித்தியாசம் பாராமல் ராணுவ அதிகாரியை மணந்து கொண்டது எதற்காக வென்று நினைக்கிறாய்? கப்பல் ஏறிப் பயணம் செய்யவும், இந்தோசீனாவைச் சுற்றிப் பார்க்கவுமா? ருடோல்பென்ற ஆண்வர்க்கத்தை எதிர்த்து அவள் வழியில் நியாயம் தேடி இருக்கிறாள். ஐந்துபேருக்கு மனைவியாக இருக்கிறவள் உத்தமப் பெண்மணியாகவும் இருக்க முடியுமென்பதை உங்க மகாபாரதம் நியாயப்படுத்துமெனில், எனக்கு மாத்தா ஹரியும் உத்தமி. நீ மெச்சுகிற பவானியை நாளைக்கே பிரான்சுக்கு அழைத்துப்போய், மாத்தா ஹரிக்கான நெருக்கடியைக் கொடுத்துப்பார், என்ன நடக்கிறதென்று தெரியும்.

– எங்கள் பெண்கள் 'அப்படியெல்லாம்' நடக்கமாட்டார்கள்.

– முதலில் 'அப்படியெல்லாம்' என்று ஏதோவொன்றை ஒப்பாததாகச் சித்தரிக்கிறீர்களே, அதுவே கூட எனது பார்வைக்கு உகந்ததாக இருக்கலாம். சரியும் தப்பும் அந்தந்த

நாட்டுச் சட்டங்களைப் பொருத்துத் தீர்மானிக்கப்படுவது மட்டுமல்ல, தனிமனிதர் நியாயங்களைப் பொருத்தும் வேறுபடக் கூடியது. அடுத்து 'எங்கள் பெண்கள் 'அப்படியெல்லாம் நடக்கக் கூடியவர்கள் அல்லர்' என்பதாகச் சொல்லி, மேற்கத்தியப்பெண்கள் அனைவருமே தப்பானவர்கள் என்ற கருத்தினை வைக்கிறீர்கள். அதுவும் சரியல்ல. உங்களூர் தினசரிகளை வாசித்துப்பாருங்கள். பக்கத்துக்குப் பக்கம் பாலியற் குற்றங்கள் ஒன்றோ இரண்டோ இருக்கின்றன. மும்பை, பெங்களூர், சென்னை போன்ற நகரங்களிலுள்ள மேட்டுக்குடிப் பெண்களின் வாழ்க்கை எங்களூர்ப் பெண்களுக்கு எந்தவிதத்திலும் இளப்பமில்லை. மிக முக்கியமாக இன்னொன்று, எங்கள் பெண்கள் அப்படியெல்லாம் நடக்க மாட்டார்கள் என்று சொல்கிற நீங்கள், உங்களுக்கு அதாவது இந்திய ஆண்களுக்கு சாமர்த்தியமாக விலக்கு அளிக்கிறீர்கள். எதற்காக உங்கள் பெண்களிடத்தில் மட்டும் கற்பை எதிர்பார்க்கிறீர்கள்? கார் வைத்திருக்கிறவன் போக்குவரத்து விதிகளை மீறக்கூடாதென்று பாதசாரியிடம் எதிர்பார்ப்பது போலத்தான் இதுவும்.

– சரி, பீரைக் கொடுங்கள்.

அருகிலிருந்த கண்ணாடிக்கோப்பையில் பீரை நுரைபொங்க குளோது ஊற்றினார். எடுத்த கோப்பைகளை இருவரும் 'தங்கள் நலத்துக்காக' என்று, நாசூக்காக இடித்துத்தொட்டு, நிதானத்துடன் குடித்தனர்.

– அப்போ பவானி உன்னோட பிரான்சுக்குப் புறப்படறாங்கன்னு சொல்லு.

– மிஸியே குளோது, எங்க விவகாரமெல்லாம் அத்தனை சுலபமா முடியற விஷயமில்லை. மெல்ல மெல்லத்தான் பவானிகிட்டே இது பற்றிப் பேசணும். அருணாசலம் வரவில்லையா?

– வருவேன் என்று சொன்னவர்தான், என்னமோ தெரியவில்லை, இதுவரைக்கும் செய்தி எதுவுமில்லை.

– அது சரி, கேட்டதை ஏற்பாடு பண்ணிவச்சிருக்கீங்களா?

– கண்டிப்பா தரேன். கொஞ்சகாலம் அளவா உபயோகிக்கணும். இப்போதுதான் அவள் உன்னை ஏற்றுக்கொண்டிருக்கிறாள்னு சொல்ற. இந்த நேரத்துல அதிகமா உபயோகிச்சு, பைத்தியக்காரத்தனமா எதுவும் செய்து வைக்காதே.

– குளோது... இந்தியப் பெண்ணொருத்தியை திருமணம் செய்யவிருப்பதாக சொன்னீங்களே, எப்போது?

– ம்... எனக்கொரு மாத்தா ஹரி கிடைக்கிறபோது.

கலகலவென்று சிரிக்கிறார்.

– தேவா, எனக்கொரு உதவி செய்யணுமே.

– சொல்லுங்க, உங்களுக்காக எதை வேண்டுமானாலும் செய்வேன்.

– எனக்காகன்னு சொல்லாதே. நான் அவ்வப்போது கொடுக்கிற ஹஷீஷ்க்காகன்னு சொல்லு.

– அப்படித்தான் வச்சுக்கோங்க. இப்ப என்ன செய்யணும்?

உள்ளே சென்ற குளோது அத்ரியன். ஒரு பையுடன் திரும்பிவந்தார்.

– இதைப்பிடி. பத்திரமா வச்சிருந்து நான் கேட்கும்போது கொடுக்கணும்.

– உள்ளே என்ன இருக்கு தெரிஞ்சுக்கலாமா?

– நான் சொல்லமறுத்தால்கூட வீட்டிலேபோய் பார்க்கத்தான் போகிறாய். எனக்கு ரொம்ப வேண்டியவங்க ஒருத்தரோட மண்டையோடு.

– அய்யய்யோ!

– பயப்படாதே, உனக்கு அதனாலே எந்தப் பிரச்சினையும் வராது.

21

– தேவா உங்களை முத்தமிடலாமா?

கடல் அலைகளில் கால் நனைத்து மகிழ்ச்சியில் துள்ளும் சிறுவர்களிடம் கவனம் வைத்திருந்த தேவா, தனது கண்களை முடிந்த மட்டும் அகல விரித்து, திகைத்தபடி சில நொடிகள் பதிலின்றி இருந்தான்.

– என்ன அப்படிப் பார்க்கறீங்க? நான் தப்பா கேட்கலையே. முத்தமிடலாமான்னுதானே கேட்டேன். எதற்காக உங்க முகம் இத்தனை கோணலாப் போகணும்?

– என்ன செய்யறது. இது கடற்கரை. நம்மைச் சுற்றிலும் மனிதர்கள் திடீரென்று முத்தமிடலாமான்னு, அதுவும் பவானி கேட்டதால அதிர்ச்சி.

கலகலவென்று சிரிக்கிறாள். இடைவிடாமற் சிரிக்கிறாள். முதலில் தேவா அதை வேடிக்கையாக எடுத்துக்கொண்டான். ஆனால் அவள் தொடர்ந்து சிரிக்கிறாள். பக்கத்தில் அமர்ந்தவர்கள் இவர்களைப் பார்க்கிறார்கள்.

– பவானி கொஞ்சம் அமைதியா இருங்க... என்ன ஆச்சு உங்களுக்கு? சுற்றி இருக்கிறவங்க நம்மையே பார்க்கிறாங்க பாருங்க.

– என்னுடைய சந்தோஷத்திலே குறுக்கிட அவர்கள் யார்? கடந்த சில நாட்களாக எனக்கிருந்த துக்கமும், வேதனைகளும் ஒருவருக்கும் இடையூறாக இல்லையே, அப்படியிருக்க எனது

மகிழ்ச்சி அவர்களைச் சங்கடப்படுத்துமா என்ன? திரும்பத் திரும்பக் கரையில் மோதிய அலைகளால் கடற்கரைமணலுக்கு நேர்ந்த கதிதான் என் மனதுக்கும் நேர்ந்திருக்கிறது. கரைவதும், கரைக்குத் திரும்புவதுமாகச் சங்கடங்கள். ஈரப்படத் தெரிந்த நான் எப்போது வேண்டுமானாலும் உலர்ந்து போகலாம் என்கிற பயம். இப்படியொரு தருணம் மறுபடியும் எனக்கு வாய்க்குமா என்ற ஐயத்தின்பேரில் எழுந்த தேவை.

– உங்களை எஃகாலான கோட்டையென்று பத்மா சொல்வாள். இத்தனை சுலபமாக இளகிவிடுவீர்கள் என்று நினைக்கலை.

– எல்லா உலோகங்களும் உருகக்கூடியவைதான். என்ன... அததற்கும் வெப்ப நிலை இருக்கிறது. பாட்டியின் இழப்பு ஏற்படுத்திய வெப்பம் எனக்குக் காரணமென்று நினைக்கிறேன். ‘சமுதாயம்,’ ‘கட்டுப்பாடு,’ ‘ஒழுக்கம்’ போன்ற சொற்களில் எனக்கென்று சில புரிதல்கள் இருக்கின்றன. அவற்றைப் பிறருக்கு விளக்கியாக வேண்டுமென்ற அவசியமுமில்லை. அன்றிரவு உணர்ச்சி என்னை ஜெயித்துவிட்டது. எனது மனமாற்றத்திற்கு, நமக்குள் ஏற்பட்ட உடலுறவோ அல்லது இந்திய சினிமாக்களில் வருவது போல ஒரே உறவில் நான் கர்ப்பமுற்று விடுவேன் என்கிற அச்சமோ காரணமில்லை. நீங்கள் போன பிறகு பலமுறை யோசித்தேன். எனக்கொரு ஆண்துணை இயற்கை நியதிப்படி தேவை, அதற்கு தேவா இப்போதைய சூழ்நிலையில் சரியாய்ப் பொருந்துவார் என்று மனம் சொன்னது அவ்வளவுதான்.

– உங்களைப் பற்றி நிறைய அபிப்ராயங்கள் வச்சிருந்தேன்...

– மன்னிக்கணும். உங்கள் எதிர்பார்ப்புக்கும், நீங்களாக கற்பனை செய்துள்ள பவானி என்கிற பிம்பத்திற்கும் முடிச்சு போடறீங்கன்னு நினைக்கிறேன். சற்றுமுன்னர் பேசிய சமுதாயம், கட்டுப்பாடு, ஒழுக்கம் போன்ற சொற்களின்மீது எனக்குள்ள மரியாதையைப் பொருத்து, என்னை அளவீடு செய்வது இருக்கட்டும், எந்தப் பெண்ணையும் ஏன் எந்த ஆணையுங்கூட அப்படி எடைபோடாதீங்க. முதலில் நமக்கு நாமே நேர்மையாக நடந்து கொள்வோம், உண்மையாக இருப்போம். பிறகு அந்த உண்மையையும், நேர்மையையும் நம்மிருவருக்கும் பொதுவில் வைப்போம். பிறர் என்ற மூன்றாம் மனிதரின் தேவையை மனதிற்கொண்டு, நமது ஒழுக்கம் மற்றும் நேர்மைக்கான வெளிகளை உருவாக்க வேண்டாம். ஆண் –

பெண் பந்தம் என்பது தோழமைப் பண்பாடோடு இருக்கட்டும். கணவன் – மனைவி என்ற சொற்கள் அடிப்படையில் வேண்டாம். 'பவானிக்கு' மனைவி வேடத்தினைக் கொடுத்து அபத்தமான கதை காட்சி அமைப்பு என்றிருந்தாலும் பரவா யில்லை, ரசிகர்மன்ற சமுதாயத்தின் கைதட்டலுக்காக நடித்து வெள்ளிவிழா கொண்டாடினாற் போதுமென்கிற கணவனாக நீங்கள் இருக்கமாட்டீங்க இல்லையா?

– பத்மா சொன்னது சரிதான், பேன்ட் ஷர்ட்டு போட்டுக்கொண்டு, ஆண்களை ஒரு வழி பண்ணிடறோம்னு பெண்ணியம் பேசற கூட்டத்துலே நீங்களும் ஒருவரா?

– உங்களுக்குப் பெண்கள் பேன்ட் ஷர்ட் போடறது பிரச்சினையா? ஆண்களை ஒரு வழி பண்ணிடறோம்னு சொல்கிற பெண்கள் பிரச்சினையா?

– பவானி உங்களுக்குத்தான் தெரியுமே, பேன்ட் ஷர்ட் போடற பெண்களை நான் தப்பா நினைக்கிறதில்லை.

– அதுதானே பார்த்தேன். அப்போ ஆண்களை ஒரு வழி பண்ணிடறோம்னு சொல்கிற பெண்களை உங்களுக்கு ஆகாது. சந்தோஷம். நான்கூட அது போன்ற பெண்களை விரும்புவதில்லை. ஆனால், பெண்களை ஒரு வழி பண்ணிடறோமென்கிற ஆண்களையும் நாங்கள் விரும்புவதில்லை. நீங்கள் எப்படி?

– இந்த நேரத்தில் இப்படியொரு விவாதம் தேவையா பவானி. இயற்கைக் ஆணைத்தான் பலம் பொருந்தியவனாப் படைச்சிருக்கு. பெண் என்பவள் ஆண்சார்ந்து இயங்கினாத்தான் அழகு.

– உடற் பலந்தான் முக்கியமென்றால் உலக நாடுகள் ஒவ்வொன்றையும்குத்துச் சண்டை குங்ஃபூ, கராத்தே இப்படி ஏதோவொன்றை அறிந்த வீரர்கள் மட்டுமே ஆளணும், அப்படியா நடக்கிறது? ஆக ஆளுமைக்கு உடம் பலம் அவசியமல்ல, மூளைதான் முக்கியம் என்றாகிறது. இதில் ஆணென்ன? பெண்ணென்ன?

– மூளையின் எடை பெண்ணைக்காட்டிலும் ஆணுக்கு அதிகம் தெரியுமா?

– தேவா... நீங்க சொல்வது, ஏதோவொரு தமிழ்த் திரைப்படத்திற் கேட்டது போல இருக்கிறது. ஆணுக்கு மூளையின்

எடை அதிகமாகவே இருக்கட்டுமே, அதனாலென்ன? பெண்ணைக்காட்டிலும் ஆணுக்கு அறிவு அதிகம் என்கிறீர்களா? இன்றைய மனிதனைவிட நியாண்டர்தால் மனிதனுக்கு மூளையின் எடை அதிகம், அதனால நம்மைவிட நியாண்டர்தால் மனிதர்களுக்கு அறிவு அதிகமென்று சொல்ல முடியுமா? மூளையின் எடைக்கும் அறிவுக்கும் எந்தச் சம்பந்தமுமில்லை என்பது அறிவியல் தரும் உண்மை ஆணோ பெண்ணோ இருவரும் சமம் என்கிற மனப்பாங்கினை உங்களிடம் எதிர்பார்க்கிறேன். அதாவது நீங்கள் துணைவனென்றால், நான் துணைவியாக இருக்கத் தயார். நீங்கள் தலைவன் என்று நினைத்தீர்களெனில் நான் தலைவி.

– நல்லது அப்படியே இருப்போம்... அதற்கு முன்னாலே அம்மணியை இனி 'வா போ'ன்னு ஒருமையில் அழைக்கலாமா?

– அய்யாவை நானும் 'வா போ'வென்று ஒருமையில் அழைக்கமுடியுமென்றால் எனக்குப் பூரண சம்மதம்.

– அடேங்கப்பா! கொஞ்சம் சீரியஸான பெண்ணியவாதின்னு சொல்லு..

– வேண்டாம் தேவா... நிறைய பேசிட்டோம். விடியுமென நினைக்கிற போதெல்லாம் இருள் பிரியாமலேயே இருக்கிறது. கூவுவது பெட்டைக் கோழியாயிற்றே? இன்றைக்கு இவ்வளவுபோதும். நம்ம வாழ்க்கைபூரா ஏராளமாப் பேசலாம். அப்படியான சந்தர்ப்பங்கள் நிறைய வரும். வேண்டுமானா இனி அல்வா... மல்லிகைப்பூ... ஈவினிங் ஷோ அப்படீன்னு பேசுங்களேன், எனக்கும் கேட்க ஆசையாயிருக்கு – உண்மையில் காதல் வயப்பட்ட பெண்ணுக்குரிய வேட்கை அந்தக் கடைசி வாக்கியத்தில் இருந்தது.

– ஒரு கவிதை சொல்லட்டுமா? – தேவா.

– ம்...

- நேரம்கடந்து கொண்டுதானிருக்கிறது
தன்னிச்சைப்படி
சேர்ந்திருந்த காலங்களின்
நினைவினை வாரி இறைத்தபடி
எதனாலும் தடுக்க இயலவில்லை
எப்படியோ நிகழ்ந்துவிட்ட
கடைசிக் க்காட்சியின் வெம்மையை

அள்ளி அள்ளி எடுத்து தீர்த்தாலும்
குறையவேயில்லை
நினைவின் நீட்சி
அள்ள அள்ளக் குறையாது நீ அளித்த
என் அன்பைப்போல்

– யார் எழுதினது? நல்லா இருக்கே...

– உங்களினந்தான், கவிஞர் மதுமிதா. கவிதையோட தலைப்பென்ன தெரியுமா 'உன்னுடனான பொழுது.' இப்பல்லாம் பெண்கள் நல்லாவே எழுதறாங்க. கவிதையை ஒழுங்கா காதிலே வாங்கினீங்களா, ஏதாச்சும் ஞாபகத்தில இருக்கா?

புரிந்ததும், சட்டென்று முகம் சிவந்தாள். உப்பங்காற்றில் உலர்ந்த உதடுகளை நாவினால் ஒருமுறை தடவிக்கொடுக்கிறாள். முடியட்டுமெனக் காத்திருந்ததுபோல, கீழ் உதடு சற்றேமடங்க மேல்வரிசையின் முன்பற்கள் இயல்பாய் இறங்கிக் கவ்விக்கொள்கின்றன. கொத்தாக முடிக்கற்றையொன்று முன் நெற்றியில் விழுந்து காற்றில் ஒவ்வொன்றாய் இழை பிரிகிறது. தோளூடாக முன்புறம் தொங்க விட்டிருந்த சடை நுனியில், கைவளைகள் சிணுங்க ரப்பர் வளையத்தை அவிழ்ப்பதும், விரல்களால் இலகுவாக வாங்கி மீண்டும் இறுக்குவதுமாக இருந்தவள், சட்டென்று புடைவைத் தலைப்பைக் கையில் பிடித்தபடி, அவன் தலைதிருப்பக் காத்திருந்தவள் போல முகம் உயர்த்தவும், தேவசகாயம் தன்னை மறந்தான். அவளுடைய கரங்களை எடுத்து தன் விரல்களுக்குள் சிறைபிடித்தான். ஆர்வத்துடன் கேட்டான்:

– அப்போ எனது கனவு நிறைவேறப்போகுது?

அவள் வாய்திறந்து பதில் பேசவில்லை. 'ஆம்' என்பதன் அடையாளமாக தலை மெல்லச் சிணுங்கியது, விழிமடல்கள் சேர்ந்தாற்போல படபடத்தன. அதை அவன் ரசித்துக்கொண்டிருக்க, எதிர்பாராதநேரத்தில், குனிந்து அவன் கன்னத்தில் முத்தமிட்டு நிமிர்ந்தாள். உரிமையுடன் அவளது இடையில் அவனது கை ஊர்ந்தது. அதன் தேடலில் சிலிர்த்து, கண்மூடினாள். பின்னர் சராசரிப் பெண்ணாக நாணத்துடன் விலகிக்கொண்டாள்.

22

ஹரிணி இன்றைக்கு அதிகாலையில் விழித்துக்கொள்ள இரண்டு காரணங்களிருந்தன.

முதலாவது: இந்தியக் குடியரசுத் தலைவர் அப்துல் கலாம் ஐரோப்பிய பாராளுமன்றத்தில் உரையாற்றுகிறார். தமிழை ஆர்வத்தோடு கற்றிருந்த போதும் அவள் சிந்திப்பது பிரெஞ்சு மொழியில், காந்தியைப்பற்றிய படித்ததில்லை அறிந்ததுதான். ஆனால் தெகோலை (Degaulle)ப் படித்திருக்கிறாள். பசித்தபோது அவளது வயிற்றை நிரப்பியது சோறோ, சப்பாத்தியோ அல்ல கோதுமை ரொட்டி. முருங்கைக்காயும், வெண்டைக்காயும் அவளுக்கு அதிசயமான காய்கறிகள். கால்கைகளை உதறிக்கொள்கிற தமிழ் நடிகர்கள் வேற்றுலக ஜந்துக்கள். ஆனாலும் இந்தியா என்ற மந்திரச்சொல் பல் நேரங்களில் அவளை ஆட்டுவிக்கிறது.

இரண்டாவது: அவளது உடல்நிலை. நேற்றிலிருந்து உடல், மனம் இரண்டும் இவளுக்கு அடங்கியதாக இல்லை. அடிவயிறுக்குக் கீழே நடக்கும் உயிரியல் வித்தைகளுக்கு இவள் மேடையாக்கப்பட்டிருக்கிறாள். அவயவங்கள் பேசிவைத்துக் கொண்டாற்போல காரியங்களை ஆற்றுகின்றன, மண்ணில் ஊடுருவும் வேர்கள்போலச் சங்கிலித் தொடரொத்த செயற்பாடுகள். பூமி பொருமினாலென்ன, வேதனையிற் துடித்தாலென்ன, வேர்களுக்கில்லை கவலைகள். உடலின் வருத்தங்கள் தனக்கானதென்று மூளை நினைப்பதுண்டா? எதற்காக சூலகமும், சூல்களும், தைராய்டும், பிட்யூட்டரியும்

குழப்பிக்கொள்ளவேண்டும். இதென்ன ஹரிணிக்கு மாத்திரமா, ஹரிணியைப் பெற்றவள், அவளைப் பெற்றவள், அவளைப் பெற்றவளென்று யாரை விட்டுவைத்தது? பெண்கள் சபிக்கப்பட்டவர்களாயிற்றே. துயரம், துக்கம், வேதனை, கலக்கம், இவைகளெல்லாம் யாருக்கென்று நினைக்கிறீர்கள்? எழுத்தறிவே அற்ற பிரகஸ்பதிகூட பெண்ஜென்மங்களுக்கென்று தீர்மானமாக இருக்கிறபோது, அதையும் இந்த அசடுகள் அடக்கமாகத் தலைதாழ்த்தி 'ஆமாம்' என்று ஏற்றுக் கொள்கிறபோது, பாழாய்ப்போன ஹார்மோன்களுக்கு என்ன வந்தது. எவள் எக்கேடு கெட்டாலென்ன? எங்கள் கடன் பணி செய்து கிடப்பது. தவறாமல் மாதாமாதம் மாதவிடாய் என்ற பேரில் வேதனைப்படுத்த வேவண்டும், படுத்துகின்றன. இரத்தக் கசிவிற்கு முன்னால் மன அழுத்தம் அதிகரிப்பதுண்டு, அதிகரிக்கிறது. நாடித்துடிப்பும், உடல் வெப்பமும் சட்டென்று உயர்வதுண்டு, உயர்கின்றன. மற்ற நாட்களைக்காட்டிலும் மிக அதிகமாக வியர்வை வெளியேறி, அது நிற்கும்வரை தொடர்ந்து அவளுடலை நாற அடிப்பதுண்டு, நாற அடிக்கிறது. சில நேரங்களில் காய்ச்சல், வயிற்றுவலி, மலச்சிக்கலும் அதனைத் தொடர்ந்து வயிற்றுப்போக்கும் வருவதுண்டு, அதற்கான அறிகுறிகளை இன்றும் உணர்கிறாள்.

இருட்டில் கையைத் துவளவிட்டு, சுவற்றைத் தடவிப் பொத்தானை அழுத்தி மின்சார விளக்கினைப் போட்டாள். போர்வையை விலக்கிக்கொண்டு எழுந்தாள். உடலைக் கவ்விய இளங்காற்று ஏற்படுத்திய போதை ஒரு சில நொடிகளே நீடிக்கின்றன. தொடைகளுக்கிடையில் உணர்ந்த ஈரமும், இலேசான தலைச்சுற்றலும் அடுத்து அவள் செய்யவேண்டியவற்றை பார்த்தின. கட்டிலுக்கடியில் பதுங்கிக்கிடந்த காலணிகளைத் தேடிக் கொண்டிருந்தபோது இரவு படித்துவிட்டு கட்டிலுக்கடியில் போட்டிருந்த பிரெஞ்சு நாவல் தட்டுப்பட்டது. சட்டென்று எடுத்துத் தூக்கி எறிந்தாள். ஏன் அப்படிச் செய்தாள்? அவளுக்கே அதற்கான காரணம் தெரியாதபொழுது, நமக்கென்ன பிரச்சினை? மீண்டும் தேடல் .... ஒருவழியாய்த் தேடல் முடிவுக்கு வந்தது, மிதியடிகள் கால்களில் பொருந்துவதற்குள் கழிப்பறைக்குள் இருந்தாள். சிறிதுநேரம் கழித்து வெளியில் வந்தபோது, கண்களில் தெளிவு இருந்தது.

மீண்டும் இருட்டில் நீந்தியபடி சமையலறைக்குள் வந்தாள். விளக்கை ஏற்றிவிட்டு, சன்னலில் இறக்கியிருந்த, ஓலைத்தட்டியை (volet)ச் சுருட்டி மடித்தாள். வெளியே இருட்டைச் சுத்தமாய்த் துடைத்துக்கொண்டு பகல், ஈயத்தின் நிறத்தில் உறக்கம் கலைந்திருந்தது. சாம்பல் நிறத்தில் நீண்டுகிடந்த சாலையில், நேற்று பெய்த மழையின் எஞ்சிய அடையாளங்கள். கைகூப்பித் தவத்தில் இருப்பதுபோல ஊசியிலை மரங்கள், இங்கிருந்து பார்க்க அதன் மிலாறுகளில் பாசிகள் படிந்திருப்பதுபோலப் பிரமை. முகத்தை உராய்ந்த படி படபடவென்று சிறகை அடித்துப் பறந்த கேப்பர்கேலி (capercaillie) உண்மையில் இவளை அச்சுறுத்தியது. தலையை உள்வாங்கிக்கொண்டாள். 'என்ன பயந்துட்டியா? போன்ழூர்..' பிரெஞ்சுத் தினசரி விநியோகிக்கும் பெண்மணி, இவள் செய்கையைக் கவனித்துவிட்டு பிரெஞ்சில் விசாரிக்கிறாள், குரல் இவளிருக்கும் தளத்திற்கு எட்டாது போனாலும், உதடுகள் அசைவிலிருந்து உணரமுடிந்தது. ஹரிணி இல்லையென்பது போல தலையாட்டினாள். அவள் சிரித்தபடி கடந்து சென்றாள். காப்பி போட வேண்டுமென்று நினைவுக்கு வந்தது. எரிவாயு அடுப்பைப் பற்றவைத்து, பாலைக் குக்கரில் ஊற்றி, சீழ்க்கைக்காகக் காத்திருந்தாள். பால் கொதித்ததும், நெஸ்கஃபே போட்டு சர்க்கரை சேர்க்காமல் கலக்கி எடுத்துக்கொண்டு கணினி அறைக்குத் திரும்பினாள்.

கவனம் கட்டிற் பக்கம் திரும்பியது. அது சரிசெய்யப்படாமற் கிடக்க சென்று ஒழுங்குபடுத்திவிட்டு மீண்டும் கணிப்பொறி முன் அமர்ந்தாள் விசையைத் தட்டினாள், திரை விழித்துக்கொண்டது. மின்னஞ்சலை திறந்தாள். முதற்கடிதம் சிரிலிடமிருந்து வந்திருந்தது. இந்த வார விடுமுறைக்கு என்ன திட்டம் வைத்திருக்கிறாய் என்று கேட்டிருந்தான் அவனை விட்டு விலகிப்போவதாகக் குற்றம் சாட்டியிருந்தான். ஆக மாதத்திற்கு, உல்லாசக் கப்பலில் மூன்று வாரத்திற்கான பயனர் திட்டமொன்றிற்கு இவளுக்கும் சேர்த்து முன்கட்டணம் பதிவு செய்திருக்கிறானாம். நார்வே, ஹாலந்து, ஸ்வீடன் ஆகிய மூன்று நாடுகளைச் சுற்றி வரும் அக்கப்பலுக்கான கட்டணம் இருவருக்குமாகச் சேர்த்து 1200 யூரோவென்று ஆரம்பித்து பெரியதொரு வியாசம் எழுதியிருந்தான். காப்பியை சுவைத்தபடி பாதி படித்திருப்பாள், எரிச்சலூட்டியது. மின்னஞ்சல் பெட்டியை மூடநினைத்து, கிளிக்செய்ய நினைத்தபோது, 'ணங்'கென்று இவள் நரம்பை மீட்டுவதுபோலச் சத்தம்.

புதிதாய் மின்னஞ்சலொன்று பெட்டிக்குள் விழுந்திருந்தது. மீண்டும் சிரிலாக இருக்குமோ என்கிற அச்சம். இவனிடமிருந்து எப்படித் தப்பப் போகிறேன் என நினைத்தபடி கிளிக்கினாள். இது இவள் அறியாத நபரிடமிருந்து வந்திருந்தது. பெயரைப் பார்த்தாள். 'பிலிப் பர்தோ' என்றிருந்தது. ஏதாவது ஸ்பாம் ரகமோ நைஜீரிய குபேரனின் கோடிக்கணக்கான டாலருக்கு, வாரிசுதேடி அலையும் டுபாக்கூர் பேர்வழியோ என்றெல்லாம் யோசிக்க, பொறிதட்டியது. அவசரமாக எழுந்து சென்று தனது கைப்பையில் வைத்திருந்த 'கர்னேயைப் பிரித்துப் பார்த்தாள். அம்மாவுக்குத் தெரிந்தவர்கள் வரிசையில் 'பிலிப் பர்தோ 'நான்காவதாகக் குறிப்பிடப் பட்டிருந்தது. மறுபடியும் கணினிமுன் அமர்ந்து கடிதத்தைத் திறந்து வாசிக்கிறாள்.

அன்புள்ள ஹரிணி, வணக்கம். முதலில் என்னை அறிமுகப்படுத்திக் கொள்ள வேண்டும், பெயர் பிலிப் பர்தோ. உளவியல் மருத்துவர். தொண்ணூறுகளின் ஆரம்பத்தில் நானும் ஸ்ட்ராஸ்பூரில்தான் வசித்து வந்தேன். அப்போதெல்லாம் உனது குடும்பத்தோடு எனக்கு நல்ல நெருக்கமிருந்தது. தற்போது எனது மருத்துவ அலுவலகம் கொல்மாரில் (Colmar) இருக்கிறது. இங்குதான் எனது குடும்பமும் இருக்கிறது. நீ என்னை அவசியம் ஒருநாள் தேடிவருவாய் என்று எனக்குத் தெரியும், உளவியல் மருத்துவனில்லையா? இதைக்கூட யூகிக்க முடியவில்லையென்றால் எப்படி? நிறையப் பேசவேண்டி யிருக்கிறது. நேரில் பேசலாம். எனது முகவரியையும், தொலைபேசி எண்களையும் கொடுத்திருக்கிறேன். கூடிய சீக்கிரம் சந்திப்போம். – பிலிப் பர்தோ முகவரி: Philipe Bardeau 10, rue Curie 68000 & Colmar Tel.:0389 22 45 34 Portable: 0690287772

கொடுத்திருந்த முகவரியை, அம்மாவுடைய கர்னேயிலேயே குறித்து வைத்துக்கொண்டாள். கையேட்டில் மூன்றாவதாகக் குறிப்பிடப்பட்டிருந்த குளோது அத்ரியனை வேண்டுமானால் பிறகு சந்தித்துக்கொள்ளலாம் என்று நினைத்துக்கொண்டாள்.

எலிஸபெத்திடமிருந்து பலமுறை தொலைபேசி வந்துவிட்டது. நேரம் கிடைத்தால் மறுபடியும் ஒருமுறை பார்த்துவரவேண்டும். அவளிடமிருந்தும் தெரிந்துகொள்ள வேண்டியவை நிறைய இருக்கின்றன. அவளைப் பார்க்கவேண்டுமென ஏதோவொன்று அவளிடத்தில் வசீகரிக்கிறபோது, மற்றொன்று வேண்டாமென்று எதிர்த்திசையில் இழுத்துப் பிடிக்கிறது.

பலநேரங்களில், எதிர்த்திசையில் நியாயம் இருப்பதுபோலத்தான் அவளது வாழ்க்கைச் சம்பவங்களும் நடக்கின்றன. பிலிப் பர்தோவிற்கு, நன்றியைத் தெரிவித்துவிட்டு, கூடிய சீக்கிரம் தொடர்புகொள்கிறேன் என்று பதிலை எழுதி அனுப்பி வைத்தாள். வெகுநாட்களாக தனது வலைப்பூவை (Blog) எட்டிப்பார்க்காதது நினைவுக்கு வந்தது. 'மணக்கும் மல்லிகை' கவனிப்பாரற்று வாடிப் போயிருக்கலாம். எப்போதாவது இரண்டொருவர் படித்து விட்டு, 'சூப்பர்', 'அருமை', 'தொடர்ந்து எழுதுங்க' எனச் சிக்கனமாகப் பாராட்டுகிறார்கள். அதற்குமேல் சொல்லிக்கொள்ளும்படி பின்னூட்டங்கள் இல்லாததால் ஏற்படும் சோர்வு, அவளது வலைப்பூவையும் பாதித்திருக்கிறது. அப்துல்கலாம் பேச்சைக் கேட்டுவிட்டு வந்த பிறகு தவறாமல் அதுபற்றிப் பதிவு செய்யவேண்டும் என உறுதியெடுத்துக் கொண்டாள்.

கணிப்பொறி திரை காலை ஏழுமணியென்று அறிவித்தது. அடுத்த பத்து நிமிடத்தில் இறங்கி அருகிலிருக்கும் ரொட்டிக்கடைக்குச் சென்று இரண்டு நாட்களுக்கு எதையாவது வாங்கிவைக்கவேண்டும். சனிக்கிழமையன்று வேண்டுமானால் வழக்கம்போல சூப்பர் மார்க்கெட்டில் தேவையானதை வாங்கிக்கொள்ளலாம் என நினைத்ததைச் செயற்படுத்த அவசரமாகக் குளியலறைக்குள் நுழைந்து கதவை மூடினாள். இரண்டொரு நிமிடங்கள் குளியலறை அலமாரி திறக்கப்படுவதும் மூடப்படுவதுமான ஓசை. வெளியில்வந்தபோது, லெவிஸ் ஜீன்ஸும், பொருத்தமாக மேலே கேப்டு ஸ்லீவும் அணிந்திருந்தாள். புறப்படுவதற்கு முன்பாக நுழைவாசலில் நிறுத்தியிருந்த கண்ணாடியில் உதட்டினை மடித்து, உதட்டுச் சாயம் சமச்சீராக படிந்திருப்பதைப் பார்க்க திருப்தி. ஸ்வெட் ஸ்லீவை இரு கைகளிலும் பிடித்து இழுக்க, மார்புகளிரண்டும் தங்களிருப்பைத் தெரிவித்தன. அதை விரும்பாது, பழைய நிலைக்குக்கொண்டுவர முயன்று தோற்று 'பச்' சென்று சலித்துக்கொண்டு லிஃப்டைப் பிடித்து இறங்கினாள்.

சாலையில் அமைதியாக வாகனங்கள் ஊர்ந்து கொண்டிருந்தன. சற்று முன்புவரை தெளிவாக இவள் கண்களைப்போல நீலம்பாரித்திருந்த வானத்தில் இப்போது அழுக்குப் பொதிகளாய் மேகங்கள், ஊமைவெயில், நகரசபையின் பராமரிப்பில் ஒன்று போல இருந்த பீச்சுமரங்கள்

யோகத்திலிருந்தன. வலதுபுறம் திரும்பவிருந்த பேருந்துக்குக் காத்திருந்து, சாலையைக் கடந்து, இரண்டொரு நிமிடங்கள் வட திசைக்காய் நடந்து, பின்னர் கிழக்கில் திரும்ப சட்டென்று கம்பீரமாய்க் கைகுலுக்கும் வணிக வளாகம். காலை நேரத்திலேயே பரபரப்புடன் மக்கள் இயங்கிக் கொண்டிருக்கிறார்கள். எப்போதும்போல, கோடைகாலத்திற்கேற்ப உடுத்திய கொண்டு இளம்வயதுப் பெண்களும், பையன்களும் உற்சாக நடைபழகிக் கொண்டிருக்கிறார்கள். ஹரிணி தேடிப்போன ரொட்டிக் கடையில் வரிசையில் நிற்கவேண்டியிருந்தது. நின்றாள்.

– போன்ழூர் மத்மசல்... அப்படியே எனக்கும் ஏதாச்சும் வாங்குங்கள்.

குரல் வந்த திசையில் திரும்பிப் பார்த்தாள். அரவிந்தன். ஸ்ட்ராஸ்பூரிலிருந்து பாரீஸுக்கு இரயிலில் போகிறபோது, இவளோடு பயணம் செய்தவன். பின்னர் மதாம் ஷர்மிளாயைச் சந்திக்கச் சென்ற அன்று 'ஞாயிற்றுக்கிழமை வீட்டில் இருப்பாயா? இருப்பாயென்றால் வீட்டிற்கு வருவேன்'– என எஸ்.எம்.எஸ். அனுப்பிய அதே அரவிந்தன்.

– போன்ழூர்... எங்கே இந்தப்பக்கம்?

– உன்னைப் பார்க்கத்தான் வந்தேன்.

– ஆனா நீ சொன்ன ஞாயிற்றுக்கிழமை கடந்து, இன்னொரு ஞாயிற்றுக் கிழமையும் வரப்போகுது?

– மன்னிச்சுக்க, வீட்டுக்குப்போனதும் காரணம் சொல்றேன்.

– என்ன வாங்க உனக்கு. நான் சாக்லேட் பிரெட் வாங்கலாம்னு இருக்கேன்.

– எனக்கும் அதையே வாங்கிடு.

23

– உட்காரு என்ன குடிக்கிற? என்றவள் வரவேற்பறை சன்னலைத் திறந்தாள்.

காத்திருந்தது போல, சட்டென்று நுழைந்த குளிர்காற்று சாரல் போல முகத்தில் விழுந்தது, அதன் வீச்சிலிருந்து தப்ப முயல்பவள்போலத் தலையை வெட்டித் திருப்புகிறாள். பின் தலைமயிர் குடைவிரித்த வேகத்திலேயே அடங்கிப் பதவிசாய் அமர்ந்துகொண்டது. மஞ்சள் ஒளிவெள்ளம் அவள் முகத்தில் பாய்ந்து, கழுத்தில் விழுந்து, கிடுகிடுவென்று மார்பு, வயிறு கால்களென்று முன்னேறி அறையெங்கும் நிரம்பித் ததும்பியது. அரவிந்தன் அவள் நிழலில் ஒண்டி யிருப்பவன் போலச் சுவரைப் பார்த்தபடி நிற்கிறான். அவள் அமரச்சொன்னதை நினைவிற் கொண்டு வந்திருக்க வேண்டும். அனிச்சையாய் தன்னைச் சோபாவில் இருத்தினான். பணிந்து அது அவனை வாங்கிக்கொண்டது. அமர்ந்த மாத்திரத்தில் மெலிதான நறுமணமொன்று, இவனைத் தீண்டி தன்னை அறிமுகப்படுத்திக்கொண்டதாக நினைத்தான். வரவேற்பறையும், அதன் பராமரிப்பும், அலங்காரப் பொருள்களும், இவனுக்கும் அவளுக்குமான இடைவெளியைப் பிரம்மாண்டப்படுத்துகிறது.

– என்ன குடிக்கிற?

அவன் நினைவைக் கலைக்க நினைத்தவள்போல, இரண்டாவது முறையாகக் கேட்டாள்.

– கஃபேப் போடு. பெத்தி தெழெனெவை[29] முடிச்சிடலாம்.

– ஓகே. நீ சொல்றதும் ஒருவகையிலே சரிதான். எனக்கு அப்படி இப்படியென்று முப்பது நிமிடம் தேவைப்படுது. அனுமதித்தால் எல்லாத்தையும் முடிச்சுட்டு வந்திடுவேன். கழிவறை, அல்லது குளியல் அறைக்கு போகணுமென்றால் வலப்புறமிருக்கு. கூடத்தில் காலை வைத்தால் உடனே புரிந்து கொள்வாய்.

– இல்லை. அதுக்கெல்லாம் வேலையில்லை. அக்கா வீட்டிலேயே முடிச்சுட்டேன். தவிர ஒரு கோப்பைக் காப்பியை வயிறுமுட்டக் குடிச்சுட்டு வந்திருக்கிறேன்னும் சொல்லணும். இருந்தாலும் என் வயித்துக்கு ஏதாச்சும்

திட உணவாக் கொடுக்கணும். இல்லைன்னா தாளாது. என்னை ரொட்டிக் கடையிலே பார்க்க நேர்ந்தது அதனாற்றான்.

– அப்ப இங்க வரவேண்டுமென்று நீ வரலை.

– உன்னைப் பார்க்கணும்னுதான் காலையில் அக்காவிடம் சொல்லிக் கொண்டு புறப்பட்டேன். ரொட்டி வாங்க அக்கா வீட்டுக்குக் கிட்டேயே கடைகளிருக்கு, எதற்காக பஸ்பிடித்து இவ்வளவு தூரம் வரணும்?

– மன்னிக்கணும். உன்னுடைய அக்கா இங்கே இருக்கிறாங்கன்னு சொன்னது மறந்து போச்சு. பிறகு அது பற்றிப் பேசலாம். அப்போ டீப்பாயில் லெ மோந்து தினசரி இருக்கு, இல்லையென்றால், எக்ஸ்பிரஸ் அல்லது மகஸின் லிட்டரேர் இருக்கும், புரட்டிக் கொண்டிரு. அவற்றில் ஆர்வம் இல்லையெனில் இருக்கவே இருக்கிறது தெலே (தொலைக்காட்சி), பிடித்த அலைவரிசையில் ஏதாச்சும் பார்த்துக்கொண்டிரு. இதோ வந்திடறேன்.

இவனது பதிலை எதிர்பார்க்காமல் புறப்பட்டுச் சென்றாள்.

அவனது பார்வை, சுவர்களிற் படிந்தது. காவி வண்ணத்தில் சுவர்கள், நேரெதிரே உள்விதானத்திற்கும் தரைக்குமாய் இரண்டு பெரிய சன்னல்கள், அவற்றுக்குத் தடித்த கண்ணாடிகளிட்ட கதவுகள், பாதுகாப்பாக இலைத் தட்டிகள், அவனது பார்வையை, விருப்பமானால் வெளியிற்கொண்டு செல்ல அனுமதிக்கிற வகையில் அவை அளவாய்ச் சுருட்டப்பட்டிருந்தன தடித்த திரைத்துணிகளில் ஒளிந்தபடி எட்டிப்பார்ப்பது, பாலேடு ஒத்த மற்றொரு சன்னற்திரை. மறுபக்கத்தில், இரு சன்னல்களின் அகலத்திற்கு இணையாக பால்கனி. அதன் கைப்பிடிச் சுவரில், கொக்கிபோட்டுத் தொங்க விட்டிருந்த நீள்சதுரத் தொட்டிகளில் பச்சைப் பசேலென்று செடிகள்,

நீலம், மஞ்சள், சிவப்பு வண்ணங்களில் பூக்கள். சிவப்பு நிறப்பூக்கள் மாத்திரம் ரோஜாக்களென்று சொல்ல முடியும். நீலமும் மஞ்சளுமாக இருக்கிற பூக்கள் என்னவாக இருக்கும் என்று யோசிக்கிறான். அவைகளுக்கிடையே ஹரிணியின் முகத்தை வருவித்து காற்றில் அசையவிட்டான். அது வலமும் இடமுமாக அசைவதற்குப் பதிலாக இவன் திசைக்காய் தலையாட்டுகிறது. இவன் இதயத்தை எட்டிப் பார்த்துவிட்டு மீண்டும் நீலமாய், மஞ்சளாய் நாணுகிறது. நாம் அக்கறை கொள்ள வேண்டியது நிழலையல்ல; நிஜத்தையெனக் கண்கள் நினைத்திருக்கலாம், விலகிக்கொள்கிறது. இடப்புறச் சுவற்றில், காவி வண்ணத்திற்குப் பொருந்துகின்ற வகையில், புகழ்பெற்ற ஓவியருடைய நவீன ஓவியத்தின் நகல், அரக்குவண்ணச் சட்டத்திலிட்டு மாட்டப்பட்டிருந்தது. பிறகு கைதொடும் தூரத்தில் கம்பளி நூலில் நெய்த ஆநிரை சகிதமாய்க் குழலூதும் கண்ணன். வலப்புறம் கண்ணாடியிட்ட புத்தக அலமாரிகள். வரவேற்பறையே ஒரு திறந்த புத்தகம்போல, ஹரிணியைப் பற்றிய தகவற் செறிவுடன், பக்கத்துக்குப் பக்கம் ஆர்வம் வளர்ப்பதாய், இவனை முன்னிலையில் வைத்து, எளிமையான சொற்களைத் தேர்வு செய்து (இவன் மரமண்டைக்குப் புரிய வேண்டுமே) அளவளாவுகிறது. அறையெங்கும், பெரியதொரு மலை உச்சியில் நிலவும் அமைதி.

அரவிந்தனுக்கு தமிழ் கலவாமற் பிரெஞ்சுபேசி, டெனிம், ஸ்லீவ்களில் வலம்வந்து இரவானால் ஆட்டம் போட விடுதிக்கு வரத்தயாராக இருக்கும் எல்லாப் பெண்களுமே அழகிகள் – ஹரிணியும் அப்படிப்பட்டவளென்றே இந்த நிமிடம்வரை நினைத்துக்கொண்டிருக்கிறான். அவளைப் பார்ப்பதற்காகவென்றே இம்முறை ஸ்ட்ராஸ்பூர் வந்திருக்கிறான். புதுச்சேரியில் இவனோடு படித்த நண்பர்களில் ஒருவன் ஸ்ட்ராஸ்பூரில் நான் இருக்கிறான். பிறகு யெகோவாவின் சாட்சிகள் என்ற மதப்பிரிவில் நம்பிக்கை கொண்ட உறவுமுறைச் சகோதரியும் வெகுகாலமாக இங்குதான் இருக்கிறாள். இந்தியாவிலிருந்து பிரான்சுக்கு வந்த புதிதில், அவளைப் பார்க்க இந்த ஊருக்கு வந்திருக்கிறான். இரண்டாவதாக கடந்த மாதம் வந்தான். இது மூன்றாவது பயணம். முதற்பயணத்திற்கும் இரண்டாவது பயணத்திற்கும் இடைவெளி ஏறக்குறைய ஐந்து ஆண்டுகள். இரண்டாவது பயணத்திற்கும் மூன்றாவது பயணத்திற்கும் இடையில் சரியாகச் சொல்ல வேண்டுமென்றால்,

இரண்டு வாரம் ஆறு நாட்கள். ஹரிணி எப்படி? பையன்களை பதினான்குவயதிலிருந்தே அறிந்திருக்கிறாள். பாதுகாப்புடன், பாதுகாப்பின்றி உறவுகொண்டிருக்கிறாள். அனைத்தும் அவளது விருப்பத்துடன் நடந்தாகவேண்டும்.

– இதெல்லாம் அம்மாவுடைய புத்தகங்கள். எல்லாம் அவள் வாங்கியவைதான். ஒரு சில ஆண்டுகளில், நிறையப் புத்தகங்களை வாங்கி இருக்கிறாள். வா சாப்பிடலாம், எல்லாம் தயாராயிருக்கு.

புத்தக அலமாரியிலிருந்த அரவிந்தனுடைய கவனத்தைக் கலைத்தாள். அவள் முன்னே செல்லட்டுமென்று காத்திருந்து பின் தொடர்ந்தான். சமையலறையில் இவன் எதிர்பார்த்ததற்கு மேலாக எல்லாம் இருந்தது. ரொட்டி வெண்ணெய், ஜாம், சற்றுமுன்பு வாங்கியிருந்த உள்ளே சாக்லெட் வைத்திருந்த ரொட்டி, ஆரஞ்சுப் பழச்சாறு, கறுப்புக் காப்பி, தண்ணீர்....

– என்ன, ஏதோ விருந்தினருக்கு ஏற்பாடு பண்ணியிருப்பது போலச் செஞ்சிருக்க?

– உட்கார்ந்து பேசுவோமே, எனக்கு நீ விருந்தாளிதானே?

இருவரும் எதிரெதிர் நாற்காலிகளில் அமர்ந்தனர்.

– அப்படியும் சொல்லலாம். ஆனா நீ பெருசா நினைச்சு நடத்தற மாதிரி தெரியுது.

– அதெல்லாமில்லை. நீன்னு இல்லை. வேற யாராக யிருந்தாலுங்கூட அப்படித்தான் நடத்தி இருப்பேன். நான் வீட்டில் இருக்கிற நாளென்றால் நிதானமா வந்திருப்பவர்களை ஒழுங்கா கவனிக்க முடியும்.

– இன்றைக்குப் புதன்கிழமை ஆச்சே, வேலைக்குப் போகலையா?

– இல்லை, தலைவலி, ஜுரமென்று படுத்துகிறது. நேற்றே, நிலைமையைச் சொல்லி விடுமுறை எடுத்துக்கிட்டேன்.

– உனக்கு உடம்பு சரியில்லையா? நான் இதை எதிர்பார்க்கலை.

– பிரச்சினை இல்லை. ஆனா ஒரு சந்தேகம், அதெப்படி புதன்கிழமைன்னு தெரிஞ்சு தைரியமா என்னைத் தேடிவந்திருக்க.

– சொன்னது போல ஞாயிற்றுக்கிழமை வரமுடியாததுக்கு மன்னிக்கணும். ஏப்ரல் 22ம்தேதி பிரான்சுல ஜனாதிபதி

தேர்தல் என்பதுகூட எனக்கு மறந்து போச்சு. என்னுடைய ஓட்டால வெற்றியும் தோல்வியும் தீர்மானிக்கப்படப் போறதில்லை என்றாலும், நமக்கான கடமையை நிறைவேற்றணு மில்லையா? இடையிலே உனக்குப் போன் பண்ணிச் சொல்லி இருக்கணும், அதுதான் முறை, தவறிட்டேன். தவிர அடுத்த ஞாயிற்றுக்கிழமைவரைக்கும் உன்னுடைய ஊர்லதான் இருக்கிறேன் என்பதால பொறுமையா வந்து பார்த்துக்கலாம்னு நினைச்சேன். இன்றைக்குக்கூட ஃபினாக் (Fnac - புத்தகங்கள், கணினி, இசைத்தட்டு விற்கும் நிறுவனம்) வரை போய்விட்டு, அப்படியே நீ வீட்டிலிருந்தால் பார்க்கலாம் என்றுதான் நினைத்துப் புறப்பட்டேன்.

– வந்ததும் ஒருவகையில் நல்லதுதான். ஃபினாக் மட்டும் போகணுமா? வேறு திட்டங்கள் இருக்கிறதா?

– ஏன்?

– பதினோருமணிக்கு ஐரோப்பியப் பாராளுமன்றம்வரை போகணும். இன்றைக்கு இந்திய ஜனாதிபதி அப்துல் கலாம் அங்கே வர்றார், உரை நிகழ்த்தறார். இந்தியர்கள் சங்கத்திலிருந்து இரண்டு நாட்களுக்கு முன்னால் அழைப்புவந்தது. நான் போகலாம்னு இருக்கேன்.

– நல்லது நீ போயிட்டுவா. நான் வேண்டுமானா ஞாயிற்றுக்கிழமை உன்னை வந்து பார்க்கறேன்.

– என்ன... பதினோரு மணிக்கெல்லாம் நாம அங்கே இருக்கணும். உனக்குத் தொந்தரவு இல்லைன்னா என் கூட வரலாம். எனக்கும் துணைக்கு ஒருத்தர் ஆச்சுன்னு சந்தோஷப்படுவேன்.

– தொந்தரவா? எனக்கா? கரும்புதின்னக் கூலிவேண்டுமா என்ன? கலாம் பேச்சைக் கேட்கிறேனோ இல்லையோ, உன்னுடைய பேச்சைக் கேட்கிறதுக்காகவாவது வரணுமில்லையா?

– பரவாயில்லையே தமிழ்ல பழமொழியெல்லாம் சொல்ற...

– ஏன்? பிரான்சுலே பிறந்த நீயே இத்தனை சுத்தமாத் தமிழ் பேசுறபோது, நாங்களெல்லாம் பேசக்கூடாதா, ஊருல இருந்து புறப்பட்டுவந்து சரியா ஐந்து வருஷம் ஆகலை. இப்ப மணி பத்து ஆகுது. ஐரோப்பிய பாராளுமன்றம் போக எவ்வளவு நேரமெடுக்கும்?

– காரை எடுக்கத்தான் நேரம், அதன் பிறகு பத்து நிமிடத்தில போயிடலாம். பாரீஸெல்லாம் எப்படி இருக்கு. மிஷெல் செர்ரோ (Michel Serrault) ரசிகராச்சே, என்ன படம் கடைசியா பார்த்த?

– 'சீக்கிரம் கிளம்பு பொறுமையாக திரும்பு' (Pars Vite Et Reviens Tard) என்ற படம். நான் எதிர்பார்த்த மிஷெல் செர்ரோ இல்லைன்னாலும், படம் முடிகிறவரைக்கும் நம்ம நாற்காலி விளிம்புல இருக்கிறோம், திரைக்கதையை அத்தனை கச்சிதமா அமைச்சிருக்காங்க. படத்தொகுப்பு நல்லா இருக்கு, தொய்வில்லாமல் போகிறது. படத்தில் அத்தனை வேகம். எனக்கென்னவோ இதிலே ழோசெ கார்சியா (Jose Garcia) யாவும் சோடை போகலை. பிரெஞ்சுல இது மாதிரிப் படங்கள் பதுசு. பிரெஞ்சுப் போலிஸ்காரர்களை இத்தனை சுறுசுறுப்பா வேற படங்களில் பார்த்ததில்லை. உங்க அம்மாவைப் பத்தின வேற தகவல்களுண்டா?

– அம்மா விட்டுட்டுப்போன குறிப்பேடு கிடைச்சுது, அந்தப் பட்டியலில் இருக்கிறவர்களை ஒருவர் பின் ஒருவரா பார்த்துட்டு வறேன். கிடைத்த தகவல்கள் ஓரளவு பவானி அலியாஸ் மாத்தா ஹரிங்கிற கோணத்துலேதான் இட்டுச்செல்லுது. பிறகு மாத்தா ஹரியைப் பத்தின புத்தகங்களையும் தேடிப்பிடிச்சு படிச்சு வறேன். ரொம்ப சுவாரஸ்யமாயிருக்கு. அநேக விஷயங்கள்ல அம்மாவுக்கும், மாத்தா ஹரிக்கும் ஒற்றுமை இருப்பதைப் பார்க்கிறேன்.

ஆளுக்கொரு சாக்லெட் திணித்த ரொட்டியை எடுத்து நிதானமாக மென்றுதின்றார்கள். இருவருமே கண்ணாடித் தம்ளரில் ஆரஞ்சுச் சாறு ஊற்றிக் குடித்தார்கள். ஹரிணி உரையாடலைத் தொடர்ந்தாள்.

– அம்மா பவானி இந்தியாவில் பிறந்தவங்கன்னு உனக்குத் தெரியும், மாத்தா ஹரியும் தனக்கு இந்தியப் பின்புலமுண்டு என்பது போலத்தான் சொல்லி வந்திருக்கிறாள். இருவருமே அவரவர் கணவன்மார்களால் வஞ்சிக்கப்பட்டிருக்கிறார்கள். மாத்தா ஹரிக்குப் பிறந்ததும் ஓர் ஆண் ஒரு பெண்ணென்றாலும், கொலை முயற்சியில் பெண் குழந்தை மாத்திரம் தப்பிப் பிழைத்தது. பவானி அம்மாவுக்கும் நான் மட்டுமே. இரண்டு பெண்களுமே புலம் பெயர்ந்து குடியேறியது பிரான்சுநாடு. இருவருக்குமே அகால மரணம். ஆக இந்த முயற்சியில்

ஓரளவு வெற்றியடைஞ்சிருக்கேன், முழுமையா நான் ஜெயிக்கணுமென்றால் அம்மாவுடையது தற்கொலையா என்பதை உறுதிப்படுத்திக்கொள்ளணும். அப்படி இருக்காதுன்னுதான் என் உள்மனம் சொல்லுது.

– ஏன் அப்படி நினைக்கிற…?

– ரொம்பச் சுலபம், இப்பத்தான் சொன்னேன் எல்லா விஷயங்களிலும் மாத்தா ஹரிக்கும் பவானி அம்மாவுக்கும் ஒற்றுமை இருப்பதா? மாத்தா ஹரியுடைய முடிவு கொலைன்னா, அம்மாவும் கொலை செய்யப்பட்டிருக்கலாமோன்னு பயப்படறேன். அப்போ எனது பிரச்சினைகள் மேலும் சிக்கலாகுது.

– நாம ரயிலில் போனப்போ மாத்தா ஹரியைப் பத்தின சில தகவல்களை சொன்னே. ஆனால் அவளைக் குறித்து ஆழமா எதுவும் தெரியாது என்பது போலத்தான் இருந்தது உன்பேச்சு. என்ன நினைச்சேன்னா, நான் முகம் தெரியாத ஆள் என்பதாலே, முழுசா சொல்ல விருப்பமில்லையோன்னு நினைச்சேன்.

– உன்னுடைய யூகத்தில் பாதி சரி, பாதி தப்பு. உண்மையில் அப்போதெல்லாம் எனக்கு மாத்தா ஹரியைப் பத்தி எதுவுமே தெரியாது. அவளைப் பத்தின கேள்வி ஞானம் மட்டுமே இருந்தது. இணைய தளங்களிற் தட்டிச் சில தகவல்களைச் சேகரிச்சிருந்ததும் உண்மை. ஆனால் முதன் முதலில் மாத்தா ஹரியை அறிமுகப்படுத்தியவள்னு சொன்னா, அது மத்மஸல் எலிஸபெத். அவங்க, பவானி அம்மா தன்னுடைய கணவரோட பிரான்சுக்குவந்து தங்கள் வாழ்க்கையை ஆரம்பிச்சப்ப, நிறைய ஒத்தாசைகள் செஞ்சிருக்காங்க. அதற்குச் சமூக சேவகிங்கிற அவர்கள் பார்த்து வந்த உத்தியோகமும் காரணம். அதுவே பின்னர் அவங்களுக்குள்ள ஒரு நெருக்கத்தினை ஏற்படுத்தியிருக்கு. அந்த உறவை ஏதோ, பொதுமக்களில் ஒருத்திக்கும், அரசாங்க ஊழியை ஒருத்திக்குமானதென்று அலட்சியப்படுத்திவிட முடியாது. அவங்க அம்மாவை மாத்தா ஹரின்னே நம்பறாங்க, கொண்டாடறாங்க. அவங்ககிட்டே நிறைய தகவல்களிருக்கணும், ஏதோ மர்மம் இருக்குன்னு மனசுக்குள்ளே ஏதோ சொல்லுது. அவங்களைச் சந்திச்சதுக்கு நான் காரணமில்லை. நான் தேடிப் போகலை. அவங்கதான் என்னைத் தேடி வந்தாங்க. எங்கே தெரியுமா?

கல்லறையிலே வச்சு. ஆக என்னை அவசியம் சந்திக்கணுங்கிற ஒரு நிர்ப்பந்தம் இருந்திருக்கிறது. அந்த நிர்ப்பந்தம் எதனாலன்னு தெரிஞ்சுக்கணும். உன்னைச் சந்திக்கிறபோது மாத்தா ஹரியைப் பத்தி எனக்கு எதுவுமே தெரியாது. அதனாலேதான் எதுவும் சொல்லலை. நீ எனக்கு முகந்தெரியாத ஆள் என்பதாலல்ல. உன்னைச் சந்தித்த பிறகுதான் எலிஸபெத்தைச் சந்திச்சேன், மாத்தா ஹரியைப் பத்தின புத்தகங்கள் வாங்கினேன். மதாம் ஷர்மிளாவைச் சந்திச்சேன்.

– மதாம் ஷர்மிளாவா? அவங்க எங்க இருக்காங்க?

– ஹோத்பியர்ல, பக்கத்திலேதான்.

– அவங்க என்னுடைய அக்கா...

– நானென்ன என்னுடைய அக்கான்னா சொன்னேன்.

– விளையாடாதே. ரொம்பக் காலமா இங்கேதான் இருக்காங்க. கூடப் பிறந்த அக்கா இல்லை. எங்க பெரியம்மா பொண்ணு. அப்ப நீயும் அவங்களைப் பார்த்தேன்னு சொல்லு. நம்ம ஊருப் பொண்ணு ஒண்ணு என்னை வந்து பார்த்ததுன்னு சொன்னப்ப, அது நீயா இருக்கும்னு நினைக்கலை. அவங்களுக்குத் தெரிஞ்சவங்க ஒருத்தரு திடீர்னு தன்னைத்தானே கொளுத்திக்கிட்டதெல்லாங்கூட சொல்லி இருக்காங்க... கடைசி யிலே நீயும் நானும் ஒண்ணுக்குள்ளே ஒண்ணுன்னு சொல்லு....

– எனக்குப் புரியலை, நாமெல்லாம் ரொம்ப நெருக்கம்னு சொல்லவறியா, இருக்கட்டும். அவங்க ஏதோ யெகோவாவின் சாட்சிகள் கூட்டத்துலே இருக்காங்கன்னு சொல்ற. இது எனக்குத் தெரியாத தகவல் ஆச்சே.

– அதற்கு நாம என்ன செய்ய முடியும்? மதம் மாறுவதற்கு என்னென்னவோ காரணம். நம்பிக்கையின் அடிப்படையில் தங்களை மாற்றிக்கொள்கிறவர்களைவிட அச்சுறுத்தல்களுக்கும் ஆசைகளுக்கும் தங்களை மாற்றிக்கொள்கிறவர்கள்தான் அதிகமுன்னு சொல்றாங்க, அதிலே எங்க அக்காவும் ஒருத்தி. அங்கே தனிச்சு இருக்கா. திடீர்னு ஒரு கூட்டம் கதவைத் தட்டி நாங்க உங்களுக்காக இருப்போம்னு சொல்லுது. தங்களோட காருல கடைக்கு அழைச்சுப்போய், அவ வாங்கி முடிக்கிறவரைக்கும் எத்தனை மணிநேரம் ஆனாலும் பரவா யில்லைன்னு காத்திருந்து, வீட்டில் விட்டுட்டுப் போகுது. வீட்டில் குழாய் ரிப்பேரா? சுவற்றுக்குப் பெயின்ட் அடிக்கணுமா?

கூப்பிட்டால் போதும் வந்து செய்து கொடுத்துவிட்டுப் போகிறார்கள், வேறென்ன வேண்டும். இவ பதிலுக்குத் தமிழர் வீடுகளைத் தேடிப்போய், 'யுத்தம் வேண்டுமா?', 'அன்பிற்கான விலையென்ன?' என்பது மாதிரியான அச்சடித்தத் துண்டுப் பிரசுரங்களை விநியோகம் செய்கிறாள். அவர்கள் ஏற்பாடு செய்யும் கூட்டங்களில் கலந்து கொள்கிறாள். ஓய்ந்த நேரங்களில் தமிழ்ப் படங்கள், தமிழ் நாடகங்கள் பார்க்கிறாள். ஒவ்வொரு வருடமும் சனிப்பெயர்ச்சியின்போது திருநள்ளாறுக்குப் போய்வருவாள், தீர்த்தக் குளத்தில் தலை முழுகுவாள்.

– அதுமட்டுமா? இல்லை, நாகூர் ஆண்டவர், வேளாங்கன்னி மாதாவென்று அங்கெல்லாங்கூடப் போகறதுண்டா?

– நீ சொல்றது நூற்றுக்கு நூறு உண்மை. பிழைக்கத் தெரிந்தவள். இங்கே இருக்கிறவரைக்கும் யெகோவா. இந்தியாவுக்குப் போயிட்டா ஒரு கோவிலையும் விட்டுவைக்கறதில்லை.டாக்சி வச்சிக்கிட்டு அத்தனை கோவிலுக்கும் போயிட்டு வந்திடுவா.

– பரவாயில்லையே இப்படியொரு ஷர்மிளா இருப்பாங்கன்னு எனக்குத் தெரியாதே.

– ஆமா உன்னுடைய மத நம்பிக்கையெல்லாம் எப்படி?

– ஆம், இல்லை அப்படீன்னுதான் சொல்லணும். என்னுடைய பதில்னு சொல்றதைவிட பவானி அம்மா எழுதி வச்சிருந்து படிச்சதைச் சொல்றேன். எனக்கும் அது சரின்னே படுது. பக்தியே பயத்தினாலே வருவதுதான் என்பவர்கள் கட்சி நான். மதத்தின் மீதான நம்பிக்கைக்கு இந்தப் பயந்தான் காரணம், மரணம் நெருங்குகிறதென்றால் சொல்லவே வேண்டாம் கூடுதலாகவே கடவுள் பக்தி வந்திடும். பணமுதல்வாதமும், மதமும் இத்தனை இணக்கமாக இருப்பதற்குக்கூட இரண்டுக்கும் பொது எதிரியான உயிர்வாழ்க்கை பத்தின அச்சம்தான் காரணம். சிலரை வேகமா காரை ஓட்டாதேன்னு சொன்னா கேட்க மாட்டான். அதற்குப் பதிலா உனக்கு அபராதம், இல்லை ஓட்டுனர் உரிமம் ரத்து செய்யப்படுமென்றால் பயப்படுகிறான். அபராதத்திற்குப் பயந்து சாலை விதிகளை மதித்து நடக்கிறான். விதிகளை மீறுகிறபோது, அவன் செய்த தவறுகள் அல்லது குற்றங்கள் அபராதத்தைக் கட்டினால் மன்னிக்கப்படுகிறது. கவனமின்மை யாலோ அல்லது வேண்டுமென்றோ சாலை விதிகளை மீறி அபராதம் கட்டுபவர்களைக் காட்டிலும்,

எச்சரிக்கையாகக் காரை ஓட்டுபவர்களை நம்பித்தான் சாலைப் போக்குவரத்து இருக்கிறது என்பது என் கட்சி, உண்டியல்ல காசு போடறதும், கடவுள்கிட்ட மன்னிப்புக் கேட்கிறதும், சாலை விதிகளை மீறி அபராதங் கட்டுகிற கூட்டமும் ஒண்ணுதான்.

– அச்சமே கூடாதுன்னு சொல்லிட முடியுமா. யோசிச்சுப் பாரு என்ன நடக்கும்னு?

– 'அஞ்சுவது அஞ்சாமை பேதைமை', அதெப்படி அச்சம் வேண்டாம்னு சொல்லிடமுடியும். நெருப்புன்னு தெரியும்போது கவனமாக இருக்க வேண்டியதுதான். ஆனா சிவப்பா இருக்கிறதெல்லாம் 'தீ'ன்னு நினைச்சுக் கிட்டு அச்சப்படுதல் சரியான்னு யோசிக்கணும்.

– அப்போ உனக்கு அச்சமில்லை, அதனாற் கடவுள் பக்தியுமில்லைன்னு சொல்லு.

– எனது அந்தரங்கங்களைப் பரிமாறிக்கொள்ள ஒருத்தர் தேவை. அதற்கு என்ன பேர் வேண்டுமானாலும் நீ வச்சுக்கோ. அவன் வேடிக்கை பார்க்கிறான் அவ்வளவுதான், கொஞ்சம் ஒத்தாசை பண்ணு என்றெல்லாம் கடவுளிடம் கேட்டுக்கொண்டிருப்பதில்லை. எனது பிரச்சினைகளுக்கு நான்தான் தீர்வு காணணும்.

– பேச வந்த விஷயத்தை விட்டுட்டு வெகுதூரம் வந்திட்டோம்னு நினைக்கிறேன்.

– எனக்குப் புரியலை?

– மாத்தா ஹரியைப் பத்தின தகவல்களுக்காக நீ சந்தித்த நபர்களைக் குறிப்பிட்டுப் பேசினப்போ, எங்க அக்கா பேரையும் சொன்ன. அதற்குப் பிறகு நம்முடைய உரையாடல் வேறுதிசைக்குத் திரும்பிட்டுது.

– இணையதளத்திலே நிறைய இருக்கு, தட்டிப் பாரு.

– தட்டிப் பார்த்தேன். அதுலே வேறொரு தகவலும் கிடைச்சுது. அது எந்த அளவிற்கு உனக்கு உபயோகமாக இருக்குமென்று தெரியலை. அது என்னவென்று நேரம் கிடைக்கும்போது சொல்றேன். பொதுவா இணையதளங்கள்ல இருக்கிற தகவல்கள் சுருக்கமா இருக்கு, நீ சொன்னதா அக்காவும் மாத்தா ஹரியைப்பற்றிக் கொஞ்சம் சொல்லி

யிருக்கிறாள். எனக்குப் பாரீஸில் என்ன நடந்ததுன்னு தெரிஞ்சுக்கணும். முடிஞ்சா நானும் உங்களுக்கு உதவப் பார்க்கிறேனே.

– மாத்தா ஹரிமேலே உனக்கென்ன திடீர்னு பக்தி?

– உன்னுடைய அப்பா பக்தியோட இதை ஒப்பிடாத.

– அவரை எதுக்காக இங்கே இழுக்கற? உன்னைப் பத்திப் பேசு.

– சரி, நேரா விஷயத்துக்கு வறேன். சிறையில் இருக்கிற உன்னுடைய அப்பாவைப் பார்த்தியா? நீ பார்க்க வேண்டியவர்கள் பட்டியல்ல அவர் இல்லாதது எனக்கு உண்மையிலேயே ஆச்சரியம்.

– உன்னுடைய அக்கா சொன்னாங்களா?

– அவரைப்பத்தி நீ எதுவும் கேட்காததால அவ உங்கிட்டே சொல்லலையாம். அப்ப அவர் சிறையில் இருக்கிறது உனக்குத் தெரியும்.

– ஆமாம் தெரியும். ஆனால் அவரை எனக்குப் பார்க்கப் பிடிக்கலை.

– ஹரிணி இதுசரியில்லை. உனக்கு அதைப்பற்றிய குற்ற உணர்வு கூடவா இல்லை?

– வேண்டாம் அரவிந்தன், அந்த ஆளைத் தகப்பனாகவே நான் நினைக்கலை. வேறு ஏதாச்சும் பேசலாம். மணி பத்தே முக்கால் ஆகுது... இப்போ இறங்குவோம். நேரம் சரியா இருக்குமென்று நினைக்கிறேன். எழுந்து கொண்டாள்.

24

ஹரிணியின் ஃபோர்டு 'கியா', சாலை விதிகளை மதித்து கடந்த ஐந்து நிமிடங்களாக ஓடிக்கொண்டிருக்கிறது. மனிதர்கள் நடக்க யோசிக்கிற காலம், அல்லது நடை என்பது உடற்ப யிற்சியில் ஒன்றாகக் கருதப்பட்டுக் கால அட்டவணையின் தயவினை நம்பிக்கொண்டிருக்கிற காலம். அதன் விளைவாக மக்கள் வாகனங்களாக ஊர்ந்து கொண்டிருக்கிறார்கள், வளர்ச்சியென்ற பேரிலே சிதைமாற்றத்திற்கு உட்படும் உலகம். மனிதன் தன்னைச் சுற்றியுள்ள தனிமங்களை மாற்றமென்ற பேரிலே கட்டுடைத்துக் கொண்டிருக்க, கட்டுடைக்கப்படும் தனிமங்களுள் இவனும் ஒருவன் என்பது உணரப்படாமலேயே உடைந்து கொண்டிருக்கிறான். 'இருக்கிறான் இல்லை', 'இல்லை இருக்கிறான்', பலநேரங்களில் 'இல்லை இல்லையாகவும்', சில நேரங்களில் 'இருக்கிறான் இருக்கிறான்' ஆகவும் இருக்கிறான். படைப்புச் சமுதாயமல்ல – உற்பத்திச்சமுதாயம். உனக்கு வேண்டியதை நான் கொடுக்கிறேன், நீ சட்டைப்பையில் இருப்பதை எடு, என்பதான வியாபாரம். 'கத்தியைக் காட்டி, சட்டைப்பையில் இருப்பதை எடு' என்பதைத்தான் வியாபாரி அவனது மொழியிற் சொல்கிறான். பொருளீட்டுங்காலம் போய் பொருள் குவிக்குங்காலம், வண்டி வண்டியாய், அம்பாரம் அம்பாரமாய்க் குவிக்கவேண்டும். இவன் உட்பட இவனுக்கானதை இவன் தீர்மானிப்பதில்லை. இவனது கசப்பு, இவனது தித்திப்பு, இவனது குமட்டல், இவனது கோபம், இவனது போகம், இவனுக்குப் பிடித்தது, பிடிக்காதது, சோறு, ரொட்டி, சப்பாத்தி, பேன்ட் சட்டை, தாடி வைப்பது அல்லது

எடுப்பது, இதைப் பார் அதைப் பார்க்காதே, அங்கே மூத்திரம் போகலாம், போகக்கூடாது... தனிமனிதன் தீர்மானிப்பதில்லை, சமூகம் தீர்மானிக்கிறது. ஹரிணி ஓட்டும் 'கியா' காரை அவள் தீர்மானித்து வாங்கியதல்ல. இவள் பார்த்த விளம்பரம், படித்த செய்தித்தாள், கேட்ட ரேடியோ தீர்மானித்தது. ஆக இங்கே நீ உனக்காகவோ, நான் எனக்காகவோ வாழ்வதில்லை, ஆனாலும் நாம் நமக்காக வாழ்வதாக நம்புகிறோம். அத்தனை பேரும் ஏமாளிகள்தான். பவானி மட்டுமல்ல, தேவசகாயம் நீ கூடத்தான்.

சிவப்பு விளக்கு விழுந்தது, நடைபாதையை வேகமாகக் கடப்பவர்கள், நிதானத்துடன் கடப்பவர்கள் கால்களைக் கவனித்தாள், முகங்களைக் கவனித்தாள், கர்ப்பிணி பெண்ணின் பெரிய வயிறு, உள்ளே என்னவெல்லாம் நடக்கும், புதிய உயிரின் வரவை எதிர்க்கின்ற வகையில் அவளது உடலுறுப்புகள் நடந்துகொள்ளலாம், இதயம், நுரையீரல் முதலானவைகள் முன்னிலும் கூடுதலாகச் செயற்படலாம், உடல் மொழியை வாசிக்க முடியுமாமே? ஆனால் பலமுறை வாசிக்க முனைந்து, தோல்விகண்டதுதான் பலன் – ஊமை வாசிப்பு. சொற்கள் பிசறிக்கொள்வதுண்டு. வாக்கியங்கள் ஒன்றையொன்று பின்னிக்கொள்வதுண்டு. மீண்டும் பச்சைவிளக்கினை எதிர்பார்த்து 1... 2...3... வாகனங்கள் உறுமுகின்றன... இவளும் உறுமினாள். மனம் குழம்பிக்கிடந்தது. தேவசகாயம் மறந்து போன பெயர். பவானி என்ற நிழல் மரத்தை வெட்டிய கோடரிக்குச் சொந்தக்காரன். அரக்கன். தகப்பனில்லை. 'ஹரிணி இது சரியில்லை உனக்கு அதைப்பற்றிய குற்ற உணர்வு கூடவா இல்லை?' – அரவிந்தன் இவளைப் பார்த்துப் புறப்படுவதற்கு முன் கடைசியாய்க் கேட்டது.

– தேவசகாயம், ஓர் அபாயம் – நெருப்பு – ஒதுங்கித்தான் ஆகணும். குற்றமே நடைபெறவில்லை என்கிறபோது குற்ற உணர்வு எங்கிருந்து முளைக்கும்? செய்யவேண்டியதைச் செய்யாமல் விட்டேனா அல்லது செய்யக்கூடாததைச் செய்தேனா? இவன் எந்த அடிப்படையில் குற்றவாளி என்கிறான். அவனுக்கு தேவசகாயம் என்ற மனிதனைச் சிறைக்குச் சென்று பார்க்காதது குற்றமென்றால், எனக்கு அம்மனிதனைப் பார்ப்பது குற்றம்? ஒரு குற்றத்திலிருந்து தப்பிக்க இன்னொரு குற்றம். எதைக்கூடாது, எதை விலக்க வேண்டுமென்று முகத்தைத் திருப்பிக்கொள்கிறோமோ, அதைத்தான் ருசித்துச்

சாப்பிடு என்கிறான். மீண்டும் எதிராளி எனது சுதந்திரத்தில் குறுக்கிடுகிறான். தேவசகாயம் என்ற பொருள் எனக்கு வேண்டுமா வேண்டாமா, ஆகுமா ஆகாதா என்பதை மீண்டும் சந்தை தீர்மானிக்கிறது. மனதைக் காயப்படுத்தவென்றே கத்தியெடுத்துக்கொண்டு அலையும் உலகம்.

– ஹரிணி கோபமா? தப்பா ஏதாச்சும் சொல்லியிருந்தா என்னை மன்னிக்கணும்.

– அரவிந்தன், போதும். மறுபடியும் ஞாபகப்படுத்தாத. நான் ரொம்பக் குழம்பிப் போயிருக்கிறேன். ஒரு பெரிய தலைவருடைய பேச்சைக் கேட்கணுமென்று வந்திருக்கிறேன், அதைக் கெடுத்திடாதே. அங்கே ஒரு அறிவிப்புப் பலகை தெரியுதுபார், என்ன பேரு படி.

– அல்லே துய் ப்றந்த்தான்.[30]

– ஓகே. சரியான இடத்துக்குத்தான் வந்திருக்கிறோம். எதிரே தெரிவது பொருட்காட்சிச் சாலைக்கான கட்டடமும் அதைச் சார்ந்த நிலங்களும். இறங்கிக்க, காரை இப்படியே, ஓரமாக நிறுத்திட்டு வந்திடறேன்.

காரை ஓரமாகப் பார்த்து நிறுத்திவிட்டு, பூட்டிக்கொண்டாள். இருவரும் சாலை ஓரமாக நடந்தார்கள். பெரியதொரு கண்ணாடிக் கப்பல் நதியில் நங்கூரமிட்டிருப்பதுபோல ஐரோப்பிய பாராளுமன்றம், அல்லது அகழியுடன் கூடிய கண்ணாடிக் கோட்டை என்றும் சொல்லலாம், பாதுகாப்பு ஏற்பாடுகளைப் பார்க்கிறபோது, பின்னது கூடுதலாகவே பொருந்துகிறது. காவலர்கள், பாதுகாப்பு அதிகாரிகள், மூன்றடுக்குப் பாதுகாப்பு வளையங்கள் எனக் கடந்து உள்ளே நுழைய ஆழ்கிணற்றில் இருப்பதைப்போல் உணர்வினைத் தரும் வட்டவடிவமான விசாலமானதொரு பெரிய முற்றம் இவர்கள் செல்லவேண்டியது லூயிஸ் வைஸ் வாசலென்று சொல்லப்பட்டது. உள்ளூர் இந்தியர்கள் சிலர் காத்திருந்தனர்.

குர்த்தா பைஜாமாவென்று வந்திருந்த அல்சாஸ் – இந்தியர் சங்கத்தின் தலைவரைப் பார்த்தாள். அவரிடம் கைகுலுக்கிக்கொண்டு தன்னை அறிமுகப்படுத்திக்கொண்டாள். தனக்கு மற்றொரு அனுமதி அட்டை வேண்டுமென்று கேட்டாள். அரவிந்தனுடைய அடையாள அட்டையைக்

கேட்டார், வாங்கிக் கொடுத்தாள். பத்து நிமிடம் ஆகுமென்றார். காத்திருந்தார்கள். கூடியிருந்தவர்களில் ஒரு சிலரை அவ்வப்போது ஏற்கெனவே சந்தித்திருக்கிறாள். 'ஹலோ'க்கள் பரிமாறிக் கொள்ளப்பட்டன, கைகள் குலுக்கப்பட்டன. கொஞ்சம் கூடுதலாக அறிமுகமானவர்களாக இருந்தால் கட்டியணைத்து ஐரோப்பிய முறைப்படி முத்தமிட்டுத் தொடர்ந்து இரண்டொரு வார்த்தைகள். ஒருவர் ஓடிவந்தார், அரவிந்தனுக்கான அடையாள அட்டை வந்து சேர்ந்தது - காத்திருந்தார்கள். பார்வையாளர்கள் ஒருவர்பின் ஒருவராக உள்ளே வரலாமென்றார்கள். கையில் வைத்திருந்த அனுமதி அட்டைகள் பாதுகாப்பு ஊழியர்களுடைய பட்டியலோடு ஒப்பிடப்பட்டது, மற்றுமொரு பாதுகாப்பு வளையம், மின்னணுப் பரிசோதனை முடித்து அரைக்கோள வடிவிலிருந்த பாராளுமன்றத்துக்குள் நுழைந்து இருக்கையைத் தேடி அமர்ந்த பொழுது காலை பதினொன்று இருபத்தைந்து.

இந்தியக் குடியரசுத் தலைவர் மேதகு திரு. அப்துல்கலாம் என்று அறிவிக்கப்படுகிறது. வருகை தந்திருந்த பாராளுமன்ற உறுப்பினர்களும், பார்வையாளர்களும் எழுந்து நின்றனர். பாராளுமன்றத் தலைவர், செயலாளர் புடை சூழ, உலகின் மிகப் பெரிய ஜனநாயக நாட்டின் பிரதிநிதியாக காலெடுத்து வைக்கிறார். வரவேற்புரைக்குப் பின்னர் சிறப்புரை.

"ஐரோப்பிய பாராளுமன்றத்தின் ஐம்பதாவது ஆண்டுவிழாவில், அதன் உறுப்பினர்களோடு இருக்க முடிந்தமையில் மகிழ்ச்சி அடைகிறேன். உங்களோடு இருக்கையில் எம்மாதிரியான சிந்தனைகளைப் பகிர்ந்துகொள்வதென்றும் யோசித்தேன். கோடிக்கணக்கான மக்கள், மொழிகள், பண்பாடுகள், மதங்கள் என பன்முகப்படுத்தப்பட்ட தலைமையை ஏற்படுத்தித் தந்த அனுபவம் இந்தியாவிற்கு உண்டு. அவ்வனுபவத்தை உங்களோடு பகிர்ந்து கொள்ள எனக்குப் பெரிதும் விருப்பம்" என்று ஆரம்பித்து ஐரோப்பிய ஒன்றியத்தைப் பாராட்டிப் பேசுகிறார்.

– அரவிந்தன் நாம புறப்படுவதற்கு முன்னாலதான் மதத்தைப் பத்தி விவாதிச்சோம், ஜனாதிபதி அற்புதமா சொன்னார் கவனிச்சியா. மதமும் அறிவியலும் விரோதிகளல்ல, விரும்பினா அவங்க சேர்ந்து செயல்பட முடியுங்கிறதுக்கு அவரது குருவே நல்ல உதாரணமென்பது போல விளக்கினார்.

அரவிந்தனும், ஹரிணியும், பாராளுமன்ற மண்டபத்தைவிட்டு வெளியேறிக்கொண்டிருந்தார்கள். ஜனாதிபதி உரை

நிகழ்த்தி முடித்தபிறகு, ஹரிணி அதன் பிரம்மிப்பிலிருந்து மீளமுடியாமலிருந்தாள்.

– நான் சரியா காதுல வாங்கலை ஹரிணி. என்னுடைய நாற்காலியிலிருந்த மொழிபெயர்ப்புச் சாதனத்தை எப்படி இயக்குவது என்பதிலேயே நேரம் போயிட்டுது.

– 1960ல இந்திய விண்வெளிமையத்திற்கு உரிய இடந்தேடிப் பேராசிரியர் விக்ரம் சாராபாயும், அவரது சீடரான அப்துல்கலாமும் மற்றவர்களும், நாட்டின் பல பாகங்களிலும் அலைந்திருக்கிறார்கள். இறுதியில் கேரளாவிலுள்ள தும்பா அவர்களது எதிர்பார்ப்பிற்கு ஏற்றதாக இருந்திருக்கிறது. அரசாங்கம் பரிசீலனை செய்தபோது, ஆயிரக்கணக்கான கிறிஸ்தவ மீனவர்களை அங்கிருந்து வெளியேற்ற வேண்டிய சிக்கலிருப்பது புரிந்தது. முக்கியமாக அங்கே இருந்த தேவாலயம். உள்ளூர் அரசியல்வாதிகளுக்கு அவர்களை வெளியேற்றினால் தங்கள் ஓட்டுவங்கியை இழந்து விடுவோம் என்ற கவலை, பிரச்சினையை பெரிதாக்குவதற்கென்றே காத்திருந்த மதவாதிகள் வேறு. விக்ரம் சாராபாய் விண்வெளி மையத்திற்கு அந்த இடத்தை எப்படியாவது பெற்றே தீருவதென்று தீர்மானமாக இருந்தார். ஒரு யோசனை பிறந்தது. தேவாலயத்தின் பங்குத்தந்தை பீட்டர் பெர்னார்ட் பெரைராவைச் (Rev. Peter Bernard Pereira) சென்று சந்தித்திருக்கிறார். பங்குத் தந்தை, விக்ரம் சாராபாயிடம், "என்ன விக்ரம், கடைசியில் என் பிள்ளைகள் இல்லத்தையும், எனது இல்லத்தையும், கடவுள் இல்லத்தையும் சேர்த்தே அல்லவா கேட்கிறீர்கள்? எப்படி முடியும்?" எனச் செல்லமாக கடிந்துகொண்டாராம். பிறகு அவரை ஞாயிற்றுக்கிழமை காலை 9 மணிக்கு தேவாலயத்திற்கு வரச் சொல்லியிருக்கிறார். பங்குத்தந்தை கேட்டுக் கொண்டபடி, விக்ரம் சாராபாயும் அவரது குழுவினரும், ஞாயிற்றுக்கிழமை போனபோது பிரார்த்தனை நடந்து கொண்டிருந்திருக்கிறது. தந்தை பெரைரா பைபிளிலிருந்து சில பகுதிகளைப் படித்துக்கொண்டிருந்தவர் முடித்துவிட்டு, விக்ரம் சாராபாயை பக்கத்தில் அழைத்திருக்கிறார். இவர் அவர் அருகில் போய் நின்றவுடன், கணீரென்ற குரலில், "பிள்ளைகளே இதோ ஒருவரை உங்களுக்கு அறிமுகப்படுத்துகிறேன். பெயர் விக்ரம் சாரா பாய், இவர் ஒரு விஞ்ஞானி. விஞ்ஞானத்தின் பலனைத்தான் நாம் அனைவரும் அனுபவித்துக்கொண்டிருக்கிறோம், இந்தத் தேவாலயம் உட்பட இங்கேயுள்ள விளக்குகள் மின்சாரத்தால் எரிகின்றன.

நான் உங்களிடம் உரையாடுவது தொழில்நுட்பத்தின் விந்தையில் உருவான ஒலிபெருக்கியின் உதவியால். நோயாளிகளுக்கு உரிய சிகிச்சையை மருத்துவர்கள் தரமுடிகிறதென்றால் அதற்கும் அறிவியலே காரணம். பங்குத் தந்தையாகிய நான் என்ன செய்கிறேன்? உங்கள் நன்மைக்காகவும், உங்கள் சுபிட்ஷத்திற்காகவும், அமைதி வேண்டியும் பிரார்த்திக்கிறேன். நமது விக்ரம் சாராபாயும் அதைத்தான் செய்கிறார். அவர் நமக்கு மேலும் நல்லதைச் செய்ய வேண்டுமென்று நினைக்கிறார். ஒரு மாபெரும் அறிவியல் அர்ப்பணிப்பிற்காக நமது இல்லங்களைக் கேட்கிறார். அதற்கு அரசாங்கத்தின் மூலம் உரிய மாற்று ஏற்பாடுகள் செய்யப்படுமென உறுதி அளிக்கிறார். இப்போது சொல்லுங்கள் நமது இல்லங்களைக் கொடுக்கலாமா?" கூட்டத்தினரிடையே முழு அமைதி. எழுந்து நின்றவர்கள் 'ஆமென்' என்கிறார்கள், இன்றைக்கு அந்த இடம் விக்ரம்சாராபாயுடைய கனவுகளை மட்டுமல்ல, இந்தியாவின் விண்வெளிக்கனவுகளையும் நிறைவேற்றி வருகிறது.

– அவர் பேசினதை அப்படியே வரி பிசகாமற் சொல்லுவேன்னு நான் நினைக்கலை.

– இதிலே இன்னொரு நீதியும் இருக்கு, இங்கே மதமும் சரி விஞ்ஞானமும் சரி இரண்டுமே மக்களுக்கு நன்மைங்கிற குறிக்கோளில் இணைஞ்சிருக்கின்றன. மக்களுக்கு நன்மை செய்வதுதான் இவர்கள் நோக்கமென்றால், மதமும் விஞ் ஞானமும் மாத்திரமல்ல, மதமும் மதமுங்கூட இணைந்து பணியாற்ற முடியும். இப்படியொருவரை இந்திய ஜனாதிபதியா பார்க்கிறது, இதுதான் முதன்முறை.

– ஏதோ தவறி வந்துட்டார். நம்ம ஊரு அரசியல்வாதிகளுக்கு இப்படிப்பட்ட மனிதர்களைத் துளியும் பிடிக்காது.

– மணி ஒன்றரை ஆகுது, எங்கேயாவது ரெஸ்டாரெண்டுக்குப் போகலாமா?

25

வாடிக்கையாளர்களுக்கென்று கார் நிறுத்த ஒதுக்கப்பட்டிருந்த இடத்தில் காரை நிறுத்தி இறங்கிக்கொண்டார்கள். உணவு விடுதிக்குள் நுழைந்த மறு கணம், கறுப்புக் கவுனும், இடுப்பில் வெள்ளை ஏப்ரனுமாக இருந்த பெண் பணியாள் எதிர்ப்பட்டாள். 'போன் ழூர்' என்றாள். இவர்கள் பதிலுக்கு வணக்கம் தெரிவித்ததும், "ரிசர்வ் செய்திருக்கிறீர்களா?" என கேட்டாள். இவர்கள் "இல்லை" என்றார்கள். அணிந்திருந்த கோடைகாலத்திற்கான மேலங்கியைக் கழட்டட்டுமெனக் காத்திருந்து, வாங்கிச் சென்று பத்திரப்படுத்திவிட்டுத் திரும்பிவந்தாள். "நீங்கள் இரண்டு பேர்தானா? இல்லை வேறு யாரேனும் வரவேண்டுமா?" என்பது அவளுடைய அடுத்த கேள்வியாக இருந்தது. "இல்லை நாங்கள் இரண்டு பேர்தான்" என்றார்கள். "அப்படியென்றால் பிரச்சினை இல்லை, வாருங்கள்" என்றாள். இருவரும் அவளைப் பின்தொடர்ந்து சென்றார்கள். கிட்டத்தட்ட எல்லா மேசைகளும் நிறைந்திருந்தன. பீங்கான் தட்டுகளில் முட்கரண்டிகளும் கத்திகளும் எழுப்புகின்ற சிணுங்கல்கள், பரிமாறுகிறவர்கள் உண்டுமுடித்த தட்டுகளையும், கோப்பைகளையும் எடுக்கிறபோது எழும் ஓசை, மெலிதான உரையாடல்கள், உரத்த சிரிப்பென ஒழுங்கின்றித் திரும்புகின்ற திசையெங்கும் கதம்பமாக ஒலிக்கிறது. இவர்களை நாற்காலியில் அமர்த்தி விட்டுச் சென்ற பெண்மணி, ஆளுக்கொரு மெனுவைக் கொடுத்துவிட்டுச் சென்றாள்.

– ஹரிணி இங்கே இதற்குமுன்பு வந்திருக்கிறாயா?

– வந்திருக்கேன்....

– பியன் (நல்லது), உனக்குப் பிடிச்சதை ஆர்டர் செய். இல்லை, இன்றைக்கு இங்கே மெனு என்ன வச்சிருக்காங்க, அதைக் கொண்டுவரச் சொல்லு.

– ஓகே. மெனு வேண்டாம், உனக்குப் பிடிச்சது என்னன்னு சொல்லு, நான் எதையாவது கொண்டு வரச் சொல்லிட்டு அது உனக்குச் சரிவரலை என்றால் நல்லா இருக்காது.

– பயப்படாதே, உனக்குப் பிடிச்சது எதுவென்றாலும் சொல்லு, கண்ணை மூடிக்கிட்டுச் சாப்பிடறேன், என்னுடைய சொந்த சமையலைத் தைரியமா சாப்பிடும்போது இதைச் சாப்பிடமாட்டேனா?

– அடடே அப்படியொரு திறமை உன்கிட்டே ஒளிஞ்சிருக்குதா? இந்தியச் சமையலா, பிரான்சுச் சமையலா, எதில் உன் திறமையைக் காட்டுவ?

– அது சாப்பிடறவங்களைப் பொறுத்தது. இந்திய உணவு வகைகளைப் பற்றிய ஞானம் உனக்கிருக்கா?

– இல்லை.

– அப்போ உனக்கு அது இந்தியச் சமையல். பிரெஞ்சு உணவு வகைகளைப் பற்றி ஒன்றும் தெரியாதவர்களுக்கு அது பிரெஞ்சுச் சமையல். என்ன ரெடியா, இன்றைக்கு மாலை முயற்சி பண்ணிப் பார்க்கலாமா?

– பார்த்தாப் போகுது. இப்ப என்ன கொண்டு வரச் சொல்ல?

– அதுதான் சொன்னேனே உனக்குப் பிடிச்சதைச் சொல்லு.

– ஓகே, மறுபடியும் சொல்லிட்டேன் என்னைக் குற்றம் சொல்லக்கூடாது!

– சொல்லலை. வேண்டுமானா சத்தியம் பண்ணட்டுமா?

– வேண்டாம் உன்னை நம்பறேன்.

பணிப்பெண் சின்ன நோட்டும் பென்சிலுமாக வந்தாள். என்ன முடிவு பண்ணியாச்சா?

– ம். ஆந்த்ரேவா" இரண்டு காளான் ஆம்லெட், உருளைக்கிழங்கும் கோழியும் இரண்டு, கடைசியில் டெஸ்ஸெர்ட்டுக்கு எனக்கு கபே, நீ என்ன எடுக்கிற? ஐஸ்கிரீம்?

– எனக்கு தார்த் – ஓ – போம்[32] சொல்லு.

– அப்போ ஒயின் என்ன சொல்ல?

– பொர்தோ சின்ன புத்தெய் கொண்டு வரச் சொல்லு, கூடவே தண்ணீருக்கு இரண்டு கரோலா ரூழ்.

– நல்லது, பணிப்பெண் புறப்பட்டுச் சென்றாள்.

– அரவிந்தன் இப்போசொல்லு, இணையதளத்துல மாத்தா ஹரியைப்பத்தி உனக்கு ஏதோ தகவல் கிடைச்சுதுன்னு சொன்னாயே.

– மாத்தா ஹரிக்கு பாரீஸூல என்ன நடந்ததுன்னு முதலில் நீ சொல்லணும்.

– சொல்றேன். அதுக்கு முன்னாலே நீ தெரிந்துகொண்டதென்ன?

– இப்பவெல்லாம் இரண்டாவது வாழ்க்கைன்னு ஒண்ணு இணையதளங்களில் பிரசித்தமாகிக்கிட்டே வருதே, அதைப் பற்றி ஏதாச்சும் உனக்குத் தெரியுமா?

– அதென்ன இரண்டாவது வாழ்க்கை? என்னமோ நாங்களெல்லாம் கணிப்பொறித்துறையிலே வேலை செய்யறோம்னுதான் பேரு. ஆனா எங்களைவிட உங்களைப் போல ஆட்களுக்குத்தான், இதைப் போன்ற விஷயங்கள் தெரிஞ்சிருக்கு.

ஆங்கிலத்துல Second Life ன்னு சொல்றாங்க. அதுவொரு மாய உலகம் (Virtual World). எழுபதுகளிலிருந்த ஹிப்பிகள் உலகம் எப்படியோ அப்படி. ஆனா இது நடைமுறை வாழ்க்கையில் அலுத்துப்போன மனிதர்களுக்கான ஒரு கற்பனை உலகம். ஒருவன் அல்லது ஒருத்தி, அவன் அல்லது அவளுக்காக உருவாக்கும் உலகம். 'எண்ணம்போல வாழ்வு' என்பதை எந்தப் பொருளில் சொல்லப்பட்டதோ தெரியாது. ஆனா இந்த மாய உலகத்தை உண்டாக்கியவன் 'எண்ணம்போல வாழு!' என்கிறான். இங்கே ஒவ்வொருவரும் மயன் என்று சொல்லலாம். தனக்கான உடை, தனக்கான உடல், தனக்கான துணை, தனக்கான வீடெனச் சிருஷ்டித்துக் கொண்டு, வெளி உலகத்திலிருந்து தப்பித்து, சமுதாய நிர்ப்பந்தங்ளைத் துறந்து மாய உலகத்தில் சஞ்சரிக்கலாம். நிஜவாழ்க்கையிலே சார்லஸா, பக்கிங்காம் அரண்மனையிலே வாழ முடியாத என்னோட

ஏக்கத்தை என்னுடைய இரண்டாவது மாய உலகத்தில் நான் நிறைவேற்றிக்கொள்ள முடியும். விக்ரமாதித்தன் போலக் கூடுவிட்டுக் கூடுபாயலாம், அல்லது விக்ரமாதித்தனாகவே வாழ்ந்து பார்க்கலாம். ஹரிணி மேலே எனக்கு விருப்பம்னா, வெளி உலகத்துக்கு நண்பர்களாகக் காட்டிக்கொள்ளலாம், மாய உலகத்துலே செக்ஸ் வச்சிக்கலாம், பிள்ளை பெத்துக்க முடியும், குடும்பம் நடந்த முடியும். மாய உலகத்தில் இரண்டாவது வாழ்க்கையை வாழ்ந்து பார்க்கிற ஒவ்வொருவருக்கும் 'அவதார்' என்று பெயர். தேவர், விலங்கு, பறவை, ஊர்வன, நீர்வாழ்வன, தாவரமாகக் கூட அவதாரம் எடுக்கலாம். 'Second Life' ஐ உண்டாக்கினவன் பெயர் லிண்டென் லேப், ஓர் அமெரிக்கன். 2002ல உருவாக்கினான். 2005ல செகண்ட் லைஃப் குடி மக்கள் 20000 பேர் இருந்திருக்காங்க. 2007 வருட முடிவிலே ஒரு மில்லி யனைத் தொடலாமென்று சொல்லப்படுகிறது. www.secondlife.com போய்ப்பாரு.

காளான் ஆம்லெட்கள் வந்தன. கூடுதலாக இரண்டு பீங்கான் தட்டுகளையும் பெண் பணியாள் கொண்டுவந்திருந்தாள். அரிந்த ரொட்டித்துண்டுகள் கொண்ட சிறிய பிரம்புக் கூடையொன்றும் வந்தது. உள்ளே சென்றவள், சிவப்பு ஒயின் போத்தலுடன் திரும்பிவந்தாள். அவர்களிடத்திற் காட்டினாள். வருடம் '1995' என்றிருந்தது. ஹரிணி 'நல்லது' என்றாள். பாட்டிலிலிருக்கும் தக்கையை, திருகுச் சாவியின் மூலம் திறந்து, நாசூக்காய் இரண்டு கோப்பைகளையும் அளவாக நிரப்பினாள். திறந்த பாட்டிலை, அவர்கள் தட்டுகளுக்கு இடையே வைத்துவிட்டு, செயற்கையாய் ஒரு புன்னகை உதிர்த்துவிட்டு, 'போன் அப்பெத்தி'[33] என்று வாழ்த்தினாள், புறப்பட்டுச் சென்றாள். மேசையிலிருந்து நான்காக மடித்து வைத்திருந்த சிறிய துவாலையை மடியில் இருத்திக்கொண்டார்கள். சிவப்பு ஒயின் கோப்பையைக் கையிலெடுத்து 'உன் நலனுக்காக[34] என்றார்கள்.

ஆளுக்கொரு வாய் குடித்துவிட்டு, முட்கரண்டி, கத்தி சகிதமாய் சாப்பிட தொடங்கினார்கள்.

– இதுலே மாத்தா ஹரிக்கென்ன சம்பந்தம்?

– மாத்தா ஹரிங்கிற பேருல இந்த 'Second Life'ல ஒரு மாய உலகமிருக்க 'மாத்தா ஹரியோட விதியை மாற்றி எழுதுவோம்' என்பது அவர்களுடைய கொள்கை. அங்கிருக்கிற 'அவதார்'களில் 'அதாம்', 'கிரிட்ஸ்' மாக்லியோ என்கிற பேர்கள்

இருக்கு, இன்னுங்கூட நிறைய 'அவதார்'கள் அதாவது 'பிறவி'கள் இருக்காங்க. அவங்க பேர்களெல்லாம் ஞாபகத்திலில்லை

– வேறு ஏதாச்சும் சுவாரசியமான தகவலுண்டா?

– முக்கியமாச் சொல்லவேண்டியது மாத்தா ஹரியோட 'மண்டையோடு பற்றிய தகவலுக்கு ஒரு மில்லியன் லிண்டன் டாலர்கள் பரிசுன்னு போட்டிருக்கு.

– அதென்ன லிண்டன்டாலர்?

– லிண்டன்டாலர் என்பது 'Second Life' குடிமக்களோட நாணயம். எண்பது யூரோ சதத்திற்கு, முன்னூறு லிண்டன் டாலர்.

– அப்படியா. மாத்தா ஹரியோட மண்டையோட்டுல என்ன மர்மமிருக்கு? மாத்தா ஹரியைச் சுட்டுக்கொன்ற பிறகு அந்த உடலை வாங்கறதுக்கு யாருமில்லையென்று பிரான்சு மருத்துவக் கழகம் எடுத்துக் கொண்டதாகவும், பாரீஸிலுள்ள ஒரு அருங்காட்சியகத்தில் அவளது மண்டையோடு, எலும்புக்கூடெல்லாம் பத்திரமாக இருந்ததென்று கேள்விப்பட்டிருந்தேனே.

– ஹரிணி அங்கே பாரு. ஒரு தென் கிழக்கு ஆசிய நாட்டைச் சேர்ந்தவனென்று நினைக்கிறேன்... நம்மையே பார்த்துக்கொண்டிருக்கிறான்.

திரும்பினாள். தனியொரு ஆளாக இருந்தான். அமைதியாக காப்பியை உறிஞ்சிக்கொண்டிருந்தவன், இவர்களைப் பார்த்த பார்வையில் ஏதோ கோளாறு இருப்பதுபோல தோன்றியது.

– சாப்பிடு. அவனைப் பார்க்காதே. நான்தான் தேவையில்லாமல் எதையாவது கற்பனை செய்துகொண்டிருப்பேனென்று நினைக்கிறேன்.

ஹரிணிக்கு வியப்பாக இருந்தது. மாத்தா ஹரியைப் பற்றிய ஆரம்பக்கட்டத் தகவல்களைப் பெற கணினியின் உதவியை ஒருவகையில் அவள் நாடி இருந்ததும் உண்மை. ஆனால் கணினியில் 'இரண்டாவது வாழ்க்கை' என்ற மாய உலகம் இருப்பதையும், அதில் மாத்தா ஹரியின் பக்தர்கள், அவள் வாழ்க்கையோடு சம்பந்தப்பட்ட பெயர்களில் உறுப்பினர்களாக இருப்பதும் புதிய செய்தி. மாத்தா ஹரி சம்பந்தப்பட்ட எல்லாச் செய்திகளுமே, பவானி தேவசகாயத்தோடு ஏதோவொரு

வகையில் தொடர்பு கொண்டதாக இருக்கிறபோது, வலைத்தளத்தில், இரண்டாவது வாழ்க்கை நடத்துகிற கூட்டத்தின் நடவடிக்கைகளிலும் அப்படியொன்று இருக்க வெண்டுமென அவளது உள்மனம் நம்புகிறது. சிறிது நேரத்திற்கு முன்பு, ஒருவன் தங்களையே பார்த்துக்கொண்டிருப்பதாக அரவிந்தனால் குறிப்பிடப்பட்டவன் ஒருவேளை புதுவையில் அப்பாவுக்குச் சிநேகிதனாக இருந்த, மதாம் ஷர்மிளா சொன்ன சீனனாக இருக்குமோ என்கிற சந்தேகம் தேவையில்லாமல் எழுந்தது. ஒருவேளை அநாவசியக் கற்பனையாகக் இருக்கலாம். யார் கண்டது? எதற்காக மனதைக் குழப்பிக்கொள்ள வெண்டுமென எண்ணியபோது, அவளைக் காப்பாற்ற முனைந்ததுபோல அரவிந்தன் பேசினான்.

– அக்கா, உங்க அம்மாவைப் பற்றி நிறைய சொல்வாள். உங்க அப்பாவைப் பற்றியும் சொல்லி இருக்கிறாள். அதாவது உங்க அப்பா, உங்க அம்மாவைக் காதலித்தது, உங்க அம்மா கடைசிவரை பிடி கொடுக்காமலிருந்தது, புதுச்சேரியில் உங்க அம்மாவிற்கு ஒரே ஆதரவாக இருந்த பாட்டி திடீரென்று ஒருநாள் பாத்ரூமில் வழுக்கி விழுந்து இறந்த சம்பவத்திற்குப் பிறகு உங்க அம்மா மனம் மாறி தேவசகாயத்தை மணந்தது, அவருடைய கட்டாயத்தின் பேரில், நீங்கள் அனைவரும் பிரான்சுக்குத் திரும்பியது என எதையும் விட்டு வைக்கலை. ஆனால் இத்தகவல்களோடு எனக்கு இரயிலில் அறிமுகமான ஹரிணிக்கும் தொடர்பிருக்குமென சத்தியமா தெரியாது. நீ மாத்தா ஹரியைப்பற்றிப் பேசினப்போ அரைகுறையான தகவல்களைத்தான் காதில் வாங்கியிருந்தேன். நீயும் அப்போது தெளிவாக எதையும் சொல்லலை, பட்டும் படாமல்தான் பேசிக்கொண்டு வந்த. நானும் உன்னை அப்போது வற்புறுத்தலை. ஆனால் எனக்கும் மாத்தா ஹரி என்ற பெயரில் ஒரு கவர்ச்சி இருக்கு. ஒரு நாள் வழக்கம்போல அபத்தமான சில மின்னஞ் சல்களை ரசிச்சுப் படிச்சுட்டு, போர்னோ, நெட்–சாட்டென்று, நேரத்தைப் போக்கிட்டு, வலைத் தளங்களில் அலைந்து, தடுக்கி விழுந்த போது கண்டதுதான் 'இரண்டாவது வாழ்க்கை'. ஆர்வத்தின் காரணமா அங்கே என்ன நடக்கிறதென்று தெரிந்துகொள்ள, ஒரு வித்தியாசமான பேரை வச்சுகிட்டு அவர்கள் மொழியில், கட்டணம் செலுத்தாத உறுப்பினராகச் சேர்ந்தேன். மாத்தா ஹரிங்கிற பேருல, இரண்டாவது வாழ்க்கைல ஒரு குழு இயங்கறதைத் தெரிஞ்சுக்கிட்டதுகூட தற்காலிகமாக

நேர்ந்ததென்றுதான் சொல்லணும். பொதுவாக அதிலிருக்கிற 'அவதார்'களுக்கு மாத்தா ஹரிமேல அளவுகடந்த பிரியம் இருக்கிறது. அவர்கள் அனைவருமே ECPM அங்கத்தினர்களாக இருக்கவேண்டும்.

– ECPM?

– Ensemble contre la peine de mort – மரணதண்டனைகளுக்கு எதிரான பன்னாட்டு அமைப்பு. மிஷெல் டோப், மூான் பிரான்சுவா தனியெல் என்று இரண்டு பேர் சேர்ந்து ஏற்படுத்தின அமைப்பு... மரண தண்டனையே உலகில் எங்கும் இருக்கக் கூடாது என்பவர்கள். அதற்காக மனித உரிமை அமைப்போடு சேர்ந்து போராடுபவர்கள்.

– அப்படியா? நல்லதுதானே. வேறு ஏதாவது சுவாரசியமான செய்தியால் அதில் பார்த்தியா?

– இருந்திருக்கலாம். மாத்தா ஹரியைப் பத்தின முழுத்தகவல்களையும் ஓரளவு தெரிந்துகொண்டு மறுபடியும் அந்த வலைத்தளத்தில் நுழைய பார்த்தால் தெரியும். தவிர சம்பந்தப்பட்ட மாத்தா ஹரி குழுமத்திலே பங்கெடுத்தா ஒருவேளை கூடுதலாகத் தெரிய வரலாம். சில அவதார்களுக்காக அவர்கள் காத்திருப்பதையும் பார்த்தேன், இந்தியப் பேர் ஒன்றிலும் ஓர் அவதார் இருப்பது புரிந்தது. அதுவும் உன் அப்பாவுடைய பெயர் சாயலில்.

– என்ன பெயர்?

– தேவவிரதன்...

– தேவசகாயம் – தேவவிரதன் இரண்டுக்கும் என்ன பொருத்தம் இருக்க முடியும்னு தெரியலை. பொதுவா இரண்டாவது வாழ்க்கையில் வருகிற அவதார்கள் தங்கள் உண்மையான பெயரை மறைத்து வாழ்வதாக சித்த முன்னே நீ சொன்ன ஞாபகம். அப்பா ஒரு கம்ப்யூட்டர் எஞ்சினீயர் என்று தெரியும். அதைக்கொண்டு எந்த முடிவுக்கும் நம்மால வரமுடியாது. ஒரு வேளை தேவவிரதன் என்ற பேரைப் பத்தின அதிகப்படியான தகவல்கள் நமக்குக் கிடைச்சா, ஏதாச்சும் முடிவுக்கு வரலாம். பிறகு சில அவதார்களுக்காக காத்திருப்பதாகச் சொன்னாயே, உதாரணத்துக்கு ஒன்றிரண்டு சொல்ல முடியுமா?

– வாடிம் மாஸ்லோஃப், நோனா.

– உனக்கு அந்தப் பேர்களைப் பத்தி ஏதாச்சும் தெரியுமா?

– மாஸ்லோஃப், மாத்தா ஹரியை உண்மையா நேசிச்ச ரஷ்ய இளம் ராணுவ அதிகாரி. நோனா, மூான் லூயிஸ் அதாவது மாத்தா ஹரியின் மகளோட இன்னொரு பேரு. மாத்தா ஹரியோட மண்டையோட்டைப் பற்றிய தகவலுக்கு ஒரு மில்லியன் லிண்டன்டாலர் பரிசு அறிவித்திருப்பதாகவும் சொன்ன. என்ன ஆச்சு? பாரீஸிலுள்ள அருங்காட்சியகத்தில் அந்த மண்டையோடு இல்லையா?

– ஜூலை 13, 2000 தேதியிட்ட ஒரு செய்தியின்படி, பாரீஸிலிருந்த அனாட்டமி மியூஸியத்திலிருந்து மாத்தா ஹரியின் மண்டையோடு காணாமற் போயிருப்பது தெரிய வந்திருக்கிறது. அந்த மியூஸியத்தில் ஏறக்குறைய துப்பாக்கி மற்றும் கில்லெட்டினால் கொல்லப்பட்ட புகழ் பெற்ற நூறு குற்றவாளிகளின் மண்டையோடுகளைப் பாதுகாத்து வந்திருக்கிறாங்க. பிரெஞ்சுக் கல்வி அமைச்சகம் மியூஸியத்தை மூட நினைத்தபோது, பிகாரோ தினசரி மாத்தா ஹரியின் மண்டையோட்டினைப் பற்றியும் குறிப்பிட்டிருந்தது. மியூஸியத்தின் பொறுப்பாளர், ரோஜெர் சபான், மாத்தா ஹரியின் மண்டையோட்டினைப் பற்றிய பதிவேடு 1918 வரை இருந்ததாகவும், பிறகு அதுவுங்கூட அதிசயமாக ஆச்சரியப்படும் வகையில் மறைந்து போனதாகவும் சொல்கிறார். அந்த மண்டையோட்டினைக் குறித்த தகவலுக்குத்தான் ஒரு மில்லியன் லிண்டன்டாலர் பரிசென்று அறிவித்திருக்கிறாங்க.

– மாத்தா ஹரியின் மண்டையோட்டினைக் கடத்தியதிலும் ஏதேனும் மர்மமிருக்கலாம் போலிருக்கிறது.

– நானும் அப்படித்தான் நினைக்கிறேன். எனக்கும் பாரீஸில் மாத்தா ஹரிக்கு என்ன நடந்ததென்று தெரிந்துகொள்ளனும். அதற்கு முன்னால இந்தோனேசியாவில் மகனுடைய இறப்பிற்குப் பிறகு, மாத்தா ஹரி அடோல்ப் தம்பதிகளின் உறவு எப்படி இருந்தது என்றும் கொஞ்சம் அறியவேண்டும்.

– தெளிவாக எதுவுமில்லை. இருவருமே மாறி மாறிக் குற்றஞ்சாட்டுகிறார்கள். எனக்கென்னவோ நடந்த சம்பவங்களைப் பார்க்கிறபோது ஏமாற்றப்பட்டவள் மாத்தா ஹரிதான். மாத்தா ஹரியும் சரி, பவானியும் சரி இருவருமே வஞ்சிக்கப்பட்டிருக்கிறார்கள். இழைத்த கொடுமைகளுக்கான

தண்டனையை சம்பந்தப்பட்ட இரு ஆண்களுமே பெறவில்லை. 1902 ஆகஸ்டு மாதம் 30ல் ருடோல்ப்பும் மார்கெரித்தா என்ற மாத்தா ஹரியும் ஆம்ஸ்டர்டாம் நீதிமன்றத்தினால் மணவிலக்குப் பெற்றார்கள். மாத்தா ஹரி என்னசெய்வதென்று புரியாத நிலை. எங்கே செல்வதென்ற குழப்பம். கொஞ்ச காலம் அடுத்தடுத்து உறவினர்கள் வீடுகளில் தங்கி அலுத்து, கடைசியில் போக்கிடமின்றி, அப்போதே உடலை விற்கத் துணிந்ததாகக் குற்றச்சாட்டு உண்டு. இந்தோனேசியாவில் கற்ற நாட்டியமும், தனது உடல்வாகும் வேறுவகையான வாழ்க்கைப் பாதையை அவளுக்குக் கோடிகாட்டியது. அது சரியா தவறா? உனக்கு சரி என்பது எனக்குத் தவறாகலாம். எனக்குத் தவறானது உனக்குச் சரியாகலாம். ஆனால் ஒவ்வொருவருக்கும் தாங்கள் செய்வது சரி. மாத்தா ஹரிக்கும் அன்றைய தேதியில், அந்தக் கணத்தில்தான் வாழ்ந்தாக வேண்டும் எனத் தீர்மானித்ததின் விளைவாக பாரீஸுக்குப் புறப்பட்டு விட்டாள்.

உரையாடலுக்கிடையில் ஹரிணியின் கைத் தொலைபேசி ஒலித்தது. மறுமுனையில் எலிஸபெத்.

– போன்ழூர் மதாம். எப்படி இருக்கீங்க? சொல்லுங்க.

– '...'

– என்னை அவசரமா பார்க்கணுமா? என்ன விஷயம்?

– '...'

– இல்லை, ஒரு இந்திய நண்பரோட இங்கே ரெஸ்டாரெண்ட்டில் சாப்பிடறோம். அநேகமா இரண்டு மணிக்கெல்லாம் வீட்டுக்குத் திரும்பிடுவேன். வாங்க வாங்க பிரச்சினை இல்லை.

– யாரு? – அரவிந்தன்.

– எலிஸபெத்.

– என்னவாம்?

– என்னை அவசரமா பார்க்கணுமாம்.

– எதற்கு?

– தெரியலையே.

– ஜாக்கிரதை, சித்தேமுன்னேதான் அந்தப் பொம்பிளையைப் பத்தி என்னென்னவோ சொன்ன.

– அவ வந்தால் வரட்டும், நான் பார்த்துக்கிறேன். நீ இருப்பாய் இல்லையா?

– இல்லை நான் ஷர்மிளா வீட்டிற்குப் போறேன். நாளை மாலை வேண்டுமானால் வறேன்.

– ஒன்று செய்யேன், நாளைக்கு எனக்கு டெலிபோன் பண்ணு. நான் வீட்டில் இருக்கிறேனா அல்லது வேலையிலே இருக்கிறேனா என்று சொல்றேன் அநேகமாக வீட்டிலேதான் இருப்பேன். வேலைக்குப் போற மூடில் இல்லை.

இருவரும் சாப்பிட்டு முடிக்கட்டுமெனக் காத்திருந்தது போல காப்பியும், ஆப்பிள்கேக்கும் வந்து சேர்ந்தது. ஹரிணி பால் கலவாத காப்பியை எடுத்து உறிஞ்ச, அரவிந்தன் ஆப்பிள் கேக்கைத் தின்று முடித்தான். பரிமாறிய பெண்மணியைக் கூப்பிட்டு பில்லைக் கொண்டுவரச் சொன்னார்கள் அடுத்த ஐந்து நிமிடத்திற்குப் பிறகு பில் வந்து சேர்ந்தது. அதற்குரிய பணத்தை வைத்துவிட்டு, இருவரும் புறப்பட பெண் பணியாள் இருவரது மேலங்கிகளையும் கொண்டு வந்து கொடுத்தாள். அணிந்துகொண்டு, கோரஸாக போய்வருகிறோமெனச் சொல்லிக்கொண்டு புறப்பட்டார்கள்.

கார் நிறுத்தத்தை அடைந்ததும் அரவிந்தன் – "நான் டிராம் பிடித்து போய்விடுகிறேன், எதற்காக வீண் சிரமம்" என்றான். ஹரிணியிடம் மறு பேச்சில்லை. ஊமைபோல தலையாட்டினாள். அரவிந்தன் அவளை அணைத்துக்கொண்டு, இருகன்னத்திலும் முத்தமிட்டுவிட்டு போய்வருகிறேன், நாளை சந்திப்போம் எனப் புறப்பட்டுச் சென்றான். சிறிது தூரம் நடந்ததும் திரும்பினான். உதடுகள் விலகப் புன்னகைத்தான். முன் நெற்றியில் விழுந்த கேசத்தை ஒதுக்க நினைத்து, வலது கரத்தை உயர்த்தி நுனிவிரல்களால் நெற்றியைத் தொட்டவள், தொடர்ந்து செயல்பட முடியாமல், ஒரு வித மயக்கத்துக்கு ஆட்பட்டவளாக நிற்கிறாள். அவன் தன்னிடம் வரமாட்டானா என்ற நினைப்பு, தானேகூட அவன் பின்னே ஓடலாமா தடுத்து நிறுத்தலாமா? இல்லை. அவன் போகவில்லை. நிற்கிறான். ஒரு சில நொடிகள் இவளையே பார்க்கிறான். இரு நெஞ்சங்களும் முந்திக்கொள்ள, உடல்கள் தாமதித்து ஓடிவந்தன. இருவரும் முத்தமிட ஆரம்பித்து விநாடிகள், நிமிடங்களாயின. அவன் தலையை இருகைகளிலும் பிடித்து விலக்க முயற்சித்து தோற்றாள். அவன் மீண்டும் வேண்டியிருந்தது. வெயில், கருவாலி மரங்கள்,

நிறுத்தியிருந்த வாகனங்கள், நடந்து சென்றவர்களெனப் பலரும் இவர்களைப் பார்ப்பதுபோலப் பிரமை. இளைஞன் விலக நினைத்தான், மீண்டும் கைத்தொலைபேசி. அரவிந்தனுடையது. எடுத்தான். ஷர்மிளா.

“...”

ஹணியோடு இருக்கிறேனென்று சொல்லலாமா என்று நினைத்தான். பிறகு இப்போதைக்கு வேண்டாம் என்று நினைத்தவன் போல,

– ஷர்மிளா, இங்கே தெரிஞ்ச சிநேகிதனோடுதான் பேசிக்கொண்டிருக்கிறேன். இன்னும் கொஞ்ச நேரத்துலே வீட்டுக்கு வந்திடுவேன்.

“...”

– காலையிலே, எனக்காகக் காத்திருக்க வேண்டாமென்று சொல்லிட்டு தானே புறப்பட்டேன். நான் இங்கே ரெஸ்ட்டாரெண்ட்லே சாப்பிட்டு முடிச்சுட்டேன். அரைமணி நேரத்துலே வந்திடறேன்.

தொடர்பைத் துண்டித்துக்கொண்டான். “ஹரிணி அப்போ நான் புறப்படறேன். நாளைக்குச் சந்திப்போம்” என்றவன் மெல்ல விலகி, இம்முறை திரும்பிப் பார்க்காமல் நடந்தான். இவளுக்கு ஏமாற்றமாக இருந்தது. கோபத்துடன் காரில் ஏறி அமர்ந்தாள்.

26

ஹரிணி தனது இருப்பிடமிருந்த வில்சன் அவென்யூவை அடைந்தபோது மணி மூன்றிற்கு ஒரு சில நிமிடங்கள் கூடுதலாக இருந்தது. காரை நிறுத்தத்தில் விட்டு விட்டு நுழைவாயிலுக்கு வந்தபோது, எலிஸபெத் வந்திருந்தாள். வணக்கம் தெரிவித்துக்கொண்டார்கள். ஒருவர் மாற்றி ஒருவர் முத்தமிட்டுக்கொண்டார்கள்.

– வந்து அதிக நேரமிருக்குமோ? ஹரிணி கேட்டாள்.

– இல்லை , ஐந்து நிமிடமிருக்கலாம். நுழைவாயில் கேட்டினைத் திறந்து, “நீங்க போங்க” என்று முதலில் எலிஸபெத்திற்கு வழிவிட்டாள். அவளும், “நன்றி” என்று சொல்லிவிட்டு, ஹரிணி பின்தொடர உள்ளே வந்தாள். அவளிடம், “கொஞ்சம் பொறுங்கள்” என்ற ஹரிணி, அஞ்சற் பெட்டியைத் திறந்து இரண்டு நாட்களாக சேர்ந்திருந்த கடிதங்களைக் கையில் எடுத்துக்கொண்டாள். “லிஃப்ட் எடுக்கலாமா?” என்று கேட்டாள். எலிஸபெத் “எடுக்கலாம்” என்று சொல்ல, இருவருமாக லிஃப்டில் நான்காவது மாடியை அடைந்தார்கள் நடைக்கூடத்தில், ஹரிணியின் பக்கத்து அப்பார்ட்மென்டில் இருக்கும் வயதான கிழவி, குப்பைப்பையுடன் எதிர்ப்பட்டாள். “அப்பார்ட்மென்ட்ல எத்தனைபேரு இருக்காங்க காலையிலேயிருந்து ஒரே சத்தம். சம்பந்தப்பட்டவங்களுக்கு எழுதுவேன்.” “தாராளமா எழுதிப்போடு, உனக்கு எழுதத் தெரியுமா? தெரியலைன்னா என்னைக் கூப்பிடு நான் எழுதித் தறேன்” எனப் பதிலுக்கு ஹரிணி சத்தமிட கிழவி

முனகிக்கொண்டே நடந்து மறைந்தாள். ஹரிணியின் அப்பார்ட்மெண்ட்டை நெருங்க, உள்ளேயிருந்து கதம்பக் குரல்கள். எலிஸபெத், ஹரிணி கதவைத் திறக்கட்டுமென விலகி நின்றாள். கதவைத் திறந்ததும் முதல் வேலையாக ஹரிணி ஓடிச் கொண்டிருந்த தொலைக்காட்சிப் பெட்டியை அணைத்தாள். எப்படி தொலைக்காட்சிப் பெட்டியைக் காலையில் நிறுத்தாமல் புறப்பட்டோம் என்பது ஆச்சரியமாக இருந்தது. மத்மஸெல் எலிஸபெத் பக்கத்தில் நிற்பது உறுத்த, திரும்பியவள், "உட்காருங்கள்" என்றாள். தொடர்ந்து, "ஏதாவது குடிக்கக் கொண்டு வரட்டுமா?" என்று கேட்டாள்.

– நன்றி தேவையில்லை – என்ற எலிஸபெத் சோஃபாவில் சாய்ந்தாள்.

– களைத்திருப்பது போலத் தெரிகிறது – ஹரிணி.

– வயதாகிறதில்லையா?

ஹரிணி, எலிஸபெத்துக்கு எதிரிலிருந்த, சோஃபாவில் அமர்ந்து கொண்டாள். வெளியிற் போய்விட்டு வந்த அலுப்பில்தான் அணிந்திருந்த மேல்சட்டையை அவிழ்க்க நினைத்தாள். எலிஸபெத்தை நினைக்க அச்சம். அந்த எண்ணத்தைத் தவிர்த்தாள். ஒருவர் முகத்தை ஒருவர் பார்த்துக் கொண்டனர். இருவருக்கும் பொதுவான ஒரு விஷயத்தைப்பற்றிப் பேசுவதற்கான தொடக்கம் வேண்டும். அதை யார் ஆரம்பித்து வைப்பதென்கிற குழப்பம். எலிஸபெத்துக்கு என்ன வயதிருக்கும், ஐம்பது இருக்கலாமா? ஆனால் உடலைப் பார்த்தால் ஐந்து வருடம் குறைத்துக் கூறலாம் போலிருக்கிறது. தலையில் தென்பட்ட ஓரிரு நரைகள்கூட, அவளது வயதைக்கூட்டுவதற்குப் பதிலாக அழகைக் கூட்டியிருந்தது. அடர்த்தியும் நீளமுமாக இருந்த முடியை, தோளுக்கு மேலே கழுத்துக்கு இணையாக குதிரைவாலாகத் தொங்கவிட்டிருந்தாள். அவளது வெளிர்பச்சைக் கண்கள், கலவரப்பட்டிருந்ததின் காரணமாகச் சிவந்திருந்தன, கண் இரைப்பைகளைச் சுற்றிலும், இளமைத் தோற்றத்திற்கு முரணாக, கலைத்துப் போட்டது போலச் சுருக்கங்கள். மேலே தொளதொளவென்று ஒரு பெரிய காட்டன் சட்டை, கீழே இடுப்பையும், சற்றுக் கூடுதலாகத் தொடையையும் இறுக்கிக்கொண்டு வெளுத்த ஜீன்ஸ்.

– உங்களைப் பார்க்கணுமென்றுதான் நினைத்தேன், நேரம் கிடைக்கவில்லை. ரொம்ப நன்றி.

ஹரிணி சூழலைப் புரிந்துகொண்டு, எலிஸபெத் என்ன கேட்பாளென்பதை ஓரளவுக்கு உணர்ந்து பேசியது போல இருந்தது.

– பொய் சொல்ற. பரவாயில்லை. ஆனால் கடைசியா ரொம்ப நன்றின்னு சொன்னது எதற்காக?

– உண்மையில் உங்களைச் சந்திச்சதுலே எனக்குச் சந்தோஷம்.

– சரி வெயில் குறைஞ்சிருக்கிறமாதிரி இருக்குது. வெளியில் பால்கனியில் உட்கார்ந்து பேசலாமா?

ஹரிணியின் பதிலுக்குக் காத்திராதவள்போல, அவள் கையைப் பிடித்துக் கொண்டு எழுந்தாள். பால்கனியை வரவேற்பறையிலிருந்து பிரித்திருந்த கண்ணாடிக் கதவினைத் தள்ளிக்கொண்டு இருவருமாக, பால்கனிக்குள் கால்வைத்தார்கள். வெயிற்கால உபயோகத்திற்கென ஒரு மேசையும் இரு நாற்காலிகளும் அங்கிருந்தன. மீண்டும் இருவரும் எதிரெதிராக அமர்ந்தார்கள். ஓரிரு விநாடிகள் அமைதியாகக் கழிந்தன.

– என்ன எடுக்கறீங்க மதாம், ஏதாவது குடிக்கக் கொண்டுவரட்டுமா? குடிபானங்கள் தங்கள் உரையாடலை சகஜ நிலைக்குக் கொண்டுவருமென் ஹரிணி எதிர்பார்த்தாள்.

– குளிர்பானமாக இருந்தால் நல்லது. ஆனால் ஒரு வேண்டுகோள், என்னை இனி மதாம் என்று கூப்பிடக்கூடாது, எலிஸபெத் என்றுதான் கூப்பிடணும்.

– ஓ.கே எலிஸபெத். ஐஸ் டீ இருக்கிறது, கொண்டுவரட்டுமா?

– ம்.

ஓரிரு விநாடிகளில், லிப்டன் ஐஸ் டீ டின்கள் இரண்டு வந்தன.

– ஹரிணி, நான் சொல்வதை ஒழுங்காக் கேட்கணும். உங்கம்மா பவானி மேலே உனக்கிருக்கிற அன்பைப் புரிஞ்சுக்கிறேன். நானும் உங்க அம்மாவை அப்படித்தான் நேசித்தேன். நல்ல பெண்மணி. எதிர்பாராத விதமா அவங்க வாழ்க்கையிலே என்னென்னவோ நடந்துட்டது. அது உனக்கும் நேர்ந்திடக்கூடாது என்கிற பயம் எனக்கிருக்கு. உங்க அம்மாவை நான் எப்படி நேசித்தேனோ அப்படித்தான் உன்னையும் நேசிக்கிறேன். உன்னையும் அந்தக் கூட்டத்திடமிருந்து காப்பாற்றியாகவேண்டும்.

– எந்தக் கூட்டத்திடமிருந்து?

– மாத்தா ஹரிங்கிற சமயக்குழுவிடமிருந்து?

– நீங்களும் மாத்தா ஹரி உபாசகர்தானே?

– ஆமாம். நாங்க மாத்தா ஹரியை நேசிக்கிறோம். அவளுடைய ரசிகர்கள். அவளுக்கு இழைக்கப்பட்ட அநீதியைக் கண்டு கொதித்து எழுந்தவர்கள். தவிர, அதை மாத்தா ஹரிக்கு எதிரான தண்டனையா நாங்க நினைக்கவில்லை. அப்பாவி பெண்மணியொருத்திக்கு இழைக்கப்பட்ட அநீதியாகத்தான் நாங்கள் பார்க்கிறோம். அவளுடைய வழக்கினைப் பிரெஞ்சு நீதிமன்றம் மறுவிசாரணை செய்யவேண்டும், அவள் குற்றவாளியல்ல வென்று சொல்லப்படவேண்டும். உலகில் ஆண்களால் ஏமாற்றப்படும் பெண்களும், அநியாயமாய் உயிரிழக்கும் பெண்களும் எங்கள் அனுதாபத்திற்குரியவர்கள். அப்படித்தான் பவானியும் எனது அனுதாபத்தைச் சம்பாதித்துக்கொண்டாள். தவிர தேவசகாயம் இழைத்த கொடுமைகளும், அவளைப் பலரும் மாத்தா ஹரியென்று அழைத்ததும், அவள் மீதான பரிவினை அதிகரிக்கக் காரணமென்று சொல்லவேண்டும். ஆனால் எங்கள் மாத்தா ஹரி விசுவாசிகள் அமைப்பில் உறுப்பினர்களாக, மாத்தா ஹரி சமயக்குழுவைச் சார்ந்தவர்களும் கலந்திருக்கிறார்கள். பவானிக்கு நேர்ந்த விபத்தேகூட...

– விபத்தில்லை கொலை என்று சொல்லுங்கள்.

– அரசு ஆவணங்கள் விபத்தென்றுதான் குறிப்பிடுகின்றன.

– அரசு ஆவணத்தில் எது வேண்டுமானாலும் இருக்கட்டும், உங்கள் உள்ளுணர்வு, கொலையாக இருக்கலாம் என்று நம்புகிறது. அப்படித் தானே?

– ம். இருக்கலாம். அதனால்தான் நடந்தது நடந்ததாகவே இருக்கட்டும். நீ தெரிந்துகொண்டு என்ன செய்யப்போகிறாய்?

– இல்லை எலிஸபெத். என்னால அப்படி இருக்கமுடியாது. இப்போது தேவசகாயத்தையும் ஜெயிலில் சென்று பார்க்கலாமென்று தோணுது.

எலிஸபெத் கொஞ்சம் இடைவெளிவிட வேண்டுமெனக் காத்திருந்தது போல, மேசையிலிருந்த லிப்டன் டீயை உடைத்து குடித்துவிட்டுத் திரும்ப வைத்தாள். பின்னர், எதற்காக தேவசகாயத்தைத் திடீரென்று சந்திக்க நினைக்கிற?

– சந்தித்தாலென்ன? சற்றுமுன்புவரை அவர்மீது எனக்கிருந்த வெறுப்பு, காரணமின்றி சட்டென்று குறைந்திருப்பதைப்போல உணர்கிறேன். பவானியின் இறப்பில் அவர் பங்கென்ன என்பது தெரிஞ்சாகணும்?

– உன்னை அநாதையாக்கிவிட்டு ஓடிப்போனவன். நீ எங்கே இருக்கிறாய்? எப்படி இருக்கிறாய் என்ற அக்கறையின்றி இருக்கிறவன். உன் அம்மாவுக்கு இழைத்த பயங்கரத்திற்கு அவன் திசையில் தலை வைப்பதுகூட அநியாயம்.

– எலிஸபெத்! நீங்கள் சொல்கிற காரணங்களுக்காகவே பார்க்கவேண்டுமென்று நினைக்கிறேன்.

– அப்படிப் பார்க்கிறபோது, தவறாம மாத்தா ஹரியோட மண்டையோட்டை எங்கே வைத்திருக்கிறானென்று கேள்.

– மாத்தா ஹரியோட மண்டையோடு?

– பாரீஸூல ஒரு மியூஸியத்துல பாதுகாப்பா வைத்திருந்த அவளுடைய மண்டையோடு காணாமப் போயிருக்கிறது. அதை ஒருவேளை மாத்தா ஹரிங்கிற பேருல இயங்குற சமயக்குழு திருடியிருக்கலாமென்று ஒரு வதந்தி உண்டு. மாத்தா ஹரியோட விசுவாசிகளாகிய நாங்கள் அது திரும்பவும் மியூஸியத்துக்குக் கொண்டுவரப்பட வேண்டுமென்று நினைக்கிறோம்.

– தொலைந்துபோன மண்டையோட்டிற்கும் தேவசகாயத்திற்கும் என்ன சம்பந்தமிருக்கமுடியும்?

– அவனும் மாத்தா ஹரியுடைய சமயக்குழுவுல சம்பந்தப்பட்டிருப்பானோ என்கிற சந்தேகமுண்டு.

– மாத்தா ஹரியோட சமயக் கூட்டத்தினரை உங்களால அடையாளப்படுத்த முடியாதா?

– முடியலை. என்னையே பல நேரங்களில் சந்தேகிக்கிறேன். எங்களுக்கும் அவர்களுக்கும் அதிக வித்தியாசமில்லை. நான் அறிந்த வகையில் அவர்கள் ரகசியமாக இயங்குகிறார்கள், நாங்கள் வெளிப்படையாக இயங்குகிறோம்.

– அவர்களுக்கு ஒருவேளை அமெரிக்காவில் இயங்குகிற ஸ்கல் அன் போன்ஸ் (Skull and Bones) இயக்கத்தோட சம்பந்தமிருக்குமா?

உலகத்தின் தலைவிதியைத் தீர்மானிக்கிற, யேல் பல்கலைக்கழக அமைப்பான ஸ்கல் அன் போன்ஸ்க்கு இதில் சம்பந்தமிருக்கமுடியாது அவர்கள் கிறிஸ்துவத்தில் தீவிர நம்பிக்கையுள்ளவர்கள், தவிர அவர்ளுடைய இயங்கு தளம் அரசியலும், பொருளாதாரமும் என்பதால், மாத்தா ஹரிங்கிற எல்லைக்குள் நுழைய வாய்ப்பே இல்லை. அது வேறு.

மாத்தா ஹரி சமயக்குழுவைப்பற்றி உங்களுக்குத் தகவல்கள்?

தெளிவாச் சொல்ல முடியாது. முதலில் அதன் ஆரம்பம். மாத்தா ஹரி 1911 ஆண்டு கொல்லப்பட்டவுடன், அவளது ரசிகர்கள் அவளைப் போற்றும் விசுவாசிகளாக மாறினார்கள். மாத்தா ஹரியின் தண்டனையை எதிர்த்தும் கொலைச்சிந்து பாடப்பட்டது. தவிர பிரெஞ்சு அரசால் கொல்லப்பட்ட பிறகு, ஆய்வில் கிடைத்த தகவல்கள், எழுதப்பட்ட புத்தகங்கள் அவ்வளவும் மாத்தா ஹரி எப்படி அசட்டுத்தனமாக வாழ்ந்து, பரிதாபமான முடிவினைத் தேடிக்கொண்டாள் என்பதைத் தெரிவித்தன. எனினும் அவளுடைய அழகு, துணிவு, சாதுரியம் எங்களில் பலரை இன்றைக்கும் அவளது பரம ரசிகர்களாக மாற்றி இருக்கிறது. ஒரு சிலர் அவள் தன்னை தேவதையாகக் கற்பிதம் செய்ததை நம்புகிறார்கள். அவள் வாழ்ந்த காலம் அப்படி. அந்நேரத்தில், பிறர் எளிதில் விளங்கிக்கொள்ளாத காரியத்தினை ஆற்றுவது, அதன்மூலம் தங்களை அசாதாரணப் பிறவியாக அடையாளப்படுத்துவதென்பது பலரின் ஆர்வமாக இருந்திருக்கிறது, மாத்தா ஹரியும் அதற்கு விதிவிலக்குக் கிடையாது. எனவே அவளைத் தேவதையாக ஏற்றுக்கொண்ட அந்த ஒரு சிலர் காலப்போக்கில் அவளைத் தெய்வமாக்கிவிட்டார்கள். மாத்தா ஹரி சம்பந்தப்பட்ட பொருள்களெல்லாம் புனிதமாகப்படுகிறது. ஹரிணி, நீ புத்திசாலி. பவானியைப் பற்றின பழைய தகவல்களைக் கிளறி என்ன ஆகப் போகிறது. எனக்கு நீயும் முக்கியம். உனது அம்மாவுக்குக் கொடுத்த வாக்கு அப்படி. உன்னுடைய அம்மா தமிழில் கவிதைகளெல்லாம் எழுதியதாகச் சொல்லியிருக்கிறாள். வழக்கறிஞருக்குப் படித்துவிட்டுச் சிறிதுகாலம் குறிப்பாக குடும்ப நல வழக்குகளில் பாதிக்கப்பட்ட பெண்களுக்காக வாதாடியவள் தெரியுமா? மாத்தா ஹரியின் விசுவாசிகள் அவளிடத்தில் ஒருவித உண்மையும், கர்வமும் உண்டென்று பெருமையோடு சொல்லிக் கொள்வார்கள். அதை பவானியிடமும் பலமுறை கண்டிருக்கிறேன். இங்கே வருவதற்கு

விருப்பமில்லாமல் ஆரம்பத்தில் தேவசகாயத்துடன் முரண்பட்டு அவள் சண்டைபிடித்திருக்கிறாள். கடைசியில் உனது எதிர்காலத்தைக் கருதியே பிரான்சுக்கு வந்திருக்கிறாள். மாத்தா ஹரி பாரீஸுக்கு வர நேர்ந்து சோதனைகளைச் சந்தித்ததுபோலவே, உனது அம்மாவுக்கும் சோதனைகள் காத்திருக்குமென்று அப்போதைக்கு அவளுக்குத் தெரியாது. இத்தனைக்கும் காரணமான தேவசகாயத்தை திடீரென்று ஜெயிலில் சென்று பார்க்கணுமென்று துடிக்கிற. நமது முதல் சந்திப்பின்போது, தேவசகாயம் என்ற பெயரைக்கூட நீ உச்சரிக்கவில்லை. இப்போது எதற்காக?

– நேற்றுவரை தேவசகாயம் என்ற மனிதர்மீது எனக்கு வெறுப்பும் கோபமும் இருந்தது உண்மை. அது இப்போதும் சிறிதளவுகூட குறையாமல் அப்படியேதானிருக்கிறது. ஆனால் ஏற்கெனவே சொன்னது போல அம்மாவுடைய இறப்புக்கான உண்மையான காரணங்கள் தெரியவேண்டும். அதுக்காகவாவது அந்த ஆளைப் பார்க்கவேண்டும். அதுவும் தவிர, நீங்கள் அவருக்கும் மாத்தா ஹரி சமயக்குழுவுடன் தொடர்பிருக்கலாமென்று வேறு சொல்கிறீர்கள்.

– தேவசகாயம் தனி ஆளில்லை. அவனோடு ஒரு கூட்டமே இருக்கிறது. எத்தனை பேரை சந்திக்கப் போகிறாய்? நாளைக்கு தேவசகாயத்திற்கே கூட ஆபத்தாக முடியும்.

– தேவசகாயத்திற்கும் மாத்தா ஹரி சமயக்கூட்டத்திற்கும் தொடர்பு இருக்கிறதென்று உறுதியாக நம்புகிறீர்கள் அப்படித்தானே?

– அப்படிச் சொல்ல முடியாது. உனது அம்மா இருக்கிறபோது பல முறை தேவசகாயத்தினைச் சந்திக்க நேர்ந்திருக்கிறது. அப்போதெல்லாம் அவளுக்கு சிநேகிதி என்ற பேரிலே அவனைச் சந்திக்கவில்லை. பாதிக்கப்பட்ட ஒரு பெண்ணிற்கு உதவி செய்கிற அரசாங்கத்தின் ஊழியராகப் பார்த்துப் பேசியிருக்கிறேன். அவனைப் பல நேரங்களில் பைத்தியக்காரனென்றே நினைத்திருக்கிறேன்.

– அந்த நேரத்தில் எங்கள் குடும்பத்தில் நடந்த சண்டைகள் உங்களுக்குத் தெரியும்?

– சண்டை யுத்தம் என்றெல்லாம் சொல்வது தவறு... அவை சமபலங்கொண்ட இருவருக்கும் இடையேயான சொற்கள்.

உண்மையில் உன்னுடைய அம்மாவின் சில வதைகளை நேரிலே பார்த்திருக்கிறேன்.

ஹரிணி கண்களை மூடிச் சிறிதுநேரம் அமைதியாக இருந்தாள். தலையில் சட்டென்று யாரோ பாரத்தை இறக்கியதைப் போல உணர்ந்தாள், மனது கனத்தது. இயற்கை உபாதை உறுத்தத் தொடங்கியது. 'மன்னிக்கணும்' என்று சொல்லிக்கொண்டு, வரவேற்பறையைக் கடந்து டாய்லெட்டிற்குள் நுழைந்தவள், இரண்டொரு நிமிடத்திற்குப் பிறகு மீண்டும் எலிஸபெத் எதிரில் அமர்ந்தாள். மேசை மீதிருந்த ஐஸ் டீயைக் குடித்து, உலர்ந்திருந்த நெஞ்சை நனைத்துக்கொண்டாள்; ஈர உதடுகளை ஒருமுறை மென்மையாகத் துடைத்துக்கொண்டு மௌனம் சாதித்தாள்.

– வேறு ஏதாச்சும் பேசலாமே? – எலிஸபெத்துக்குச் சொல்ல விருப்பமில்லை, தவிர்க்க நினைக்கிறாள்.

– எதற்காக யோசிக்கணும்? சொல்ல வந்ததைச் சொல்லி முடிச்சிடுங்க...

– அன்றைக்கு மணி பதினொன்றரை இருக்கும்; அலுவலகத்திலிருக்கிறேன். அடுத்த கால்மணி நேரத்தில் எனது தலைமை அலுவலகத்திற்குப் புறப்பட வேண்டும், அந்நேரத்தில் தொலைபேசி ஒலிக்கிறது. ரிஸீவரை எடுத்து யாரென்கிறேன். 'பெயர் முக்கியமல்ல, ஆனால் உங்களுக்குத் தெரிந்த இந்தியப் பெண் ஒருத்தி ஆபத்தில் இருக்கிறாள், அவளை உடனே சென்று பார்க்கவேண்டும்' என்று மறுமுனைக்குரிய குரல் தெரிவிக்கிறது. நான் உடனே, ஆபத்தென்றால் நீங்கள் கூப்பிடவேண்டியது போலிஸாரையே தவிர என்னை அல்ல, என்கிறேன். அதற்கு, 'போலிஸுக்குத் தகவல் போவதைப் பாதிக்கப்பட்ட பெண்ணே விரும்பவில்லை அதுதான் பிரச்சினை' என்று பதில் வந்தது. நீங்கள் சொல்வதை நம்புவதற்கு, உங்க பெயரும், முகவரியும் வேண்டுமே என்றேன். குரலுக்குடையவர் தன்னுடைய பெயரை 'பிலிப் பர்தோ' என்று தெரிவித்தார். பாதிக்கப்பட்ட பெண்ணின் பெயர் பவானி என்று சொன்ன மறுகணமே, எனக்குப் புரிந்துவிட்டது. தகவல் தெரிவித்தவரிடம், என்ன நடந்தது கூடுதலாகத் தகவல் தெரியுமா எனக் கேட்டேன். அந்த ஆள், உனது அம்மாவைக் கடந்த சில மாதங்களாக அறிந்தவரென்றும், ஒவ்வொரு நாளும் அவளைச் சந்திக்கிறவர், கடந்த மூன்று நாட்களாக அவளைப்பற்றிய தகவலேதும்

இல்லாததால், ஏற்பட்ட அச்சமென்று கூறினார். மேற்கொண்டு எதையும் விசாரிக்கவில்லை முகவரியை எடுத்துக்கொண்டு உங்கள் வீட்டிற்குச் சென்றேன். கதவைத் தட்டியபோது திறந்தது என்னவோ உங்கள் அம்மா. கடவுளே! அதை எப்படிச் சொல்ல?

– ஏன்? எப்படி இருந்தாங்க?

– முகம் கோரமாக ஊதியிருந்தது. கண்களிரண்டும் அத்திப்பழத்தைப் பிட்ட மாதிரி. உடல் நடுங்கிக்கொண்டிருந்தது. அவசர அவசரமாய் ஆம்புலன்ஸை வரவழைத்து மருத்துவமனையிற் சேர்த்தோம். என்ன நடந்ததென்று டாக்டர்கள் கேட்டார்கள். அதற்குப் பிறகு போலிஸார் வந்தார்கள். அவர்களிடமாவது வாயைத் திறந்திருப்பாளா, இல்லை. ஒரு மாதத்திற்கு மேலாக ஆஸ்பத்திரியில் வைத்திருந்துவிட்டு அனுப்பி வைத்தார்கள். இரண்டு மூன்று மாதங்கள் கழிந்திருக்கும், ஒரு நாள் குடும்பத்தில் போதிய வருமானமில்லை, பண உதவிவேண்டுமெனக் கேட்டு வந்தாள். நான் அவளிடம், உண்மையில் அன்றைக்கு என்னதான் நடந்ததென்று கேட்டேன். தேவசகாயத்திற்கு எந்தப் பிரச்சினையும் வராதென்றால் உண்மையைச் சொல்லமுடியுமென்றாள். எனக்கு எரிச்சல், ஏதோ படித்தவள், கவிதையெல்லாம் எழுதுவேன் என்றெல்லாம் சொன்ன, உனக்கு வெட்கமாய் இல்லை, எனக் கேட்டேன். அவள், அதெல்லாம் இந்திய மண்ணிலே இருந்தது, என்ன செய்யறது, குழந்தைக்காக அவ்வளவையும் பொறுத்துப் போகிறேன், என்றாள். என்னதான் நடந்தது, சொல்லித் தொலை, யாரிடமும் வாய் திறக்கமாட்டேன், என்று உறுதி அளித்ததின் பேரில் சொன்னாள்.

27

– பவானி... பவானி... எழுந்திரேன்.

– என்னப்பா?

– எழுந்திருடா!

– மணி என்ன?

– அதிகாலை மூன்றாகுது.

– நான் ஐந்து மணிக்கு எழுந்தால் போதும்பா... உங்களுக்குத் தெரியாதா. இத்தனை காலையிலே எழுந்து என்ன செய்யப்போறேன்.

– இல்லை இது வேற.

– அதிகாலை மழை அனுபவத்தைப் பற்றி உன்னிடத்தில் சொல்லியிருந்தேனே!

– ம்....

– அதற்கான சந்தர்ப்பம் வந்திருக்கிறது, தெருவிலிருந்து விட்டுத்தான் வருகிறேன். நிலவில்லை, நட்சத்திரங்களில்லை. பகலுக்கேயுரிய மனிதரெழுப்பும் கடுமையான சத்தங்களில்லை. உலகம் தியானத்தில் இருக்கிறது. வானத்தையும் மேகங்களையும் பார்க்க உப்பளம் மாதிரி இருக்கிறது. காற்றின் உந்துதலற்ற அந்த மேகங்கள் எந்நேரமும் கரைந்து போகலாம். ஒரு பெரிய கச்சேரிக்குண்டான அத்தனை ஏற்பாடுகளும் மும்முரமாக நடந்து கொண்டிருக்கின்றன. பெரிய வித்வம் சபையேறப்போகிறது.

ஹோ வென்று அருவி மாதிரிக் கொட்டி, உலகத்தின் அத்தனை அழுக்கையும் அலம்பப்போகிறது. உடலையும் மனதையும் சேர்ந்தாற்போல நனைத்துக் கொள்ளலாம்.

– என்னைத் தூங்கவிடுங்கப்பா. காலையிலே எழுந்ததும் முதல் வேலையா, உங்க சந்தோஷத்தைக் கேட்டுத் தெரிஞ்சுக்கிறேனே.

– சந்தோஷத்தையெல்லாம் கேட்டுத் தெரிஞ்சுக்க முடியாதுடா, அனுபவித்துப் பார்க்கணும். உள்ளத்து வழி உடலுக்குக் கொண்டுபோகிற இன்பங்கள் ஒரு ரகம், உடல் வழி உள்ளத்துக்குக் கொண்டு போற இன்பங்கள் இன்னொரு ரகம். மழை பின்னது. உணர்ந்துதான் பார்க்கவேண்டும். புலன்களை அடிமைகளாக நடத்தும் அறிவோடுதானே, பகலெல்லாம் வாழ்கிறோம். உலகில் நடக்கும் அத்தனை அநியாயங்களுக்கும் அறிவுதான் காரணம். புலனுணர்வோடு வாழ்கிற பறவைகள், மிருகங்களிடத்தில் வறுமை இருக்கிறதா, திருட்டு இருக்கிறதா, இனப்பாகுபாடு, சாதியில் உயர்வு தாழ்வு, கொலை, கொள்ளை, திட்டமிடல், யுத்தம் இப்படி ஏதாவதொன்றைச் சொல்லமுடியுமா? பலமுறை சொல்லியிருக்கிறேன்: புலன் உணர்ச்சிகள் நம்மை வாழவைப்பவை, அது நம்மிடத்தில் வீரியத்துடனிருப்பது இரவு நேரங்களில்தான், அதைச் சந்தோஷப்படுத்துவது மிகவும் முக்கியம். எழுந்திரு!

– எழுந்திருக்கிறேன். முதலில் விளக்கைப் போடுங்கப்பா!

– வேண்டாம்மா. இரவு இரவாகவே இருக்கட்டும், அதையேன் காயப்படுத்தணும். இப்படி வா!

– என்னப்பா உங்கள் கை சில்லென்று இருக்கிறது.

– வெளியிலிருந்துவிட்டு வந்தேனில்லையா? அதுதான் காரணம். கொஞ்சம் பொறு! கதவைத் திறக்கிறேன். கவனமாய் நடந்துவா. நீ இப்போதுதானே விழித்தாய். இருட்டிற்கு உன் கண்கள் பழகிக்கொள்ளச் சில நொடிகள் ஆகும். என்ன குளிருதா?

– ஆமாம்பா...

– என்னைப்பார் நான் வெற்றுடம்புடன் இருக்கிறேன், அரையில் ஒரு நாலுமுழ மல்வேட்டி, அவ்வளவுதான். உண்மையில் எனக்கு நிர்வாணமாய், இரவில் நடந்து போகவேண்டுமென்று ஆசை. கொஞ்சத் தூரம் நடந்தால் உனக்குக் குளிர்விட்டுப்போகும். கிழக்கே பார்! சாம்பல் வண்ண அடிவானத்தில் கவ்விக்கிடப்பது

அத்தனையும் மழைமேகம். பனிக்குடம் உடைந்திருக்கிறது. எந்நேரமும் நீர்ச்சிசு மண்ணில் விழக்கூடும். தட்டான்களைப் பார்! ஆனந்தமாக ஆட்டம் போடுகின்றன; தூரத்தில் கீச் கீச்சென்று மைனாக்கள் சந்தோஷமாக ஆரவாரம் செய்வது கேட்கிறது.

– ம்...

அப்பா சொன்னதுபோல பவானியின் கண்கள் இருட்டுக்குப் பழகிக் கொண்டிருந்தன. அறை, கூடம், நடை, தெருக்கத வென்று அப்பாவும் பெண்ணுமாய்க் கடந்து வந்தார்கள். மனிதச் சத்தமின்றித் தெரு இருக்கிறது. உடலைத் தொட்ட முதல் துளியில், ஸ்பிரிங்போல உடல் எழுந்து உட்காருகிறது. பிறகு ஒன்று, இரண்டு, நான்கு, பத்து, ஆயிரம் துளிகள் தொடர்ந்து உடலில்பட்டுத் தெறிக்க, இவள் கரைகிறாள். ஒளி மண்டிய இடங்களில் மழைத்துளிகள் கண்ணாடிக் கம்பிகளாகக் காற்றில் சரிந்து விழுகின்றன. மின்சார விளக்கினைச் சுற்றித் தட்டாம் பூச்சிகள் படபடத்தபடி இருக்கின்றன. இருளோடு கலந்த தார்ச்சாலையின் மணம். ஆடை நனைந்து, கவசம்போல உடலைப் பிடித்துக்கொண்டது. அப்பாவின் கரம்பற்றியபடி காற்றில் மிதக்கிறாள். அப்பாவுக்குப் பலமுறை பறந்த அனுபவம். குளத்து நீரின் அலைபோலச் சீராக முன்னேறுகிறார். மேலிருந்து பார்க்க, குடிசை, கோபுரம், வயல்கள், மரங்களென கலந்த அழகிய நிலப்பரப்பாய் விரிந்து கிடக்கும் பூமி. அவ்வப்போது மின்னலொளியில், அவை உயிர்ப்பதும், பின்னர் அமைதிகாப்பதுமாக இருக்கின்றன. ஒரு துளி நாசியில், ஒரு துளி இமைமீது, ஒரு துளி கைவிரல்களுக்கிடையில் என விழுந்து மழைநீர் கிச்சுகிச்சு மூட்டுகிறது. நாக்கை நீட்டி, ஓரிரு துளிகளை உள்வாங்கிக்கொள்கிறாள். உடல் விம்மித் தணிகிறது. சட்டென்று மழை வேகம் பிடிக்கிறது. சடசடவென்று பெய்து உக்கிர தாண்டவமாடுகிறது. கணத்தில் உடலைக் குளிர்வித்த மழை தணலாகச் சுடுகிறது. இது வேறுமழை, இது வேறு துளி. முகத்தைக் குறிவைத்து வீசப்பட்ட திராவகம். உடல் வெந்து, தோல் கழன்று... திடுக்கிட்டு எழுந்தாள். எதிரே தேவசகாயம். "ஈரத்திற்கேங்கினால் எமனுக்கழைப்பா?/இன்பத்தை நாடினால் துன்பத்தின் அழைப்பா?" ந. பிச்சைமூர்த்தியின் கவிதை வரிகள் மனத்திலோடின.

– என்ன மாத்தா, தூக்கத்தைக் கலைச்சுட்டேனா? மன்னிக்கணும்.

பவானிக்கு எழுந்திருக்க மனமில்லை. கண்ணிரைப்பைகள் இரண்டும், பருவத்தைத் தொட்டுச் சகஜ நிலைக்குத் திரும்பின ஓரிரு வினாடிகள், அவளுடைய கண்மணியில் தேவசகாயம் உட்கார்ந்திருப்பான். உடல் கூசியது, அருவருப்புடன் அவன் பிம்பத்தைக் கலைக்க நினைத்தவள் போலக் கண்களைக் கசக்கினாள். விடிவிளக்கின் சாம்பல் ஒளியில் இரவின் எச்சம்போல நிற்கிறான். அவனிலும் பார்க்க அவன் நிழல் நீண்டு உயர்ந்து, இவள் ஆசையை நிறைவேற்றுவதுபோல உட்கூரை விளிம்பில் கழுத்து உடைந்து நிற்கிறது. பெரிய சிவந்த கண்கள், உப்பிய கன்னங்கள், அடர்த்தியான புருவம், ஆசனவாய்போல ஒரு வாய். பவானி சிறுமியாய் இருந்தபோது பாட்டி அறிமுகப்படுத்திவைத்த முனீஸ்வரனும் இப்படித்தான் இருந்தான். அந்த முனீஸ்வரனுக்கு அடிக்கடி கோழி, சாராயம் வேண்டும். படையல் போடுகிற பூசாரிக்குச் சுருட்டு அவசியமென்றால் சுருட்டும் வேண்டும். இந்த முனீஸ்வரனுக்கு எல்லாமே பவானி. தனது உடலைக் குறுக்கிக்கொண்டு, முதுகை வளைத்து பவ்யமாய்க் கைகூப்பிய படி கபட சாமியார்போல நிற்கிறான்.

– இன்றைக்குப் புதன்கிழமை கிஷ்ணபட்சம். அஷ்டமி திதி, சித்திரை நட்சத்திரம் கும்ப லக்கினத்தில் சுக்கிரன் ஓரையில் உங்களுக்கு விசேஷ பூஜை செய்யணுமென்று உத்தேசம்.

– தேவா, ப்ளீஸ்... என்னை விட்டுடு, எனக்கு முடியலை. நேற்று பதினோரு மணியாச்சு வேலை முடிய. கைகாலெல்லாம் வெலவெலவென்று இருக்கிறது.

– என்ன வேலை? உதடுகள், நாக்கு, கைகள், மார்பு, தொடைகள், இடுப்புக் கீழேயென்று ஆணும் பெண்ணும் அன்யோன்யமாய் செய்வார்களே வேலையா?

– தேவா உனக்கு ஏன் புத்தி இப்படியெல்லாம் போகுது?

– எப்படி?

– முதலில் அந்தக் குளோதோடப் பழகறதை நிறுத்தாதவரைக்கும் நம் குடும்பத்துக்கு விமோசனமில்லை.

– நீ அந்த ஆப்ரிக்கனைக் கண்டா பல்லை இளிக்கிறதை முதலில் நிறுத்தனும்

– சத்தம் போடாதீங்க, அடுத்த அறையிலே குழந்தை தூங்கறா. உங்களுக்கு எவன் நல்லவன் எவன் கெட்டவன் என்கிற தெளிவுகூட இல்லை. நேற்று உங்க குளோது என்னைத் தேடி எங்க ஆபீஸ்வரைக்கும் வந்துட்டான் தெரியுமா?

– அதனாலென்ன? நான்தான் அவரிடத்தில் வேலையை முடிக்க நேரமாகும், முடிந்தால் உன்னைக் காரில் வீட்டில் கொண்டுவந்துவிட முடியுமான்னு கேட்டிருந்தேன்.

– இனி அந்த ஆள்கிட்ட எந்த உதவியும் கேட்கவேண்டாம்.

– ஏன்?

– அவன் பார்வையே சரியில்லை.

– எப்படிச் சொல்ற?

– அதையெல்லாம் விளக்கமா சொல்லிக்கொண்டிருக்க முடியாது.

– ஏன் உன்னை அங்கே இங்கே தொட்டானா?

– ஏன் அதெல்லாங்கூடச் செய்யணுமா என்ன?

அவள் வாக்கியத்தை முடிக்கவில்லை. பளீரென்று கன்னத்தில் விழுந்தது. தனது பலத்தை முழுவதுமாகப் பிரயோகித்து அறைந்திருந்தான். இடது காதிலிருந்த வளையம் உடைந்து தெறித்திருந்தது. கட்டிலிலிருந்து சரிந்து விழுந்தாள். வலதுகாதையும் கன்னத்தையும் சேர்த்தாற்போலக் கைகளில் தாங்கினாள். மண்டைக்குள் 'நொய்'யென்று இரைச்சல். பவானியின் கண்கள் கலங்கியிருந்தன, உதட்டைக் கடித்தபடி தலை குனிந்தபடி இருந்தாள். அவளையே பார்த்தபடி நின்றான். நின்றவன் சட்டென்று பக்கத்தில் உட்கார்ந்தான்.

– குளோதை நீ தப்பாப் புரிஞ்சு வச்சிருக்கிற மாத்தா. உங்க மேலே அவருக்குள்ள பக்தியை, என்னைத் தவிர வேறொருத்தருக்குப் புரியாது – முகத்தைப் பரிதாபமாக வைத்துக்கொண்டு முனகினான்.

– அந்த ஆள் உங்களைப் பைத்தியமாக்கி வச்சிருக்கான். நீங்க திருந்தவே போறதில்லை. ஒரு நாளைக்குச் சொல்லவேண்டிய இடத்துலே சொல்லிட்டு, என்பாட்டுக்குப் புறப்பட்டுப் போய்க்கொண்டே இருப்பேன்.

– அப்போ எது உன்னைத் தடுக்குது?

– என்ன செய்வது, நம்மை நம்பி ஒரு குழந்தை இருக்குதே. அடுத்து நீங்களும் திருந்துவீங்கங்கிற நம்பிக்கைதான்.

– குளோது இனிமே உன்னைப் பார்க்க வரக்கூடாதென்று சொல்லிடட்டுமா?– குரல் பரிவுடன் ஒலித்தது.

– நடக்க முடியாததைச் சொல்றீங்க.

– இல்லைச் சொல்லிடறேன், என்றவன், எந்தக் கன்னம்? எந்தக் கன்னம்? என்றான்.

– எதற்கு?

சட்டென்று அவளது கையை எடுத்துவிட்டு, அறைந்த இடத்தில் முத்தமிட்டான்.

– மாத்தா? நீங்க எனக்கு கிடைச்ச வரம், என்றான்.

– தேவா, நான் பவானிங்கிறதே மறந்து போச்சா. உங்க பொண்டாட்டீங்க.

– அப்படீன்னா, என் வேண்டுதலை நிறைவேற்றியாகணும்.

– இப்ப என்ன செய்யணும்?

– இன்றைக்கு நண்பர்களெல்லாம் வீட்டுக்கு வர்றாங்க. உங்களுக்கு பூஜை வச்சிருக்கோம்.

– அதற்கு?

– அதற்கு முன்னே ஸ்நானம் செய்யணும்

– என்ன அது ஸ்நானம்? குளிக்கணும் அவ்வளவுதானே? நீங்க முன்னாலே நடங்க. நான் வறேன்.

இருவரும் குளியலறைக்கு வந்து சேர்ந்தார்கள்.

– நீங்கள் வெளியிலபோங்க நான் குளிச்சுட்டு வறேன்.

– இல்லை நான் உடனிருக்கணும். எல்லாம் முறைப்படி நடக்கணும். சொன்னவன் சட்டென்று அவள் சேலையை உரிந்தான். உடலுக்குச் சொந்தக்காரனென்றாலும் இப்படியொரு காட்டுமிராண்டித்தனத்தை எதிர்பார்க்கவில்லை.

– 'இதென்ன கூத்து. ப்ளீஸ்! வேண்டாம்! என்னை விட்டுடுங்க.. கூச்சமா இருக்கிறது தேவா. இரண்டு கைகளையும் மார்பின் குறுக்கே வைத்தவள், தரையில் உட்கார்ந்துகொண்டாள்.

சிரித்தபடி இரவிக்கை, உள்ளாடையென ஒவ்வொன்றாக உருவினான்.

அவள் கெஞ்சிக்கொண்டிருந்தாள். கால்களைப் பின்னிக்கொண்டு மார்பை மறைத்திருந்த கைகளை எடுத்து கும்பிட்டாள். அவன் கால்களில் விழுந்தாள். குனிந்து குண்டுகட்டாக அவளைத் தூக்கினான். குளிக்கிற தொட்டியில் உட்காரவைத்தான். இப்போது அவள் வாய் மட்டும் அசைத்தது, குரல் அடங்கிப் போனது. அவளது தலையில் எண்ணெய்வைத்தான் சீயக்காய்ப் பாக்கெட்டைப் பிரித்துக் கொட்டித் தண்ணீர் ஊற்றினான் சந்தனம், விபூதி, தேன், பஞ்சாமிர்தமென தொடர்ந்தது. ஒவ்வொரு முறையும் குவளை குவளையாக அவள் தலையில் கொட்டிய தண்ணீரில் பன்னீர், வெட்டிவேரோடு, அரைக்கிலோ மிளகாய்த் தூளையும் கலந்திருந்தான்.

28

– பிறகென்ன நடந்தது?

– எனக்குப் புரியலை கிருஷ்ணா. இப்படி திடீர் திடீரென்று சுவரைப் பார்த்து புலம்பினா, நாளைக்கு உன்னையும் தேவசகாயம் லிஸ்ட்ல சேர்க்க வேண்டிவரும். எனது கதையை மறந்துட்டு வேற வேலையைப் பாரு. தேவசகாயம் என்னைக் குழப்பியது போதாதென்று உன் பங்குக்கு நீயும் என்னை மாத்தா ஹரியா நினைச்சுக்கிட்டு புலம்பற.

– எங்களைக் குற்றம் சொல்வதிருக்கட்டும், நீயே பலமுறை நான் மாத்தா ஹரியா, பவானியான்னு கேட்டிருக்கிற. அதன்பிறகு என்னதான் நடந்தது?

– இப்படிக் கேட்டா, நான் என்ன சொல்வேன். யாரைப்பற்றி கேட்கற? மாத்தா ஹரியைப் பற்றிக்கேளு, என்னைப் பற்றிக் கேளு, ஹரிணி பற்றி எனக்கு எதுவும் தெரியாது. நான் அவ்வப்போது எழுதிவைத்த டைரிகளில் என்னைப் பற்றிச் சொல்லி இருப்பேனே தவிர, ஹரிணி வாழ்க்கையில் என்ன நடந்திருக்குமென்று ஆரூடமேதும் கணிக்கவில்லை. எதுவென்றாலும் என்னைப் பற்றிக் கேளு, சொல்கிறேன்.

– ஹரிணி சம்பந்தப்பட்டதை அவளிடத்திலேயே கேட்டுத் தெரிந்து கொள்கிறேன். மிளகாய்த்தூள் குளியலுக்குப் பிறகு உனக்கென்ன நடந்தது?

பவானியிடத்தில் நான் எதிர்பார்த்தது போலவே மௌனம். அதற்கான காரணமும் எனக்குப் புரியாமலில்லை.

ஒளியற்ற பெருவெளியொன்றின் சிறகுக்குள் அடைகாக்கப்பட்டிருப்பதுபோல உணருகிறேன். ஒரே ஒரு இறகு விலகினாற்போதும் உயிர்பிழைத்துவிடுவேன். பெய்யும் பனியும், சாம்பல் நிறத்திற்கு மாறிக்கொண்டிருந்த இருட்டும், கீழ்வான வெளுப்பும் அதிகாலை என்பதை உறுதிப்படுத்துகின்றன. புதைக்கப்பட்ட சாலையில் குதிரைகளின் குளம்படிச் சத்தமும், சக்கரங்கள் உருளுகிற ஓசையும், சலசலவென்று ஆரம்பித்து, தடதடவென்று ஒலித்து மெதுவாக அடங்கு கின்றன. கூண்டுபோல ஒருவாகனம். கதவு திறக்கப்படுகிறது. வாகனத்திலிருந்து பெண்ணொருத்தி இறங்குகிறாள். அவளுக்கு முன்னும் பின்னுமாகக் கறுப்புளுடையணிந்த மனிதர்கள். கழுமரத்தை ஒத்திருந்த மரமொன்றில் அவளை இறுகக் கட்டுகிறார்கள். அவளுக்கு எதிரே, வரிசையில் துப்பாக்கி ஏந்தி அணி வகுத்து நிற்பவர்களில் தேவசகாயத்தின் முகம் எனக்குப் பழகிய முகம். பன்னிரண்டாவதாக நான் நிற்கிறேன். நானென்றால் இதை வாசிக்கிற ஆணாகிய நீங்கள். நமக்கென்று ஒரு கடமை இருக்கிறது. எதிரே இருக்கிற பெண்ணை வீழ்த்தவேண்டும், ஒன்றே ஒன்று கபாலத்திலோ... மார்பிலோ பாய்ந்தால் போதும் – சுபம்.

– கேள்வி கேட்டாயே தவிர பதிலைப் பெற நீதான் தயார் நிலையில்லை என நினைக்கிறேன்.

– உண்மைதான் பவானி. இப்படியொரு பயங்கரத்தை நினைத்துப் பார்க்க எனக்கு முடியலை.

– பொய்சொல்லாதே கிருஷ்ணா. பிரியாணியை ருசிச்சுச் சாப்பிடும்போது கழுத்தறுபடுகிற ஆடு கோழிகளின் ஞாபகம் வருகிறதா என்ன? பால் வற்றிய முலைக்காம்பைக் கடித்தபடி பசியில் வாடும் எத்தியோப்பியக் குழந்தையைத் தொலைக்காட்சிச் செய்தியில் பார்த்தபடி, வயிறுமுட்டச் சாப்பிடுவது நமக்கென்ன புதுசா? நாய், பூனை, ஆடு, மாடென்று நம்மகிட்டே அடங்கிப்போற சில விலங்குகளை மாத்திரம் தேர்ந்தெடுத்து வீட்டில் வைத்திருக்கிறோம் அன்பு காட்டறோம், அந்த வரிசையில் பெண்ணையும் சேர்த்துக்கொள். அன்புங்கிறதே கூட ஒரு வித ஆதிக்க மனப்பான்மைதான். சம்பந்தப்பட்டவர்கள் இரண்டு பேருமே ஆண்களென்றால், பிரச்சினைகளில்லை. பரஸ்பர எஜமான் ஆதிக்கத்தை ஒருவன் மற்றவன் மீது செலுத்தி தங்கள் பலத்தின் தராசுத் தட்டு கீழிறங்காமல் பார்த்துக்கொள்வீங்க.

ஆனால் பெண்ணென்றால் வேறு நீதி. அவள் அண்டிக்கிடக்கிற வீட்டு விலங்கு. கோமாதான்னு கும்பிட்ட மறுநாளே கூசாமல் இருநூறு ரூபாய் கிடைச்சாற்கூடப் போதுமென்று, கசாப்புக் கடைக்காரனிடம் மாட்டை அனுப்பிவைக்கிற நிலைமைதான் வீட்டில் ஒரு பெண்ணுக்குமிருக்கு.

– உண்மையைச் சொல்லணுமென்றால், இதற்கெல்லாம் விமோசனமே இல்லை. அடங்கிப் போகிற விலங்கா இல்லாம, குரல்வளையைக் கடிக்கிற மிருகமா மாறினா ஏதாவது நடக்கலாம். மேலே சொல்லு.

– எங்க வீட்டில் பாதாள அறையை தேவசகாயம் பூஜை செய்யவென்றே ஒதுக்கியிருந்தான். உனக்குத்தான் தெரியுமே பிரான்சில் ஒரு பாதாள அறைக்கான தேவைகள் என்னன்னு? அங்கே பொதுவா உபயோகமற்ற வீட்டுப் பொருள்களைப் போட்டுவைப்போம். அதுவும் தவிர அவை பெரிதாக இருக்குமென்றும் சொல்ல முடியாது. தேவசகாயம் எங்கள் பக்கத்து அப்பார்ட்மென்ட்காரனையும் கேட்டு, அவனுடைய பாதாள அறையையும் எங்களுடைய அறையோடு இணைத்திருந்தான். இந்தியாவில் இருக்கிறபோதே தேவசகாயம் காளி உபாசகன் என்று சொல்லக் கேள்வி. புதுச்சேரியில் இருக்கிறபோது அடிக்கடி திருவக்கரைக்குச் சென்று வருவானாம். இங்கே அவனோடு சில பைத்தியக்காரக் கூட்டமும் சேர்ந்துகொள்ளும். பழம் பூவென்று வீடு முழுக்க நிறைந்துவிடும். நாக்கைத் துருத்திக்கொண்டு, கண்களை விரியத் திறந்தபடி பக்கத்திற்கு ஒன்பது கைகளென்று, கபால மாலையணிந்த காளி. முகம் மட்டுமல்ல, கரிய அந்த உடலிலும் உக்கிரத்தைப் பார்க்கலாம். அதனருகிலேயே மாலை சாற்றிய மாத்தா ஹரியின் முழு உருவப்படம். நெற்றி நிறையக் குங்குமத்துடன், புலித்தோல் விரித்து உட்கார்ந்திடுவான். நெடுநேரம் எதையோ உளறிக்கொண்டு உட்கார்ந்திருப்பார்கள். விடிய விடியப் பூஜை நடக்கும். கட்டி கட்டியாய்க் கற்பூரத்தை எரிப்பார்கள், கத்தை கத்தையாய் ஊதுபத்தி கொளுத்துவார்கள். எனக்கும் அப்படியொரு பூஜையை நடத்தியிருக்கலாம், யார் கண்டது?

– உனக்கு என்ன நடந்தது நினைவில்லையா?

– நினைவில்லை. தொண்டை கிழியக் கதறிய ஞாபகம் இருக்கிறது. வழக்கம் பொல அவன் மோர்ஃபின் ஊசி போட்டிருக்கணும். அடுத்த இரண்டு நாட்களும் உடல் நெருப்பில் போட்டதுபோல

வேதனை. கண்களிரண்டும் ஊதிக்கொண்டு ரணமாக இருந்தன. பார்வை போனதுதான் திரும்பாது என்ற பயங்கூட இருந்தது. அந்த இரண்டுநாட்களும், விடிவதும் தெரியாது, இருட்டுவதும் தெரியாது, கட்டிலில் கிடந்திருக்கிறேன்.

– பல விஷயங்கள் மிகவும் குழப்பமா இருக்கிறது பவானி. உன்னைத் திருமணம் செய்துகொள்வதற்கு முன்பே, அவனுக்குப் போதை மருந்துப் பழக்கம் இருந்திருக்கிறது. அதைப் பயன்படுத்திக்கொண்ட ஒரு கூட்டம் அவனை உன்னோடு அறிமுகம் கொள்ளச் செய்து திருமணத்தையும் முடித்திருக்கிறார்கள். அவர்களின் உள்நோக்கமென்ன என்பதைப் பிறகு பார்ப்போம். இருந்த போதிலும், புதுச்சேரியில் இருந்தவரை தேவசகாயம் உன்வரையில் ஒழுங்காகவே இருந்துவந்திருக்கிறான். ஆனால் பிரான்சுக்கு வந்த பிறகு ஒரேயடியாக என்ன நடந்தது? ஹரிணியைப் பத்தின பிரச்சினை ஏதாவது காரணமாக இருந்திருக்குமா?

– இருக்க முடியாது. சொல்லப்போனால் அந்த விஷயத்தில் மிகப்பெரிய நெருக்கடியிலிருந்து அவனைக் காப்பாற்றி இருக்கிறேன்.

– எப்படி?

– 1988ம் ஆண்டு ஏப்ரம் மாதம் 27ம் தேதி மிகச் சுருக்கமாக எனக்கும் தேவசகாயத்திற்கும் பதிவுத் திருமணம் நடந்தது. திருமணத்தில் கலந்து கொண்டவர்கள் என்று சொன்னால் அவனது தரப்பில் தேவசகாயத்தின் சித்தி, அல்லியான்ஸ் பிரான்சேய்ஸ் நண்பர்கள் இரண்டுபேர், பிறகு கல்லூரி நண்பர்கள் என்று சொல்லி மூன்றுபேர், வந்திருந்தார்கள். எனக்கென்று சென்னையிலிருந்து சுதா ராமலிங்கம், கவிஞரும் ஆசிரியையுமான தேவகியென்று ஒரு சிநேகிதி, எனது சீனியர் வக்கீல், அவரது குமாஸ்தா, பிறகு எங்கள் இருவருக்குமே வேண்டியவர்கள் என்றவகையில் பத்மாவும் அவளுடைய அப்பா அம்மாவும் வந்திருந்தனர். அனைவருக்கும் ஒரு ஓட்டலில் விருந்து ஏற்பாடு செய்திருந்தோம். எல்லாப் புதுமணத் தம்பதிகளையும் போலவே பீச்சு, சினிமா, ஷாப்பிங் என்று எங்கள் குடும்ப வாழ்க்கை உல்லாசமாக ஆரம்பித்தது.

ஒரு ஞாயிற்றுக்கிழமை. ஹோட்டலிலிருந்து அவனுக்குப் பிடித்தவற்றை வாங்கி வந்திருந்தான். தேவசகாயத்திற்கு

அசைவம் வேண்டும். எனக்குச் சைவம். இருவரும் அவரவர்க்கு வேண்டியதைச் சாப்பிட்டு முடித்ததும், முதல் நாள் கோர்ட்டிலிருந்து திரும்பும்போது வாங்கிவந்திருந்த 'மொழி புதிது' என்ற சிற்றிதழைப் பிரித்துக்கொண்டு உட்கார்ந்தேன். தேவசகாயம் அருகில்தான் அமர்ந்திருந்தான். நான்காவது பக்கத்தில் ஒரு கவிதை 'மலரும் மனமும்' என்பது அதன் தலைப்பு. ஆச்சரியமாக இருந்தது. நான் கூட அதே தலைப்பில் கவிதையொன்று எழுதிய ஞாபகம். தொடர்ந்து படிக்கிறேன், அதிலிருப்பதெல்லாம் என்னுடைய வரிகள். ஒரு அதீத அவசரத் துடன் கண்கள், எழுதிய கவிஞரின் பெயரைத் தேடுகின்றன. கவிதைக்கும் கீழே தேவசகாயம் என்று அச்சிடப்பட்டிருக்கிறது.

– தேவா உங்கள் கவிதையொன்று பிரசுரமாகியிருக்கிறது சொல்லவே இல்லையே, என்றேன்.

தேவசகாயம் சிரிக்கிறான், பிறகு, "நான் நேற்றே வாசித்துவிட்டேன் அக்கவிதையைப் பாராட்டி கடிதம் எழுதவேண்டுமென்று என் நண்பர்களிடத்திலும் சொல்லி இருக்கிறேன்"– என்றான்.

– இது தப்பில்லையா?

– எது?

– அடுத்தவர் கவிதையை எனதென்று உரிமை கொண்டாடுவது.

– யார் அடுத்தவர், நீயா? நான் தாலிகட்டியிருக்கேன் பவானி. உன் உடலில் மாத்திரமல்ல மற்ற உடமைகளிலுங்கூட எனக்குப் பங்கிருக்கு.

– அப்ப ஒன்று செய். நாளைக்குக் கோர்ட்டுக்குப் போயிட்டு, என் மனைவிக்குப் பதிலா, கணவன் நான் வாதாட வந்திருக்கேன்னு சொல்லு. ஜட்ஜ் மட்டுமல்ல, என் கட்சிக்காரன், பார்வையாளர்கள் அத்தனை பேரும் சிரிப்பாங்க. கணவன் மனைவி உறவுகளை இப்படியெல்லாம் கொச்சைப் படுத்தாத. என்னுடைய உடலைக்கூட எனக்குச் சம்மதமென்கிறபோதுதான் தொடணும்; எனது உடமை எதுவென்றாலும் இவ்விதி பொருந்தும். அடுத்தவர் பொருளை உடையவர் அனுமதியின்றி எடுத்தால் அதுக்குத் திருட்டுன்னு பேரு, உரிமைக்குள் வராது.

– இப்போ என்ன நடந்து போச்சுன்னு பாடமெடுக்கிற? பெரிய வக்கீலுங்கிற நினைப்பில் அதிகமாப்பேசற.

– உயிரியல் பாகுபாட்டின்படி பெண்ணென்று இனம்பிரிக்கப்பட்ட ஒரு சராசரி உயிரா, எனது உணர்வுகளைச் சொல்றேன். அவ்வளவுதான். கொடிபிடிச்சு, ஊர்வலம் போகணுங்கிற ஆசைகளெல்லாம் எனக்கில்லை.

– வெண்டைக்காய்...

முணுமுணுத்தபடி எழுந்தான். வேகமாய் நடந்து வெளியேறினான். கூடத்தைக் கடக்கையிலும், கோபத்தின் வெளிப்பாடு, சுவாசத்தில் கலந்திருப்பதைக் கட்டிலில் அமர்ந்தபடி உணர்ந்தேன். வெளிக்கதவு அறைந்து சாத்தப்படுகிறது. தொடர்ந்து இரண்டு நாட்கள் அவனிடத்திலிருந்து பதிலில்லை. பத்மாவிடம் விசாரிக்கையில் 'நான் பார்க்கவில்லையே' என்றாள். அவர்கள் வீட்டுக்கு போன் போட்டேன். அங்கேயும் அதுதான் பதில். நடப்பது நடக்கட்டுமெனக் காத்திருந்தேன். மூன்றாம் நாள் ஹரிணியைத் தூக்கிக்கொண்டு வந்தான்.

29

இரண்டு நாட்கள் தூக்கமின்றி அவதிப்பட்டேன், கிருஷ்ணா. வேறொருத்தியாக இருந்தால் பிரச்சினையை எப்படி அணுகியிருப்பாள் என்று யோசித்தேன். நமது சமூகம் அடையாளப்படுத்துகிற மனைவியென்றால் சாதாரணமாக, கணவன் கவிதை அச்சில் வந்திருக்கிற பூரிப்பில், தாலியை முன் நெஞ்சில் போட்டுக்கொண்டு, வி.ஐ.பி. கடவுளாகத் தேர்ந்தெடுத்து, கணவன் பின்னே பணிவாக நின்று அவன் நட்சத்திரத்திற்கு அர்ச்சனை செய்துவிட்டு வந்திருப்பாள். கணவனில்லாத நேரமாகப் பார்த்து வாய்விட்டு அழுதிருப்பாள். கணவன் இருக்கிற நேரங்களில் சமைக்கிறபோது கண்ணைக் கசக்கிக்கொள்வாள், உத்தமப் பெண்களுக்கான அடையாளமும் துருப்பிடிக்காமல் பத்திரமாக அவளிடம் இருந்திருக்கும். அவற்றையெல்லாம் 'பொய்யாய்க் கனவாய்ப் பழங்கதையாய்ப் போய்விட்டதென்று' நம்பும் பவானியை அன்றைக்கும் சபித்தேன்.

இந்நேரத்தில் அப்பா பக்கத்தில் இல்லையே, என்று கலங்கினேன். பலரும் அப்பாவைப் பைத்தியம் என்றாலும், எனக்கு அவர் சித்தர். துன்பத்தைச் சமாதானப்படுத்த அவர் கையாளும் உத்திகள் வித்தியாசமானவை. திடீரென்று அழுவதும் திடீரென்று சிரிப்பதும், எதையோ அல்லது யாரையோ துரத்துவதுபோல ஓடுவதும், பின்னர் நின்று மூச்சுவாங்குவதும் அதிசயமான காட்சிகள். நட்சத்திரமற்ற அதிகாலைக் கருநீல ஆகாயம் அவருக்குப் பிடித்தமானது. ஆகாயத்தின் மூச்சுப்போல வீசும் காற்று, அருவிபோல அவர் மீது

விழுவதும், தெறிப்பதும் இப்போது கூடக் கண்ணிற் தெரிகிறது. தெருநாய்கள் குரைப்பு இரவில் முழுதும் கரைந்து போகாமல் திப்பியாய் மிதந்துவந்து எங்கள் காதில் இறங்கும். அதற்குச் 'சுரம் சேர்ப்பதுபோலச் சுவர்க்கோழிகள் இடும் ரீங்காரம் இரவொளியில் வழியெங்கும் கசிந்தபடி மிதந்து செல்லும். பனியில் நனைந்தபடி மொட்டை மாடியில் வெகுநேரம் ஆகாயத்தை உற்றுப் பார்ப்பார். புதையலைக் கண்டதுபோல அவருடைய கண்கள் பிரகாசிக்கும். உச்சிக்கும், விளிம்புக்குமாக களைத்துப்போகும்வரை பார்வையை ஓடவிடுவார். முதன் முதலில் நிர்வாணமாக அவரைப் பார்க்கையில் நான் பத்துவயதுச் சிறுமி. கலகலவென்று கைகொட்டிச் சிரிக்கிறேன். பிறகு எதையோ புரிந்துகொண்டது போல அய்யய்ய இதென்ன அசிங்கம்? என்கிறேன். அவரிடத்தில் பதிலில்லை. மௌனம்... மௌனம். 'அப்பா... அப்பா....' கூப்பிடுகிறேன். பதிலில்லை. என்னையறியாமல் மனதில் ஒருவித அச்சம். கால்கள் மெள்ளப் பின்வாங்குகின்றன. சட்டென்று என்னைத் தூக்கித் தோளில் வைத்துக்கொண்டார். தேம்பித் தேம்பி ஒரு குழந்தையைப் போல அழுவார். காரணம் கேட்டதில்லை. அடர்த்தியான வேதனைகளை நிர்மலமான வெளியில் இறக்கிவைக்கிறார் என்பது மட்டும் ஓரளவு புரிந்தது.

அன்றைக்கு நீதிமன்றப் பணிகள் முடிய நேரமாகிவிட்டது. கடற்கரையிலிருந்த ஒரு ஹோட்டலில் சுருக்கமாக மதிய உணவை முடித்துக் கொண்டு, மனம் நிதானத்திற்கு வரட்டுமென எண்ணி காந்தி சிலைக்கு நேர் எதிரே பூங்காவிற்குச் சென்று அமர்ந்தேன். எழுந்திருந்தபோது மனதிற்கு விடை கிடைத்ததுபோல இருந்தது. திரும்பிக் கிழவர் காந்தியின் முகத்தைப் பார்க்கிறேன். ஆறுதலாக இருந்தது. வீட்டிற்குத் திரும்ப பிற்பகல் மூன்று மணி. திண்ணையில் தேவசகாயம் அமர்ந்திருந்தான். பெண் குழந்தையொன்று தனது இருகைகளாலும் அவன் கண்களைப் பொத்துவதும், அவன் அவற்றை மிகுந்த சிரமத்துக்கிடையில் எடுப்பதுபோலப் பாவனை செய்ய, பொக்கைவாய்ச் சிரிப்புடன் அவன் முதுகைத் தட்டிவிட்டு ஓடுவதுமாக இருக்கிறது. என்னைக் கண்டதும் தேவசகாயம் அமைதியானான். குழந்தையும் சட்டென்று தனது விளையாட்டை நிறுத்திக்கொண்டு அவன் மடியில் அமர்ந்தது. அவனுடைய முகத்தையும் என்னுடைய முகத்தையும் மாறி மாறிப் பார்த்தபின் அவனது முகவாயைத் தொட்டு எனது பக்கம் கை காட்டுகிறது.

– சாவி கையிலிருக்கிறது இல்லையா? ஏன் வெளியே உட்கார்ந்திட்டீங்க? – நான்.

– பிறகு திருடனென்று பட்டங்கட்டவா? இரண்டு நாட்களுக்கு முன்புதான், சொந்தக்காரர் அனுமதியின்றி ஒருத்தருடைய உடமையில் பிரவேசிக்கக் கூடாதென்று சொன்ன. இது உன்னுடைய வீடு.

– சரி சரி உள்ளே வாங்க, எதற்கு திண்ணையில் உட்கார்ந்துகிட்டு?

– இல்லை. நீ எங்கூட வர. இனி இந்த வீட்டில் நான் தங்குவதாக இல்லை. எங்க வீட்டுக்குப் போவோம். சித்திகிட்டே பேசிட்டுத்தான் நேரா இங்கு வறேன். பிரான்சுக்கு நாம போகிறவரைக்கும், அங்க தங்கறதில் பிரச்சினைகள் ஏதுமில்லைன்னு சொல்லி இருக்கிறாங்க.

– பிரான்சுக்குப் போகறது என்கிற முடிவெல்லாங்கூட எடுத்த மாதிரி தெரியுது. முதலில் உள்ளே வாங்க, நிதானமாகப் பேசுவோம்....

– என்னாலே உள்ளே வரமுடியாது. என்கூட இப்போ நீ வறியா இல்லையா?

– எப்படி வரச் சொல்றீங்க? இப்படிக் கட்டின புடவையோடா?

– ஆமாம்... கிளம்பு. என்னால ஆயிரம் புடவை எடுத்துக்கொடுக்க முடியும்.

– உங்கப்பா பணத்துலேதானே? எனக்கு அதிலே விருப்பமில்லை.

சொல்லிவிட்டுக் கதவைத் திறந்துகொண்டு நுழைந்தேன். உடைந்து அழ வேண்டும்போலிருக்கிறது. மூச்சிரைக்க நடந்து வந்து கூடத்திலிருந்த நாற்காலியில் அமர்ந்தேன். பொங்கிவரும் கண்ணீரை, புடைவைத் தலைப்பில் துடைத்தபடி இருக்கிறேன். எதிரே நிழலாடுகிறது. குழந்தையை மார்பிற் சாய்த்தபடி தேவசகாயம். என்னைப் பார்ப்பதும் மீண்டும் அவன் தோளில் முகம் சாய்ப்பதுமாகக் குழந்தை. அழுவதற்குத் தயாராகத் தனது முகத்தை வைத்திருக்கிற குழந்தையின் முகத்தைப் பார்க்க, எனக்குள்ளிருந்து அத்தனை துயரமும் நொடியில் வடிஞ்சு போச்சு. கையை நீட்ட, அவள் என்னிடத்தில் தொற்றிக்கொள்கிறாள். தேவசகாயம் அருகிலிருந்த நாற்காலியில் அமர்ந்தான்.

– சொல்லுங்கள் யாருடைய குழந்தை?

– உனக்கு நினைவில்லை? ஆறு மாதங்களுக்கு முன்னர், ரோடியர் மில்லில் வேலை பார்க்கிற காமாட்சி என்ற பெண்மணி தனது மகள் சிவகாமியை ஒருவன் ஏமாற்றி கெடுத்ததாகவும், நண்பர்களைச் சாட்சியாக வைத்து செய்து கொண்ட திருமணத்தையும் ஏற்கவில்லையென்று சொல்லிக் கொண்டு குழந்தையுடன் உன்னைப் பார்க்க வந்தது மறந்து போச்சா?

– அவளை ஏமாற்றியது உங்கள் நண்பரென்று சொன்னதாக ஞாபகம்.

– அவர்கள் குழந்தைதான் இது. குழந்தை நன்றாக இருக்கிறதில்லையா?

– இல்லைன்னு நான் சொல்லலை. ஆனால் திடீரென்று நம்ம வீட்டிற்கு இவளைத் தூக்கிக்கொண்டு வந்ததுதான் எதற்கென்று புரியலை. என்ன நடந்தது? நீங்கள் உங்கள் நண்பரிடத்தில் மறுபடி பேசிப்பார்த்தீர்களா? அதற்கு இணங்கிவரவில்லையென்றால் சட்டரீதியில் இந்தப் பிரச்சினையை அணுகியிருக்கலாமே.

– முடியாது பவானி. அவர்களுக்குப் பண பலமுமில்லை. ஆட்பலமுமில்லை. உனக்குத் தெரியாதா? நம்ம ஊரில நீதிக்கு ரொம்ப தூரம் நடக்கணும். இது மாதிரியான சிவில் வழக்குகளில், சட்டம் என்ன சொல்லுகிற தென்பதுதான் முக்கியம், சாட்சிகள் முக்கியமல்ல வென்று நீதானே சொன்ன.

– அதனால?

– சட்டப்படி அவளுக்கு நீதி கிடைக்காது. நாமதான் ஏதாச்சும் செய்யணும்.

– நாம இல்லை, நீங்கன்னு சொல்லுங்க.

– ஆமா. நாந்தான். ஏமாத்தினது என் சிநேகிதனாச்சே, ஏதாச்சும் செய்யணுமென்று நினைக்கிறேன்.

– என்ன யோசனை வச்சிருக்கீங்க?

– குழந்தையை நாம தத்து எடுத்துக்கிட்டாலென்ன, அந்தக் குடும்பத்துக்கும் உதவின மாதிரி இருக்குமே?

– எனக்கு விருப்பமில்லைன்னு சொன்னா, நீங்க குழந்தையை அவங்க வீட்டிலே விட்டுட்டு வந்திடுவீங்களா என்ன?

நாகரத்தினம் கிருஷ்ணா ❖ 231

– இல்லை. நீ அப்படிச் சொல்ல மாட்டேன்னு நம்பறேன். எனக்குப் பிரெஞ்சுக் குடியுரிமை இருக்கிறதாலே, பிரெஞ்சு கான்சலேட்டுக்குப் போயிட்டு நம்முடைய திருமணத்தைப் பதிவு செய்வது அவசியமென்று உனக்குத் தெரியும்.

– அதற்கும் இதற்கும் என்ன சம்பந்தம்?

– கான்சலேட்டுல நம்ம திருமணத்தைப் பதிவு செய்துவிட்டபிறகு, பிரெஞ்சு சட்டப்படி தத்து எடுப்பது அத்தனை சுலபமல்ல. அவர்கள் பெரும்பாலான விண்ணப்பங்களை நிராகரிக்கிறார்கள்.

– குழந்தையின் தாய் அதற்குச் சம்மதிக்கிறாளா. பேசினீங்களா?

– அவர்கள் இருக்கிற நிலமையில் சம்மதிக்காமலென்ன?

– அவர்கள் இல்லாத நிலைமையில் என்று சொல்லுங்கள்...

– என்ன சொல்ற?

– நீங்கள் ஏற்பாடு செய்திருந்த காமாட்சி, சிவகாமி நாடகமே பொய்யென்கிறேன். அப்போதே என் வக்கீல் புத்தி அந்த நாடகத்தை நம்பாதே என்றது. நான் கேட்டுத் தொலைத்திருக்கணும். நம்பியது என் தப்பு. இப்போ தென்ன இந்தக் குழந்தையைத் தத்து எடுத்துக்கணும் அவ்வளவுதானே.

– பவானி என்னைத் தப்பாய்ப் புரிஞ்சுக்கிட்டே உண்மை என்னன்னா?

– போதும் இதற்குமேலே உண்மையைத் தெரிஞ்சு என்ன ஆகப்போகுது? நல்லவேளை, எனக்கு ஏற்கெனவே ஒருத்தி இருக்கிறாள் என்று மாத்திரம் சொல்லலை. அப்படி ஏதேனுமிருந்தா அதையும் சொல்லிடுங்க.

– இல்லை. பவானி நீ நினைக்கிற மாதிரி இல்லை. வேண்டுமானா அவர்கள் வீட்டுக்கு உன்னை அழைச்சுபோறேன். இப்போ அந்தக் குடும்பம் மூலக்குளம் கிட்ட இருக்குது, அதுதான் உண்மை. உனக்கு விருப்பமில்லைன்னா குழந்தையை அவர்களிடத்திலேயே திருப்பிக்கொடுக்கலாம்.

– இப்படி எடுத்ததற்கெல்லாம் கண்கலங்கினால், நீங்க சொல்வது எதையும் நம்பமாட்டேன். எங்கிட்டே அவ்வப்போது கொஞ்சம் உண்மையைப் பேசுங்க.

– *பவானி, என்மீது நம்பிக்கை இல்லை? குழந்தை இப்படி மிகவும் நெருக்கமா இருக்கிறதை வச்சு எதையோ வேண்டாததைக் கற்பனை பண்ணிக்கிற.*

– *இந்தக் குழந்தை நம்மோட இருக்கணுமென்றால், வேறு ஏதாச்சும் பேசுங்க.*

– *எங்க வீட்டுக்கு?*

– *அதைப்பத்தி பிறகு பேசலாம், எதற்கு இன்னொரு சூறாவளி?*

30

ஹரிணி ‘இரண்டாவது வாழ்க்கை’ வலைத்தளத்தில் தற்போதைக்கு இலவச உறுப்பினராவதென்று தீர்மானித்தாள். நோனா பெயரையே ஏன் முதற்பெயராக வைத்துக்கொள்ளக்கூடாது, என்று நினைத்தாள். நோனா மாத்தா ஹரியின் பெண்குழந்தை. மாத்தா ஹரியையும், பவானியையும் தொடர்புபடுத்துகிறபோது, தான் நோனாவாக அவதாரம் எடுப்பதுகூட ஒருவகையில் பொருத்தமானதுதான். மாத்தா ஹரி என்ற பெயரில் நடத்தப்படுகிற வலைத்தள நிர்வாகிகள் ‘நோனா’ பெயர் கொண்ட அவதாரத்திற்காகக் காத்திருப்பதாக அரவிந்தன் கூறியிருந்தது நினைவுக்கு வந்தது. இரண்டாவது பெயராக, சம்பந்தப்பட்ட வலைத்தளத்தின் விதிப்படி அவர்களது பட்டியலிலேயே ஒரு பெயரைத் தேர்ந்தெடுத்தாள். தனது அவதாரத்திற்குப் பெண்ணுருவமே பொருத்தமானதாக இருக்குமென்று தோன்றியது. கேட்டிருந்த பிற தகவல்களையும் நிரப்பினாள். மின்னஞ்சலில் அவர்கள் அனுமதி கிடைத்ததும், வலைப்பக்கத்திற்கு வந்தாள். தனது அவதாரத்தின் பெயரை நிரப்பி திறந்தாள். இரண்டாவது வாழ்க்கை உலகிற்குள் நுழைந்ததும், இவள் அவதாரம் எவருக்கோ காத்திருப்பதுபோல நிற்கிறது. ஓரிரு நிமிடங்கள் குழப்பமாக இருந்தது. முப்பரிமாண உருவங்கள் பல வருவதும் போவதுமாக இருக்கின்றன. சில ஜோடியாகவும், சில தனித்தும் இயங்கின. ஆரம்பத்தில் தனது அவதாரத்தை இயக்க வைப்பது ஹரிணிக்கு அத்தனை சுலபமாக இல்லை. ஆர்வத்துடன் பழகிக்கொண்டதும் எளிதாக இருக்கிறது. இவளை நோக்கி

இன்னொரு அவதாரம் (ஆண்-இளைஞன். பரட்டைத் தலை, முகத்தில் ரஷ்யத் தாடி) வருகிறது.

– ஹாய்! உன்னைத்தான் எதிர்பார்த்துக்கொண்டிருக்கிறோம். உன் வரவு நல்வரவாகட்டும், இருகையையும் குவித்து ஆசியர்களைப் போல வணங்கி நிமிர்ந்தான்.

– நீ?

– தேவவிரதன்.

– நான்...

– உன்னுடைய பெயரை எங்களுக்குச் சொல்லவேண்டுமென்று அவசியமில்லை. நோனா என்று எல்லோருக்கும் தெரியும். எங்களைத் தேடி நீ வருவாயென்றும் தெரியும். இப்போது நம்ம தீவுக்குப் போகலாமா?

– எப்படி?

– இதோ இப்படி.....

சட்டென்று இருகைகளையும் விரித்து ஜிவ்வென்று மேலே போனவன் இவளுக்காகக் காத்திருக்கிறான். இவளுடைய அவதாரத்தையும் மேலே எழும்பச் செய்தாள். அவன் முன்னே பறந்து செல்ல அவனைத் தொடர்ந்து இவளும் பறந்தாள். நிறைய மலைகள், அருவிகள், ஆறுகள், அடர்த்தியான காடுகளெனப் பறந்து, நீலநிறத்தில் ஸ்படிகம்போலப் பரவிக் கிடந்த கடற்கரை ஒன்றை அடைந்திருந்தார்கள். கொஞ்சம் ஓய்வெடுக்கலாமா இல்லை தொடர்ந்து பறந்து செல்லலாமா, தேவவிரதன் கேட்கிறான் அல்லது தேவவிரதனெனத் தன்னை அழைத்துக்கொள்ளும் கேலிச்சித்திர இளைஞன் கேட்கிறான். அவன் முகத்தைப் பார்க்க வெகுதூரம் பறந்து களைத்துப் போனதைப் போலத்தான் இருக்கிறான். தானெடுத்திருந்த அவதாரத்தைப் பார்க்கிறாள். நோனாவின் முகத்திலும் சோர்வு தெரிகிறது. இல்லை எனக்குப் பிரச்சினை இல்லை, எவ்வளவு தூரம் என்றாலும் என்னால் பறக்க முடியும். தனக்கு முன்னே பறந்து கொண்டிருந்த தேவவிரதனை ஒரு பொம்மை என்று நினைக்க அவளது மனதிற்குச் சம்மதமில்லை. அவனுக்கும் அந்த எண்ணம் இருக்குமா? என்னைப் பார்க்கிறபோதெல்லாம், நான் நோனாவாகத்தான் அவன் மனதில் பதிவேனா? தேவவிரதன் என்கிற அவதாரத்துக்குள் இயங்கும் ஆண் அல்லது பெண்

யாராக இருக்கும்? கேட்டால் அவனிடத்தில் பதில் வருமா அப்படிக் கேட்பது ஒருவேளை இரண்டாவது வாழ்க்கையின் சட்ட திட்டங்களுக்கு முரணானதோ? தொடர்ந்து பதில்களற்ற பல கேள்விகள் இப்போதைக்கு அவனைப் பின் தொடர்ந்து பறக்கவேண்டும், பறக்கிறாள்.

கடல் நீர்க்கிடையில் பெரிய நிலத்திட்டு தெரிந்தது. நீல நீரில் கொத்துக் கொத்தாய்ப் பவழப் பாறைகளும், நீர்வாழ் தாவரங்களும் தெளிவாய்த் தெரிந்தன. கூட்டங் கூட்டமாய் கடற்பறவைகள், அவற்றின் ஆரவாரமான சத்தங்கள், தென்னை, புன்னை, முந்திரியென வளர்ந்த மரங்கள் நெருங்கியபோது, தீவல்ல, தீவுகள் கூட்டம் என்பது புரிந்தது. இங்கேயும் ஒரு நுழைவாயில், பெயர்ப்பலகையின் வளைவில் மாத்தா ஹரி என்றிருக்கிறது.

— உண்மையில் எங்கள் குழுமத்தில் உறுப்பினர்கள் ஆனவர்களுக்குத்தான் அனுமதி அளிப்பார்கள். அதோ சிறிய கட்டடமொன்று தெரிகிறது இல்லையா? அங்கே அதற்கான விண்ணப்பங்களைக் கேட்டுப் பெறலாம். எங்கள் குழுமத்தைப் பற்றிய முழுவிபரங்களும் அதில் தெளிவாக இருக்கின்றன. உனக்கும் ஓரளவு தெரிந்திருக்குமில்லையா?

— உண்மையைச் சொன்னால் எனக்குத் தெரியாதென்றுதான் சொல்ல வேண்டும்.

— எங்கள் நோக்கம் மாத்தா ஹரியைப் பற்றிய எல்லா ஆதாரங்களையும் சேகரிப்பது, அவள் அப்பாவி என்று நிருபிப்பது. முக்கியமாக உலகில் மரண தண்டனை என்ற ஒன்றை இல்லாமல் ஒழிப்பது.

— அதை நாம வெளியிலிருந்து செய்யலாமே.

— நான் மறுக்கலை. ஆனாலும் நம்மில் பலருக்குப் பொய்யைப் பேசுகிற போது தாங்கள் யாரென்று காட்டிக்கொள்வதில் உள்ள தைரியம், உண்மையைச் சொல்வதில் இல்லை. அதை முகத்தை ஒளித்துக்கொண்டுதான் சொல்ல முடியுது. அது இங்கே சாத்தியம். தவிர இரண்டாவது வாழ்க்கை மனிதர்கள் அசலான மனிதர்கள். வெளியுலகத்தில் நாம் அன்றாடம் சந்திக்கும் போலி மனிதர்களல்லர். அடுத்த முறை நிறையப் பேசலாம். சங்கத்தின் நோக்கங்கள், செயல்பாடுகள் குறித்த படிவத்தினை, நிர்வாக அலுவலகத்தில் கேட்டுப் பெற்றதும் நிதானமாகப் படித்துவிட்டு

வா, ஐயமிருந்தால் மூத்த உறுப்பினர்கள் உனக்கு அதற்கான விளக்கத்தை அளிப்பார்கள். நானும் உனக்கு உதவமுடியும். இன்றைக்கு எனக்கு நேரமில்லை.

– மூத்த உறுப்பினர்களில் ஒருசிலரையாவது இன்றைக்குப் பார்க்க முடியுமா?

– முடியாது. நாங்கள் விரும்பினாலும், இரண்டாவது வாழ்க்கையின் பொது விதி நீ கட்டண உறுப்பினராக மாறின பிறகுதான் அதை அனுமதிக்கும். உனக்கு விருப்பமிருந்தால் மாத்தா ஹரி வாழ்ந்த நாடுகள் ஒவ்வொன்றின் பேரிலும், ஒரு தீவு இருக்கு, போய்ப்பாரு. உல்லாச இரயிலொன்று இருக்கிறது, எல்லா தீவுகளையும் சுற்றி வருகிறது. கட்டணம் இரண்டு லிண்டன்டாலர். உன்னிடத்தில் லிண்டன்டாலர் இல்லையெனில் நான் தருகிறேன். அந்த அனுபவங்கள் எப்படி இருந்ததென்று அடுத்தமுறை சொல்லேன். அப்படி இல்லையெனில், ஒவ்வொரு தீவையும் தனியாகவும் சென்று பார்க்கலாம். என்னைக் கேட்டால் அது ரொம்ப த்ரில்லிங்கானது. ஹாலந்து, இந்தோனேசியா, பிரான்ஸ், ஜெர்மன், ஸ்பெயின், இத்தாலின்னு தீவுகள் இருக்கின்றன. நமக்கு நேர் எதிரே தெரிவது இந்தோனேசியா. எங்கே ஆரம்பிக்கப்போற?

– இந்தோனேசியாவிலிருந்தே ஆரம்பிக்கிறேன்.

– தப்பில்லை. நோனா பிறந்தது அங்குதான். முதலில் அதற்கு விஜயம் செய். பிறகு மற்றத்தீவுகளுக்கும் போய்வா. நான் போகணும். வரட்டுமா? அடுத்த முறை சந்திப்போம். சட்டென்று தேவவிரதன் வணங்கி விடைபெற்றான். இவள் தலையாட்டினாள்.

இரண்டு கடல் சங்கமித்திருப்பதுபோல டெலி, பாபுரா நதிகள் கலந்திருந்தன. உடைப்பெடுத்த கடல்போல நீர் சுழித்துக்கொண்டு பாய்கிறது.

குடிசைகள், வயிறுப்பிய விலங்குகள், கவிழ்ந்த நிலையில் மனித உடல்கள், ஒடிந்த கிளைகள், மிலாறுகள், அவற்றுக்கிடையில் இறக்கை பரத்திக்கிடக்கும் பறவைகள், அடைஅடையாய்ச் சிவந்த எறும்புகள், பாம்புகள் எனப்பார்க்க மூச்சே நின்றுவிடும்போல இருக்கிறது. நெஞ்சைப் பொத்திக் கொண்டாள். மார்பு படபடக்கிறது. அழுகிப்போன உடல்களினின்று புறப்பட்ட துர்நாற்றம் காற்றில் கலந்து

மூக்கில் நுழைந்தது, குமட்டிக் கொண்டு வந்தது. மறுகரையில் பார்வையைச் சோர்வுறச் செய்யும் வகையில் நீண்டுகிடக்கும் மலைத்தொடர்கள், மலைத்தொடருக்கு இணையாக நீள்வரிசையில் தென்னைமரங்களும் பாக்குமரங்களும் தோளில் கைபோட்டிருப்பதுபோல வளர்ந்து வழியை அடைத்துக் கொண்டிருக்கின்றன. பெலவான் துறைமுகம், இருளில் மூழ்கிக் கிடக்கிறது. மனிதர் நடமாட்டமின்றி வெறிச்சோடிக் கிடக்கும் சாலை, ஓடுகிறாள். பயம் இருட்டிடமா? அல்லது மழையிடமா? தீர்மானமாகச் சொல்லமுடியவில்லை. இதற்குமுன்பு அப்படி ஓடியதுபோல நினைவில்லை.

– இது மழைக்காலம். நீ மழைக்கடவுளை எழுப்பி இருக்கிறாய், அதன் கோபத்திற்கு உள்ளாகியிருக்கிறாய்.

– நானில்லை.

– இல்லை, அதுதான் உண்மை. எங்கள் வாழ்நாளில், இப்படியொரு மழையை இந்தோனேசியாவில் கண்டதில்லை. வாரத்தின் ஏழு நாட்களும் மழை பெய்கிறது, சிலசமயங்களில் ஒருநாளைக்கு நான்கு அல்லது ஐந்து முறை, சில சமயங்களில் மணிக்கணக்கில். சில சமயங்களில் டெலி, பாபுரா நதிகளை யாரோ ஆகாயத்திற்கும் பூமிக்குமாக திசைதிருப்பியிருப்பது போல மழை கொட்டுகிறது. "ஓடு.. வேகமாய் ஓடு, மேடான் நகரம் நீரில் மூழ்கிப்போவதற்கு முன் தப்பிவிடு." பெண்குரல். திரும்பிப் பார்த்த பொழுது குரலுக்குச் சொந்தக்காரியென்று எவளுமில்லை... மழை உக்கிரத்துடன், காற்றோடு கலந்து முகத்தில் சுளீர் சுளீரென்று விழுந்து தெறிக்கிறது, காலடியில் மண் சொதசொதவென்று இருக்க, புதைந்த காலை எடுக்கிற போதெல்லாம், தனது சக்தியை விரயமாக்கியதில்,களைத்து இருக்கிறாள். நிலவுள்ள வானம். பாழாய்ப்போன மேகங்களுக்கு அடியில் சிக்குண்டு தவிக்கிறது. முதன்முறையாக தூரத்தில் மலைத்தொடரிலிருந்து, பீறிட்டுக் கொண்டு மின்னற் கீற்றுகள், அதன் நொடிநேரப் பிரகாசத்தில் மலை முகட்டில் நின்றபடி, இவளிருந்த திக்கினை நோக்கிப் பெண்மணி ஒருத்தி கையை அசைத்ததுபோலப் பிரமை.

இவளது வேகத்திற்கு ஈடுகொடுத்து, யாரோ பின்னால் ஓடிவருகிறார்கள். மூச்சு இறைக்கிறது. கொஞ்சம் நின்று ஓடினால் தேவலாம். ஓடாதே நில்! சத்தம் இப்போது நெஞ் சிலிருந்து வருகிறது. ஆச்சரியமாயிருக்கிறது. சற்றுமுன்பு

அவளுக்கு வெளியே கேட்ட அதே குரல், அதே தொனி, அதே மொழி.

மனதில் ஏற்பட்ட அச்சத்தை ஒதுக்கிவிட்டுத் திரும்பிப் பார்க்கிறாள், நடுத்தர வயது, மெலிந்த பெண்மணி, வெளுத்த முகத்தில், அடுத்தவர் பார்வையைக் கட்டிப்போடக்கூடிய வசீகரம். இவள் ஊமையாக நிற்கிறாள்.

– நோனா?

– என்னைத் தெரியலை. எங்கே ஓடற? என்னைத்தவிக்கவிட்டு ஓடாதேன்னு எத்தனை முறை சொல்வது? அவன் எப்ப எப்பவென்று இருக்கிறான்.

– யாரு?

– ருடோல்ப். எனது கனவுகளைச் சிதைத்தவன். இப்போ உன்னையும் என்னிடமிருந்து பிரிச்சிடணும்னு கங்கணம் கட்டிக்கொண்டு அலையறான். அதற்கு இடங்கொடுத்திடாதே.

– நீ...

– கங்கைப் புனலில் நீராடி, தலைவாரி, நறுமலர் சூடிக் களங்கமில்லா மாணிக்க நிற நெற்றியில், பவழத்தையொத்த குங்குமம் தரித்து, தூய ஜாவாப் பட்டில் தயாரித்த கெபாயா உடுத்தி, இருகரங்களிலும் வளையல்கள் அசைந்தாட செம்பஞ்சு குழம்பு பூசிய கால்களில் சலங்கைகள் ஒலிக்க வந்திருக்கிற என்னைத் தெரியலை?

– மாத்தா ஹரி?

– பரவாயில்லையே என்னை ஞாபகம் வச்சிருக்கிற.

– ஆனால் நான் நோனா இல்லை.

– இங்கே பொய்பேசக்கூடாது. பயப்படாதே கிட்டே வா. உடம்பு ஏன் இப்படி அனலாகக் கொதிக்கிறது. நெற்றியில் ஏன் இவ்வளவு வேர்க்குது?

சரீரத்தில் பாரமொன்றை வாங்கிக் கொண்டதுபோல இருக்கிறது. பெண்மணியின் சரீரத்துடன், பட்டின் வழவழப்பையும், பாலை மணலின் மிருதுத் தன்மையையும் சேர்ந்தே உணருகிறாள். காலடியில் ஈரமண்ணின் சொதசொதப்பு. உடலுக்குப் பசி, அகோரப்பசி. ஒரு பருக்கையைக்கூட விட்டுவைக்கக்கூடாதென்பதுபோல

கண்கள் அலைகின்றன. கைகள் பரபரக்கின்றன. பெண்மணி சிரிக்கிறாள். அவசரப்படாதே என்கிறாள். ஹரிணியின் தலை பெண்மணியின் மார்பில் புதைகிறது. இதயங்கள் இரண்டும் அதிவேகத்தில் துடிக்கின்றன. எதையோ தொலைத்தவர்கள் போல ஒருவர்மாற்றி ஒருவர் அடுத்தவர் சரீரத்தில் தேடுகின்றனர். இரு உடல்களும் அந்தரத்தில் மிதக்கின்றன. மறுகணம் இவளது உடல் மாத்திரம் நதியில் அடித்துப்போகிறது. சுழலில் சிக்கிக்கொள்கிறாள். ஆழத்துக்கு இழுத்துக்கொண்டு போகிறது. உயிருக்குப் போராடுகிறாள். கரையிலிருந்து கொண்டு அவள் சிரிக்கிறாள். அவளை ஏற்கெனவே கண்டிருக்கிறாள். எங்கு? எப்போது? இவள் ஹரிணி என்பது உறைத்ததும், பதில் கிடைத்தது. அவள்... அப்பெண்மணி எலிஸபெத்.

31

– ஹரிணி..

– யாரு? கமிலி கூப்பிட்டியா?

– பத்து நிமிடமா கத்தறேன். காதில் விழலையா? எந்த உலகத்திலே இருக்க? ஆல்பர்ட்டோ காலையிலேயே இன்னும் நீ வரலையான்னு கேட்டுச் சத்தம் போட்டான். சிரிலிடம், அவனைக் கேட்காமல் உனக்கு லீவு கொடுத்திருக்கக் கூடாது என்று வாதிட்டான். வேலையிலே கவனம் இருக்கட்டும். இவரைக் கொஞ்சம் வெளியில் அனுப்பிட்டு வந்திடறேன். அல்பர்ட்டோவோ, சிரிலோ வந்தா கொஞ்சம் சமாளி. கால் மணி நேரத்துலே வந்திடறேன்.

கமிலியின் மேசைக்கு எதிரே நாற்காலியில் அமர்ந்திருந்த அந்நபர் எழுந்து கொண்டார். அவர்கள் அறையில் மூன்றாவதாக ஒரு நபர் அமர்ந்திருப்பதை ஹரிணி அப்போதுதான் கவனித்தாள். வயது ஐம்பதுக்குக் குறையாமல் இருக்கலாம். தோலின் நிறம் வெள்ளையாக இருந்த போதிலும், தலைமுடியும், உதடுகளும், அவர் கறுப்பரினத்தைச் சேர்ந்தவர் என்று தெரிவித்தது.

– பப்பா, ஹரிணி, என்னுடைய சிநேகிதி. இந்திய வம்சாவளி.

– ஹரிணி, இவர் என்னுடைய அப்பா. கொல்மார்ல இருக்கிறார்.

– ஹரிணியும், புதிய நபரும் பரஸ்பரம் கைகொடுத்துக்கொண்டனர்.

– மத்மசல் ஹரிணி, உன்னை இத்தனை சீக்கிரம் சந்திப்பேன் என்று நினைக்கலை.

– நீங்க...

– என் பேர் பிலிப் பர்தோ, இப்போது ஞாபகம் வருதா? போன வாரத்தில் உனக்குக் கடிதங்கூட எழுதி இருந்தேனே.

– அடடே நீங்கதானா? முடிந்தால் இன்று மாலை இல்லைன்னா, நாளைக்கு இந்தியச் சினேகிதன் ஒருவனோடு உங்களைச் சந்திப்பதாக இருந்தேன். அதற்கு முன்னால உங்களுக்கு டெலிபோன் செய்து அப்பாயின்ட்மென்ட் கேட்கும் எண்ணமும் இருந்தது. எங்க அலுவலகத்திலேயே உங்களைப் பார்ப்பேனென்று நினைக்கலை.

– கமிலியை நேரில் பார்த்தும் பல வருடங்கள் ஆகுது. உண்மையில் ஒரு ஞானஸ்நான ஃபங்ஷனுக்கு ஸ்ட்ராஸ்பூர் வரவேண்டியிருந்தது. அப்படியே இங்கே வந்துட்டுப் போகலாமேன்னு நினைச்சேன். இன்றைக்கு எத்தனை மணிக்கு கொல்மார் திரும்புவேனென்று தெரியாது. முடிஞ்சா நாளைக்கு வரப் பாரேன். கமிலி! என்னை வழி அனுப்பவெல்லாம் வரவேண்டாம். நான் கிளம்பறேன்.

பிலிப்பர்தோ தள்ளு கதவைத் திறந்துகொண்டு வெளியேறும்வரை ஹரிணியும், கமிலியும் அமைதியாய் இருந்தார்கள்.

– பிலிப் பர்தோ உன்னுடைய அப்பாவா இருப்பாரென்று நான் எதிர்பார்க்கலை.

– அவர் உனக்கு ஏற்கெனவே அறிமுகமானவராக இருப்பாரென்று நானும் நினைக்கலை.

– அது சரி நீ தப்பா நினைக்கலைன்னா ஒன்று கேட்கலாமா?

– என்ன கேட்கப்போறே? உண்மையில் எனக்கு எத்தனை அப்பாக்கள் என்று தெரிஞ்சுக்கணும். அதுதானே உன் கேள்வி.

– ஆமாம். என்னுடைய கணக்குப்படி இவர் மூன்றாவதுன்னு நினைக்கிறேன். இதற்கு முன்னாலே வெவ்வேறு சந்தர்ப்பங்களில் வேறு ஒருத்தரை அப்படி அறிமுகப்படுத்தினதா ஞாபகம்.

– எங்க வீட்டுக்கு வந்தால் இன்னொருவரை அறிமுகப்படுத்துவேன்.

– தலையைச் சுத்துது. உன்னுடைய அப்பார்ட்மென்ட்லே தனியாத்தானே உன்னைப் பார்த்திருக்கேன்?

– ஆமாம். அவர் உயிரோடு இல்லை. நீ பார்த்திருக்க சந்தர்ப்பமில்லை. எங்க குடும்பப் போட்டோவிலே

இருக்கிற அப்பா, முதல் மனைவி இருக்க அம்மாவைத் திருமணம் செய்துகொண்டவர், அரசாங்க ஆவணங்களில் அப்பாவா இருக்கிறார். அவர் இறந்த பிறகு அம்மா எங்களுக்குப் பிரச்சினைகள்னு வந்தபோதெல்லாம் என்னை அழைத்துக்கொண்டு போய், இவள் உங்களுக்குப் பிறந்த பெண், நீங்கதான் ஏதாவது அவளுக்குச் செய்யணுமென்று, ஒன்றிரண்டு நபர்கள் முன்னால் கண்ணைக் கசக்கி யிருக்கிறாள். அவர்களும் கேள்விகேட்பதில்லை. நம்பினார்கள். பலமுறை அம்மாவைக் கேட்டுப் பார்த்துட்டேன். என்னாலே எதையும் உறுதியா சொல்ல முடியலைன்னு சொல்கிறபோது, அவமேலே கோபம் கொள்வதா, பரிதாபப்படுவதான்னு தெரியலை.

– இப்போதுதான் வேறு வழிகளெல்லாம் இருக்கிறதே. உண்மையை தெரிஞ்சுக்க விருப்பமில்லையா?

– தெரிஞ்சு என்ன செய்யப்போறேன்?

– ஒரு நாளைக்கு உயிரோடு இருக்கிற அப்பாக்கள் இரண்டு பேரையும் ஒன்றாச் சந்திக்கப்போறே..

– இரண்டுபேரும் இந்த ஊரில் இருக்கிறபோதே அப்படியொரு சந்தர்ப்பம் ஏற்படட்டதில்லை. இப்போது ஒருத்தர் கொல்மார்ல இருக்கார். இன்னொருத்தர் பாரீஸுல இருக்கார். என்னுடைய வளர்ச்சிக்கு இரண்டு பேரோட பணமும் உதவி இருக்கு என்பதால அவங்களை நான் இன்னும் மறக்கலை. சந்திக்க நேரும்போது, அவர்களோட சில நேரங்களில் ரெஸ்ட்டாரெண்டுக்குப் போறேன், ஸ்ஸ். அல்பர்ட்டோ வந்திருக்கான்.

– மத்மசல் ஹரிணி... கமிலி இரண்டு பேரும், மீட்டிங் ஹாலுக்கு வாங்க.

– அவசரமா?

– ஆமாம் அவசரம். உடனே வரணும், சொன்னவன் விடுவிடுவென வெளியேறி மறைந்தான்.

– கமிலி, என்ன மூடுல இருக்கான். முகத்தை என்னவோ உர்ன்னு வச்சிருக்கான்.

– அவனுக்குச் சந்தோஷம் துக்கம் இரண்டுமே ஒண்ணுதான். இரண்டுக்கும் ஒரே முகம். காலையிலே உன்னை இரண்டு முறை தேடிட்டான். இப்போ என்னையும் கூப்பிட்டிருக்கான். சரி கிளம்பு என்னன்னு பார்த்துட்டு வந்திடுவோம்.

இருவரும் தங்கள் அலுவலக அறையினின்று வெளிப்பட்டு, ஹாலை இணைக்கிற பொதுவழிக்கு வந்திருந்தார்கள். மீட்டிங் ஹாலுக்குச்செல்ல பிரதான வாயிலைக் கடந்து செல்லவேண்டும். பிரதான வாயிலை ஒட்டியிருந்த ரிஷப்ஷனிஸ்டு டெஸ்க் ஆளில்லாமல் இருந்தது. ஜெனிஃபர் இல்லாதது ஆச்சரியம். வெளியிலிருந்து வருகிற வாடிக்கையாளர்கள், பார்வையாளர்களுக்கென்று போட்டிருந்த நாற்காலிகள் காலியாக இருந்தன. எதிரிலிருந்த குட்டை மேசையில் நைந்துபோன வார இதழ்கள் சிதறிக் கிடந்தன. ஹரிணியும், கமிலியும் பொதுவழியில் தொடர்ந்து நடந்தபோது, வலத்திலும், இடத்திலுமிருந்த பிற அறைகளிலிருந்தும் மற்றவர்களும் வெளிப்பட்டு ஹாலைநோக்கி நடக்கிறார்கள். அவர்களைத் தொடர்ந்துசென்ற தோழியர் இருவரும் ஹாலுக்குள் நுழைந்திருந்தார்கள். க்ரீம் வண்ணத்திலிருந்த சுவர், அதற்குப் பொருத்தமாகச் சன்னல்கள், உட் கூரையில் பொருத்தப்பட்டிருந்த மின் விளக்குகள் உமிழும் பிரகாசமான ஒளி, சுவர் வண்ணத்தில் கலந்து வித்தியாசமானதொரு ஒளிக்கலவையில் ஹாலை வைத்திருந்தது. சிரில், டேனியல், தாவீத், அல்பர்ட்டோ என்று பெரியதலைகள் நடுவில் நின்றிருக்க அவர்களைச் சுற்றிலும் மற்றவர்கள். ஊழியர்களில் பலரும் இயல்பாகவோ, செயற்கையாகவோ மகிழ்ச்சியை வெளிப்படுத்திக்கொண்டிருக்கிறார்கள். ஜெனிஃபர் ஷாம்பெய்ன் பாட்டில்களை எடுத்துக்கொடுக்க உடைக்கப்படுகின்றன, கோப்பைகள் நிரப்பப்படுகின்றன. தொடர்ந்து டிங்... டிங்...டிங்கென்ற ஓசைகள், மகிழ்ச்சியை வெளிப்படுத்தும் குரல்கள். மாதத்திற்கு ஒருமுறை நடப்பதுதான். 'டிராக்குலா. காம்' நிறுவனத்தில் தவறாமல் ஏற்பாடு செய்யப்படுகிற கொண்டாட்டம். பிரான்சு டிஜிட்டல் கம்யூனிகேஷன்ஸ் நிறுவனத்துடன் செய்துகொண்ட 150000 யூரோவுக்கான ஒப்பந்தத்திற்காக இருக்கலாம். பக்கத்தில் நின்றிருந்த இன்னொரு பெண்ணைக் கேட்டாள். உண்மைதான் சித்தமுன்னே சிரில் பேசினான். இந்த வருடம் கிறிஸ்துமஸ் பண்டிகைக்கு நம்ம எல்லோருக்கும் பரிசுகள் காத்திருக்கிறதாம். நிறையக் கொடுக்கலாம். தொடர்ந்து ஐந்து ஆண்டுகளாக கம்பெனியின் நிகரலாபம் மேல் நோக்கி ஊர்ந்துகொண்டிருக்கிறது. கடந்த மூன்று ஆண்டுகளில் டர்னோவர் 70 மில்லியனிலிருந்து 525 மில்லியன் யூரோ என்று அக்கவுன்டென்ட் கிறிஸ்டினா சொல்லியிருந்தாள். மேற்தளத்தில், டெல் நிறுவனம் அமைத்துக்கொடுத்திருந்த

செர்வர்கள் எண்ணிக்கை போதவில்லை என்று சொல்லி கொள்கிறார்கள், இருநூறு செர்வர்களையாவது கூடுதலாகச் சேர்க்க வேண்டுமாம். தரவுகள் 20 டிகிரி வெப்ப அளவீட்டில், கடுமையான பாதுகாப்பின்கீழ் இருக்கின்றன. தளத்தின் அளவை இரட்டிப்பாக்க வேண்டும். அல்லது அத்தனை செர்வர்களையும் இடம் மாற்றவேண்டும்.

– கொஞ்சம் அமைதியாய் இருக்கமுடியுமா? ஹரிணி கொஞ்சம் எல்லாருக்கும் முன்னால இங்கே வந்து நில்லு – சிரில்.

தன் சம்பந்தப்பட்ட ஏதோ ஒன்றை அறிவிக்க இருக்கிறான். அது நல்லதற்கா கெட்டதற்கா என்று யோசிக்கிறாள். தயங்கி நின்றவளை, கமிலி முன்னால் தள்ளினாள். ‘என்ன யோசனை, போயேன்’ – ஹரிணி அருகில் வந்ததும், சிரிலுடைய கை முன்னால் நீண்டது. இருவரும் கைகுலுக்கிக் கொண்டார்கள், தொடர்ந்து தோளைப்பிடித்து இரு கன்னங்களிலும் முத்தமிட்டான். மேசைமீதிருந்த பூங்கொத்தொன்றை கையிற் திணித்தான்.

– ஞாபகமிருக்கா, பிரான்சு டிஜிட்டல் கார்ப்பரேஷன் ஒப்பந்தத்தை நீதான் தயாரித்தாய். தவிர, கூடிய சீக்கிரம் நம்ம கம்பெனிக்கு நிறைய புரொகிராமர்கள் இந்தியாவிலிருந்து வர இருக்காங்க. எனவே உன்னை அனாலிஸ்ட்டாக ஆக்குவதென்று தீர்மானிச்சிருக்கோம். மகிழ்ச்சியா?

சுற்றி இருந்தவர்கள் கைதட்டினார்கள்.

– ஆக ஹரிணிக்காக ஒருமுறை சந்தோஷமாக ஷாம்பெய்ன் எடுப்போம்.

மீண்டும் கோப்பையை உயர்த்தினான். மறுபடியும் அங்கு கோப்பைகள் சிணுங்கின. சிரில், அல்பர்ட்டோ என நன்றியைத் தனித்தனியாக பிரெஞ்சில் தெரிவித்துவிட்டு, தனது கோப்பையுடன் ஹரிணி கமிலியை நோக்கிச் செல்ல, சிரில் ஓடிவந்தான்.

– ஹரிணி இன்றைக்கு மாலை என்னுடைய அப்பார்ட்மென்ட்டுக்கு வறே.

– மன்னிக்கணும் சிரில். எனக்கென்று திட்டங்கள் இருக்காதா. நாளைக்கு கொல்மார்வரைக்கும் போகணுமென்று லீவ் கேட்டிருந்தேனே ஞாபகமில்லை?

– நீ முன்னப்போல இல்லை. அடிக்கடி ஆபீஸுக்கும் மட்டம்போடற. அல்பெர்ட்டோவை எப்படிச் சமாதானப்படுத்தறதுன்னு தெரியலை. இந்த லட்சணத்தில் உன்னை அனாலிஸ்ட்டா வேற புரோமோட் செஞ்சிருக்கிறேன்.

– ப்ளீஸ் சிரில்! கம்பெனி வெற்றியிலே சந்தோஷமா இருக்கிறப்போ தேவையில்லாம, மனசைக் குழப்பிக்காதே. என்னை அனாலிஸ்ட்டா மாத்தினது நிர்வாக கமிட்டியின் முடிவுப்படிதானே? நீயும் அதிலே ஒருத்தன். அப்பதவிக்கு ஏற்றவளா நான் இருப்பேன். போதுமா? இனி முன்ன மாதிரி நீ கூப்பிட்டால் போதுமென்று வந்து படுக்க நானும் தயாரில்லை. இரண்டுபேரும் ஒரு நாளைக்கு உட்கார்ந்து நிதானமாகப் பேசுவோம். இப்ப எல்லோரும் நம்மையே பார்க்கிறாங்க. நான் புறப்படறேன்.

– ஓகே... ஓகே. எதற்காகச் சத்தம்போட்டுப் பேசற? என்னுடைய அப்பார்ட்மென்டுக்கு கூப்பிட்டதற்கு வேறு காரணமிருக்கு. நம்ம கம்பெனியோடு சேர்ந்து வேலை செய்யணுமென்று ஓர் இந்தியக் கம்பெனி துடிக்குது. உலக அளவிலே வேகமா வளர்ந்து வர கம்பெனி. அவங்களோட சேர்ந்தா நம்ம கம்பெனியின் எதிர்காலமும் நல்லா இருக்கும்னு நினைக்கிறேன்.

– அதை ஏன் எங்கிட்டே சொல்ற? நம்ம கம்பெனி போர்டு முடிவெடுக்க வேண்டிய விஷயம்.

– அதற்கு இடைத் தரகரா இருக்கிற ஆளின் எதிர்பார்ப்பு வேற மாதிரியா இருக்கு. பைத்தியக்காரன்.

– பெண்கள் கேட்கிறானா? அதாவது இந்திய வம்சாவளிப்பெண்கள், சரியா?

– எதுவுமில்லை, கேட்டிருந்தால் ஏற்பாடு பண்ணிடலாம். ஒன்றிரண்டு இலட்சம் யூரோ பணமாகக் கேட்டால்கூட கொடுத்திடலாம். இப்படிப்பட்ட செலவுகளுக்கென்றே, நம்ம கம்பெனியில் தனி அக்கவுண்ட் இருக்கிறது.

– வேறென்னதான் கேட்கிறான்? புதிர்போடாமச் சொல்லு.

– மாத்தா ஹரியோட மண்டையோட்டைப் பத்தின தகவல் வேணுமாம். உனக்குத் தெரியும் என்கிறான்.

32

பெண்: கண்களை இமைக்க மறந்து, வாய் பிளந்து, கைதட்டலை நிறுத்த மறந்தவர்களாய் என்னைச் சுற்றிலும் ராணுவ அதிகாரிகள், அரசாங்கத்தின் மூத்த நிர்வாகிகள், கலை உலகத்தோடு தொடர்பு கொண்டவர்கள், பத்திரிகையாளர்களென நெருக்கியடித்துக் கொண்டு ஆண்கள் கூட்டம். ஆனா தனித்து ஒரு ஓரமாக நிற்கும் அவன் எனக்கு வித்தியாசமாகத் தெரிகிறான். மேற்கத்திய ஐரோப்பியர்களுக்கான உடலல்ல, கடுமையான குளிருக்குப்பழகிய வெளுத்த உடல்.

டாக்டர் பிலிப் பர்தோ : யார் அந்த 'அவன்?'

பெண்: வெகு நாட்களுக்குப் பிறகு எனது மனதைக் கொள்ளை கொண்ட ஒருவன், ரஷ்யாவைச் சேர்ந்த இளம் ராணுவ அதிகாரி.

பிலிப் பர்தோ: ரஷ்யாவைச் சேர்ந்தவனா? அழகான வாலிபனா?

பெண்: ஆம் நல்ல அழகன், அவனை விரும்புகிறேன். அவனை மணம் செய்து கொள்ள வேண்டும், அவன் அணைப்பில் எனது கடந்த காலங்கள் மறக்கப்படவேண்டும். பாரீஸ் நகரத்தின் வெளிச் சத்திலிருந்து விலகி, இருளில் மூழ்கவேண்டும். உடைந்து சில்லு களான எனது அசல் வாழ்க்கையை எடுத்து அதனதன் இடத்தில் வைக்க வேண்டும்.

பிலிப் பர்தோ: இன்னும் அங்கேதான் நிற்கிறானா?

பெண்: இல்லை இப்போது படுத்திருக்கிறான். மருத்துவமனைக் கட்டில் போலத் தெரிகிறது.

- பிலிப்: உனது கணவன் என்று சொல்.

பெண்: இல்லை, எனக்கும் அவனுக்கும் திருமணம் நடக்கவில்லை. ஆனால் அவன் தலையில் இல்லை இல்லை, கண்களில் கட்டுப் போடப்பட்டிருக்கிறது. இதை நான் எதிர்பார்க்கவில்லை - எனது உடல் நடுங்குகிறது. கையில் வைத்திருந்த பூங்கொத்து நழுவித் தரையில் விழ, அருகில் நின்றிருந்த மடத்துப் பெண்மணி ஒருத்தி அதனை எடுத்து மீண்டும் எனது கைகளில் சேர்க்கிறாள்.

பிலிப்: பிறகு?

பெண்: வாய் திறந்து அன்பே மாஸ்லோஃப்! என அழைக்கிறேன். படுத்திருந்தவன், என் குரலால் உந்தப்பட்டு எழுந்து உட்காருகிறான். மாத்தா.... அன்பே நீயா வந்திருக்கிறாய்? திரும்பத் திரும்ப அவன் குரல் எனது காதில் ஒலிக்கிறது. கையிலிருந்த பூங்கொத்தை அவன் கைகளிற் சேர்க்கிறேன். நன்றி என்றவனிடமிருந்து பூங்கொத்தை, மடத்துப் பெண்மணி பெற்று, மேசையிலிருந்த கண்ணாடிக் குடுவையில் வைக்கிறாள். இளைஞன் எனது இருகைகளையும் சட்டென்று பற்றிக்கொள்கிறான். முத்தமிடுகிறான். அவனது உடலினின்று வெளிப்பட்ட சைபீரியக் குளிர் உக்கிரத்துடன் எனது இதயத்தை முட்டுகிறது. அதைத் தடுக்க நினைத்தவள் போல என் மார்போடு சேர்த்து அவனை அணைத்துக்கொள்கிறேன். ஆனால் அடுத்து என்ன நடக்கிறது... திபு திபுவென்று பூட்ஸ் அணிந்த கால்கள் என்னைச் சூழ்ந்து கொள்கின்றன.

- அதன் பிறகு பவானி மூர்ச்சையாகிப்போகிறாள். எனது கபினே (cabinet), சீரான வெப்ப நிலையில் இருந்தபோதிலும், அவள் வியர்வையில் நனைந்திருந்தாள். பவானியை மாத்தா ஹரியாக நானும் நம்பத் தொடங்கியது அன்றுதான்.

காலை மணி பத்து. நோயாளிகளைச் சந்திக்கும் அறை. டாக்டர் பிலிப் பர்தோவும், ஹரிணியும் எதிரெதிரே உட்கார்ந்திருந்தார்கள். இருவரையும் அறிமுகப்படுத்த வேண்டிய அவசியமில்லை. பர்தோ, வீட்டின் மேற்தளத்தினைச் சொந்த உபயோகத்திற்கும், கீழ்ப்பகுதியை – தொண்ணூறிலிருந்து நூறு சதுரமீட்டர்கள் இருக்கலாம், பார்க்க விசாலமானதாகத்தான் இருக்கிறது – தனது மருத்துவப் பணிக்கென்றும் உபயோகித்துவந்தார். பணிக்கான அறை மூன்று பக்கம் சுவரும், ஒரு பக்கம் முழுக்க தடித்த கண்ணாடியாலும் மூடப்பட்டிருக்கிறது. கண்ணாடியின் ஊடாக மறுபக்கம் அன்றாடப் பராமரிப்பில் முன் வரிசையில்

பூஞ்செடிகள். நவம்பர் மாதத்திலும் ஒன்றிரண்டு செடிகள் கொத்துக்கொத்தாய்ப் பூத்து வாடாமலிருக்கின்றன. பூங்காவில் பின் வரிசையில் இலையுதிர்காலத்தை அறிவிக்கும் பழுத்த இலைகளோடு கூடிய மரங்கள், அவற்றினடியில் குவிந்துகிடக்கும் சருகுகள், புதர்போல மண்டிக்கிடக்கும் வளர்ந்த புற்கள். அவற்றை விலக்கிக்கொண்டு குன்றுகள் போல பெரிய பெரிய பாறாங் கற்கள், அவைகளில் இறைந்து கிடந்த தானியங்களைக் கொத்தியபடி குருவிகள், மேகங்களின் தயவில் காட்சிக்கு உட்படும் வானம், வழக்கத்திற்கு மாறாக நவம்பர் மாதத்தில் கண்களைக் கூசச் செய்வதுபோல சூரியன் வெளியை ஆக்ரமித்துக்கொண்டிருக்கிறான்.

– மத்மசல் ஹரிணி என்ன பார்க்கிற?

– மனப் பிரச்சினைன்னு வருகிறவர்களுக்கு ஏற்ற இடம்தான். நீங்க குணப்படுத்தணுங்கிற அவசியங்களெல்லாம் இல்லை. கண்ணாடிக்கு மறுபக்கம் விரியும் இக்காட்சிகளைப் பார்த்துக்கொண்டிருந்தாலேகூட போதுமென்று நினைக்கிறேன்.

– உண்மையில் அர்த்தமற்ற நமது பல செயல்பாடுகளுக்குப் பல நூற்றாண்டுகளைக் கடந்த காரணங்கள் இருக்கின்றன. எனவே ஆழ்மனதைத் திறந்து பார்த்தாலே போதும், பாதி நிவாரணம் தேடியது போல. இந்தியச் சினேகிதன் ஒருவரோட வருவதாகச் சொன்னாயே?

– அவன் திடீர்னு பாரீஸ் புறப்பட்டுப் போயிட்டான். இன்னொருமுறை உங்களுக்கு அறிமுகப்படுத்தி வைக்கிறேன். கமிலி உங்களுக்கு போன்சூர் சொல்லச் சொன்னாள். சொல்ல மறந்துவிட்டேன். இங்கே குடும்பத்தோடதான் இருக்கீங்களா?

– இல்லை, தனிக்கட்டை நிம்மதியாய் இருக்கேன். குடும்பம், பிள்ளைகள்னு பிடுங்கல்களில்லாமல் இருக்கிறேன்.

– அம்மாவைப் பத்தி உங்களுக்கு என்ன தெரியும்? நானே கேட்கட்டுமா, இல்லை உங்களுக்குத் தெரிஞ்சதை எனக்குச் சொல்றீங்களா?

– நீ கேட்கவேண்டியதைக் கேளு, உனது கேள்விகளைத் தாண்டிக் கூடுதலா ஏதாச்சும் சொல்லவேணுமென்று தோன்றினால், பார்க்கலாம்....

– அம்மாவை முதல் முறை எங்கே சந்திச்சீங்க, உங்க கிளினிக்கிலா?

– இல்லை, அப்போது நான் ஸ்ட்ராஸ்பூர்லே இருந்தேன். 1989ல நடந்தது, டிசம்பர் மாதம். இரண்டாவது சனிக்கிழமை என்று நினைவு. அன்றிரவு வீட்டிற்கு வந்திருந்த எனது சகோதரியை அவளது வீட்டிற்கு அழைத்துப் போகவேண்டும். அவள் நகரத்திலிருந்து தள்ளி ஐம்பது கி. மீட்டர் தொலைவில் ஹக்னோவுக்கு அருகில் ஒரு கிராமத்தில் வசித்துவந்தாள். இரவு பன்னிரண்டுக்கு மேல் ஆகியிருந்தது. அடர்த்தியான பனிமழையில் வீதி தத்தளிக்கிறது. சாலையின் இருபுறமும் காடுபோல மரங்கள். அங்கே இரவு வேளைகளில் சாலையில் நின்றபடி போகிற வருகிற கார்களை மறித்து விபச்சாரத் தொழில் செய்யும் கிழக்கு ஐரோப்பியப் பெண்களைப் பார்க்கலாம். அப்படித்தான் அவளை நினைத்தேன். பனிமூட்டத்தில் சரியாகத் தெரியவில்லை. கார் நெருங்க நெருங்க, இவள் சாலையின் குறுக்கே நிற்கிறாள். அதுவும் சாரியில் நிற்கிறாள். எனக்குத் தூக்கிவாரிப் போட்டது. இங்கே அதுமாதிரியான தொழிலில் சாரி கட்டிய பெண்மணியைச் சந்திச்சதில்லை, அதுவும் குளிரில், கம்பளி ஆடை எதுவுமின்றி... காரைச்சட்டென்று பிரேக்போட்டு நிறுத்தினேன். பனிபெய்த சாலை என்பதால் வழுக்கிக்கொண்டு, நல்லவேளை வேறு வாகனங்கள் இல்லை, அவளை இடித்திடாமல் சாலையில் குறுக்காக முறுக்கிக்கொண்டு எங்கள் கார் நின்றது. சாலையின் குறுக்கே நின்றாளே என்று கோபமிருந்தாலும், குளிரில் கைகளை மார்பின் குறுக்கே வைத்தபடி, நடுங்கிக்கொண்டு அவள் நிற்பதைப் பார்க்கப் பரிதாபமாக இருந்தது. நடுநிசியில், பனிமழையில் நனைந்தபடி முக்காடிட்டிருந்த பவானியின் முகம் மனதில் அழுந்தப் பதிந்திருக்கிறது. இருபது, இருபத்தைந்து வயது மதிக்கக்கூடும். உங்கள் இந்தியச் சினிமாக்களில் வருகிற நடிகைகள்போல இருந்தாள். முகத்தில் இளம் வயது விடைபெற முயல்வது தெரிந்தது. தலைமயிரை முடிந்திருந்த போதிலும், அது கழுத்திற்கும் தோளிற்குமாக இருண்டு கிடந்தது. புடவைத் தலைப்பைத் தலையில் போட்டிருந்தாள். பனியில் நனைந்து, தலையில் ஒட்டாமல் அவ்வப்போது அது காற்றில் விலகுவதும், வலது கை விரல்கள் அதைச் சரி செய்வதுமாக இருக்கின்றன. தோள்களில் இலேசாக நடுக்கம். உதடுகளோடு இணங்கமறுத்த முகவாயில் உதறல். உதடுகளின் அசைவிலிருந்து, அவள் பேச முயற்சிக்கிறாள் என்பது புரிந்தது. மெல்லிய தொனி, பனியில் நனைந்த சொற்களில் விரிசல்கள். குழறிக்கொண்டு வெளிப்பட்ட ஆங்கிலத்தைப் புரிந்துகொள்ளச்

சிரமமாக இருந்தது. என் சகோதரி ஆதரவாகத் தோளைத் தொட்டதுதான் தாமதம், தேம்பித் தேம்பி அழுகிறாள். என் சகோதரி கூடுதலாக அணிந்திருந்த ஆடைகளில் ஒரு ஸ்வெட்டரை அணியச் செய்து அழைத்துச் சென்று காருக்குள் அமர வைத்தோம். நிதானப்படுத்திக்கொள், அழாமல் என்ன நடந்ததென்று சொல். ஒரு சிகரெட் பிடியேன் என்கிறேன். மறுத்தவள், என் சகோதரியிடத்தில் இன்றிரவு உங்களோடு தங்கிக்கொள்ள முடியுமா, விடிந்ததும் புறப்பட்டுவிடுவேன் என்ற அவள் வேண்டுதலில், தப்பானவள் அல்ல என்பது புரிந்தது. அவளை அழைத்துக்கொண்டு எனது சகோதரியின் வீட்டில் விட்டுவிட்டு; எதுவென்றாலும் நாளை பேசிக்கொள்வோம், எனக் கூறிக்கொண்டு நான் புறப்பட்டுவிட்டேன்.

ஆனால் மறுநாள் காலை சொன்னதுபோல சகோதரி வீட்டுக்குப் போக முடியவில்லை. டெலிபோனில் தங்கையிடம் விசாரித்தேன், நிலைமை சீராகி இருந்ததைப் புரிந்துகொண்டேன். மாலை திரும்பிப் போனபோது, சகஜமாக என் தங்கையிடம் உரையாடிக்கொண்டிருந்தாள். நடந்தது இதுதான்: பவானியும், தேவசகாயமும் புதுச்சேரியிலிருந்து சமீபகாலத்தில் பிரான்சுக்கு வந்தவர்கள். ஆரம்பகாலத்தில் உறவினர்கள், நண்பர்களென ஒரு சிலர் வீட்டிலிருந்துவிட்டு, தங்களுக்கென தனியே ஒரு குடியிருப்பு கிடைத்ததும் அதில் குடியேறியவர்களுக்கு வேலை கிடைப்பது அத்தனை சுலபமாக இல்லை. தொண்ணூறுகளின் ஆரம்பத்தில் இந்தியக் கணினி அறிவை இங்கே யாரும் பெரிதாகக் கொண்டாடியதில்லை. தேவசகாயத்தின் கம்ப்யூட்டர் எஞ்சினீயர் பட்டப்படிப்பை, வேலைவாய்ப்பு அலுவலகம் நிராகரித்திருக்கிறது. கொஞ்சம் அடிப்படை அறிவு கொண்டவனாக மட்டும் கணக்கில் கொண்டு அவனுக்குத் தொழிற்கல்வி படிக்க அனுமதி அளித்தவர்கள் அதற்கும் குறைந்தது ஆறுமாதங்கள் காத்திருக்கவேண்டும் என்று சொல்லி இருக்கிறார்கள். ஏதாவது வேலைக்குப் போக வேண்டுமென்று நினைத்தவன், ஆரம்பத்தில் விளம்பர நிறுவனமொன்றில் சேர்ந்து, வீடு வீடாகச் சென்று விளம்பரத்தாள்களைப் போட்டிருக்கிறான். பிறகு இலங்கைத் தமிழரொருவர், அவர் வேலை செய்யும் ரெஸ்ட்டாரெண்ட் ஒன்றில், தட்டுகள் கழுவும் வேலையில் சேர்த்திருக்கிறார். ரெஸ்டாரெண்ட் வேலைநேரம் நமக்குத் தெரியும்தானே? ஒரு நாளைக்கு பத்துமணிநேர வேலை, ஒவ்வொரு நாளும் வேலையிலிருந்து வீட்டிற்குத்

திரும்ப இரவு பன்னிரண்டு, ஒன்று ஆகிவிடும். உங்கள் அப்பா புதுச்சேரியில் கொஞ்சம் வசதியாக வாழ்ந்தவன், அவன் இப்படி கஷ்டப்படுவதைப் பார்க்க பவானிக்கு சகிக்கவில்லை போலிருக்கிறது. நமது ஆங்கில அறிவும் பிரெஞ்சு பாஸ்போர்ட்டும், லண்டன் செல்ல உதவுமே, என்றிருக்கிறாள், அதற்கு அவன் சம்மதிக்கவில்லை. இவளுக்கும் என்ன செய்வதென்று புரியவில்லை. குழந்தையைக் கிரஷ்ஷில் சேர்த்துவிட்டு, இவள் வேலை தேட ஆரம்பித்திருக்கிறாள். பாரீஸில் வேலைதேடிப்போன மாத்தா ஹரிக்கு அவளது அபார அழகு உதவியது போல தனக்கும் தன்னுடைய அழகு உதவுமென்று பவானி நினைத்திருக்கிறாள்.

– எப்படி?

– ஏன் உனக்கு மாத்தா ஹரியைப் பத்தி எதுவும் தெரியாதா?

– சில நேரங்களில் நமக்குத் தெரியாத ஒன்றைத் தெரிந்துகொள்வதைவிட தெரிந்ததைக் குறித்த கூடுதல் தகவல்கள் சுவாரசியமாக இருக்கின்றன. பாரீஸில் என்ன நடந்ததென்று ஓரளவு எனக்கும் தெரியும், எனினும் இந்தப் பிரச்சினையில் உங்கள் பார்வை எப்படி இருக்கிறது என்று தெரிந்து கொள்ளலாமில்லையா?

– 1904ல் என்று நினைக்கிறேன். தனது கணவன் ருடோல்பால் கைவிடப்பட்ட நிலையில் மாத்தா ஹரியை மகிழ்விப்பதற்கு பாரீஸ் நகரத்தில் நீண்ட அகன்ற வீதிகள், அரண்மனைகள், சாரட் வண்டிகள், கலைஞர்கள், கேளிக்கை விடுதிகள் எனப் பல காரணிகள் இருந்தபோதிலும், அதற்குப் பணம் வேண்டுமே, அதைச் சம்பாதிக்க உத்தியோகம் வேண்டுமே. எந்தப் பணிக்கும் உண்டான ஏட்டறிவோ, முன் அனுபவமோ இல்லாத நிலையில் தனது வாளிப்பான சரீரமும், பேரழகும், அதற்கு உதவுமென்று நம்பினாள். ஓவியர் கிய்யொமெ கலைக்கூடத்துக்கு ஒருநாள் செல்கிறாள், “உங்கள் ஓவியத்துக்கு நான் மாடலாக இருக்கலாமா?” என்று அவரிடம் கேட்கிறாள். கிய்யோமே தலைமுதல் பாதம் வரை மாத்தா ஹரியை உற்றுப் பார்த்து விட்டு, பரவசமடைகிறார். மனிதருக்கு, அத்தனை சந்தோஷம். தூரிகையைக் கையிலெடுத்துக்கொண்டு, உடனே ஆடையைக் களையச் சொல்கிறார். மாத்தா ஹரிக்கு அதிர்ச்சி. “எனது தலையை வேண்டுமானால் வரைந்து கொள்ளுங்கள். இந்திய ராணுவத்தில் மேஜராக இருந்து இறந்த ஒருவரின் மனைவி நான்.

எனக்குப் பிள்ளைகள் இருக்கிறார்கள். அவர்களை ஒழுங்குடன் வளர்க்கவேண்டிய கடமைகளெல்லாம் இருக்கின்றன.

நீங்கள் நினைப்பது போல நிர்வாணமாக உங்கள் ஓவியத்துக்காகக்கூட என்னால் மாடலாக நிற்க முடியாது" என்று சத்தம் போட்டுவிட்டு தான் தங்கியிருந்த ஓட்டலுக்குத் திரும்பியவளுக்கு, வாழ்க்கையின் யதார்த்தம் உறைத்தது. தங்கியிருந்த ஓட்டல் அறைக்குப் பணம் கட்ட வேண்டும், சாப்பிட வேண்டும், வேலை தேடி அலைய சாரட் வேண்டும். அதற்குப் பணம் வேண்டும், தனது தோற்றத்தைக் குறைத்து யாரும் மதிப்பிட்டு விடக்கூடாது, கிடைக்கும் பணிக்கு அது தடையாகவும் இருக்கக்கூடாதென்றால், அதன் பராமரிப்பிற்கும் பணம் வேண்டும். மூளை வேறுவிதமாக யோசித்தது. இன்னொரு ஓட்டலில் அறை எடுத்துத் தங்கினாள். இம்முறை அவள் தங்கிய ஓட்டல் பாரீஸில் புகழ்பெற்ற ஒரு ஓட்டல், பதிவு செய்ய அவளுடைய பெயரைக் கேட்டபொழுது, 'லேடி மாக் லியோட்' என்று சொல்லிக்கொண்டாள். ஓட்டலுக்கு வந்திருந்த கனவான்களின் கவனம் இவள் உடலில் படிவதை உணர்ந்தபோது, சந்தோஷமாக இருந்தது. அதை எப்படித் தனக்குச் சாதகமாக்கிக் கொள்வதென்று யோசித்து அவ்வாறே செயல்பட்டாள். கடந்தகால நரகத்திலிருந்து அவளால் மீள முடிந்தது.

– பவானி என்ன செஞ்சாங்க?

– உங்கம்மாவோட நிலைமையும் அதுதான். தனக்கிருந்த ஆங்கில அறிவும், அழகும் ஓட்டல் அல்லது சுற்றுலா துறைகளில் வேலை வாங்கித் தருமென்று நினைத்தாள். அவள் நம்பிக்கை பொய்க்கவில்லை. இரண்டு நட்சத்திர ஓட்டலொன்றில் ரிசப்ஷனிஸ்ட் வேலை கிடைத்தது. தனக்கு உடனடியாக ஒரு நல்ல வேலை கிடைக்காத பொழுது பவானிக்குக் கிடைத்த வேலைக்கு, அவளுடைய ஆங்கில அறிவைவிட அழகே முக்கிய காரணம் என்ற உண்மை தேவசகாயத்திற்குக் கசந்தது. பிரெஞ்சு சமூகம் தன்னை இழிவுபடுத்துகிறது என நினைக்க ஆரம்பித்தான். ஒரு சில நாட்கள் இரவு பத்துமணிவரை பவானி ஓட்டலில் வேலை செய்யவேண்டி யிருந்தது. ஆரம்பத்தில் அமைதியாக ஏற்றுக்கொண்ட தேவசகாயம் நாளடைவில் புழுங்க ஆரம்பித்தான். அடிக்கடி அவளைத் தேடிக்கொண்டு ஓட்டலுக்கு வந்திருக்கிறான்.

அன்றைக்கு இவன்போனபோது, பவானி இருக்கையில் இல்லை. எங்கேயென்று கேட்டிருக்கிறான். அப்போது, பவானியும் ஓட்டல் மேனேஜருமாக அங்கிருந்த ரெஸ்டாரென்டிலிருந்து வெளிப்பட்டிருக்கிறார்கள். இவனுக்குச் சந்தேகம் வந்துவிட்டது. அங்கேயே ரகளை செய்ய ஆரம்பித்துவிட்டான். தரதரவென்று இழுத்துச் சென்று பவானியைக் காரில் ஏற்றியவன், தங்களுடைய அப்பார்ட்மென்ட்டுக்குத் திரும்பாமல், இன்னதிசை என்றில்லாமல் காரை ஓட்டிச் சென்று கடைசியில் விபச்சாரப் பெண்களுக்கு மத்தியில் ஒரு சாலையில் அவளை இறக்கிவிட்டு விட்டு, போயிருக்கிறான்.

– அடுத்து என்ன செய்தீர்கள்?

– இந்த நிலைமையில், மேற்கொண்டு என்ன செய்யலாம்? அரசாங்கத்தின் உதவியை நாடலாமா என்று கேட்கிறேன். பவானிக்கு விருப்பமில்லை. என்னை மீண்டும் எங்கள் வீட்டிலேயே சேர்ப்பித்துவிடுங்கள். நான் சமாளித்துக்கொள்கிறேன், என்றாள். எனக்கும் அதில் உடன்பாடு. மாலை மணி ஐந்தளவில் உங்கள் வீட்டிற்குப் போனதாக ஞாபகம். தேவசகாயம் கதவைத் திறந்தான், அவன் முகத்தில் பதட்டம் தெரிந்தது. மிகவும் பயந்திருந்தான். எங்கள் இருவரையும் பார்த்துவிட்டு ஒதுங்கி வழிவிட்டான். நீ விளையாடிக்கொண்டிருக்கிறாய். உன்னை முதலில் அன்றைக்குத்தான் பார்த்தேன். என்னை உனக்கு நினைவிருக்கிறதா. இருக்காது, நினைவுபடுத்தக்கூடிய வயதிலும் நீ இல்லை. பவானி என் பக்கம் திரும்பி, உள்ளே வாங்க உட்காருங்க, என்கிறாள். நான் நிலைமையைப் புரிந்துகொண்டு, புறப்படலாம் என்று நினைக்கிறேன். ஆனால் மீண்டும் ஏதேனும் விபரீதம் நடந்துவிடுமோ என்ற அச்சம்; பவானி அவனை எப்படிச் சமாளிப்பாள் என்று மனதிற்குள் கேள்வி; தயக்கத்துடன் சென்று வரவேற்பறை சோபாவில் அமர்ந்தேன்.

- மிஸியே யாரு? - தேவசகாயம்.

- மன்னிக்கணும் என்பேரு பிலிப் பர்தோ, டாக்டர். நேற்றிரவு எதிர் பாராதவிதமா உங்கள் மனைவியை சாலையில் பார்க்க நேர்ந்தது.

- நீங்கள் பரிதாபப்பட்டு உங்கள் வீட்டுக்குச் அழைத்து சென்றீர்கள் அப்படித்தானே?

- காவல் நிலையத்திற்குத்தான் அழைத்துச் சென்றிருக்கவேண்டும். உங்கள் மனைவி அதை விரும்பவில்லை, எனது சகோதரி வீட்டில் அவளைத் தங்கவைத்தேன்.

கணத்தில் முகத்தை மாற்றிக்கொள்ளத் தெரிந்திருந்தான். சற்று முன்புவரை அவனது கண்களில் தெரிந்த அலட்சியம், குரலில் வெளிப்பட்ட கசப்பு. பாம்பினைப்போல நழுவி சட்டெனப் பதுங்கிக்கொண்டது. மாறாகக் கையும் களவுமாகப் பிடிபட்டகள்வர்களின் வழக்கமான கடைசி உத்தி அவன் பேச்சிலும் வெளிப்படுகிறது.

- மிஸியே பிலிப் என்னை மன்னிச்சிடுங்க. ஏதோ ஒரு வேகத்துலே அப்படி நடந்து கொண்டேன். பெரிய உதவி பண்ணியிருக்கீங்க. பவானி ரொம்ப நல்லவ. என்னுடைய நிலைமையை நீங்க புரிஞ்சுக் கணும். நிறைய எதிர்பார்ப்புடன் பிரான்சுக்கு வந்தேன், மிஞ்சினது ஏமாற்றம். கடந்த ஒரு சில மாதங்களில் எனக்கு இழைக்கப்பட்ட கொடுமைகள் அப்படி. நிறவெறியை அன்றாட வாழ்க்கையில் நிறையப் பார்க்கிறேன்.

- அந்தக் கோபத்தை உங்க மனைவிமேல காட்டறீங்க.

- தப்புதான், புரியுது. இனி கூடாதுன்னு நினைக்கிறேன். முடியவை எத்தனை முறை அவமானப்படுவது? நீங்க கொஞ்சம் பரவாயில்லை. உங்க நிறத்துக்குப் பிரச்சினைகளில்லை.

- நீங்க நினைக்கிற மாதிரி இல்லை. எனக்குப் பிரச்சினைகள் குறை வென்று வேண்டுமானால் சொல்லலாம்.

- உங்களுக்குச் சொந்த ஊரு?

- மர்த்தினிக். இந்தியாவுக்கு லட்சத்தீவு, அந்தமான் நிக்கோபார் தீவுகள் இருப்பது மாதிரி, இந்தியப் பெருங்கடலில் பிரெஞ்சு நிர்வாகத்தின் கீழ் நாங்கள் இருக்கிறோம். அந்தத் தீவு மக்களை இந்திய அரசாங்கம் எப்படி நடத்துதுன்னு எனக்குத் தெரியாது, ஆனால் எங்கள் தீவுகளில், நிலைமை வேற. பிரதான பிரெஞ்சு தேசத்து மாநிலங்களின் வளர்ச்சி அங்கே இல்லை என்பதும் தெளிவு. ஆனால் இதற்கெல்லாம் பிரெஞ்சு அரசாங்கத்தையோ, ஐரோப்பிய மக்களை மாத்திரம் குற்றம் சொல்வதை என்னால் ஏற்றுக்கொள்ள முடியாது. உங்கள் வருத்தம் எனக்குப் புரியுது. அதற்காகக் கோபத்தை உங்கள் மனைவி மீது காட்டுவதும் சரியல்ல, கொஞ்சம் யோசித்துப் பாருங்கள், இரவு பன்னிரண்டு மணிக்கு மேல், தன்னந்தனியே ஒரு பெண்மணியைச் சாலையில் இறக்கி விட்டுவிட்டுவருவது எத்தனை கொடூரமானது. ம்... முதலில் உங்கள் மனைவியைச் சமாதானப்படுத்தப் பாருங்கள்.

– உங்கள் அம்மா அதாவது பவானி காப்பி கலக்கிக் கொண்டுவந்தாள். தேவசகாயமும் காப்பியைக் குடித்துவிட்டுப் புறப்படலாமே என்று வற்புறுத்தினான். அவனிடம் இன்னொருமுறை கலகலப்பாக நாம் மூவரும் உரையாடுகிறபோது காப்பியைக் குடிக்கிறேன் என்று சொல்லிக்கொண்டு புறப்பட்டுவிட்டேன்.

– பிரான்சில் உள்ள நிறவேற்றுமை, அன்னியர்கள் மீதான கசப்பு எதுவும் உங்களை அதிகம் பாதித்ததில்லை என நினைக்கிறேன். மற்ற ஐரோப்பிய நாடுகள் போலவே இங்கேயும் நிறவெறி இருப்பதை மறுக்கவா முடியும்.

– இல்லன்னு சொல்லலை. பிரான்ஸ் என்று இல்லை, கடந்த ஐம்பது ஆண்டுகளாக ஐரோப்பாவின் நிலைமை இதுதான். ஒரு நாடு, ஒத்த மனிதர்கள் என்ற புவியியல் அடிப்படையிலான பண்புகள் சிதைந்து இங்கே வெகுகாலமாயிற்று. நிறம், மதம், மொழி, எனத் திரிந்த ஒரு புதுக் கலவையில், பன்முகங்கொண்ட ஒரு புதிய ஐரோப்பாவை இன்றைக்குப் பார்க்கிறோம். நேற்றுவரை நான் கண்ணாடியில் பார்த்துப் பழகிய முகத்தை திடீரென்று ஒருநாள், நீண்ட மூக்கு, தடித்த உதடுகள், மொச்சையாய் சுருங்கிப்போன கண்கள், நீண்டு வளர்ந்த கூந்தல் என்ற நானற்ற முகமாகப் பார்க்க எனக்குக் குமட்டிக்கொண்டுவருகிறது. துருக்கியரின் கெபாபும், சீனர் சூப்பும், இந்தியர்களின் மசாலாவும் எப்போதாவது ஒருமுறை ருசிக்கக் கூடும். ஆனால் வீதியில் நடக்கிறபோதெல்லாம் அவற்றின் மணமென்றால் மூக்கைப் பிடித்துக்கொள்வோமா இல்லையா? ஐரோப்பியர், தங்கள் அடையாளம் தேய்வது குறித்த நியாயமான கவலைகளையும் புரிந்துகொள்ளவேண்டும். தத்தெடுத்த பிள்ளைமீது தாய் அதிக அக்கறை கொண்டிருக்கிறாளோ என்று சந்தேகிக்கிற சொந்தப் பிள்ளையின் வருத்தங்களும் பரிசீலிக்கப்படவேண்டியவை.

– அப்படிப்பார்த்தால் நீங்கள், நான் உட்பட இன்றைக்கு இங்குள்ள சிறுபான்மை மக்கள் அனைவருமே தத்தெடுக்கப்பட்ட பிள்ளைகள்தான். சொந்தப் பிள்ளைகளுக்கு நிகராகத் தத்தெடுக்கப்பட்ட பிள்ளைகளும் நடத்தப்படவேண்டுமென்கிற நமது எதிர்பார்ப்பில் தவறேதுமில்லையே. இவர்கள் மதிக்கும் சட்டமும் அதைத்தானே வலியுறுத்துகிறது. அதற்கான மனமில்லையென்றால், தத்தெடுத்திருக்க வேண்டாமே. வீட்டைக் கூட்டவும் பெருக்கவுமே உன்னைத் தத்து

எடுத்தோம், எனக்கிணையாக உன்னை நாற்காலியில் உட்காரவைப்பதற்கில்லை என்கிற காலனீய கால குரூரமனம் நிறம் மாறாமல் இன்றைக்கும் பிரான்சில் இருக்கிறது. சுதந்திரம், சமத்துவம், சகோதரத்துவம்னு வாய் கிழிய சொல்கிறார்கள், ஆனால் நிஜத்திலே என்ன நடக்கிறது? ஏதோ நம்ம மாதிரி ஒன்றிரண்டு பேருக்கு வேலையும், ஒண்டுவதற்கு இடமும் கொடுக்கப்பட்டிருப்பதாலேயே இங்கே நடப்பதெல்லாம் சரியென்று ஆகிவிடுமா? மக்கள்தொகையில் கிட்டத்தட்ட பதினெட்டு சதவீதமிருக்கும் சிறுபான்மை மக்களுக்கு உரிய பிரதிநிதித்துவம் இங்கே வழங்கப்படவில்லை என்பதுதானே உண்மை.

– கோபப்படும்போது உங்க அப்பா மாதிரியே இருக்கிறே. நீ சொல்வதெல்லாம் உண்மை, எதையும் நான் மறுக்கவில்லை. எனக்குங்கூட அந்த அனுபவமுண்டு. என்னுடைய அம்மா மேற்கிந்தியர் வம்சாவளி, தகப்பனார் துலூஸ் நகரத்தைச் சேர்ந்த ஒரு பிரெஞ்சுக்காரர். கடல் கடந்த மர்த்தினிக் பிரதேசத்தில் இருக்கும்வரை பிரெஞ்சுக்காரனாக இருந்தவன், பிரதான பிரெஞ்சு மண்ணுக்கு வந்தவுடன் என்னை அந்நியனாக உணர்ந்தேன், பிரெஞ்சு பூமிக்கு நான் சொந்தமில்லை என்ற உணர்வு. பிறகு படிப்படியாக அந்த உணர்வை விலக்கிக்கொண்டேன். நாம் ஒன்றைப் புரிந்துகொள்ளவேண்டும், மற்றவர்களைப் பற்றி நாம் ஏன் கவலைப்பட வேண்டும்? நாம் வேறானவர்கள் ஆனாலும் பிரெஞ்சுக்காரர்கள் என்கிற நம்பிக்கை வேண்டும், அதைத்தான் நான் செய்கிறேன். இவர்கள் சட்டத்தை மதிக்கிறவர்கள் என்பது ஆறுதலான விஷயம். நீயோ நானோ களவாய் இங்கே வந்தவர்களல்ல, உரிமைகளோடு வந்தவர்கள். பிறகென்ன கவலை? மர்த்தினிக், ரெயூனியன் போன்ற பிரதேசங்களின் அப்போதைய காலனிகால ஆட்சியை நியாயப்படுத்தி இங்கே 2005ல பாராளுமன்றத்துலே நிறைவேற்றப்பட்ட தீர்மானம் என்னையும் வெகுவாகப் பாதிக்கிறது. ஜெர்மானியர்களின் பிடியில் பிரான்சு இருந்ததை ஆக்ரமிப்பு என்று எழுதும் இவர்கள், இவர்களது காலனிகால ஆட்சியையும் அதே தளத்தில் நிறுத்த மறுப்பதை என்னால் ஏற்றுக்கொள்ள முடியாது. எங்கள் பிரதேசத்தைப் பற்றியும், எங்கள் மக்களைப் பற்றியும் புத்தகமொன்று எழுதத் தீர்மானித்திருக்கிறேன்.

– அப்படியொரு புத்தகம் எழுதத் தூண்டியது எது?

– பவானி. என்னை எழுதத் தூண்டியவள் அவள்தான். 'சிங்கங்களுக்கென வரலாற்றாசிரியர்கள் இல்லாதவரை, வேட்டை பற்றிய வரலாறுகளென்பது, வேட்டைக்காரர்களின் வீரதீரத்தை மெச்சுவதாகவே இருக்கும்' என்ற ஆப்ரிக்க பழமொழியும் காரணம். சிங்கங்கள் தங்கள் வரலாற்றைத் தாங்களே சொல்லவேண்டிய நேரம்.

– அம்மாவை அடிக்கடி சந்திச்சிருக்கீங்க?

– ஆமாம், வாரத்தில் ஒருமுறையாவது பவானியைப் பார்த்தாகணும். பவானி ஓர் அறிவுஜீவி. தேவசகாயத்தை அவள் திருமணம் செய்து கொண்டதை விபத்தென்றுதான் சொல்வேன். தேவசகாயம் அவளுக்குப் பொருத்தமானவனல்ல.

– ஏன், எப்போதாவது பவானி உங்களிடத்தில் அதுபற்றிச் சொல்லி வருந்தினாங்களா?

– இல்லை. தேவசகாயத்தைப் பற்றிய விஷயங்களைச் சாமர்த்தியமாக ஒதுக்கிவிடுவாள். குடும்பப் பிரச்சினைகளையும் கூடுமானவரை என்னிடத்தில் தவிர்த்திருக்கிறாள். இலக்கியம், அரசியல், அவைசார்ந்த கோபம், சந்தோஷம், எரிச்சலென்று மணிக்கணக்கில் உரையாட எங்களுக்கு விஷயங்களிருந்தன. அழகும் அறிவும் சேர்ந்து வாசம் செய்வது வெகு அபூர்வம், அவளிடம் அந்த இரண்டுமிருந்தன. சுவாரஸ்யமான பெண் மணி. அவள் இறந்த செய்தி எனக்குத் தாமதமாகத்தான் மத்மஸெல் எலிஸபெத் மூலம் தெரியவந்தது. தனிப்பட்ட முறையில் பவானியின் அகால மரணம் என்னை மிகவும் பாதித்தது எனலாம். எனக்கேற்பட்ட மிகப்பெரிய இழப்பு.

பிலிப் பர்தோவின் கடைசி வாக்கியம் அடங்கி ஒலித்தது. அவர் கண்களில் நீர் சுரப்பதைக் கண்டாள். ஹரிணி கையிலிருந்த பாக்கெட் கைக்குட்டையிலிருந்து ஒன்றை உருவிக் கொடுத்தாள். கையில் வாங்கிக் கொண்டு நன்றி என்றார். போட்டிருந்த கண்ணாடியைக் கழட்டியவர் கண்களைத் துடைத்துக்கொண்டபின் மீண்டும் அணிந்தார். சிறிது நேரம் கண்ணாடித் தடுப்பின் ஊடாக கவனம் வெளியில் சென்றது. ஹரிணியின் பார்வை அவரைத் தொடர்ந்தது. கொட்டிக்கிடந்த சருகுகளில், ஊமை வெயிலில், 'இளநீல வான்வெளியில், பசுமை மங்கிய புற்தரைகளில் பார்வையை ஓட்டியபின், போதுமென்று தீர்மானித்தவர்போல, இவள் முகத்தில் மீண்டும் தனது பார்வையை நிறுத்தினார்.

– பவானியை நீங்க விரும்பினீங்க இல்லையா?

பிலிப் பர்தோ எழுந்துகொண்டார். மெல்ல நடந்து மீண்டும் கண்ணாடி தடுப்பருகே நின்று வெளியைப் பார்த்தார். இவளிடமிருந்து விடுதலை பெற நினைத்தவர்போல தெரிந்தார் அல்லது ஹரிணி எழுப்பிய கேள்விக்கு பதில் சொல்ல விருப்பமில்லாதவர் என்ற எண்ணத்தை வலியத் திணிப்பவராக இருந்தார். ஹரிணியும் எழுந்துகொண்டாள். உரையாடலில் ஏற்பட்ட வெற்றிடத்தைத் தன் பங்குக்கு நிரப்ப, கவனத்தை அங்கிருந்த புத்தக அலமாரிகளில் செலுத்தினாள். உளவியல் புத்தகங்கள், பிரெஞ்சு, ஆங்கில இலக்கியங்கள், உலகக் காப்பியங்கள் வரிசையில் மகாபாரதத்தையும் இராமாயணத்தையும் பார்க்க முடிந்தது. இவள் கவனத்தைத் துண்டிப்பது போல, பிலிப்பர்தோ இவள் பக்கம் திரும்பி பேசினார்.

– சொன்னது யார் எலிஸபெத்தா? குரல் தடித்திருந்தது. சற்றுமுன்புவரை உரையாடலில் கலந்திருந்த மிருதுத்தன்மையும், ஞானமும் தொலைந்து போனது. நீர்கோர்த்திருந்த கண்கள் உலர்ந்திருந்தன.

– இல்லை அம்மா, அதாவது அம்மாவின் டைரியில் படித்தது.

– வேறு என்ன எழுதியிருந்தாள்?

– இரண்டொருவரிகளில் முடித்துக்கொண்டிருக்கிறார். அதிகமான விபரங்கள் இல்லை.

– இதில் மறைப்பதற்கென்ன இருக்கிறது? நான் விரும்பினேன். அதை பவானியிடம் தெரிவிக்கவும் செய்தேன். அவளுக்கு அதில் விருப்பமில்லை என்கிறபோது நான் வற்புறுத்தவில்லை.

– ஆனால் தொடர்ந்து பவானியைச் சந்தித்து வந்திருக்கிறீர்கள்.

“ஆம். இடையில் என்னால் ஏற்படுத்தப்பட்ட சலசலப்பினால், சிறிதுகாலம் நாங்கள் சந்திக்காமலிருந்தோம். பிறகு நானே அவளைத் தொலைபேசியில் தொடர்பு கொண்டு, பேசினேன். எங்கள் இருவருக்குமான நட்பின் அவசியம் அவளுக்கும் புரிந்தது. தொடர்ந்து சந்தித்தோம்.

– தேவசகாயத்தின் குணம் தெரிந்துமா?

– இக்கேள்வியை நட்பாய் நாங்கள் பழகிய தொடக்க காலத்திலேயே கேட்டுக்கொண்டதுண்டு. பவானி மீது நான்

காதலை வளர்த்துக் கொண்டதற்குக்கூட தேவசகாயத்திடமிருந்து விலக நினைத்தே அவள் என்னிடம் நட்பு வைத்திருக்கிறாள் என்ற தவறான ஊகமாக இருக்கலாம்.

– ஆக அத்தனையும் சகித்துக்கொண்டு தேவசகாயத்தோடு இருந்திருக்கிறாள். அதற்கான காரணம் என்னவாக இருக்குமென்று தோன்றவில்லையா?

– உன்மேலுள்ள பிரியமென்று சொல்லலாமா, இந்தியாவிலிருந்தவரை, பெண்ணியம் பெண்கள் சுதந்திரமென்று வாழ்ந்தவள் இங்கே வந்தபிறகு சராசரி இந்தியப் பெண்ணாக அடையாளப்படுத்திக்கொள்வதில் ஏற்பட்ட விருப்பமா, எதைச் சொல்ல?

– அம்மாவுடைய இறப்பு தற்கொலையாக இருக்காதென்று நினைக்கிறேன் அம்மாவை தேவசகாயம் கொடுமைப்படுத்தினதுக்கு நீங்களெல்லாம் சாட்சிகளாக இருந்திருக்கீங்க. அதுவும் தவிர பவானி மேலே மரியாதையும், அன்பும் வச்சிருந்த நீங்க எதனாலே அவர்கள் இரண்டு பேருக்குமிடையே இருந்த பிரச்சினைகள் பற்றி வாய் திறக்காம இருந்திருக்கீங்க?

– தேவசகாயம் பவானிக்குக் கொடுத்த துன்பங்கள் அவளைத் தற்கொலை செய்துகொள்ளத் தூண்டியதென்று வேண்டுமானால் சொல்லலாம். அப்படித்தான் போலிஸூம் நம்பியது.

– அப்போ நீங்கள் அதைக் கொலையா நினைக்கலை.

– இத்தனை ஆண்டுகளுக்குப் பிறகு அது கொலையா தற்கொலையா என்று விவாதித்து என்ன ஆகப்போகிறது? போலிஸ் அதை தற்கொலையென்றே முடிவு செய்தது. நாங்கள் என்ன செய்ய முடியும்...?

– உங்களுக்கு மாத்தா ஹரி மீதான அபிமானம் எப்படி?

– கட்டாயம் எனது அபிப்ராயத்தைத் தெரிந்து கொள்ள வேண்டுமா? என்னைக் கேட்டால் அவளை ஹீரோயினா கொண்டாடறதுக்கு எந்த முகாந்திரமும் இல்லை. அதற்கான தகுதி மாத்தா ஹரிக்கில்லை. அன்றைய பிரெஞ்சு அரசாங்கம், போரிலே ஏற்பட்ட இழப்புகளால், வெகுஜன ஆதரவை இழந்திருந்தது. பொதுமக்கள் கவனத்தைத் திசைதிருப்ப மாத்தா ஹரி கைதும், தண்டனையும் அவர்களுக்கு உதவியது. பிரிட்டிஷ் வரலாற்றிலே ஒரு மரி ஸ்டூவர்ட் மாதிரி இங்கே இவர்களுக்கு

மாத்தா ஹரி. நியாயமற்று யாரைத் தண்டித்தாலும் தவறுதான். மாத்தா ஹரியுடைய சுயசரிதையைப் படிச்சிருப்பேன்னு நினைக்கிறேன். அன்றைய தேதியில் டச்சு கிழக்கிந்திய காலனித்துவ வாழ்க்கையென்பது, ஆலந்து நாட்டின் பலரின் கனவு. ருடோல்ப் என்றில்லை, இந்தோனேசியாவில் பணிபுரியும் வேறு எந்த ராணுவ அதிகாரி கிடைத்திருந்தாலும் அவனோடு புறப்பட்டுப் போயிருப்பாள். மாத்தா ஹரியின் வாழ்க்கையைப் படித்தால், அவளுக்கு உடற் தேவையைக் காட்டிலும் மனத்தின் தேவை பிரதானமாக இருந்திருக்கிறது. இந்தோனேசியாவில் என்ன நடக்கிறது, அவளுடைய ஆசைகள் கட்டியெழுப்பப்பட்ட வேகத்தில் இடிந்து விழுகின்றன. எந்த அழகு தன்னைச் சிம்மாசனத்தில் உட்காரவைக்கும் என நம்பிக் கொண்டிருந்தாளோ, எந்த அழகு ருடோல்பை மோகம் கொள்ள வைத்ததோ, அந்த அழகிற்கு ருடோல்ப் கதவினை அடைக்கிறான். அவன் நட்சத்திரத்தை நிலவென்று கொண்டாடும் ரகம். உப்பரிகையில், இலவம்பஞ்சிட்ட மெத்தையில் வைத்து நிதானமாய் சம்போகிக்க உகந்த ஐரோப்பிய நிலவின் மேல் அவனுக்குத் தாபம் இல்லை. மாறாகக் கள்வன்போல, பின்னிரவுகளில் ஈச்சம்புதர்களுக்கிடையில் ஊர்ந்து, சரளைக் கற்களில் கால் தேய நடந்து இருள் திணிக்கப்பட்ட மேடான் குடிசைகளில், அணைந்த மண்ணெண்ணெய் விளக்கருகே கற்றாழை மணக்கும் பெண்ணுடல்களோடு, மூச்சு கசிய அவசரமாய் கலவியை முடிக்கிறான். சிதைந்த ஆசைகளை மீட்க நினைக்கிறாள், கங்கைக்கரை இந்து தேவதை என்ற புதிய அவதாரம், புதிய ஜொலிப்பு, புதிய ஒளிவட்டம் அவள் உடலில் உட்கார்ந்து கொள்கிறது. அது தரும் போதைக்கு பல ருடோல்ப்கள் காலடியில் விழக்கூடும் என நம்புகிறாள். இம்முறை மடமட வென்று வெற்றிகளைக் குவிக்கவேண்டும், கூர் தீட்டப்பட்ட சௌந்தர்யம் திசைகளின்றி சுழல்கிறது, எதிர்ப்படுவதையெல்லாம், சில நேரங்களில் விளையாட்டாயும் வீழ்த்துகிறது. வயது பேதமில்லை, வர்க்கபேதமில்லை, தலைகள் உருளுகின்றன. பிறகு அவள் முறை:

1917ம் ஆண்டு பிப்ரவரி மாதம் 13ந்தேதி....

போலிஸ் கமிஷனர் பிரியோலெ, ஐந்து இன்ஸ்பெக்டர்கள் சூழ ஷான்ஸ் – எலிஸே அவென்யூவிலுள்ள எலிஸே பேலஸுக்கு வருகிறார். அவருடைய கையில் மாத்தா ஹரியைக் கைது செய்வதற்கான உத்தரவு. கதவினைத் தட்டுகிறார். பதிலில்லை.

மூன்றாவது முறை தட்டியபொழுது, கதவை உடனே திறக்கவேண்டும், இல்லையென்றால் உடைத்துக்கொண்டு நுழைவோம், என மிரட்டுகிறார். உள்ளிருந்து ஒரு பெண்மணியின் குரல். – 'பெண்மணியொருத்தியின் படுக்கை அறைக்குள் நுழைவதற்குத் தயக்கமெதுவும் இல்லையெனில் தாராளமாக வரலாம். 'போலிஸ் பட்டாளம் உள்ளே நுழைகிறது. குற்றவியல் நீதிமன்றத்தில் கப்பித்தேன் புஷார்டோன் அலுவலகத்திற்குக் கொண்டு செல்லப்படுகிறாள். விசாரணையின் முடிவில், தனது சொந்த இலாபத்திற்காக எதிரிகளுக்கு உளவு, அவர்களுடன் சேர்ந்து சதி, எனக் குற்றஞ்சாட்டப்பட்டுச் சிறையில் அடைக்கப்படுகிறாள். எட்டு வாரங்கள் விசாரணைக் கைதியாக சேன் லசாரில் சிறைவாசம். எப்பாடுபட்டாவது மாத்தா ஹரியை அவள் வாயால், தான் உளவாளி என்ற உண்மையை வரவழைக்கவேண்டுமென புஷார்டோன் நினைக்கிறான். எந்த பிரெஞ்சுராணுவம், மாத்தா ஹரி தனக்காக ஜெர்மானிய அதிகாரிகளிடம் பழகி ராணுவ ரகசியங்கள் அறியவேண்டும் என்று விரும்பியதோ அதே ராணுவம், அவளை ஜெர்மானியர்களின் உளவாளி என்கிறது. அவர்களுக்குக் கிடைத்த தகவலின்படி ஜெர்மன் ஒற்றர்படையில் பி21, மாத்தா ஹரி. உண்மையா கட்டுக்கதையா? யாருக்குத் தெரியும். ஆரம்பத்தில் சொன்னதுபோல எல்லா நாட்டு ராணுவ அதிகாரிகளோடும் அவளுக்கு அறிமுகமிருந்தது. ஸ்பெயின் நாட்டில் இருந்த பிரான்சு தூதுவரை, மாத்தா ஹரி வழக்கில் சாட்சியாக விசாரித்தபோது, அவளுக்கும் தனக்குமுள்ள நட்பை மறுக்கவில்லை. ஆனால் யுத்தங்கள் குறித்து ஒரு போதும் இருவரும் உரையாடியதில்லை என்றார். பிரிட்டிஷ் ராணுவ கேப்டன் ஒருவன், மாத்தா ஹரி ஜெர்மன் ராணுவ அதிகாரிகளை அறிமுகப்படுத்திக்கொள்ள ஆர்வம் காட்டியதாகக் கூறினான். குற்றவாளிக் கூண்டிலிருந்த மாத்தா ஹரியோ 1916ம் ஆண்டின் ஜெர்மானிய தாக்குதலுக்குத்தான் எந்தவிதத்திலும் உதவவில்லை என்கிறாள். அவள் கணக்கில் செலுத்தப்பட்ட 20000 பிராங், உளவுக்காகப் பெறப்பட்டதல்ல என்று சத்தியம் செய்தாள். இறுதிவரை மாத்தா ஹரியின் காதலனா, உபாசகனா எனப் பிறர் முடிவுக்கு வரமுடியாத வக்கீல் க்ளூனேவின் வாதம், ஏற்கெனவே முடிவாகிவிட்ட தீர்ப்பிற்கு எதிரே பயனற்றதாகிவிட்டது. ராணுவ மாஜிஸ்திரேட்டுகளில் ஆறுபேர் அவளைக் குற்றவாளி என்றார்கள், மாத்தா ஹரிக்கு மரண தண்டனை விதிக்கப்பட்டது. தண்டனை நிறைவேற்றப்பட்ட பிறகு மாத்தா ஹரிக்கு நிறைய

அபிமானிகள். அவர்கள் மாத்தா ஹரியை தன்னை இந்து மத தேவதையாகக் கற்பிதம் செய்துகொண்டு உருவாக்கிய உலகில் சஞ்சாரம் செய்தவர்கள், அவள் மறுபடியும் உயிர்த்தெழுந்து தங்களை ரட்ஷிக்கக் கூடும் என்று நம்பினார்கள். அப்படி நடந்தால், மாத்தா ஹரி பிறந்ததாகச் சொல்லிக்கொண்ட இந்திய மண்ணிலேயே அது நடக்கலாமென்று அந்தக் கூட்டம் நம்பியது. தேவசகாயத்திற்குப் பழக்கமான குளோது அத்ரியன் அப்படிப்பட்டவன்தான். பவானியைப் பார்த்த மாத்திரத்தில் மாத்தா ஹரியென்றே அந்த ஆள் நம்பியிருக்கிறான். தேவசகாயத்தையும் நம்ப வைத்திருக்கிறான். சொல்லப்போனால் அவன் மாத்தா ஹரியின் தீவிர பக்தனாக இருந்துகொண்டே ஆசிய நாடுகளிலிருந்துகொண்டு ஐரோப்பாவிற்கு போதை மருந்து கடத்துவதில் ஈடுபட்டானென்ற குற்றச்சாட்டு அவன் மீதுண்டு. அக்கும்பலுக்குத் தலைவனாகக்கூட இருந்தவன்.

– டாக்டர் உங்கள் பேச்சின் இடையில் குறுக்கிடுவதற்கு என்னை மன்னிக்கணும், நீங்க கூட பவானியை மாத்தா ஹரின்னு நம்பினதாக நம்ம உரையாடல் ஆரம்பத்திலே சொன்னீங்க.

– மறுக்கலை. ஆனால் எனது நம்பிக்கை, எனது பரிசோதனை முடிவுகள் தந்த உண்மையின் அடிப்படையில் உருவானது, முட்டாள்தனமானதல்ல. அவை அறிவியல் ஆதாரத்தின் அடிப்படையில் எழுந்தவை... அவற்றின் நோக்கம் மறுபிறவிக் கொள்கையை ஆதரிப்பதோ அல்லது மறுப்பதோ அல்ல. ஆத்மாவிற்கு இறப்பே இல்லை என்றெல்லாம் வாதிடவும் நான் தயாரில்லை. தேவசகாயமும், அவனுடைய கூட்டாளிகளும் திரும்பத் திரும்ப அச்சொல்லை அவளிடத்தில் உபயோகித்ததால், அவள் மனம் தடுமாற ஆரம்பித்தது. ஒரு கிறிஸ்துமஸ் பண்டிகை யின்போது, வீட்டிற்கு நண்பர்களை அழைத்திருந்தேன். விருந்தினர்களில் தேவசகாயம் குடும்பமும் அடக்கம். அப்போது உனக்கு மூன்று அல்லது நான்கு வயதிருக்கு மென நினைக்கிறேன் நீயும் வந்திருந்தாய், எலிஸபெத்தும் வந்திருந்தாள். கேளிக்கையும் கொண்டாட்டமுமாக இரவு கழிந்து கொண்டிருந்தது. வந்திருந்தவர்கள் பலரும், ஏதோ ஒருவகையில் அந்த இரவுக்குக் கலகலப்பு ஊட்டினர். பவானி அமைதியாக இருந்தாள். பொதுவாகக் கேளிக்கைக் கொண்டாட்டங்களில் ஆர்வத்துடன் கலந்துகொள்வது அவளுக்கு இயல்பு அல்ல. யாரென்று நினைவில்லை. பவானி நன்றாகப் பாடுவாள் என்றார்கள். எல்லோரும் ஒட்டுமொத்தமாக பவானி... பவானி

என்றார்கள். அவள் கூச்சப்பட்டவளாகத் தன்னால் முடியாது என்கிறாள். தன்னை யாரும் வற்புறுத்த வேண்டாமென்கிறாள், எனக்கும் அது சரியென்று தோன்றியது. விருப்பப்படாதவளை எதற்கு வற்புறுத்துகிறீர்கள் விட்டுவிடுங்கள், நான் இடையில் குறுக்கிட்டுச்சொல்கிறேன். எனது குறுக்கீடு தேவசகாயத்தைச் சீண்டிவிட்டிருக்கவேண்டும். எழுந்தவன், 'நான் சொல்கிறேன் அவள் பாடுவாள்' என்கிறான். பவானியைத் தவிர அங்கே எல்லோருமே விஸ்கி எடுத்திருந்தோம். தேவசகாயம் எப்போதும்போல நிறைய குடித்திருந்தான். போதையில் உளறுகிறான் என்றுதான் நாங்கள் முதலில் நினைத்தோம். பவானியும் அப்படித்தான் நினைத்திருக்கவேண்டும், அமைதியாக இருந்தாள். மற்றவர்களும் மௌனமானார்கள். எலிஸபெத் குறுக்கிட்டு, வேறு யாராவது பாடுங்களேன் என்கிறாள். மீண்டும் தேவசகாயம் எழுந்து நின்றான், 'இல்லை அவள் இன்று பாடுவாள், 'மாத்தா ஹரியென்று அழைத்து தொடர்ந்து தமிழில் என்னவோ சொல்கிறான். அவள் முகம் சிவந்து போனது. பலரும் பார்த்திருக்க அது நடந்து விட்டது. தனது ஆடைகளைக்களைந்து போட்டவள், 'மாத்தா ஹரிக்கு பாடவராது, ஆடத்தான் வரும்' என்று ஏறக்குறைய அரை நிர்வாணத்துடன் அவள் நடந்து கொண்டவிதம் பலருக்கும் அன்றைக்கு அதிர்ச்சி அளிப்பதாக இருந்தது. அதன் பிறகு அவள் போக்கில் நிறைய மாறுதல்கள். வழக்கமான பவானியாக அவளில்லை. எனவே எலிஸபெத் ஒத்துழைப்போடு அவளுடைய மனப்பிரச்சினைகளுக்குத் தீர்வு காண எண்ணினேன். அதன் விளைவுதான் ஹிப்னாடிசம் மூலம் அவளை அறிய முயன்றது.

– குளோது அத்ரியன் என்பவர் பற்றியும் உங்ககிட்டே சில சந்தேகங்கள் கேட்க வேண்டும். அதற்கு முன்னே, ஹிப்னாட்டிச முறையில் பவானி அம்மாவைக் குணப்படுத்த முயற்சித்ததாகச் சொன்னீங்க. எனக்கும் அப்படியொரு பிரச்சினை இருக்கிறது. எலிஸபெத் என்னை மாத்தா ஹரியுடைய குழந்தைன்னு வர்ணித்த நாள் முதல் அவ்வப்போது மனசுலே துண்டு துண்டா சில காட்சிகள் வந்துபோகுது. சிறுவயதிலிருந்தே பிரெஞ்சு அரசாங்கத்தின் சமூக நலத்துறைக் காப்பகத்தில் வளர்க்கப்பட்டவள் நான். ஆறு வயதுவரை பவானி அம்மாவோடு இருந்திருக்கிறேன். பெற்றோர்களுடன் சந்தோஷமாக எடுத்துக்கொண்ட ஃபோட்டோவோ, அல்லது பிரான்சுலே பெரும்பாலான வீடுகளில் இருப்பது மாதிரியான

அப்பா, அம்மா, அவர்களது பெற்றோர்கள், மூதாதையர்கள் எனத் தகவல்களைக் கொண்ட ஃபேமிலி ட்ரீயையோ எங்கள் வீட்டில் கண்டதில்லை. ஆனால் எனக்குச் சில சந்தேகங்கள் இருக்கின்றன. உளவியல் துறையில் சேர்ந்தவர் என்பதால உங்ககிட்டே பேசலாமென்று நினைக்கிறேன். பவானியை என்னை வளர்த்தவளாத்தான் உணருகிறேன், எனது பிறப்பைப்பற்றிய நினைவு அதை உறுதிப்படுத்துகிறதென்று சொல்லலாம். ஆனால் அந்நினைவுகளில் தெளிவில்லை, எனது பிறப்பு எப்போது நடந்தது எந்த இடத்தில் நடந்ததென்று சொல்லப் போதாது, ஆனால் அர்த்தமற்ற காட்சிகளாக வந்து போகின்றன.

– உனது பிறப்பு நிகழ்ந்த விதத்தை உன்னால் நினைவுபடுத்த முடியுமென்பது, அறிவியல் அடிப்படையில் சாத்தியமில்லை. உளவியலில் உள்ளுறை ஞாபகமென்று அதாவது ஒருவகையான இம்ப்லிசிட் மெமரியென்று ஒன்றிருக்கிறது, ஒரு குழந்தைக்கு ஆறுமாதத்திலிருந்து ஒருவருடத்திற்குள் மூளையில் பதிவது, அதற்கும் இதற்கும் சம்பந்தமில்லை. அதைப் பெரிதாக நம்புவதற்கில்லை. நீ பவானியின் குழந்தை இல்லைன்னு சொல்ற, எனக்கு இந்தத் தகவல் புதிது. இக்கேள்வியை நீ என்னிடத்தில் கேட்பதற்கு எனது உளவியல் அறிவு காரணமாக இருக்குமென்று நான் நினைக்கவில்லை. பவானி என்னிடத்தில் இதைக் குறித்துப் பேசியிருப்பாள் என்கிற சந்தேகம், உனக்கிருக்கிறது. நாங்கள் உனது பிறப்பு குறித்தெல்லாம் பேசியதில்லை. ஆனால் பவானி உன்னை மிகவும் நேசித்தாளென்று உறுதியாகச் சொல்லமுடியும். உனது பிறப்புப் பற்றிய கேள்விக்குப் பதில் சொல்லக்கூடியவர்களென்று பார்த்தால் தேவசகாயத்தைத் தவிர வேறொருவர் இருக்க முடியாது.

– குளோது அத்ரியன் எப்படி, அவர் போதைப் பொருள் கடத்தினார்னு சொன்னீங்க. மாத்தா ஹரி மறுபடியும் பிறந்திருக்கலாம் என்ற நம்பிக்கையில் குளோது அத்ரியன் இந்தியாவுக்கெல்லாம் போனதாகச் சொன்னீங்க. அப்போ எலிஸபெத் சொல்வதுபோல மாத்தா ஹரி என்றபேரில் இயங்குகிற சமயக்குழுவுக்கும் அவருக்கும் தொடர்பிருக்குமா? பிறகு எலிஸபெத் கூட தேவசகாயத்தைச் சந்திச்சா மாத்தா ஹரியுடைய மண்டையோட்டைப் பற்றி விசாரிக்கச் சொன்னாங்க. அதைத் திரும்பவும் பிரெஞ்சு அரசாங்கத்து கிட்டே ஒப்படைத்துவிடுவது நல்லதென்ற தொனியிலே பேசினாங்க.

– எலிஸபெத்துக்கு உன்மேலே நிறைய அக்கறை இருக்கிறது. பவானிக்கு நேர்ந்தது கொலைன்னு நம்பற இல்லையா அதுபோல எதுவும் நடந்திடக் கூடாதென்ற அக்கறையில் அவங்க சொல்லி இருப்பாங்கன்னு நினைக்கிறேன். அவங்க நம்புவதுபோல அந்தச் சமயக்குழுவிடம் எச்சரிக்கையாய் இருப்பது நல்லதுதானே? தேவசகாயத்தை எப்போது போய் பார்க்கப் போறே? பார்த்தால் அவனிடத்தில் அதுபற்றி கேளேன். இல்லை வீட்டில் தேடிப்பாரேன், எதற்கு வம்பு?

– பவானி அம்மா இறப்புக்கும் இப்பிரச்சினைக்கும் என்ன தொடர்புகள் இருக்குமென்பது புதிராக இருக்கிறது. சொல்லப்போனால் நான் சந்திக்கின்ற பலரும் இதுபற்றித்தான் என்னிடத்தில் பேசுகிறார்கள். மாத்தா ஹரிக்கு நேர்ந்த மரணத்தின் அடிப்படையில் பவானியின் முடிவு தற்கொலை அல்ல என்று நினைத்தது போக, இப்போது மாத்தா ஹரியின் மண்டையோடு காணாமற் போனதற்கும் பவானியின் மரணத்திற்கும் சம்பந்தமிருக்குமென நினைக்கிறேன். டாக்டர் ஒரு சந்தேகம், இணைய தளங்களில் இரண்டாவது வாழ்க்கை அப்படின்னு ஒரு வலைத்தளம் இருக்கிறதே அதைப்பற்றி ஏதாச்சும் கேள்விப்பட்டிருக்கீங்களா?

– இல்லை கேள்விப்பட்டதில்லை. மன்னிக்கணும் ஹரிணி எனக்கு நிறைய அப்பாயின்ட்மென்ட்டுகள் இருக்கு. இன்னொரு நாளைக்கு மறுபடியும் வாயேன், நிறையப் பேசலாம்.

– ஓகே டாக்டர். உங்கள் நேரத்தை வீணடித்துவிட்டதாக நினைக்கிறேன். நீங்கதான் என்னை மன்னிக்கணும், நன்றி.

– பரவாயில்லை. உன்னைச் சந்திக்கணும் என்பதில் உண்மையில் நான் மிகவும் ஆர்வமாக இருந்தேன். அடுத்தமுறை வருகிறபோது உனது இந்திய நண்பனை அறிமுகப்படுத்து.

– கண்டிப்பாக, அப்போ நான் கிளம்பறேன்.

இருவரும் கை குலுக்கிக் கொண்டனர். டாக்டர் பிலிப் வாசல்வரை வந்து வழியனுப்பிவிட்டுக் கதவைச் சாத்திக்கொண்டார். ஹரிணி தனது காரை அடைந்து, முன்பக்கக் கதவைத் திறந்துகொண்டு ஓட்டுனர் இருக்கையில் அமர்ந்தாள். அவளது காருக்குமுன்பு காலியாகயிருந்த இடத்தில் இவளுடைய வாகனத்தில் மோதுவதுபோலக் காரொன்று வந்து நின்றது. ஒருவன் அவசரமாக காரிலிருந்து இறங்கிக் கதவைச்

சாத்துகிறான். போன வாரத்தில் ஸ்ட்ராஸ்பூர் ரெஸ்டாரெண்ட் ஒன்றிற்கு அரவிந்தனோடு போயிருக்கையில் அவனைப் பார்த்த ஞாபகம். பிலிப் பர்தோ வீட்டின் கதவின் அழைப்புமணியை அழுத்திவிட்டு அவன் காத்திருப்பதும், கதவினைத் திறந்து டாக்டர் பிலிப் பர்தோ கைகுலுக்கி வரவேற்பதையும் பார்க்க முடிந்தது. கைத் தொலைபேசி ஒலித்தது. எடுத்தாள், மறுமுனையில் அரவிந்தன் பேசினான்.

- ஹரிணி உன்னை அவசரமாகப் பார்க்கவேண்டும். உங்க அம்மா ஃபிரண்டு பத்மாவைச் சந்திச்சேன். நிறைய விஷயங்கள் பேச இருக்கு. நாளைக்கு பாரீஸுக்குப் புறப்பட்டு வரமுடியுமா?

- நாளைக்கா, இந்த மாதம் நிறைய விடுமுறை எடுத்திட்டேன். ஞாயிற்றுக்கிழமைவரை பொறுக்கமுடியுமா? எனக்கும் உன்கிட்டே சொல்லிக் கொள்ள விஷயங்களிருக்கு.

- இல்லை எனக்குப் பொறுமை இல்லை. எப்படியாவது உங்க பாஸைச் சமாளி. நீ சொன்னால் அந்த ஆள் கேட்பான்னு சொல்லி இருக்கிற, புறப்பட்டுவா.

33

ஹரிணிக்கு நினைவு தெரிந்து நவம்பர் மாதத்தில் இப்படியொரு காலநிலையைக் கண்டதில்லை. திடீரென்று குளிர் கூடுவதும், அடுத்த நாள் குறைவதுமாக இருக்கிறது. அரவிந்தனுக்குக் கொடுத்திருந்த வாக்குறுதிக்கு மாறாக பாரீஸுக்கு அவளால் ஞாயிற்றுக்கிழமை காலையில்தான் புறப்பட முடிந்தது. பயணச் சீட்டை இணையதளத்தில் எடுத்திருந்தாள். காலை ஆறு முப்பதுக்கு இவளது இரயில். இரயில் நிலையம் அவள் அப்பார்ட்மென்ட்டிலிருந்து அதிகத் தொலைவிலில்லை, ஆறுமணிக்கெல்லாம் இரயில்வே நிலையத்திற்கு நடந்தே வந்தாயிற்று. மின் விளக்குகள் ஒத்துழைப்பில்லாமல் இயங்குவதற்கு வக்கற்ற அதிகாலை. இரவென்ற பியூபாவுக்குள் இன்னமும் இயங்கும் உலகம். விடிந்தால் பகலுக்குள் தன்னை முடக்கிக் கொண்டுவிடும். மனிதர்கள், வாகனங்கள், கட்டடங்கள், நிற்கும் மரங்களென எங்கும் பிசுபிசுப்பும் மினுமினுப்புமாக இருள் படிந்திருக்கிறது. காலெடுத்து வைக்கும் தோறும், அவை மிதிபடுவதும், மெல்லிய இழைகளாய் நெஞ்சில் இறங்கும் முனகல்களில் அவற்றின் வேதனைகள் ஊடுபாவாக உணரப்படுவதும் அவளுள் நடக்கிறது. இரயில் நிலைய முன்வெளியில் நகரசபையினால் பராமரிக்கப்படும் மரங்கள், இலைகளை உதிர்த்து விட்டுக் கிளைகளும் கொம்புகளுமாய் நிற்கின்றன. காலத்தோடு ஒட்டி ஒழுகத் தெரிந்தவை. அவற்றின் இழப்பிற்கு ஈடுகட்டும் வரமாக நட்சத்திரச் சரங்களெனக் கிறிஸ்துமஸ் விழாக்காலத்தை முன்னிட்டு ஏற்பாடு செய்யப்பட்ட அலங்கார மின்விளக்குகளில் சோர்வு. அவற்றிற்கும் பிற மின்

– விளக்குகளைப்போலவே இருளையும், பனி மூட்டத்தையும் சேர்ந்தாற் போல விரட்டமுயன்ற அலுப்புகளிருக்கலாம். விடியும் உன்னதமின்றி வானம் கறுத்துக் கிடக்கிறது. இரயில் நிலையத்தின் வாயிலை ஒட்டிய சாலையில் டாக்ஸிகளும், சொந்த வாகனங்களும் வந்து நிற்பதும், பயணிகள் தங்கள் பொதிகளுடன் இறங்கிச் சரிவினில் இறங்கும் நீர்போல நிலையத்தின் வாயிலில் நுழைந்து மறைவதும் நடக்கிறது. எதிர்ப்பட்ட இரண்டு மூதாட்டிகளுக்கு வழிவிட்டொதுங்கி பிரதான கூடத்திற்கு ஹரிணி வந்திருந்தாள். கொத்துக் கொத்தாய் மனிதர்கள். சிணுங்கி எளிமையான நாதத் துணையுடன், தாளப்பின்னங்களை லாகவமாக அமைத்து வாசித்து, சிறு மோகராக்களுடன் நீளக் கோவையில் ஒலிக்கும் தொடருந்து சேவை நிறுவனத்திற்கே உரிய குரல் சட்டென்று எழுந்து அடங்கிய பின்னரும் வெகுநேரம் காதில் ரீங்காரமிடுகிறது.

அறிவிப்புப் பலகையில் கவனத்தைச் செலுத்தினாள். இவளுடைய வண்டி நான்காவது பிளாட்பாரத்திலிருந்து புறப்படவிருந்தது. பதிவுச் சீட்டை எந்திரத்தில் கொடுத்து, தனது பயணத்தை உறுதிப்படுத்திக்கொண்டாள். எஸ்க்கலேட்டர் பிடித்து மேலே வந்தாள். ரிஸர்வ் செய்திருந்த இரண்டாவது வகுப்புப்பெட்டி எண்ணைத் தேடிப்பிடித்துத் தனது பெயர் பதிவுசெய்யப் பட்டிருந்த இருக்கையைத் தேடி அமர்ந்த சிறிது நேரத்தில் இரயில் மெல்ல ஊர்ந்து புறப்பட்டது. பையிலிருந்து பிஸ்கெட்பாக்கெட்டொன்றைக் கையிலெடுத்துக்கொண்டாள். இரண்டு நாட்களுக்கு முன்பு வாசிக்கத்தொடங்கிய நாவலை எடுத்தவள், விட்ட இடத்திலிருந்து வாசிக்கத் தொடங்கினாள். கவனம் வாசிப்பிற் செல்லவில்லை. பிறபயணிகளைப் பார்த்தாள். ஒருவன் மடிகணினியைத் திறந்துவைத்தபடி எதையோ தேடிக்கொண்டிருக்கிறான். பக்கத்திலிருந்த பெண், அவ்வப்போது அவனுக்கு முத்தமிட்டுச் சீண்டிக் கொண்டிருக்கிறாள். அவர்களுக்கு முன்பிருந்த இருக்கையில் ஒரு சிறுவனின் கவனம் ப்ளேஸ்டேஷனில் இருக்கிறது. இவளைப் பார்த்துப் புன்னகைத்துவிட்டு, செய்தித்தாளில் கவனம் செலுத்தும் முதியவர்.

ஹரிணியின் இரண்டாவது வாழ்க்கை இத்தனை சீக்கிரம் முடிவுக்கு வருமென்று நினைக்கவில்லை. நோனா அவதாரத்திற்கு ஆயுட்காலம் சொற்பம் போல. முதல் நாள் இரவு இரண்டாவது வாழ்க்கை வலைத்தளத்திற்குச் சென்றிருந்தாள். மாத்தா

ஹரி விசுவாசிகள் குழுமத்தில் கட்டண உறுப்பினராகச் சேர்வதென்று தீர்மானித்து அதற்கான கட்டணத்தையும் கடன் அட்டை மூலம் செலுத்தினாள். முதன்முறை சென்றபோது ஏற்பட்ட சங்கடங்கள் இம்முறை இல்லை. இப்போது ஓரளவிற்கு நடைமுறைச் செயல்பாடுகள் அவளுக்குப் பிடிபட்டிருந்தன. வரவேற்க தேவவிரதன் வராதது ஏமாற்றமாக இருந்தது. நுழைவாயிலில் இருந்த அலுவலகத்திற்குச் சென்று கதவைத் தட்டினாள். பெண்ணொருத்தி எட்டிப்பார்த்து கைகுலுக்கினாள். ஹரிணி அவளிடம் நோனா என்ற தனது அவதாரப்பெயருடன் அறிமுகப்படுத்திக்கொண்டாள், தேவவிரதனைச் சந்திக்க வந்திருப்பதாகச் சொன்னாள்.

– மாத்தா ஹரி விசுவாசிகள் சங்கக் காரியதரிசி நான், உங்களுக்கு ஏதாவது உதவிகள் வேண்டுமா?

பெண் அவதார் இவளைக் கேட்டது.

– தேவவிரதன் வந்திருந்தால் அவரைச் சந்திக்க வேண்டும் – ஹரிணி.

இன்றைய தினம் சங்கத்திற்கு அவர் வந்திருப்பதைக் குறித்த தகவல்கள் இதுவரை இல்லை. வேறு யாரையாவது சந்திக்க வேண்டுமா?

இன்றைக்கு யார் யாரெல்லாம் தீவில் இருக்கிறார்களென்று தெரிய வேண்டும். அது தெரிந்தால் நான் யாரைச் சந்திக்கலாம் என முடிவெடுப்பேன்.

– க்ளூனே வந்திருக்கிறார். மாஸ்லோஃப் என்ற புதிய அங்கத்தினர் சேர்ந்திருக்கிறார், பிரியோலே, பிராம்மணா இவர்களெல்லாங்கூட இருக்கிறார்கள். நீங்கள் யாரைச் சந்திக்க வேண்டுமென்று சொல்லுங்கள். அவர்கள் எங்கிருக்கிறார்களென்பதைத் தெரிவிக்கிறேன்.

– க்ளூனே, மாஸ்லோஃப் இருவரும் மாத்தா ஹரியின் அன்பினைப் பெற்றவர்கள், அவளுடைய காதலர்கள் என்றும் சொல்லக்கேள்வி, ஒருவர் வழக்கறிஞர், மற்றவர் ரஷ்ய ராணுவத்தின் இளம் அதிகாரி என்றும் தெரியும். ஆனால் பிரியோலே... ஆ ஞாபகம் வருகிறது மாத்தா ஹரியைக் கைதுசெய்த போலிஸ் அதிகாரி... அப்படித்தானே?

– ஆமாம் பின்னர் அவரும் மாத்தா ஹரியின் விசுவாசியாக மாறினவர்.

– பிராம்மணா என்பது யார்?

– கேள்விப்பட்டதில்லையா? மாத்தா ஹரியின் கணவன் ருடோல்போடு தொடர்புவைத்திருந்த இந்தோனேசியப்பெண் தஸீமாவின் கணவன். அவன் ருடோல்பிற்கு எதிரியே தவிர மாத்தா ஹரி பேரில் அவனுக்கு அனுதாபமுண்டு.

– அப்படியா? இன்றைக்கு முதலில் க்ளூனேவைச் சந்திக்க வேண்டும், முடியுமா?

கணிப்பொறியைத் தட்டிப் பார்த்துவிட்டுச் சொன்னாள்.

– அவர் கடற்கரையில் ஓய்வாகத்தான் படுத்திருக்கிறார். நீங்கள் சந்திக்கலா மென்றுதான் நினைக்கிறேன். அவரிடமிருந்து பிரத்தியேக உத்தரவுகள் என்றெதுவும் இல்லை.

நோனா என்ற ஹரிணி கடற்கரையை ஓரிரு நிமிடங்களில் அடைந்திருந்தாள். சாரலில் நனைந்தபடி ஒற்றை ஆளாகப் பயமின்றிச் சாய்வு நாற்காலியில் கடலையொட்டிப் படுத்திருக்கும் ஆசாமி க்ளூனேவாக இருக்க வேண்டும். நரைத்த தலையில் கறுப்புக் கண்ணாடி வான் நோக்கி உயர்த்தப்பட்டுக் கிடந்தது. பெரிய வயிறு, முகத்திலிருந்து தனியாகப் பிரிந்திருப்பது போல மூக்கு, வெயிலில் சிவந்து பழுத்திருந்தது. அசைவின்றிக் கிடந்தார்.

– மிஸியே க்ளூனே!

ஆசாமியிடமிருந்து பதிலில்லை. கண்ணயர்ந்திருப்பாரோ என்று நினைத்தாள். தூக்கத்தைக் கலைப்பதை எப்படி எடுத்துக்கொள்வாரோ என்றும் யோசித்தாள். வேறு வழியில்லை நடப்பது நடக்கட்டுமென்று தீர்மானித்தவள்போல மீண்டும், 'மிஸியே க்ளூனே!' என்று அழைத்தாள். மனிதர் அசைந்து கொடுப்பதாக இல்லை. அருகில் போய்ப் பார்த்தாள், நெற்றிப் பொட்டில் குண்டு பாய்ந்திருந்தது. சற்றுமுன்புதான் அது நடந்திருக்க வேண்டும். இரத்தம் வெளிர் சிவப்பில் கசிய ஆரம்பித்திருந்தது. ஓரிரு துளிகள் மூக்கு வரை இறங்கி, சொட்டுவதற்குக் காத்திருக்கின்றன. கண்ணிமைகளில் இரண்டொரு ஈக்கள். அட்டையொன்று எச்சிலிட்டபடி வயிற்றினைக் கடித்திருந்தது. சுற்றும் முற்றும் பார்த்தாள், ஒருவருமில்லை. தூரத்தில் இரைச்சலிட்டுக்கொண்டிருந்த கடற்காகங்கள், தங்கள் ஆரவாரத்தை நிறுத்திக்கொண்டு இவளைப் பார்க்கின்றன. திமிங்கலமொன்று நின்று மூச்சு வாங்குகிறது,

நீர் ஊற்றுபோல பீறிட்டு மேலே வருகிறது. அதன் பெரிய கண்களில் அச்சம். ஹரிணிக்கு வயிற்றைப் புரட்டியது. தொடைக ளிரண்டும் பிரிக்க இயலாமல் ஒட்டிக்கொண்டதைப்போல உணர்ந்தாள், திரும்பி நடக்க எத்தனித்தாள். கால்கள் மணலில் புதைந்து விடுபட மாட்டேனென்கின்றன, கைகள் கனத்திருந்தன பறக்கவும் இயலவில்லை. அப்போதுதான் கவனித்தாள். எந்திரப்படகொன்று வேகமாக துறைபிடித்து நிற்கிறது. அதிலிருந்து நாற்பது வயது மதிக்கத்தக்க நபரொருவர் நீரில் இறங்கித் தபதபவென ஓடிவருகிறார்.

– மத்மஸல் ஹரிணி.

– உனக்கு... மன்னிக்கணும், உங்களுக்கெப்படி எனது உண்மையான பெயர் தெரியும். எனது அவதாரத்தின் பெயர் நோனா அல்லவா? – ஹரிணி.

– இரண்டாவது வாழ்க்கையிலே நோனா என்று நீ பெயர் சூட்டிக் கொண்டாலும் உண்மையில் அப்பெயரில் ஒளிந்து கொண்டிருப்பது யாரென்று தெரியும். நோனா என்ற பெயரில் மட்டுமல்ல மற்ற பெயர்களிலுங்கூட யார் யாரெல்லாம் இருக்கிறார்கள் என்ற ரகசியமும் எங்களுக்குத் தெரியும். உண்மையில் சைபர் கிரைம் பிரிவில் ஒரு போலிஸ் அதிகாரி நான், இரண்டாவது வாழ்க்கையில் எனக்குப் பெயர் பிரியோலே அதாவது நீ நம்புகின்ற எனது அவதாரத்தின் பெயர்.

– நீங்கள் சொல்வதெதுவும் இரண்டாவது வாழ்க்கைக்கான வசனங்களில்லையே.

– இல்லை. நான் இதற்கு மேல் இங்கே பேச எதுவுமில்லை. பேசவும் முடியாது. நீ கிளம்பு, இரண்டொரு நாட்களில் உனக்கு எல்லாம் தெரிய வரும். அனேகமாக நானே உன்னைத் தொடர்புகொள்வேன்.

– போன்ழூர், வோத்ர் பிய்யே சில் வூப்ளே.

எதிரே, டிக்கெட் பரிசோதகர் நின்றுகொண்டிருந்தார். ஹரிணி தன்னுடைய டிக்கெட்டை எடுத்து அவரிடத்தில் நீட்டினாள். வாங்கிச் சரி பார்த்துவிட்டு அவளிடத்தில் நீட்டினார்.

இரண்டாவது வாழ்க்கைத் தளத்தில் நடந்ததைப் பற்றியும் அரவிந்தனிடம் பேசவேண்டும். அதில் நடந்த சம்பவங்கள் உண்மையாக இருக்குமா? க்ளுனே ஏன் கொலை

செய்யப்படவேண்டும். சைபர் கிரைம் பிரிவில் பணியிலிருக்கிறேன் என்று சொல்லிக்கொண்டு அறிமுகமான பிரியோலே உண்மையிலேயே போலிஸ் அதிகாரியா? அப்படியானால் அவனுக்கு அந்த அமைப்பினைப்பற்றி வேறு என்ன தகவல்கள் தெரியும். தேவவிரதன் யார்... ஒருவேளை அவனைப்பற்றியும் அந்த அதிகாரிக்கும் தெரிந்திருக்குமோ? இந்த அமைப்பினருக்கும் பவானி அம்மா வாழ்க்கைக்கும் ஏதேனும் தொடர்பிருக்குமா? சொன்னதுபோல போலிஸ் அதிகாரி இவளைத் தொடர்பு கொள்வானா? அரவிந்தனிடம் இதுபற்றிப் பேசினால் ஒருவேளை தெளிவு கிடைக்கலாம் என்றெண்ணியவளாகக் கையில் வைத்திருந்த நாவலை இரண்டாவது முறையாக வாசிக்கலாமென்று பிரித்தாள். ஹரிணியின் நினைவில் இம்முறை சிரில் சொன்ன சில செய்திகள் அலைமோதின. அவனுடைய சந்திப்பைத் தவிர்க்க நினைத்தபோதும், அலுவலகத்தில் மாத்தா ஹரியின் மண்டையோட்டைக் குறிப்பிட்டு அவன் கேட்டது இவளை வியப்பில் ஆழ்த்தியிருந்தது. அத்தகவலைப் பெறத் துடிக்கும் ஆசாமி யாராக இருக்குமென்று தெரிந்து கொள்வதில் இவளுக்கு ஆர்வம். மறுநாட்காலைதான் திட்டமிட்டபடி கொல்மார் போக வேண்டியிருக்கிறதென்பதால் அன்றிரவு அவனைச் சந்திக்கமுடியாதிருக்கிறது என்று கூறி சமாதானப்படுத்தினாள். பிறகு அவளது கேள்வி மாத்தா ஹரி மண்டையோட்டினைப் பற்றிய தகவலைப் பெறத் துடித்த இந்தியனைக் குறித்ததாக இருந்தது. சிரில் அந்த இந்தியன் பெயர் அருணாசல மென்றான், இரண்டொரு நாட்களில் அவனைச் சந்திக்க வாக்குக் கொடுத்திருப்பதாகவும் சொன்னான். அந்த ஆசாமியால் இந்தியக் கம்பெனியின் நட்பு கிடைக்குமானால், டிராக்குலா.காம் நிறுவனத்தின் எதிர்காலம் பிரகாசமாக அமையுமென்றான். தொடர்ந்து, சந்தோஷமான செய்தியொன்று இருக்கிறது, அதை இப்பொழுது தொலைபேசியில் சொல்லப் போவதில்லை, நண்பர்கள் முன்னால் அறிவிக்கப்போகிறேன். மத்மஸெல் எலிஸபெத் கேட்டால் மிகவும் மகிழ்ச்சிகொள்வாள், என்றான். அவன் குறிப்பிடுகிற சந்தோஷச் செய்தி என்னவாக இருக்குமென்று மனம் ஊகித்தது, அதை எப்படிச் சாதுர்யமாக தவிர்ப்பதென்றும் மனம் சிந்தனையில் ஆழ்ந்தது. ஆனால் அந்த அறிவிப்பினைக்கேட்டு மத்மஸெல் எலிஸபெத் ஏன் சந்தோஷப்பட வேண்டுமென்பதுதான் அவளுக்குப் புதிராக இருந்தது. அவனிடத்தில் தனது சந்தேகத்தைத் தெரிவித்தாள். இருக்காதா பின்னே உன்னுடைய நலனில் அவளுக்குள்ள

அக்கறை எனக்குத் தானே தெரியும். இவளுக்கு ஆச்சரியம், சிரிலை எத்தனை நாளாக எலிஸபெத்துக்குத் தெரியும். பவானி அம்மா மேல் மதாம் எலிஸபெத்துக்குள்ள அன்பு தெரிந்ததுதான், ஆனால் அவள் மகளிடத்தில் காட்டும் பாசத்திற்கும் பரிவிற்கும் எது காரணம்? ஒருவேளை அவளுடைய அழுக்கான நினைப்பாக இருக்குமா? ஹரிணியில் உடல் வெடவெடத்தது. எப்படியாவது அவளிடமிருந்து விலகுவதற்கான வழிகளைப் பார்க்கவேண்டும்.

"மெதாம் மெஸியே, ஒரு சில விநாடிகளில் நமது தொடருந்து பாரீஸ் நகரின் கிழக்குச் சந்திப்பை அடையவிருக்கிறது. உங்கள் உடமைகளைச் சரி பார்த்துக் கொள்ளுங்கள், பயணம் இனிமையாக இருந்திருக்குமென நம்புகிறோம், நன்றி." தொடருந்து நிறுவனத்தின் குரல் மணியோசையுடன் ஒலித்து அடங்கியது.

34

கடந்த ஒரு மணிநேரமாக ஹரிணி பாரீஸின் கிழக்கு இரயில்வே சந்திப்பில் காத்திருக்கிறாள். ஐநூற்று இருபத்தைந்து கி.மீட்டர் தூரத்திற்கு, இரண்டு மணிநேரம் இருபது நிமிடங்களைப் பயண நேரமாக எடுத்துக்கொண்டு பிரான்சின் அதிவேகத் தொடருந்தான TGV அவளைப் பாரீஸில் இறக்கியிருந்தது. ஏமாற்றம், சொல்லியது போல அரவிந்தன் வரவில்லை. காத்திருந்து அலுத்துவிட்டுக் காப்பி பாருக்குச் சென்று, ஒரு எஸ்பிரஸ்ஸோ என்றாள். ஆவி பறக்கவந்தது. எடுத்து மெல்ல உறிஞ்சினாள். தவறு அவளுடையது. அரவிந்தனிடம் தொலைபேசியில் தன் வருகையை உறுதிப்படுத்தி யிருக்கவேண்டும். இரண்டு நாட்களுக்கு முன் அவனோடு பேசியிருந்தாள். தன்னால் மறுநாள் வர இயலாதென்றால், ஞாயிறன்று வருவேனென்று அவனுக்குத் தெரியுமில்லையா என நினைத்துக்கொண்டாள். அவ்வப்போது தொடருந்துகள் வந்து நிற்பதும் பயணிகள் இறங்கி எதையோ தவறவிட்டவர்கள் போல ஓடுவதும் நடக்கிறது. பயணிகளை வரவேற்க வந்திருந்தவர்கள் தழுவிக்கொள்கிறார்கள். அதோ அங்கே, இவளுக்கு பத்து மீட்டர் தூரத்தில் நிற்கிற ஜோடி கடந்த இருபது நிமிடங்களாக முத்தமிடுவதும், ஓரிரு விநாடிகள் உரையாடுவதும், பின்னர் மீண்டும் முத்தமிட்டுக்கொள்வதுமாக இருக்கின்றது. கியோஸ்க்குகளில் செய்தித்தாளை உருவி நாசூக்காய் நின்றபடி வாசிக்கும் கனவான்களின் தடித்த கம்பளியாலான கறுப்பு அங்கியில் மழைத்துளிகள் முத்து முத்தாய் ஒட்டிக் கிடக்கின்றன. அவர்கள் தலையில் அணிந்திருந்த இறகுபோன்ற மெல்லிய தொப்பிகளிலும் ஈரத்தினைப் பார்க்க முடிந்தது.

அரவிந்தன் வரவில்லை, மணி ஒன்பதரையைத் தொட்டிருந்தது. குழப்பமாக இருந்தது. கைத்தொலைபேசியை எடுத்து, பதிவு செய்து வைத்திருந்த அவனது எண்ணைக் கண்டுபிடித்து முயற்சிசெய்தாள். மறுமுனையில் பதிலில்லை. என்ன செய்வதென்று யோசித்தாள். தேவையில்லாமல் மனதில் பதட்டத்தினை வளர்த்துக்கொண்டிருந்தாள். இரயிலைவிட்டு இறங்கிப் பெருங்கூடத்துக்கு வந்தவுடன் வலது புறம் கண்ணிற்படுகிற காப்பி பார் அருகே காத்திருப்பேன் என்றான். அங்குதான் கடந்த ஒரு மணி நேரத்திற்கு மேலாக இவளிருந்தாள்.

அவன் இனி வரமாட்டான் என்று உள் மனம் சொன்னது. என்ன செய்யலாம் என்று யோசித்தாள். பேச்சு வாக்கில் வாங்கி வைத்திருந்த அவன் முகவரி டைரியில் இருந்தது. கையிலெடுத்துக்கொண்டாள். டாக்ஸி பிடித்து போய்ப் பார்க்கலாம் எனத் தீர்மானித்தவளாக கைப்பையைத் தூக்கி முதுகில் மாட்டிக்கொண்டு வெளியில் வந்தாள். டாக்ஸி நிறுத்தத்தில் ஹரிணி வந்து நின்றதும் மற்றொரு டாக்ஸி டிரைவருடன் உரையாடிக்கொண்டிருந்த டிரைவர் வேகமாய் நடந்து வந்து காரில் அமர்ந்தான். இவள் பின் கதவைத் திறந்துகொண்டு அமர்ந்தாள். டிரைவரிடம் கையிலிருந்த முகவரியைப் படித்துக்காட்டினாள். அந்த இடமா? கடந்த இரண்டு நாட்களாக கலவரப் பட்டுக் கிடப்பது தெரியாதா?– என்று பதில் வந்தது. வேறு வழியில்லை நான் அவசியம் போயாக வேண்டுமென்றாள். தமுளா என்று கேட்ட டாக்ஸி டிரைவருக்குத் தலையை ஆட்டி ஆமாம் என்றாள். எந்த ஊர் என்று மறுபடியும் கேட்டான். இந்தியா என்றாள். எனது மனைவிகூட தமுள்தான், மொரீஷியஸ்காரி, அவள் கொஞ்சம் கொஞ்சம் தமுள் பேசுவாள். அடுத்த வருடம் இந்தியாவுக்குப் போகிறோம். அவளுடைய முன்னோர்கள் தஞ்சாவூர்ப் பக்கம். எனக்கு ஐஸ்வர்யாராய் நடித்த படங்களென்றால் விரும்பிப்பார்ப்பேன். தொணதொணவென்று பேசிக்கொண்டிருந்தான். ஹரிணியின் நினைவுகளில் முழுக்க முழுக்க அரவிந்தன் இருந்தான்.

வில்லியெ–லெ–பெல் பகுதி வந்ததும்,டாக்ஸி டிரைவர் பயந்ததில் நியாயமிருப்பதுபோல தெரிந்தது. எரிக்கப்பட்ட வாகனங்கள் கருகிய நிலையில் இரும்புக் கழிவுகளாகக் குவிந்திருந்தன. கடைகளின் அலங்கார முகப்புக் கண்ணாடிகள் நொறுங்கிக் கிடந்தன. பாலர் பள்ளியொன்றும், நூலக முங்கூடத் தீக்கிரையாகி இருந்தன. வழியெங்கும் நடந்து

முடிந்த கலவர யுத்தத்தின் சிதைவுகள், அர்த்தமற்ற கோபத்தின் பின் விளைவுகள், தங்கள் இருப்பை உதாசீனப்படுத்தும் சமூக நீதிக்கெதிரான வக்கற்றவர்களின் கொந்தளிப்பு. அடிவயிற்றில் நுரைத்துக்கொண்டு பதட்டம், இருக்கையின் முனையில் உட்கார்ந்திருந்தாள். இழப்புக்குத் தயாராக இரு என்கிற மனதின் எச்சரிக்கை இப்போது தெளிவாகக் கேட்கிறது.

டாக்ஸி ஒரு நான்குமாடிக் கட்டடத்திற்கெதிரே நின்றது. மீட்டரைப் பார்த்தாள், 30 யூரோவைக் காட்டியது. அவனிடம் கொடுத்துவிட்டு இறங்கினாள். அரவிந்தன் ஆறாவது மாடியிலிருப்பதாகச் சொல்லி இருந்தான். லிஃப்ட் இல்லை. நான்காவது மாடியை அடைந்தபோது சிறிது நேரம் நின்று மூச்சு வாங்கிக்கொண்டாள். மீண்டும் தளங்களை எண்ணியவாறு மேலே மேலே என்று நடந்தாள். குறைந்தது பத்து முறையாவது அழைப்பு மணியை உபயோகித்திருப்பாள். திறக்கப்படவில்லை. கதவைத் தட்டினாள். இவளுக்குப் பின்புறமிருந்த ஜாகையின் கதவு சட்டென்று திறந்து பாதியில் நின்றது. ஹரிணி திரும்பிப் பார்த்தாள். ஒரு அரபுநாட்டு ஆசாமி, நாற்பது வயதிருக் கலாம்... எதற்காக இப்படி ஞாயிற்றுக்கிழமை அதுவுமா தொந்தரவு கொடுக்கிற? அங்கே ஒருத்தருமில்லை. எல்லாம் முடிஞ்சுது.

– அரவிந்தன்...?

– ஆமாம் அந்தப்பேர் கொண்டவந்தான்.

– என்ன நடந்தது? எப்படி?

– இராத்திரி ஒன்பது மணிக்குமேலே டூ வீலர்ல வந்திருக்கிறான். ஏதோ திருட்டுலே சம்பந்தப்பட்டதாகவும், போலிஸ் துரத்தி வந்ததாகவும் சொல்றாங்க.

– அவன் அப்படிப்பட்ட ஆளில்லை மிஸியே.

– அப்படித்தான் இங்கே எல்லோரும் சொல்றாங்க. இதற்கு முன்னாலேயும் இந்தப் பகுதியிலே அநியாயமா ஆப்ரிக்கப் பையன்கள் இரண்டுபேர் செத்துப்போனாங்க. வெள்ளிக்கிழமை இரவு நடந்தது. இன்றைக்கு மத்தியானம் அடக்கம் செய்யறாங்க, வரவேண்டிய நேரத்துக்குத்தான் வந்திருக்க.

– விபத்தென்றால் எங்கேயாவது மருத்துவமனையிலே அல்லவா சேர்த்திருக்கணும்.

- எதற்கு? அதனாலே என்ன லாபம்? விபத்து நடந்த இடத்திலேயே இறந்திட்டதாகச் சொல்றாங்களே.

- அடக்கம் எங்கே நடக்க இருக்கிறது?

- இங்கேதான் பக்கத்துலே. வடக்குக் கல்லறைன்னு ஒன்றிருக்கிறது, இங்கிருந்து ஒரு கி.மீட்டர் தூரம் போகணும். அநேகமாக இந்நேரம் சர்ச்சில இருந்து பிணம் கல்லறைக்குப் போய்க்கொண்டிருக்கணும். நேற்று அவனுடைய சகோதரியென்று கூறிக்கொண்டு ஸ்ட்ராஸ்பூரிலிருந்து பெண்மணியொருத்தி வந்து தங்கியிருந்தாள், உன் பேரு ஹரிணியா?

- ஆமாம்.

- எப்படியும் நீ வருவேன்னு சொன்னாங்க. சாவி கொடுத்துவிட்டுப் போனாங்க. செய்தியைச் சொன்ன அரபு நாட்டவன் குடித்திருந்தான். அவன் சொல்வது கற்பனையாக இருக்கக்கூடாதா, புன்னகைத்தபடி அரவிந்தன் நிற்கிற அதிசயம் நடக்காதா? கதவினில் கைவைக்க, திறந்து கொண்டது. மசாலாக்கள் வெள்ளம்போல வெளிப்பட்டு கூடத்தை நிறைத்தது.

- இனி இதுபோன்ற மசாலாக்களின் வாசத்தை நாங்கள் நுகரமுடியாது, அரபுநாட்டவன் தனக்குள்ள கவலையை அவளிடத்தில் தெரிவிக்கிறான்.

கதவுக்குப் பின்னே இருந்த அறை அத்தனை பெரிதாக இல்லை, அதுவே வரவேற்புக் கூடமாகவும் இருந்தது. சுவர் அருகே படுக்க, உட்காரவென இரட்டை உபயோக நோக்குகொண்ட ஒரு சோபா. அதன்மேல் ஆண்களுக்கான உள்ளாடையொன்றும் லுங்கியொன்றும் கிடந்தது. மேசைமேல், சிறியதொரு தொலைக்காட்சிப்பெட்டி, பக்கத்திலேயே கணிப்பொறிக்கான திரை, மேசைமுழுக்க ஒழுங்கற்றுச் சிதறிக்கிடந்த கடிதங்கள், பில்கள், இரண்டொரு இந்தி, தமிழ் டிவிடிக்கள்... வெள்ளி பிரேமிட்ட கண்ணாடிக்குள் பற்கள் தெரிய அரவிந்தன் புன்னகைக்கிறான்.

- ஹரிணி....

- ம்...

- உன்னோடு கொல்மாருக்கு வரமுடியாது, அவசரமாக நான் பாரீஸ் போக வேண்டியிருக்கிறது. அதைச் சொல்லிவிட்டுப்

புறப்படலாமென்றுதான் வந்தேன் அங்கே என்ன செய்துகொண்டிருக்கிற? வெளியில் வா...

– நான் உடைமாற்றிக்கொண்டிருக்கேன். இரண்டு நிமிடம் பொறு.

அவனுக்குப் பொறுமையில்லை, கதவினைத் திறக்கிறான் – அறையிலிருந்த மின்சார விளக்கின் ஒளி சட்டென்று அவனது முகத்தில் விழுந்தது. மேலாடையைப் பற்களில் கடித்திருந்தாள், இடுப்பில் அணிந்த சட்டைக் கான பொத்தான்களை, இவனைக் கண்ட தடுமாற்றத்தில் இரண்டாவது முறையாகப் போடுவதற்கு அவளுடைய மெல்லிய விரல்கள் முயற்சிக்கின்றன, கைகள் அசைவுக்கேற்ப தோள்கள் வலப்புறமும் இடப்புறமும் அலை போல எழுந்து அடங்குகின்றன. அவனுடைய கண்கள், கால்கள், இடுப்பு, வயிறு, மார்பென்று ஊர்ந்து மஸ்காரா உலராத பெரிய கண்களில் வந்து நின்றன. அவனை உள்ளே அனுமதிப்பதா கூடாதா என்ற குழப்பத்தில் அவள். என்னவோ சொல்கிறாள், அவள்தான் வாய்திறந்து ஏதேனும் சொன்னாளா? இவனுக்குத்தான் மயக்கத்தில் காதில் விழவில்லையா? வெட்டவெளியில் கேட்கும் ஓசைபோல, ஏதோவொன்று அங்கே சத்தமில்லாமல் முழங்குகிறது. அவள் உடல், கழுத்தையும் அதைத்தாங்கிய முகத்தையும் பிரதானமாக வைத்து அழகாய் வளைந்து திரும்புகிறது. நீல நிற ஜீன்ஸ் பேன்ட் இடுப்பிலணிந்திருந்த கறுப்பு நிற பெல்ட்டுக்குள் பருத்தியாலான வெள்ளைச் சட்டை கழுத்துக்குக் கீழே திறந்திருந்த சட்டையூடாகத் தெரிந்த மார்புடன் உதயசூரியன்போல நேற்றிலும் பார்க்க பிரகாசமாயும் இதமாகவும் இருக்கிறான். அவனது வலது கை கதவின் மீது படிந்திருக்கிறது, அக் – கதவு மெல்ல அசைந்துகொடுத்து எழுப்பும் முனகலில் இவளது உணர்வுகள் தளும்புகின்றன, தனது வீழ்ச்சியை ஒப்புக்கொள்ள விருப்பமில்லாமல் பேசினாள்:

– உன் பார்வை சரியில்லை. போய் சலோன்ல உட்காரு, இரண்டு நிமிடத்துலே வந்திடறேன்– பற்களிடுக்கில் ஊஞ்சலாடிய மேலாடை அவள் காலடியில் விழ, சுரத்தில்லாமல் குரல் வெளிப்பட்டது.

– இல்லை இப்பவே சொல்லியாகணும், உன்னை விரும்பறேன் ஹரிணி. ழே தேம். (ஐ லவ் யூ) நீ இல்லையென்றால் எனக்கு வாழ்க்கை இல்லைன்னு தோணுது. தடுமாற்றமில்லாமல்

பேசினான். இவள் பதில் சொல்லியிருந்தாள், என்னவென்று இப்போது ஞாபகத்திலில்லை. ஆனால் இவள் வாக்கியத்தை முடிப்பதற்கு முன்பு அறைக்குள்ளே இருந்தான், அருகிலிருந்தான், இவளுடைய எதிர்ப்பின்மையை சம்மதமென்று எடுத்துக் கொண்டான், ஒட்டிக்கொண்டான். அவளது இருகைகளையும் எடுத்து தன்னுடலைச் சுற்றச் செய்தான். அவள் கீழ்ப்படிந்தாள். அணைத்தான். தலையைத் திருப்பினாள். திருப்பினான். கன்னத்தில் முத்தமிட்டான். பிறகு, தலை, நெற்றி, கண்கள் எனப் பசித்த பாம்பு போல் ஊர்ந்து தனது அதரங்களை அவளுடைய அதரங்களில் கச்சிதமாக நிறுத்தினான். அவளுடைய ஆடைகளை ஒன்றன்பின் ஒன்றாக அவிழ்த்து எறிய இவள் எதிர்ப்பேதும் காட்டவில்லை. ஒரு கை அவளது இடுப்பின் பின்புறம் படிந்து மேலும் நெருக்கமாயிருக்க உதவி செய்தது. மற்றொரு கையின் சேட்டையில் மார்பகங்கள் தவிக்கின்றன, அவற்றை மேலும் வருத்தும் எண்ணமேதும் தனக்கில்லை என்பதுபோல அவளது வயிற்றுக்குக் கீழே இறங்கிய கையை விலக்கினாள். நிதானமாய் நடந்து சென்று அருகிலிருந்த கட்டிலிற் படுத்தாள். இனிமையான கனவொன்றில் திளைப்பது போல முகத்தில் சந்தோஷக்களை. ஒரு சில விநாடிகள் காத்திருந்திருப்பான். அவள் மெல்லக் கண்திறக்கிறாள். சலனமற்ற முகத்தில் இவனது அடுத்தகட்ட நடவடிக்கைகளுக்கான எதிர்பார்ப்பினை உணர்ந்த துணிச்சலில் கட்டிலுக்கருகே வருகிறான். அவளுடைய இரு கைகளும் உயர்ந்து இவனது திசைக்காய்த் திரும்ப, அதிக பலத்தைப் பிரயோகிக்காமல் அவளுடைய உடல்மீது படிந்தான்...

– மத்மசல் நான் வெளியே போகணும்.

– அரவிந்தன் நில்லு....

– மத்மசல் என்ன சொல்ற?

ஹரிணி எதிரே, அரவிந்தன் நிழற்படத்தில் இன்னமும் சிரித்துக் கொண்டிருக்கிறான். குரல் இவளுக்குப் பின்னாலிருந்து வந்திருந்தது. திரும்பினாள். அரபு நாட்டவன்.

– மிஸியே நான் கல்லறைக்குத்தான் போகணும், நீங்க உங்க அப்பார்ட் மென்ட்லே ஒரு அஞ்சு நிமிஷம் பொறுங்க நான் வந்திடறேன்.

அறையைப் பூட்டிச் சாவியை அரபு நாட்டவனிடம் கொடுத்துவிட்டு, மீண்டும் டாக்ஸி பிடித்து கல்லறைக்குவர

அரைமணிநேரம் தேவைப்பட்டிருந்தது. பைன் மரங்கள் சூழ இருந்த கல்லறையின் விஸ்தீரணம் மலைக்க வைத்தது. வானம் தூறலிட்டுக்கொண்டிருந்தது. வாயிலில் தெரிந்த அலுவலகத்தில் விசாரித்தாள், "அரவிந்தன் என்ற பேரில் ஏதாவது...?" "ஆமாம் சீக்கிரம், அரை மணி நேரமாகுது தெற்கு வாசலுக்குப் போகணும்"

நல்லவேளை டாக்ஸிக்காரனை அனுப்பாமலிருந்தது நல்லதாயிற்று. தெற்கு வாசலில் இறங்கிப் பார்க்க ஒரு கும்பல் தெரிந்தது. பனிபெய்ய ஆரம்பித்திருந்தது. பாதிரியார் தனது பேச்சை முடித்திருக்கவேண்டும்;

சவப்பெட்டியைக் குழிக்குள் இறக்கிக்கொண்டிருந்தார்கள். வந்திருந்தவர்களை விரல்விட்டு எண்ணிவிடலாம். பைன் மரமொன்றின் அருகே மதாம் ஷர்மிளா நின்றிருந்தாள். ஹரிணியைப் பார்த்ததும் தலையாட்டினாள், அருகிலேயே சற்றேறக்குறைய அவளுடைய வயதில் மற்றொரு பெண்மணி. பத்மாவாக இருக்கக்கூடுமென்று ஹரிணி சந்தேகித்தாள். குளிர் அதிகரித்திருந்தது. மோசமான காற்றுவேறு. இலைகளை உதிர்த்திருந்த மரங்கள் தலையாட்டிக்கொண்டிருந்தன. சுற்றி யிருந்த கழுத்துக்குட்டையைத் தளர்த்திக்கொண்டு, வலது கையிலிருந்த கையுறையை உருவியபடி நின்றிருந்த பெண்கள் அருகில் வந்து நின்றாள்.

– வாம்மா... இப்பத்தான் வறியா... உன்னைத்தான் எதிர்பார்த்திருந்தோம். பரவாயில்லை. காரியம் முடியறதுக்குள்ள வந்துட்டே இவங்க பத்மா.

– ம். வணக்கங்க என் பேரு ஹரிணி...

– ஷர்மிளா எல்லாவற்றையும் சொன்னாள். வீட்டில் போய் பேசலாம். எப்படி வந்த? – பத்மா.

– டாக்ஸி பிடித்து.

– டாக்ஸி காத்திருக்குதா?

– இல்லை அனுப்பிட்டேன்.

– நல்லது நாம மூணுபேரும் என் காருலேயே வீட்டுக்குத் திரும்பலாம்.

35

ஒருவருக்கு மூவராக காரில் அமர்ந்திருந்தும், பெண்களுக்கிடையில் பேச்சென்று ஏதுமில்லை. அமைதியாக இருந்தனர், அல்லது எங்கே தொடங்குவது என்ன பேசுவதென்கிற குழப்பம். முன் கண்ணாடியில் விழுந்த மழைத்துளிகளைத் துடைக்க வைப்பர்கள் இருக்கின்றன, ஹரிணியின் மனதில் விழுகிற துயர்துளிகளைத் துடைப்பது எப்படி? வெளியே குடைக்குள் தலை கொடுத்து, கொடுக்காமல், மழைக்கோட்டணிந்து அணியாமல், நனைந்து நனையாமல், நினைப்பை எங்கோ ஒரு புள்ளியில் வைத்து, தங்களை முன் நகர்த்தும் வல்லமை பெற்ற நவீன மனிதர்களில் இவளும் ஒருத்தி. இவள் புள்ளியைத் தீர்மானிக்க முடியாதவளாக இருந்தாள். பவானி அம்மாவுக்குப் பிடித்த மழைபோல எதிர்பாராத காலங்களில் சோவென்று பெய்கிறது, விரும்பி நனைகிறாள், முழுவதுமாக நனையுமுன்னே சுளீரென்று வெயில். உலர்த்தப்படுவது வீசும் காற்றாலென நினைத்தது போக வேருடன் சாய்க்கும் சூறாவளி...

அரவிந்தன் அட்லாஸ் இல்லை, ஆணழகனில்லை, தமிழ் நாவல்களிற் படித்த மன்மதனில்லை, சிரிலாகக்கூட இல்லை, என்ன இருந்தாலும் நான் ஆம்பிளைடி என்கிற அபத்தமான சினிமா ஹீரோவுமல்ல. ஆனால் முகம், தலை, கண்கள், கன்னம், நாசி, முகவாய், கழுத்து, மார்பு, வயிறு, கால்கள் பாதம் அனைத்திலும் தேவைக்கேற்ப அளவாய் இருந்தான்; அசைவில், நடக்கையில், சாப்பிடுவதில், தண்ணீர் குடிப்பதில், மது அருந்துவதில், பார்வையில், பழகுவதில் கண்களைக் கூசச் செய்யாத அழகிருந்தது. எல்லோரையும் ஈர்க்கும் ரகம்,

இவளை வசீகரித்திருந்தான் என்பது முக்கியம்; காதற்கடிதங்கள் எழுதியதில்லை; காதலிக்கத் தெரிந்தவனில்லை; நீ ரொம்ப அழகு, சிரிப்புக்கு மில்லியன் கணக்கில் யூரோ கொடுக்கலாம், டாலர் கொடுக்கலாம் என்ற பொய்களில்லை, முகமனில்லை; தலை முடியைப் பரத்திப்போடு, இறுக்கி ஒற்றைச் சரமாகத் தொங்க விடாதே, வகிடெடுத்துச் சீவு, தொளதொளவென்ற சட்டை வேண்டாம், டீஷர்ட் போடு. ம்... சொன்னவனல்ல.

நடந்ததனைத்தையும் கனவின் எச்சங்களாக அவள் உணர்ந்தாள். நினைவு தெரிந்து அவள் அழுததில்லை. அப்படி அழுவதால் பலன்களேதுமில்லை என்பது இளவயது முதலே பெற்றிருக்கும் ஞானம். ஆறுதல் சொல்வதற்குச் சொந்தங்களில்லை என்கிறபோது அழுதென்ன ஆகப்போகிறது? அநாதைகள் கொடுக்கலாம் வாங்கக்கூடாது, அடி வாங்கலாம் அடிக்கக்கூடாது, சிரிக்கலாம், அழக்கூடாது அப்படித்தான் வாழ்ந்துவந்தாள். என்னவெல்லாம் அவனைப்பற்றி தெரியும் அவளுக்கு. ஏதோ திருட்டுலே சம்பந்தப்பட்டிருந்ததாகவும் போலிஸ் வாகனம் அவனைத் துரத்தி வந்ததாகவும் காலையில் அரபு நாட்டவன் சொன்னதில் உண்மை இருக்குமா? இவளது எல்லைக்குள் பிரவேசிப்பவர்கள் மாத்திரம் தப்பானவர்களாகவே இருக்க வேண்டுமென்பது விதியா? அவன் முகத்தில் தப்புகளில்லை. மனிதர்களின் முகங்களைப் பார்த்தே அவர்கள் நல்லவர்களா கெட்டவர்களா என்று தீர்மானிக்க அவளுக்கு முடியாதா என்ன? ஒருவேளை அப்படியும் இருக்குமோ – இருக்கட்டுமே, 'எனக்கு அவன் கசப்பானவனல்ல, என்னோடு, எனக்காக இருந்த கணங்களில் அவன் நல்லவனாக இருந்திருக்கிறான் எனக்கே எனக்கென்று படைக்கப்பட்ட ஹீரோ. மூட்டை மூட்டையா கனவுகள் சுமந்தேண்டா; ரெண்டு பேருலே ஒருத்தர் இடம்பெயர்வது, அதற்கேற்ற வகையில் வேலை தேடிக்கொள்வது, நண்பர்கள் துணையுடன் முதலில் நகரசபையில் பதிவுத் திருமணம், பிறகு ஜூலையில் இந்தியாவிற்குச் சென்று பிரெஞ்சு நண்பர்களுக்காக, அக்னியில் நெய்வார்த்து, வேதங்கள் ஒலிக்க, கெட்டிமேளம் கொட்ட நாயனம் இசைக்க, விருந்தினர் இரைச்சல்களுக்கு மத்தியில் அட்சதையைத் தலையில் வாங்கித் தாலிகட்டிக் கொள்வது, ஹனிமூனுக்கு பவானி அம்மாவுக்குப் பிடித்த புதுச்சேரியும், அதன் சுற்றுவட்டாரமும் – எங்கே போனாலென்ன சந்தோஷம் முக்கியம்..... ராஸ்கல் எப்படிடா உன்னாலே, இத்தனை சீக்கிரம் கரைந்து போகமுடிந்தது.

'– ஹரிணி..!

காரின் பின்னிருக்கையில் அமர்ந்திருந்த மதாம் ஷர்மிளா அழைத்தாள்.

– ம்.

– சேதி கிடைச்சதும் எனக்கு கையும் ஓடலை, காலும் ஓடலை. உனக்குச் சேதி சொல்லலாமென்று பார்த்தா எங்கிட்ட உன்னுடைய பீரோ நியுமெரோ 35 இல்லை. உடனே புறப்பட்டு வந்துட்டேன். அநியாயமாக கொன்னுட்டாங்க.

– என்ன சொல்றீங்க?

– நான் என்ன சொல்றது. சம்பவத்தைப் பார்த்தவங்க எல்லோருமே ஒருத்தரைப்போல அப்படித்தான் சொல்றாங்களாம். அராபியர் கடையொன்றில் ரொட்டி வாங்கிக்கொண்டு பத்து மணிக்குமேலே திரும்பி வந்திருக்கிறான். வேறு யாரையோ துரத்திவந்த போலிஸுக்கு இவன் கிடைச்சிருக்கான். என்ன செய்யறது நாம பிழைக்கவந்தவங்க, நமக்கான நீதிகள் வேறதான். இருபத்தைந்து வருட வாழ்க்கையிலே இந்த நாட்டுலே நிறைய பார்த்துட்டேன்.

– வீடு வந்திட்டுது, நீங்க இரண்டுபேரும் இறங்கிக்குங்க. காரை கராஜில் விட்டுட்டு வந்திடறேன் – முதன் முறையாக பத்மாவின் குரல்.

12Bis என்றெழுதப்பட்டிருந்த வீட்டெதிரே கார் நின்றது. ஹரிணியும், ஷர்மிளாவும் இறங்கிக்கொண்டனர். குளிர் காற்று சட்டென்று முகத்தைத் தொட்டுக் கடந்தது. தூறல் நின்றிருந்தது. மேகங்கள் கலைந்திருந்தன. நவம்பர் காலத்து இலை பழுத்த மரங்கள் சூரிய ஒளியில் மின்சாரம் பாய்ச்சியது போல பிரகாசிக்கின்றன. வெறும் மார்பு மாதிரி நீண்டு கிடந்த வீதி, மௌனத்தில் வெந்து கொண்டிருக்கும் வீடுகள். புதிதாய் உருவாக்கியிருந்த குடியிருப்பென்று பார்த்த மாத்திரத்தில் புரிந்தது. வீடுகள் ஒன்றுபோலவே இருந்தன. சூரியனின் கதிர்கள் சரிந்து அந்த வீட்டினைக் குறிவைத்தது போல விழுந்திருந்தன. செயற்கையாய்த் திணிக்கப்பட்ட அழகு, அமைதி, முன்புறம் ஈட்டிபோன்ற கம்பிகள் போடப்பட்ட பாதுகாப்பு கொண்ட காம்பவுண்டுச் சுவர். கறுப்பு வண்ணத்தில் இரும்புக் கதவு. வெள்ளையும் காவியும் கலந்த நிறத்தில் வீட்டின் முகப்பு. ஓடுகள் வேய்ந்த கூரை, அதில் 'இயற்கை வெளிச்சத்திற்கென்று

கண்ணாடியிட்ட மேற் கூரைக்கு இசைவான வண்ணத்தில் பாதுகாப்புடனான திறப்பு. ஹரிணிக்குப் பிடித்த வகையில் வீடிருந்தபோதிலும் அதை உள்வாங்கிக்கொண்டு வீட்டுக்குச் சொந்தக்காரர்களைப் பாராட்டும் மனநிலையில் அவளில்லை.

பத்மா, முன் கேட்டினைத் திறந்து இவர்களை உள்ளே அழைத்துச் சென்றாள். கேட்டினையும் பிரதான வீட்டையும் இணைத்திருந்த நடை பாதை இருமருங்கிலும் பராமரிக்கப்பட்ட பூஞ்செடிகள், குளிர்காலமென்பதால் முடங்கிக் கிடந்தன. சில வேருடன் பிடுங்கப்பட்டுக் காய்ந்திருந்தன. பத்மா வாசற் கதவைத் திறக்கட்டுமெனக் காத்திருந்ததுபோலப் பூனை யொன்று ஓடிவந்து அவள் கால்களைச் சுற்றியது. அதன் குறுநாக்கு முன்னும் பின்னுமாக வாய்திறந்து முனகுகிறது. பத்மா குனிந்து பூனையைக் கைகளில் எடுத்து மார்பில் அணைத்துக்கொண்டாள். ஷர்மிளாவிடம் சாவியைக் கொடுத்துத் திற என்றாள். வரவேற்பறைக்கு உள்ளே சென்றதும் பத்மா பூனையை மேசையில் விட்டாள். எஜமானியின் மனதைப் புரிந்து கொண்டதுபோல பதவிசாகக் காத்திருந்தது. அதற்கான பாத்திரத்தை எடுத்து முன்னே வைத்து, பூனைப்படம் போட்ட பாக்கெட்டைத் திறந்து கொட்டினாள். அது நன்றியுடன் வாலாட்டியது. தன்னுடைய பெரிய மேலங்கியைக் கழட்டியவள், மற்றவர்களும் கழட்டிக்கொடுக்க உரிய இடத்தில் மாட்டி விட்டு வந்தாள்.

– உட்காருங்க... மதியத்திற்கு லைட்டா ஏதாச்சும் சாண்ட்விச் தயாரித்துக் கொள்ளலாம், இரவுக்கு ஏதாச்சும் சமைத்துக்கொள்ளலாம்.

– எனக்குப் பசியில்லைடி பத்மா. ஹரிணி பிள்ளைதான் காலையில் எத்தனை மணிக்கு எழுந்ததோ, வழியில் என்ன சாப்பிட்டுதோ?

– இல்லைங்க... எனக்கும் இப்போதைக்கு எந்தத் தேவையுமில்லை.

மூன்று பேரும் சோபாவில் அமர்ந்தனர்.

– அரவிந்தன் உங்களை என்றைக்குப் பார்த்தான்?

– மூன்று நாட்களுக்கு முன்ன, அதற்கும் முதல் நாள் இரவு எட்டு மணி வாக்கில் டெலிபோன் வந்தது. ஷர்மிளாவின் பேரைச்சொல்லி அவளோட ஒன்றுவிட்ட சகோதரனென்றான். நெம்பரைக்கூட ஷர்மிளா கொடுத்த தாகத்தான் சொன்னான்.

பிறகு உன்னைப் பற்றிப் பேசினான். முதன் முதலில் உன்னை இரயிலில் பார்த்தது, சிநேகிதர்களானது, இறந்துபோன உன் அம்மாவைப் பற்றிய கவலைகளில் நீ மூழ்கியிருப்பது, அது குறித்த விபரங்களைச் சேகரிப்பது என்றெல்லாம், கோடிட்டுக்காட்டிவிட்டு, மறுநாள் என்னைச் சந்திக்கணுமென்றான். அதற்கென்ன வீட்டுக்கு வாயேன் என்றேன். மறுநாட் காலை பத்துமணிக்கு வந்திருந்தான்.

– அன்றைக்கு நான் கொல்மார்லே இருந்தேன். அவனும் வந்திருக்க வேண்டியது. அவசரமா பாரீஸ் போகவேண்டி யிருக்கிறதென்று சொல்லிட்டான். இப்படியொரு முடிவுக்காகவே வந்திருக்கான் போலிருக்கிறது. என்னாலே இன்னமும் அதை முழுசா நம்ப முடியலை. சொல்லுங்க போலிஸ் வாதிடறமாதிரி, செய்திகள் பரப்பற மாதிரித் தப்பானவனா?

– உனக்குத் தெரிஞ்ச அளவிற்குக்கூட எனக்கு அவனைப் பத்திச் சரியாத் தெரியாதுன்னு வச்சுக்கோ. எனக்கு ஷர்மிளா வேண்டியவ. அவள் தம்பியைப் பத்தி வந்ததிலிருந்து நிறையப் பேசிட்டா. அதிலே தப்புகள் எதுவுமில்லை. சவ அடக்கத்துக்கு வந்திருந்த அவன் பிரண்டுகள் கூட நல்ல மாதிரியாதான் அவனைச் சொல்றாங்க. ஆனால் நடந்ததை நேரில் பார்த்த வங்க ஆளாளுக்கு ஒன்றைச் சொல்றாங்க. அவனது டூ வீலரில் வேண்டு மென்றே போலிஸ்வாகனம் மோதியதெனச் சொல்றவங்க சிலபேரென்றால், இல்லை இல்லை அது எதிர்பாராவிதமா நடந்த விபத்தென்று சொல்றவங்க சிலபேரு. இதுலே யார் சொல்றதை நம்பச் சொல்ற? மாதாவுக்குத்தான் வெளிச்சம். முதற் கட்ட அரசு விசாரணை, மோதிய காரை ஓட்டிய போலிஸ்காரர்கள் மீது குற்றமில்லைன்னு சொல்லுது, இது நாங்க எதிர்பார்த்ததுதான். அநியாயமா இப்படிப் பலிகொடுத்துட்டமேன்னு நினைச்சு அழற நேரத்துலே அவனைத் திருடனென்று சொல்றாங்க. அக்கம் பக்கத்திலே இருக்கிறவங்க எல்லோருமே அவனை நல்லவன் என்றுதான் வாதிடறாங்க, தானுண்டு தன் வேலையுண்டுன்னுதான் இருந்திருக்கான். தேவா சொல்றமாதிரி, இங்கே இனத் துவேஷம் நிறைய இருக்கு. புள்ளி விவரங்கள் அதைத்தான் சொல்லுது, இந்தச் சம்பவமும் அதற்கு உதாரணம்.

– தேவசகாயத்தைக் கிட்டத்திலே பார்த்தீங்களா?

– உன்னோட தகப்பன்மா. ஏதோ அந்நியன்மாதிரி நினைச்சுப் பேசற?

– நான் அப்படி நினைக்கலைங்க. அம்மாவைப் பண்ணின கொடுமைக்கு அந்த ஆளுக்குக் கிடைத்த தண்டனைகள் போதாதென்பது என் கட்சி. ஒரு கொலைகாரனுக்கு, போதைப்பொருளைக் கடத்தின குற்றத்தின் பேருல தண்டனை கொடுத்திருக்காங்க, அதுபோதாது. இந்த நேரத்துலே எதற்காக வீண்விவகாரமெல்லாம். நீங்க எப்ப அந்த ஆளைப் பார்த்தீங்க?

– போன பிப்ரவரி மாசத்திலே ஸ்ட்ராஸ்பூர் வந்திருந்தேன், ரெண்டு நாள் ஷர்மிளா வீட்டிலேதான் தங்கினேன்.

– என்னது மதாம் ஷர்மிளா வீட்டில் தங்கினீங்களா? அவங்க வீட்டுக்கு அதற்கப்புறம் நான் போயிருந்தேனே, சொல்லவே இல்லையே.

– தேவசகாயத்தைப் பார்க்கணும்னு தோன்றினா ஸ்ட்ராஸ்பூர் வருவது வழக்கந்தான். அப்படி வருகிறபோதெல்லாம் எனக்குச் சொந்தமென்று சொல்லிக்க அந்த ஊருல ஷர்மிளாவை விட்டா வேற யாருமில்லை, என்பதாலே அவள் வீட்டுலேதான் தங்குவேன். தேவாவை நான் பார்க்க வருவதை என்னுடைய சம்மதமில்லாமல் எதற்காகச் சொல்லணுமென்று அவள் நினைச்சிருக்கலாம்.

– ஆமாம். பத்மா சொல்றது உண்மை. அதற்காகத்தான் அதைப்பற்றி உன்னிடம் பேசலை. நான்கூட இந்தத் தடவை பத்மாவோடு தேவசகாயத்தைப் போய்ப் பார்த்தேன். அவன் பவானியை நினைச்சு ரொம்ப வருந்தினான். உங்கம்மா தற்கொலை செய்துகொள்வதற்கு முன்னே அவங்களுக்குள்ளே எந்தப் பிரச்சினைகளுமில்லை என்றான்.

– பத்மா ஆன்ட்டி, உங்களுக்கு அம்மாவையும் தெரியும், தேவசகாயத்தையும் தெரியும். கடைசிகாலத்துலே பவானி அம்மாவுக்கும் அவருக்கும் பிரச்சினைகளில்லைங்கிற அவரது வார்த்தையை எந்த அளவிற்கு நம்பறதுன்னு தெரியலை. அம்மா கல்யாணத்திற்கு முன்னே நீங்களெல்லாம் நெருக்கமா இருந்திருக்கீங்க. பிரான்சுக்கு வந்தபிறகு உங்க சிநேகிதம் எப்படி? அம்மாவை இறப்பதற்கு முன்னே பார்த்தீங்களா? சிறையிலிருக்கிற தேவசகாயம் சொல்றது உண்மைன்னா,

அம்மாவுடையது தற்கொலை இல்லைன்னு தோணுது.

– நீ நினைக்கிறது உண்மையாகக்கூட இருக்கலாம், என்ன இருந்தாலும் அந்நியர்கள் சம்பந்தப்பட்டது என்பதாலே போலிஸ் பவானியின் கேஸில் அலட்சியமா நடந்திருக்கலாம். ஆனா அந்தக் குற்றத்தை தேவசகாயம் செஞ்சிருக்கமாட்டான்னு உறுதியாச் சொல்ல முடியும்.

– ஏன்?

– முதலில் சொன்ன அதே காரணந்தான். அந்நியர்களைத் தண்டிக்கிறதிலே இவர்களுக்கு ஆர்வம் அதிகம். அதனாலே தேவசகாயத்துக்கெதிராக ஆதாரம் மட்டும் கிடைத்திருந்தால் அவனைச் சும்மா விட்டிருக்க மாட்டார்கள். இறப்பதற்கு முன்பாக பவானி போன் பண்ணியிருந்தாள். அவளுக்குச் சில சந்தேகங்களிருந்தன. அதை நிவர்த்திசெய்துகொள்ள என்னை வரச் சொல்லியிருந்தாள்.

– என்ன சந்தேகம்? இப்படிக் கேட்கிறேனேன்னு கோபம்வேண்டாம் ஆன்ட்டி. உங்களுக்கும் தேவச்சகாயத்திற்கும் சம்பந்தமிருக்குமென்று அம்மா நம்பினாளா?

– இதில் கோபப்பட என்ன இருக்குது. ஷர்மிளாவைக் கேளு, சொல்லுவா. அப்படியொரு எண்ணம் பவானி மனதில் இருந்ததினால்தானே, கொஞ்ச காலம் நான் ஸ்ட்ராஸ்பூர் பக்கம் தலைகாட்டாமலிருந்தேன். இது வேறு ஒரு பெண்மணி மீதான சந்தேகம்.

– யார் அவள்?

– மத்மஸல் எலிஸபெத்..!

36

பவானி உறங்காமல் விழித்திருந்தாள். கடந்த சில தினங்களாக இப்படித்தான், உறக்கத்தைப் பெறுவதற்கான அத்தனை முயற்சிகளும் தோல்வியில் முடிகின்றன. எல்லோரும் சொல்றது போல விதிதான் காரணமா? ஹ்ஹா... ஹே – வாய்விட்டுச் சிரித்தாள். மனிதர்களுக்கு வருகிற நெருக்கடிகளுக்கெல்லாம் அவர்கள்தான் பொறுப்பு, அவர்களுடைய தவறுகள்தான் காரணமென்று சொன்னதெல்லாம் அடுத்தவர்களுக்கா? இவள் மனித ஜாதி இல்லையா? இவள் தெரிவு செய்த தேவசகாயம், எலிஸபெத், பத்மா, ஒருவேளை பிலிப் எல்லோருமே தப்பான பேர்வழிகளா? எதை நம்புவது, எதை நம்பாமலிருப்பது? பொய் எது? நிஜம் எது? 'தேவர் அனையர் கயவர்' என்ற வள்ளுவனுக்குத்தான் எத்தனை ஞானம்? தேவர்களைப் போல கயவரும் விரும்பியதைச் சாதிப்பார்களாமே, காய்களைத் தவிர்த்து கனிகளைப் பிசைந்து கொடுப்பார்களாமே.

– பைத்தியக்காரி! ஏதோ தேவர்களை நேரிற் சந்தித்ததுபோல, பேசற.

– இல்லையா பின்னே? இதுவரை சந்தித்திராத, பார்த்திராதவர்களைத் தானே உயர்ந்தவர்களென்று சொல்லணும். சந்தித்ததெல்லாம் உண்மையும், பொய்யுமாய் இருக்க எங்கே எது என்பதில் தேடி அலுத்து, நீ சொல்வதுபோல நான் பைத்தியமானதுதான் மிச்சம். "நட்பென வந்திடுவர் நலங்கெடப் பொய்யுரைப்பர், விலங்கினும் கீழினங்கள் விலைபோகா திருமணமே" அப்படீன்னு கிருஷ்ணா ஒரு

கவிதையிலே சொல்லியிருப்பான். விலை போனதுதான் அதிகம். பத்மா, தேவசகாயம், எலிஸபெத் மூவருமே அசுர கணமோ?

ஆரம்பத்துலே பத்மா பள்ளித் தோழி, அடுத்து கல்லூரிச் சிநேகிதி, பிரெஞ்சு வகுப்பு; இவள் அவளைத் தேடிச்சென்ற நாட்களும், அவள் இவளைத் தேடிச் சென்ற நாட்களும் வருடம் முழுக்க உண்டு; அன்றாட வாழ்க்கையின் சந்தோஷத்தையும், துக்கத்தையும் பகிர்ந்துகொள்கிற நட்பு; ஓட்டலுக்குப் போனால் இவளால் முடிந்தது இரண்டு காப்பிக்கான பில்லுக்கு பணம் கொடுப்பது, கொடுத்திருக்கிறாள்; அவளுக்கு காப்பியோடு மெதுவடை தோசையென்று பணம் செலுத்த முடியும், செய்திருக்கிறாள்; இவள் வீட்டில் தைப்பொங்கலும், அவள் வீட்டில் கிறிஸ்துமஸும் சிநேகிதிகளை இணைத்து வைத்திருக்கின்றன. பிரான்சில் ஆரம்பித்து ஐஸ்கிரீம் வரை பேசாத விஷயமே இல்லை. தேவசகாயத்தோடு இவளுக்குத் திருமணம் முடிந்தபிறகு, அவளுக்கும் இவளுக்குமான இடைவெளி மில்லிமீட்டரில் ஆரம்பித்து, இன்றைக்கு ஆகாயத்துக்கும் பூமிக்குமாக வளர்ந்து நிற்கிறது. பிரான்சுக்கு வந்தபிறகு வருடத்திற்கு மூன்று முறையாவது இவளையும் தேவசகாயத்தையும் பார்ப்பதற்கென்று பாரீஸிலிருந்து ஸ்ட்ராஸ்பூர் வந்துபோனவள், என்ன நடந்ததோ, இரண்டு வருடம் ஆகப்போகுது எட்டிப்பார்த்து....

– என்ன மறந்து போச்சா... ஷர்மிளா கிட்டே, நீ எழுப்பிய சந்தேகம் மறந்துபோச்சா?

– என்ன சொல்ற நீ?

– ஒரு தடவை ஷர்மிளா இங்கே வந்திருந்தப்போ, அவகிட்டே கேட்டது – ஞாபகமில்லே? தேவசகாயத்துக்கும் பத்மாவுக்குமான நட்புக்கு என்ன அர்த்தம்னு அவளை நீ கேட்கலை?

– ஆமாம்.

– அவ கூட எதற்காகக் கேட்கிறன்னு உன்னைக் கேட்டப்போ, 'ஹரிணி யார் குழந்தைன்னு தெரிஞ்சுக்கணுமென்று' நீ சொல்லலை?

– ம்...

– அது போதாதா, ஷர்மிளா, பத்மாகிட்டே அதைச் சொல்லாமலா இருந்திருப்பா?

– அப்படியா? என்னுடைய மரமண்டைக்குப் புரியலை.

– மெத்தப் படிச்சவங்களுக்கு அற்ப விஷயங்களைப் புரிஞ்சுக்கப்போதாது கழுத்தில் மாலை விழும்போது சந்தோஷமா குனிஞ்சுட்டு, கத்தியைக் கண்டு மிரளுவது உங்களுக்கு வழக்கமாப் போச்சு.

– ஐயோ மனமே! இப்படியொரு குறுக்கு விசாரணையைக் கொஞ்சம் முன்னாலே நடத்தியிருந்தா எத்தனை சௌகரியம்?

– அவ்வப்போது எதையாவது நான் கேட்டுக்கொண்டுதான் இருக்கேன், நீதான் காதில் வாங்கறதில்லே.

உண்மை, மனதின் பேச்சில் நியாயம் தெரிந்தது. அடிக்கடி இவளிடமிருந்து விடுபட்டு முகத்தெதிரே நின்று விரலசைத்துப் பேசுகிறது. அப்படிக் கேட்டதற்குப் பிறகே பத்மா ஸ்ட்ராஸ்பூர் வருவதை நிறுத்தியிருந்தாள்.

மத்மஸல் எலிஸபெத்தை, முதன்முதலில் அவளுடைய அலுவலகத்தில் சந்தித்தது நினவுக்கு வந்தது. கதவைத்திறந்து உள்ளே போன போது ராட்சஸி ஒரு தேவதையைப்போல அமர்ந்திருந்தாள். வெண் தாமரை இதழ்கள் நசிந்திடாமல் அமர்ந்திருக்கத் தெரிந்த ரவிவர்மா தேவதை, முகம் மட்டும் உடலுக்குப் பொருத்தமின்றி இருமடங்காக தலையை விட்டு தனியே தெரிந்தது. பராமரித்த புற்பத்தை போல இமை, சிலந்திபோல ஊர்ந்த அவளுடைய பார்வை என்னவோ செய்ய உடலில் கூச்சம், நெளிந்தாள்.

- நீ ரொம்ப அழகாயிருக்க, மாத்தா ஹரிபோல இந்தியாவா?

- ஆமாங்க மேடம், சொந்த ஊரு புதுச்சேரி, பிரெஞ்சிலே கோர்வையா எதையும் என்னாலே சொல்ல முடியாது. ஆங்கிலத்தில் பேசலாமா. உங்களுக்கு ஆங்கிலம் வருமா?

- புதுச்சேரின்னு சொல்ற, பிரான்சுக்கு வந்திருக்கிற பிரெஞ்சு படிக்காமலா வந்த?

- இங்கே வரணுமென்று நினைச்சுப் பிரெஞ்சு படிக்கலை, ஓர் ஆர்வத்துலே படிச்சேன். சரளமா பேசவராது. திடீர்னு கல்யாணம் அமைஞ்சிட்டுது. அவருக்குப் பிரெஞ்சுக் குடியுரிமை இருந்தது. பிரான்சுக்கு வரணுமென்று தீர்மானித்தார். நானும் புறப்பட்டு வந்துட்டேன்.

- ராமன் கூடப் புறப்பட்ட சீதை மாதிரின்னு சொல்லு.

- ஆனா நாங்க வனவாசம் வரலை. நாட்டிலே இருக்கோம். யதார்த்தம்னு ஒன்றிருக்கு. இரண்டு வயதிலே குழந்தையொண்ணு கையிலே இருக்கு. வந்த புதிதில் இரண்டு மாதங்கள் பாரீஸில் அவருடைய சகோதரர் வீட்டிலேதான் தங்கினோம். ஆரம்பத்திலே சின்னச்சின்ன பிரச்சினைகள்னு ஆரம்பிச்சு, பிறகு எங்களை வெளியே போகச்சொல்லி அவர்கள் கதவைச் சாத்தும் அளவிற்கு வந்திட்டுது. என்னோட கணவர் மேலேயும் தப்பிருக்கு, அவர்கள் மேலேயும் தப்பிருக்கு. பிறகு இங்கே ஸ்ட்ராஸ்பூரில் ஒரு நண்பர் இருப்பதாகச் சொல்லி கூட்டிவந்தார். திரும்பவும் பாரீஸ் மாதிரி எங்களுக்கு எதுவும் நேர்ந்திடக்கூடாது. எங்களுக்குத் தங்குவதற்கு இடமும், ஏதாவதொரு வேலையும் ஏற்பாடு பண்ணணும்.

- உங்களுக்கென்று ஒரு ஃபைல் போடணும். கொஞ்சம் பொறு. பேரு என்ன சொன்ன?

- பவானி.

- உங்க கணவர் பேரு?

- தேவசகாயம்.

- குழந்தை?

- இரண்டு வயது ஆகுது. ஹரிணின்னு பேரு.

- நீ சொன்ன மற்ற தகவல்களையெல்லாம் எழுதிக்கிறேன். உங்க கணவர் என்ன படிச்சிருக்கார், A.N.PE[36] யில பதிஞ்சிருக்காரா?

- பதிஞ்சிருக்கார், இந்தியாவிலே தொழிற்கல்லூரியிலே படிச்சிருக்கார். கம்ப்யூட்டர் எஞ்சினீயர், ஆனா அதை இங்கே அங்கீகரிக்கலை. அவரும் தினந்தோறும் வேலை தேடி அலையறதும் ஏமாற்றத்தோடு திரும்பிவருவதுமாக இருக்கிறார்.

- உங்க ஊர் படிப்பெல்லாம் இங்கே சரிவராது. ஏதாவது உதவித் தொகையோடு கூடிய ஆறுமாதத்திலிருந்து ஒருவருடப் படிப்பென்று தொழிற்கல்வியெல்லாம் இங்க உண்டு. அதில் அவர் சேரலாம். அவர் அதை சமாளிப்பாரென்றே நினைக்கிறேன். நீங்களும் A.N.P.Eல் பதிவு செய்தாகணும். உங்களுக்கு ஏத்தமாதிரியும் ஏதாவது ஏற்பாடு செய்வாங்க. குடியிருப்பிற்கு தற்காலிக ஏற்பாடு ஏதாவது செய்கிறேன். அதன்பிறகு வேண்டுமானால் H.L.M[37] பார்த்துக் கொண்டு போகலாம். என்னால முடிஞ்ச அளவு உதவித்தொகைக்கும் ஏற்பாடு பண்றேன்.

- ரொம்ப நன்றி மேடம். அப்போ நான் புறப்படறேன். அதற்கு முன்னே ஒரு சந்தேகம். என்னை மாத்தா ஹரின்னு சொன்னீங்க இல்லை.

- ஆமாம். அவகூட நல்ல அழகு, உன்னைப்போல... ஏன்?

- என் கணவர்கூட அப்படித்தான் நினைக்கிறார், அந்தப் பெயரில் சில நேரங்களில் என்னைக் கூப்பிடவும் செய்கிறார்.

- எம் பேரு எலிஸபெத் முல்லெர், எலிஸபெத்தென்றே என்னைக் கூப்பிடலாம்.

பவானி புறப்படும்போது எலிஸபெத் கை நீட்டினாள். இவளும் புரிந்து கொண்டு அவள் கையைப் பிடித்து குலுக்கினாள். உள்ளங்கையில் மின்சாரம் பாய்ச்சும் வித்தையை எலிஸபெத் அறிந்தவளாக இருந்தாள். வீடு திரும்பிய பின்னரும், அவள் ஏற்படுத்திய அதிர்வுகளில் உடல் நடுங்கிக்கொண்டிருந்தது.

அதற்கு மறுவாரம் ஞாயிற்றுக் கிழமை, காலை எட்டுமணியிருக்கும் போன் வந்தது. பவானி போனை எடுக்க யோசித்தாள். வெளியிலிருந்து போன் வந்தால் தேவசகாயம் மட்டுமே ரிசீவரைத் தொடலாம் என்ற விதி அந்த வீட்டில் அமலிலிருந்தது. மூன்றாவது முறையாக தொலைபேசி அலறியதில் வந்தது வரட்டுமென்று பவானி போனை எடுத்தாள். மறுமுனையில் எலிஸபெத்.

- மதாம் பவானி?

- உய்...

- இங்கே எலிஸபெத் பேசறேன்.

- உங்க குரலைக் கேட்டவுடனே கண்டுபிடிச்சுட்டேன். என்ன விஷயம் சொல்லுங்க?

- உங்க வீட்டுக்கு வரணுமென்று நினைக்கிறேன்.

- அதற்கென்ன வாங்களேன், என்றைக்கு? எப்போ?

- இன்றைக்கு மாலை மூன்று மணிக்கு, உங்க கணவரோட வெளியிலே போகணுங்கிற திட்டம் ஏதாச்சுமிருக்கா?

- அதெல்லாம் ஒண்ணுமில்லை மேடம், நீங்க வாங்க...

ஞாயிற்றுக் கிழமைகளில் பதினோரு மணிக்கு படுக்கையை விட்டு எழுந்திக்கிற வழக்கங்கொண்ட தேவசகாயத்திடம், மத்மஸல் எலிஸபெத் வீட்டுக்கு வருகின்ற செய்தியைச் சொன்னாள்.

- தேவா! மாலை மூன்று மணிக்கு மேடம் எலிஸபெத் நம்ம வீட்டுக்கு வருவதாகச் சொல்லியிருக்காங்க.

- அதை ஏன் எங்கிட்டே சொல்ற?

- முதன்முதல்ல நம்ம வீட்டுக்கு அவங்க வருகிறார்கள்னு சொன்னா, ரெண்டு பேரும் வீட்டிலிருக்கிறதுதான் மரியாதை. தவிர அவங்க நமக்கு உதவி பண்றேன்னு வேற சொல்லியிருக்காங்க.

- அவ எதற்காக நம்ம வீட்டுக்கு வரணும், அவ வீட்டுப் பணத்தையா நமக்கு தருமம் பண்றா? உனக்கு அக்கறை இருந்தா நீ வீட்டிலே இருந்து மேளதாளத்தோட வரவேற்புக் கொடு, மூன்றுமணிக்கு குளோதோட ஒரு இடம் போகவேண்டியிருக்கு.

- மூன்றுமணிக்கு எலிஸபெத் வீட்டிற்கு வந்தபோது, பவானியும் குழந்தை ஹரிணியும் மாத்திரம் வீட்டில் இருந்தனர். கதவைத் திறந்த பவானிக்கு மூர்ச்சையாகாத குறை. வாயிலில் நின்றிருந்த எலிஸபெத் இருகைகளிலும் சுமக்கமுடியாத அளவிற்குப் பரிசுப் பொருட்கள்: ஃபிஷெர் பிரைஸ் டோரா இரட்டையர் பொம்மை, மட்டெல் சரக்கு வாகனம், வீ-டெக் டெலிபோன், லெகோ குட்டி விலங்குகள்.

- பவானி என்ன அப்படியே அசந்து நின்னுட்டீங்க, நான் உள்ளே வரவா வேண்டாமா?

- சாரி மேடம். சந்தோஷத்துலே எனக்கு என்ன செய்யறதுன்னே புரியலை.

- ஒன்றும் செய்ய வேண்டாம், எனக்கு முதலில் வழிவிடு, உள்ளே வறேன்.

- உட்காரலாமா கூடாதா?

- என்ன மேடம் இதையெல்லாங்கூட என்கிட்டே எதிர்பார்க்கறீங்க, உட்காருங்க.

- குழந்தை என்ன பண்றா?

- இத்தனை நாழி விளையாடிக்கொண்டு தானிருந்தாள், இப்போதான் தூங்க வச்சேன். எழுப்பட்டுமா?

- வேண்டாம் தூங்கட்டும், பிறகு எழுப்பலாம். ஞாயிற்றுக் கிழமைகள்ல வெளியிலே போகும் பழக்கமேதுமில்லையா?

- இல்லை மேடம் இங்கே வந்து ஒரு மாதந்தான் ஆகப்போகுது, அவருடைய நண்பர்கள் சிலர் இங்கேதான் இருக்காங்க. அவங் கெல்லாங்கூட வீட்டுக்குக் கூப்பிடத்தான் செய்யறாங்க, எதையாவது காரணத்தைச் சொல்லித் தவிர்க்கறேன்.

- ஏன்?

- ஒருத்தர் வீட்டுக்குக் கையை வீசிக்கிட்டு வெறுமனேபோக முடியாதில்லையா?

- உங்க கணவர் வீட்டில் இல்லையா?

- இப்பத்தான் சித்தெ முன்னே, ஒரு சினேகிதரைப் பார்க்கணு மென்று போனார். இந்தியாவிலிருக்கும்போதே பழக்கம், வந்திடுவார்.

- என்ன குடிக்கிறீங்க காப்பி, டீ?

- எதுவும் வேண்டாம், இப்படிப் பக்கத்திலே உட்கார்.

- என்ன மேடம் இப்படிப் பார்க்கறீங்க?

- உன்னுடைய அழகு என்னை அப்படிப் பார்க்கச் சொல்லுது.

- நீங்க மட்டும் அழகுக்குக் குறைச்சலா? உங்களுக்கும் ஒரு புடைவையைச் சுற்றி, சேர்த்து முடிச்சிருக்கும் தலைமுடியையும் அவிழ்த்துத் தொங்கவிட்டு, நெற்றியில் ஒரு ஸ்டிக்கர் பொட்டையும் வைத்து விட்டால் என்னைவிடப் பல மடங்கு ஜொலிப்பீங்க.

- அப்படியா, அடுத்தமுறை வரேன், எனக்கு ஒரு புடவை கட்டிவிடு.

- எதற்காக அடுத்தமுறையென்று காத்திருக்கணும், இப்பவே கட்டி விட்டாப் போகுது.

- இப்போது வேண்டாம். இன்னொரு முறை பார்த்துக்கொள்ளலாம். ஹரிணி எழுந்திருக்கட்டும், அவளை அழைச்சிக்கிட்டு ஓரான்ழெரி பார்க் வரை போயிட்டு வரலாம். வழக்கமா அவ எழுந்திருப்பது எப்படி? நிறைய நேரம் தூங்குவாளோ? பகலில் தூங்க வைக்காதே.

உனக்குத்தான் பிரச்சினை. பிறகு உங்க கணவர்கிட்டே மாற்றுச் சாவி இருக்கு இல்லையா?

- நான் இல்லைன்னாலும், பிரச்சினை இல்லை, அவரிடத்தில் மாற்றுத் திறப்பு இருக்கு. அவர்கிட்டே இப்படி நாம வெளி யிலே போகணுமென்று சொல்லலை. சொல்லாம கொள்ளாம போயிட்டேன்னு நினைப்பார்.

- அவர்கிட்டே நான் பேசிக்கிறேன். அதுவொரு பிரச்சினையே இல்லை.

அரைமணி நேரத்திற்குப் பிறகு குழந்தை ஹரிணி, எலிஸபெத், பவானி மூவருமாகக் காரில் ஐரோப்பிய பாராளுமன்றத்திற்கு எதிரேயிருந்த பூங்காவிற்கு வந்திருந்தனர். எதிர்பார்த்ததை விட பூங்கா பெரிதாகத்தான் இருந்தது. கண்ணுக்குக் குளிர்ச்சியாய் விரல் உயரத்திற்குப் பராமரிக்கப்பட்ட புல்வெளிகள் திரும்பிய பக்கமெல்லாம் தெரிந்தது. இடையிடையே, மனிதரின் கற்பனைக் கேற்றவாறு, கடிகாரமாய், புத்தகமாய், பூக்கள் தைத்த இரத்தினக் கம்பளமாய், வட்டமாய், சதுரமாய், நீள் சதுரமாய், தோகைவிரித்து, சிவப்பாய், நலமாய், மஞ்சளாய், வெள்ளையாய் மொட்டுகள், அரும்புகள், கூம்பிய பூக்கள், மலர்ந்த பூக்கள் கவிதை படித்தன. தலையை உயர்த்திப் பார்க்க வானத்தைச் சுமந்திருப்பது போல அடர்ந்த மரங்கள், அவற்றின் கிளைகளுக்கிடையிலும், முடைந்திருந்த இலை விதானத்திலும் முற்றிய வெண்ணிறத்தில் சூரிய ஒளி இலைகளில் பச்சையத்தைத் தின்று பசியாறிக் கொண்டிருக்கிறது. வெயிலின் கடுமையைக் குறைக்க நினைப்பது போல வீசும் காற்றினை உணரமுடிந்தது. பிரான்சுக்கு வந்தபிறகு முதன்முறையாக ஒரு பார்க்குக்கு வந்திருப்பது, ஏன், வீட்டைவிட்டு இப்படி வெளியில் வந்தது இதுதான் முதல் தடவை. ஹரிணியை வண்டியில் வைத்துத் தள்ளிக்கொண்டு எலிஸபெத் நடந்து வந்தாள். அவளை ஆச்சரியத்துடன் பார்த்தபடி கொஞ்சம் இடைவெளிவிட்டு பவானி நடக்கிறாள். இரண்டு நாட்களுக்கு முன்புதான் எலிஸபெத்தை அலுவலகத்திற் சென்று சந்தித்தது, ஞாயிற்றுக்கிழமை வீடு தேடி வந்து, ஹரிணிக்குப் பரிசுகளை வாரிக்கொடுக்கிறாள்; பவானியின் தோள் தொட்டு ஆறுதலாகப் பேசுகிறாள். பத்மாகூட வெள்ளைக் காரர்கள் அன்பாய்ப் பழகக்கூடியவர்களென்றும், உண்மையாய் உதவக்கூடியவர்களென்றும் சொல்லியிருக்கிறாள். ஷர்மிளா விற்குங்கூட இரண்டொரு குடும்பங்கள் அப்படிப் பழக்கம் போலிருக்கிறது. போனமுறை ஒரு கூடை ப்ளம்ஸ் பழங்களைக் கொண்டுவந்தவள், அவளுக்குத் தெரிந்த வெள்ளைக்காரக் குடும்பம் கொடுத்ததாகத்தான் சொன்னாள். இருந்தாலும் இதை வளர விடக் கூடாது, இதுகளுக்கு இந்தியர்களென்றாலே பிச்சைக்காரக் கூட்டம் என்ற நினைப்பிருக்கிறது, அவளுடைய கடமையை மட்டும் நமக்கு செய்தால் போதும்...

- எனக்கென்னவோ நீ ரொம்பத் துன்பப்படறமாதிரித் தெரியுது?
- பவானியின் எண்ண ஓட்டத்திற்கு ஏற்றது போலத்தான்,

எலிஸபெத்தின் கேள்வியும் அமைந்திருந்தது. கொஞ்சம் துணுக்குறவும் செய்தாள்.

- எதனாலெ அப்படிச் சொல்றீங்க? உங்களைப் பார்க்க வர்றவங்க எல்லோருக்குமுள்ள பிரச்சினைதான எனக்குமிருக்கு. அதாவது புதிதாப் பிரான்சுக்கு வருகிற புலம்பெயர்ந்த குடும்பங்களுக்கு நேரும் ஆரம்பச் சிக்கல்கள். நிரந்தரமாக் குடியிருக்க ஒரு அபார்ட் மென்ட்டும், இரண்டு பேர்ல ஒருத்தருக்கு நிரந்தர வேலையும் என்று ஆயிட்டா நாங்க சமாளிச்சுடுவோம். அதிகம் பழகாத ஒருத்தியிடம், இதையெல்லாம் சொல்லும்படியாக ஆகிவிட்டதென்கிற கவலையும் பவானியின் பதிலில் தொனித்தது.

- உங்க திருமணமென்ன பெற்றோர்கள் ஏற்பாடு செய்ததா? இங்கே வருகிற நூற்றுக்குத் தொண்ணூறு பேர் அப்படித்தான் சொல்றாங்க அதனாலேதான் கேட்டேன். உங்ககிட்டேயுள்ள பல பிரச்சினைகளுக்கு அதுதான் காரணமென்று நினைக்கிறேன்.

- எங்க திருமணம், நாங்களா தீர்மானிச்சதுதான். இருந்தாலும் பெற்றோர் பார்த்துவைக்கிற திருமணமெல்லாம் சிக்கல்கள்ல முடியுதுன்னு சொல்ல முடியாது. இந்தியாவுல நானொரு வக்கீலா இருந்திருக்கேன். காதல் திருமணம்னு செஞ்சிக்கிட்டு எங்கிட்ட கண்ணைக் கசக்கிக்கிட்டு வந்து நின்றவர்களில் பெண்களும் உண்டு. உண்மையைச் சொல்லணுமென்றால் ஹரிணியேகூட அப்படி யொருத்திகிட்டயிருந்து நாங்க தத்து எடுத்துக்கிட்டதுதான்.

- நான் இதை எதிர்பார்க்கலை. நாளைக்கு உனக்குன்னு ஒரு குழந்தை பிறந்தா, இவளை அப்பவும் உன்னாலே இப்படி நேசிக்க முடியுமா?

- முடியும்னுதான் நினைக்கிறேன்.

- அப்படியொரு சந்தேகமிருந்தா, குழந்தையை எங்கிட்டே கொடுத் திடு, அரசாங்கம் மூலம் அவளை வளர்க்க ஏற்பாடு செய்யலாம். இங்கே அப்படியான பொறுப்புகளை ஏற்கிற குடும்பங்கள் நிறைய இருக்கு.

- இல்லை மேடம் அப்படியெல்லாம் கொடுக்க நினைத்திருந்தால் இவளைத் தத்து எடுத்திருக்கணுங்கிற அவசியமில்லை, வேற சில காரணங்களும் மனதிலிருக்கு. முதல் நாளிலேயே அதைப்பத்தியெல்லாம் சொல்லணுமான்னு யோசிக்கிறேன். உங்க கணவர் - என்ன செய்யறார்?

- எனக்குத் திருமணமாகலை, அதிலே எனக்கு விருப்பமுமில்லை . சிமோன் தெ பொவா மாதிரி நிம்மதியா கடைசிவரை ஒற்றையா இருக்கணும்னு நினைக்கிறேன். ஜோடின்னு சேர்ந்தாலே, சில சுதந்திரங்களை நான் விட்டுக்கொடுக்கணும், என்னாலே முடியாது.

- அப்போ ஒரு சார்த்த்ரு கிடைக்கிறவரைக்குமென்று சொல்லுங்க.

- அவங்களுடையது, மோதிரம் மாற்றிக்கொண்ட கலப்பு வாழ்க்கை இல்லை. தங்கள் அடையாளத்தை இழக்காத கூட்டு வாழ்க்கை, அவங்க இரண்டு பேருமே அவங்களாத்தான் இருந்தாங்க, நிறம் மாறலை. அந்தம்மாவோட வாழ்க்கை, சிந்தனை, விருப்பம் எல்லாமே பெண் விடுதலை சார்ந்தது.

- அவங்களுக்குள் பல அவதாரங்கள் இருந்திருக்கு, நூல்கண்டைப் பிரிச்சுச் சிக்கலாக்கிக்கிட்டு, அடிக்கடி பிரித்துக்கொண்டிருக்கிற மாதிரிதான் அவங்க நடந்துக்கிட்டு இருந்திருக்காங்க.

- பரவாயில்லையே அவங்களைத் தெரிஞ்சுதான் வச்சிருக்கே. நான் கூட சில நேரங்களில் நூற்கண்டை பிரிச்சுவச்சுக்கிட்டு உட்கார்ந்திடறேன்.

எலிஸபெத்தின் சிவந்த முகத்தில் நிழல் படிந்திருந்தது. மேகத்தில் ஒளிந்த சூரியனா, பேசிய விஷயமா இதில் எதுகாரணமாக இருக்கு மென்று பவானி யோசித்தாள்.

- உண்மைதான், உனக்குள்ள வருத்தங்களை விசாரித்து ஆறுதல் சொல்ல முடியுது. தினந்தோறும் அலுவலகத்திற்கு என்னைத் தேடி வந்து தங்கள் குறைகளைச் சொல்கிற பலரது சுமைகளை இறக்கி வைக்கிறேன். என்னோட சுமைகளை எங்கே இறக்கி வைக்கிறது? சரி நான் கிளம்பணும் நேரமாச்சு, இன்னொரு நாளைக்கு நிறையப் பேசலாம்.

திடீரென்று தும்பை அறுத்துக்கொள்வது போலத்தான் அவளுடைய செய்கைகள் இருந்தன. பவானிக்கும் எங்கே தேவசகாயம் வீட்டில் வந்து காத்திருப்பானோ என்கிற கவலை மனதில் அரிக்க, வீட்டிற்குத் திரும்புவதும் சரியென்றே மனதிற்பட்டது. இவர்களுடைய ஜாகைக்குத் திரும்பியதும், சாலை ஓரமாகவே காரை நிறுத்தி, பவானியும், குழந்தை ஹரிணியும் இறங்கிக் கொள்ள எலிஸபெத் உதவி செய்தாள். பவானி, காரைப் பார்க்கிங்கில் நிறுத்திவிட்டு மேலே வரலாமே என்றாள். தன் கணவன் இந்நேரம் திரும்பி யிருப்பான், அவனையும் அறிமுகப் படுத்தமுடியுமென்றாள்.

எலிஸபெத் இன்னொரு நாளைக்குப் பார்த்துக்கொள்ளலாம் என்றாள்.

பவானி வற்புறுத்தவில்லை. இவள் மேலே வந்தபோது, தேவசகா யத்திற்குப் புரையேறியிருந்தது, கண்களில் நீர் கொப்பளிக்கத் திணறிக்கொண்டிருந்தான். எப்போது சாப்பிட உட்கார்ந்தாலும் தண்ணீர் வைத்துக்கொள்ளாமல் உட்காருவதென்கிற வழக்கம். மூன்று நாட்களுக்கு முன்பு வைத்த கோழிக்குழம்பு மீந்து போயிருந்தது. ருசி பார்க்காமலேயே செய்யும் கைப்பக்குவம் பவானிக்கு வந்திருந்தது. அவனும் அசைவமென்றால் குறை சொல்லாமல் சாப்பிடுகிறான். இவளுக்கு டப்பாவில் அடைத்து விற்கும் தயிரும், உப்பு போட்ட நாரத்தை பத்தையும் போதும், பிரான்சிலும் அதுதான் வாய்த்தது. பாட்டியின் மரணத்தோடு இவளிடத்தில் பலதும் செத்துப்போயிருந்தன, அதில் நாக்கு ருசியும் அடக்கம். பாட்டிலிலிருந்த தண்ணீரை கண்ணாடித் தம்ளரொன்றில் ஊற்றி எதிரே வைத்தாள். ஏதாவது கேட்பானென்று நினைத்தாள். அவன் சாப்பிடுவதில் மும்முரமாக இருந்தான்.

மூன்று ஆண்டுகள், எலிஸபெத் பற்றிய எந்தக் கேள்வியையும் தேவசகாயம் கேட்டவனில்லை, அவளும் அப்படித்தான் மாதத்திற்கு இரண்டு முறையாவது வருவாள், பவானியால் முடியாதென்றால்கூட வம்பு செய்து அழைத்துப் போய்விடுவாள். இல்லை ஹரிணியை மாத்திரம் தூக்கிக்கொண்டு போய்விடுவாள். வரும்போதெல்லாம் குழந்தைக்கான அத்தனையும் வாங்கிக்கொண்டு வந்து அசத்துவாள். அவள் அன்பைக் கண்டு உருகித்தான் போனாள். தேவசகாயத்தின் அத்தனை இம்சைகளுக்கும், எலிஸபெத்தின் வரவு ஆறுதலாகத்தான் இருந்திருக்கிறது. கடந்த மூன்று ஆண்டுகளில் தேவசகாயமும் எலிஸபெத்தும் எத்தனை முறை இங்கே சந்தித்திருப்பார்கள், அவர்களுக்குள் ஒரு கைகுலுக்கல், வணக்கம், உதட்டோடு சேர்ந்த புன்னகை, எதையாவது கண்டிருக்கிறேனா? இல்லையே. நேற்று கண்ட காட்சி: ஷர்மிளா வீட்டிலிருந்துவிட்டு அப்போதுதான் திரும்பியிருந்தாள். வழக்கம்போல கதவைத் திறந்து கொண்டு உள்ளே நுழைந்ததும் சோபாவின்மேல் எலிஸபெத்தின் கைப்பையைக் கண்டு விட்டு எங்கேயென்று அவளைத் தேடினாள், பாத்ரூமில் குரல் கேட்டது. கதவினைத் திறக்க, அடங்கி ஒலித்த உரையாடல் சட்டென்று நின்றது.

தேவசகாயமும் எலிஸபெத்தும் சட்டென்று விலகி நின்றது போல இருந்தது. ஒருவேளை பிரமையா? நான்தான் ஒன்றுகிடக்க ஒன்று கற்பனை செய்துகொள்கிறேனோ. எலிஸபெத், இவளைப்பார்த்து, நீ எப்போது வந்த, கதவைத் திறந்த சத்தங்கூட கேட்கலையே என்று கேட்டபோது, அக்குரலணிந்திருந்த முகமூடியைக் கழட்டலாமா என்றுகூட தோன்றியது. "அவசரப்படாதே" என்ற உள்மனதின் குரலுக்குப் பணிந்து, "இல்லை இப்போதுதான் வந்தேன்" என்றாள். பதிலுக்கு எலிஸபெத், "ஹரிணியைப் பார்க்கலாமென்று வந்தேன், அவள் கிரெஷிலிருந்து வர நேரமாகும் போலிருக்கிறது, சனிக்கிழமை கடைக்குப் போகவேண்டுமென்றாயே, நான்கு மணிக்கு கிளம்பி இரேன், வந்திடறேன்," என்று சொன்னவள் வழக்கத்திற்கு மாறாக உடனே புறப்பட்டுவிட்டாள். இவன் என்னடாவென்றால் அடுக்களையை உருட்டிய பூனை ஆள் அரவம் கண்டதும் நழுவுவதுபோல நடந்துகொண்டான்.

எலிஸபெத் வெளியிற்சென்ற சிறிது நேரத்திற்கெல்லாம் புறப்பட்டுப் போன தேவசகாயம், அதற்குப்பிறகு இப்போதுதான் திரும்பி வந்திருக்கிறான். நேற்றிலிருந்து இருவரும் பேசவில்லை. இது முதல் தடவையில்லை. ஒவ்வொருமுறையும், பிரச்சினைகளென்று வெடிக்கிறபோதெல்லாம் கணவன் மனைவி இருவரும் பேசிக்கொள்வதில்லை. பிடிவாதமாக மௌனம் சாதிப்பாள். கடைசியில் ஜெயிப்பது என்னவோ அவன்தான். அது அதற்கு ஒரு முகம் வைத்திருக்கிறான், தீக்குண்டத்திலும் இறக்குவான், தீக்காயத்திற்கு விசிறவும் செய்வான் – அசல் இருபத்துநாலு காரட் உத்தம புருஷன். இந்தமுறை நான் தோற்கமாட்டேன் என்று சொல்லிக்கொண்டாள், வீட்டிற்குள் வரட்டுமெனக் காத்திருந்தாள், வந்திருக்கிறான்.

– தேவா உட்காருங்க நான் உங்ககிட்டே பேசணும்.

– என்ன பேசணும்? – இது எத்தனை நாளா நடக்குது?

– எது?

– என்ன உண்மையிலேயே புரியாமத்தான் கேட்கறீங்களா?

– நீ ஏதாச்சும் கற்பனை செஞ்சுக்கோ, எனக்குக் கவலையில்லை. கொஞ்ச நாட்களுக்கு முன்னாலே இப்படித்தான் பத்மா மேலே சந்தேகப்பட்டிருக்க, அவளும் கேள்விப்பட்டு இங்கே வருவதை நிறுத்திட்டா, இப்போ இந்த பொம்பிளை மேலே உனக்குச்

சந்தேகம் வந்திடுச்சி. நானா அவளை நம்ம வீட்டுக்குக் கூட்டி வந்தேன். நீதான் கூப்பிட்ட அவளும் வந்தா. எங்கிட்டே சொல்லாமல் அவகூட நம்ம குழந்தையைத் தூக்கிட்டு போயிடறா, அப்போதெல்லாம் நான் ஏதாச்சும் கேட்டேனா?

அவன் கேள்வியில் நியாயம் இருந்தது. எலிஸபெத்துடனான இவளுடைய சிநேகிதத்தை ஆரம்பத்திலிருந்து கேள்வி கேட்காமல்தான் அனுமதித்து வந்திருக்கான். யாருக்காக? அவன் சொல்வதுபோல இவளுக்காகவா இல்லை....

– இல்லை நான் என்ன சொல்ல வறேன்னா..

– பவானி, போதைப்பொருள் உபயோகம் என்னை மிருகமா மாத்திட்டது உண்மை, இப்ப மாறி இருக்கேன். எனக்கு என்ன தோணுதென்றால், உங்கம்மாவைப்போலவே எல்லாப் பெண்களையும் நினைக்கிற பாரு அதை முதலில் நீ நிறுத்தணும்.

– என்னுடைய அம்மாவைப்போல? உங்களுக்கு யார் என்ன சொன்னாங்க, என்ன தெரியும்?

– எல்லாம் தெரியும், இப்போ அதுவா முக்கியம், எலிஸபெத்தை ஏதாவது ஒண்ணுகிடக்க ஒண்ணு கேட்டு, பிரச்சினையாக்கிடாதே. அவள் மேரியிலே (நகரசபையிலே) எனக்கு நல்ல வேலையொன்று ஏற்பாடு செய்வதாகச் சொல்லியிருக்கிறா.

அவள் அம்மாவைப் பற்றிய பேச்சு வந்ததும், பவானி சட்டென்று அடங்கிப்போனாள், நெஞ்சு குமுறிற்று. அவன் வாயை அடக்க ஏதாவது சொல்லவேண்டுமென்று நினைத்தாள். இத்தனை நாட்களாக இவனெப்படி நடந்து கொண்டான், கேட்கலாம், வேறு வினையே வேண்டாம், மறுபடியும் வேதாளம் முருங்கை மரத்தில் ஏறிக்கொள்ளும். பத்மாதான், வேறு யார் சொல்லியிருப்பார்கள்? அவளுக்கு ஃபோன் செய்து நாலு வார்த்தை நறுக்காய் கேட்கவேண்டுமென்று மனம் துடித்தது. தேவையா? என்றோ நடந்தது என்றாலும் உண்மை உண்மைதானே! எதற்காகத் தேவையில்லாமல் ஒரு வாதத்தை வளர்த்து, இருவருக்கு மிடையேயான மதிற்சுவரின் உயரத்தைக் கூட்டிக்கொள்ள வேண்டும், பேசிப்பேசிக் கோபத்தை வளர்த்துக்கொள்ளவேண்டும்.

– பவானி இதைப்பற்றியெல்லாம் பேசுவதில்லை என்று தீர்மானித்துக் கொள்வோம். நம்மைச் சுற்றியுள்ள உலகம் பொய்யாகவே இருக்கட்டும், நாம் உண்மையாக இருப்போம்,

உண்மையாக நடந்து கொள்வோம். எனக்கும் உனக்கும் இடையில் வளர்ந்துள்ள காட்டுச்செடிகளையெல்லாம் பிடுங்கி எறியணுங்கிற வெறி எனக்குச் சிலநாளா நெஞ்சில் புகையுது.

– தேவா நான் எதிர்பார்க்கலை, எனக்கே சில நேரங்களில் நான் காண்பது பகற்கனவாங்கிற சந்தேகங்கூட இருக்கு. எப்படி இந்த அதிசயம் நடந்தது. நீ முற்றாக மாறணுமென்பதுதான் என் ஆசை.

– நீ சந்தேகப்படற எலிஸபெத்தும் அதற்குக் காரணம். அவள்தான் போதை மருந்து தடுப்புப் பயிற்சி முகாமிலே என்னைச் சேர்த்துவிட்டவள். என்னை நிரந்தரமாக அதிலிருந்து விடுவித்துக் கொள்ளணுமென்றால், இனி நீ வேண்டும்.

அவள் கண்களையே பார்த்தான், பார்த்துக்கொண்டிருந்தான். வழக்கம் போல நாடகமா? இல்லை, அவளது தேவை கண்களில் தெரிகிறது. கால்களுக்குக் கீழே பூமி மெல்ல இடம்பெயர்வதைப்போல உணர்ந்தாள். நெஞ்சம் வேகமாகத் துடிக்கிறது, விரலைப்பிடித்தான், கையை வாங்கினான், திரும்பிப் பார்க்காமல் நடந்தான், பின் தொடர்ந்தாள், அறைக்குள் அவள் வந்துவிட்டாளா என்பதைத் திரும்பிப்பார்த்து உறுதி செய்து கொண்டான். கதவைச் சாத்தினான்.

– ஹரிணியை வேற போய் கூட்டிவரணும்.

– அதற்கு இன்னும் நேரமிருக்கு.

– இப்படிப் பகலில் எதற்கு, நான் எங்க போயிடப்போறேன்?

– நல்ல விஷயத்தைத் தள்ளிப்போடக்கூடாது.

அவள் என்னவோ சொல்ல வாய்திறந்தாள், இவன் தடுத்தான். மெல்ல அணைத்தபடி கட்டிலில் சாய்ந்தார்கள், வெப்பமொன்று இருவரையும் தகித்தது. படிகளை அழுந்த மிதித்து யாரோ மேலே ஏறிப்போவது துல்லியமாகக் கேட்டது. வேர்வையில் நனையும் சரீரத்தின் மணம் இருளோடு கலந்து சன்னலூடாகக் கசிந்தது. பெருமூச்சைக் காற்றில் கலந்தார்கள். இருவரும் வெகுதூரம், வெகுநேரம் பயணித்தார்கள், கண்ணுக்கெட்டிய வரை நட்சத்திரங்கள், எது வேண்டும்? – கேட்கிறான். நட்சத்திரமல்ல நிலா வேண்டும், பௌர்ணமி நிலா – நதி– கடல் குகை–மலை – ஒவ்வொன்றாய்க் கடந்து மேலேமேலே எவரும் தொடமுடியாத சிகரம், அடையமுடியாத ஆழம், காணாத உலகம் – போதை

– களிப்பு – பரவசம். அமுதம் சிற்றோடை போல ஆரம்பித்து நதியாக பிரவாகமெடுத்துப் பாய்ந்து இருவரையும் நனைக்கிறது. தூக்கம் இமையை அழுத்திற்று. அயர்ந்து உறங்க வேண்டும் போலிருக்கிறது....

37

அவள் வாழ்நாளில் பகலில் தூங்கியது குறைவு. குழந்தை ஹரிணியின் குரல் கேட்டு கண் விழித்தாள். பக்கத்திலிருந்த மேசையில், தண்ணீர் பாட்டிலின் கீழ் நான்காக மடித்து ஒரு வெள்ளைக் காகிதம். பாட்டிலை அப்புறப்படுத்திவிட்டு, காகிதத்தைப் பிரித்தாள்.

ஷெரி (டியர்), நான் குளோது வீடுவரை போகணும். பயப்படாதே மறுபடியும் நீ நினைக்கிறமாதிரியெல்லாம் ஒண்ணுமில்லை. போதை மருந்துக்கு அடிமை என்பதையெல்லாம் அடியோட மறந்துட்டேன், அவரும் என்னை வற்புறுத்தமாட்டார். நீ நினைக்கிறமாதிரி குளோது ரொம்பவும் தப்பான ஆசாமி அல்ல. ஒரு சில விஷயங்கள் பேசவேண்டியிருக்கு, கொஞ்சம் லேட்டானாலும் ஆகும். ஹரிணியை மதியம் நீயே ஸ்கூலில் விட்டுட்டு, நாலுமணிக்கு நீயே அழைச்சு வந்திடு. அவளை ஸ்கூலில் காக்கவச்சுடாதே. நாம லேட்டாப்போனா குழந்தை அழத் தொடங்கிடுவா - தேவா.

நடப்பதெதுவும் கனவில்லை. தேவசகாயம் மாறியிருக்கிறான். போதை மருந்திலிருந்து இத்தனை சீக்கிரம் விடுபட முடியுமா? அவன் பெற்ற விடுதலை, மாத்தா ஹரியின் மயக்கத்திலிருந்தும் பெற்ற விடுதலையா? முடியுமா? “என்னையும் என் குணத்தையும் பொறுத்துக்கொண்டு இருக்க முடிந்தால் இரு, இல்லையெனில் டிக்கெட் வாங்கித் தருகிறேன், நாளைக்கே இந்தியாவுக்குப் போய்ச் சேர்.” எத்தனை முறை சத்தம் போட்டிருப்பான். சில நேரங்களில், அவனோடு வாதிட்டும்; பல நேரங்களில், அவனது பைத்தியக்கார நடவடிக்கைகளையும், உடல் மீதான

வன்முறைகளையும் சகித்துக்கொண்டதற்கான பலனா? இன்றா நேற்றா? இருபது ஆண்டுகளாக கனாபிஸ், மரியுவானாக்கள் சகவாசமென்றும், தன்னால் அதனை விடமுடியாதென்றும் சொல்வானே. இவளாற்கூட முடியாதது, எலிஸபெத்தால் எப்படி முடிந்தது? எந்தவகையில்? என்னைப்போலச் சங்கடப்படுகிற குடும்பங்களுக்கு அரசாங்கத்தின் சார்பில் உதவிக்கரம் நீட்டுவதுதானே எலிஸபெத்தின் தொழில்? அவளிடம் உதவி கேட்கிற அவ்வளவு குடும்பத்திற்கும் இப்படித்தான் ஓடி ஓடி உதவிகள் செய்கிறாளா? நேற்று குளியலறையில், என்னைக் கண்டதும் அவர்கள் விலகிக்கொண்ட மாதிரி இருந்ததே. ஒருவேளை தேவா சொல்வதைப்போல நான்தான் தப்புத்தப்பா எதையாவது கற்பனை செய்துகொள்கிறேனோ? பத்மாவைப் பகைத்துக் கொண்டதும் இப்படிப்பட்ட சந்தேகத்தினாற்தானே? கடந்தகாலங்களில் தேவசகாயம் என்னைச் சந்தேகித்தபோது, எத்தனை முறை அது தவறென்று கதறி இருப்பேன். இன்றைக்கு நானும் அவனைப்போலவே சந்தேக நோய்க்கு ஆட்பட்டு, உடலையும் மனதையும் எதற்காகத் துன்புறுத்திக் கொள்ளணும்? தேவாவின் கண்களில் இதுவரை காணாத ஒளி. அவனுடைய பேச்சில் கொடுங்கனவுகளையெல்லாம் மறக்கச்செய்யும் உண்மையின் தீண்டல். உள்ளத்தில் ஒளி உண்டாயின் வாக்கினிலே ஒளி உண்டாகுமில்லையா? தேவசகாயம் திருந்தி இருக்கிறான்; பத்மா நல்லவள், எலிஸபெத் நல்லவள், இந்த உலகம் உயர்ந்தது. அம்மா தாழ்ந்தவள், அவள் வழிவந்த நான் தாழ்ந்தவள், பாட்டி பைத்தியம், அப்பா பைத்தியம், நான் பைத்தியம். உடம்பைச் சந்தோஷப்படுத்திவிட்டான், பெண் ஜென்மத்திற்கு வேறென்ன வேண்டும், காய்ந்துகொண்டிருந்த செடிக்கு நீர்பாய்ச்சிவிட்டான், இனி எழுந்து நிற்கவேண்டும், நின்றுவிடுவேன், பூக்கவேண்டும், காய்க்கவேண்டும், பெண்ணென்றால் கடமைகளுக்கா பஞ்சம்? காலங்காலமாய்ப் பெண்ணுக்கு இதுதானே நடக்கிறது. நேரம்பார்த்து ஆறுதல், அணைத்துக் கொண்டு ஒரு தேறுதல்: மாசறு பொன்னே! வலம்புரி முத்தே! வஞ்சகமற்ற அழைப்பு, விரல் பிடித்துக் கூட்டிவந்தான். கட்டில் விரிப்புகளில் தழுவிக்கிடந்த இடங்களில், குளிர்ந்திடாத வெப்பம் சாட்சியாக இன்னமும் மிச்சமிருக்கிறது. வியர்வையில் நனைந்து சிந்திய முத்தும், பவளமும், தரையெங்கும் சிதறிக் கிடக்கின்றன. விழியோரங்களில்; தலையொதுங்கிய மயிர்கற்றைகளில்; பெருமூச்சிட்ட நேரங்களில் விடைத்த நாசித் துவாரங்களில்; பல் பதித்த உதட்டோரங்களில், முலைக்காம்புகளில்; விரல்

இடுக்குகளில்; கால்களின் ஆடுசதைகளில்; அடிவயிற்றில், காதுமடல்களில்; வாய்த்த இடங்களிலெல்லாம் இவள் சம்மதமின்றி காத்துக்கிடந்த தாபத்தை இறக்கி வைத்திருக்கி றான். வருவான், மீண்டும் வருவான், குரல் கொடுப்பேன் – கிளிக்குஞ்சாய் குரல் கொடுப்பேன். எங்கிருந்து, புலம் பெயர்ந்த பெண்களுக்கென்று பட்டா போட்டு கொடுத்த, கூண்டிலிருந்து... க்றீச்... க்றீச்..... சுட்ட பழமா சுடாத பழமா எதுவேண்டுமென்பான்? இறக்கையைத் தூக்கி படபட வென்று அடித்துக்கொண்டு, கூண்டுக் கம்பியில் தேய்த்து முனை முறிந்த அலகைப் பிரித்தபடி காத்திருப்பேன். –

உங்களுக்குச் சந்தோஷமா இப்போ? சொல்லுங்கப்பா? இண்டு இடுக்குகளில் பயணித்து மீள எனக்கும் வந்துவிட்டது. நீங்கள் சொல்லச் சொல்லத் தலையாட்டினேனே, ஞாபகமிருக்கா? எல்லைக்கோடுகளைத் தாண்டாமல் யுத்தம் செய்யப் பழகென்று சொன்னீர்களே? இதையெல்லாம் ஊகித்துப் பார்த்துத்தானா? இப்படியெல்லாம் நடக்குமென்று முன்பே தெரியுமா?

சின்னச் சின்னத் துளிகளாகக் காட்சிகள் விழுந்து தெறிக்கின்றன. ஓரங்கள் மடிந்து, படத்திற்கொரு பழுப்புத்தன்மை கிடைத்திருந்தபோதிலும் தெளிவாய் உருவங்கள் தெரிகின்றன. படத்தில் அப்பா இருக்கிறார். பாவாடை சட்டையுமாய் பவானி இருக்கிறாள், பாட்டி இருக்கிறாள். அம்மா இல்லை, அவள் மட்டுமே இல்லை. அவளைத்தேடித்தான் அப்பா சென்னைக்குப் போயிருந்தார். அவள் பிறப்பதற்கு முன்பெல்லாம் அம்மா சினிமாவில் நடிச்சிருக்காளாம், அதிகமாக இல்லை ஒன்றிரண்டு படங்கள். பள்ளிக்கூட வாசலிலிருந்து தன்னை ‘அப்படியே அள்ளிக்கொண்டு போய்விட்டார்கள், ‘அம்மா பெருமையாகச் சொல்லி இருக்கிறாள். அவர் பெரிய இயக்குநர். “நான் அறிமுகமான முதற்படம், ‘பூங்கொடி’ ஏ சென்ட்டர், பி. சென்ட்டர் அத்தனையையும் கலக்கியது, தினசரிகள், வார இதழ்கள் அவ்வளவிலும் நான்தான் ஆக்ரமித்துக் கொண்டிருப்பேன், என்ன காரணமென்று நினைக்கிற, என்னோட அழகுதான். “கண்கள் விரிய, மூக்கு விடைக்கச் சொல்லியிருக்கிறாள். இரண்டாவது படம் கிராமத்திலிருந்த தமது நிலபுலங்களை விற்றுவந்த ஆசாமிக்கென்றானது. ஒரே ஒருவாரம் சென்னையில் மட்டும், மற்ற இடங்களில் அதுகூட இல்லை. பெரிய பேனரின் பெயரில் அறிவிக்கப்பட்ட மூன்றாவது தயாரிப்பு பேச்சுவார்த்தையோடு நின்றுபோயிற்று.

ஒரு தேர்தலின்போது தான்சார்ந்த கட்சிக்கென்று பிரசாரம் செய்யவந்தவளை உபசரிக்கும் பொறுப்பு, அப்பாவின் தலையில் விடிந்தது. ஐந்தாறுமாதம், ரகசியமாகத்தான் தங்கள் காதலை வளர்த்திருக்கிறார்கள். வாய்ப்புகளில்லை என்றாகிவிட்டது. பத்திரிகைக்காரர்களும் எட்டிப்பார்ப்பதில்லை என்ற நிலையில், இருவருமாகத் திருப்பதியில் மாலை மாற்றிக்கொண்டார்கள். பவானி பிறந்தாள். அம்மாவுக்கும் சினிமாவுக்குமான தொடர்புகளெல்லாம் விட்டுப்போயிற்றென்று அப்பா ஆறுதலடைந்த நேரத்தில் – அம்மாவும் சினிமாவை மறந்துவிட்டாள் என்று நினைத்திருந்த நேரத்தில் அது நடந்தது. அம்மாவை அறிமுகப்படுத்தின இயக்குநரோட அஸிஸ்டென்ட் டைரக்டர் வீட்டிற்கு வந்தான். இயக்குநர் மீண்டும் கிராமத்தை அடிப்படையாவச்சுப் படமொன்று இயக்குகிறாரென்றும், அண்ணன் தங்கை பாசத்தை உருக்கமாச் சொல்கிற கதையென்றும், இந்தப் படத்தாலே டைரக்டர், அம்மா இரண்டு பேருக்குமே போன மார்க்கெட்டுத் திரும்பவும் கிடைக்கு மென்றும் என்னென்னவோ சொன்னான். அம்மா உடனே மெட்ராஸுக்குப் போகணுமென்கிறாள். அப்பா வந்தவனை வெளியிற் தள்ளி கதவை அடைக்கிறார். நடப்பது எதிலும் தனக்குச் சம்மதமில்லை என்பதுபோலப் பாட்டி வேடிக்கை பார்க்கிறாள், பாட்டியோடு உரசியபடி பவானி. வெளியே வடகிழக்குப் பருவக்காற்றின் தீவிரம், வீட்டிற்குள்ளும் அது எதிரொலிப்பது போல அன்றைய இரவு முழுக்க அப்பாவுக்கும் அம்மாவுக்கும் வாக்குவாதம். பவானி அச்சத்துடன் பாட்டியைத் தேடிச் சென்று அவளை அணைத்துக்கொண்டு படுத்ததும், பாட்டியின் புடைவைத தலைப்பு அவள் முகத்தில் இறங்கியதும் நினைவிலிருக்கிறது. விடிந்தது. அம்மா வீட்டில் இல்லை, தேடிக்கொண்டு சென்னைக்குப் போன அப்பா, ஒருவாரத்திற்குப் பிறகு திரும்பிவருகிறார்.

வாசலில் சடசடவென்று மழை ஓங்கி அடிக்கிறது. மழையில் தொப்பலாக நனைந்தபடி அப்பா. வேட்டியும் போட்டிருந்த கதர்ச்சட்டையும் உடலோடு ஒட்டிக் கிடக்கின்றன. பற்கள் தாளமிட தலைக்குமேலே முழங்கைகளை உயர்த்திக் கும்பிட்டபடி, ஒற்றையாக நிற்கிறார். மூக்கில் மழைநீரும், கண்களில் கண்ணீரும் வடிகிறது. தெருவாசலுக்கு ஓடுகிறாள். அம்மா கண்ணிற்படவில்லை. மழைமாத்திரம் வீதியில் நடமாடிக்கொண்டிருக்கிறது, துணைக்கு இரண்டொரு

குடைகள். திரும்பவும் வீட்டுக்குள் வந்தாள். அப்பாவைப் பார்க்கப் பயமாக இருக்கிறது, சமையற்கட்டில் படுத்திருந்த பாட்டியை எழுப்பி அழைத்து வந்தாள். பாட்டி நடை வாத்து நடை இவள் அவசரத்துக்கு ஈடுகொடுக்காத நடை, இருவருமாக சாரலுக்குப் பயந்து கூடத்துத் தாழ்வாரத்திலேயே ஒதுங்கி நின்று மிரட்சியுடன் பார்க்கிறார்கள்.

– ஏம்பா இப்படி மழையிலே நனையற?– பாட்டி.

– நான் செய்த பாவத்தை நாந்தான் கழுவணும். மழைக்குள்ள புனிதம் கங்கைக்குக்கூட இருக்காது. எம்மனசு அறிஞ்சு மழைபெய்யுது. எத்தனை நாள் பெய்யுதோ அத்தனை நாளும் நனையணும். – அப்பா.

– நம்ம தலையிலே என்ன எழுதியிருக்கோ அதுதான் நடக்கும், மழையிலே நனைஞ்செல்லாம் அதைக் கரைச்சுட முடியாது, உள்ளே வா. குழந்தை பயந்து போயிருக்கிறா பாரு. – பாட்டி.

அதிகம் பேசிப் பார்த்ததில்லை, இன்றைய ரேஷன் இதுதான் என்பது போல நிறுத்திக்கொண்டாள். குரலில் சுரத்தில்லை. கடைசியாகச் சொன்னது அவள் நெஞ்சிலேயே நிற்பது போலிருந்தது. பாட்டியை ஏறெடுத்துப் பார்த்தாள், முகம் எட்டவில்லை, ஆனால் கண்கள் கலங்கியிருக்கின்றன. அதன்பிறகும் வெகுநேரம் அன்றைக்கு மழையில் நனைந்தார். தூறலாக அடங்கியபிறகுதான், கூடத்தில் கால் வைத்தார். பாட்டி, அப்பாவைக் கையைப் பிடித்து உள்ளே கூட்டிப்போய்த் துவட்டிக்கொள்ள துண்டு கொடுத்தாள். வேட்டியையும் சட்டையையும் மாற்றிக்கொள்ளச்சொல்லி அடம் பிடித்தாள். ஒரு வாரம் அப்பா கட்டிலிலேயே கிடந்தார்.

– பவானி.

– இதோ வந்துட்டேன்பா.

– ஸ்கூல்விட்டு எப்ப வந்த?

– இப்பதாம்பா...

– காப்பி குடிச்சியா?

– ம்...

– வேற ஏதாச்சும்?

– பாட்டி ஓமப்பொடி செய்திருந்தா, கொடுத்தா.

– இப்போ எங்க கிளம்பிட்டே படிக்கலை?

– பக்கத்துலேதான் பிரண்டு வீட்டுக்கு.

– யாராவது ஆம்பிளைப் பையனா?

– இல்லைப்பா, பத்மா வீட்டுக்குத்தான்.

– அங்கெல்லாம் போகாதே, அவ ஆத்தா உதட்டு சாயம்பூசிக்கொண் லொங்குலொங்குன்னு உலாத்தறவ. பொண்ணையும் அப்படித்தான் வளர்த்திருப்பா.

– என்னப்பா, அறியாக்குழந்தைகிட்டே போய் கண்டதையும் பேசிகிட்டுத்தான் நீ போயிட்டு வாடா. – பாட்டி.

– பவானி...

– என்னப்பா? நான் படிக்கணும்.

– எம்மேலே கோபமாடா?

– இல்லைப்பா.

– எங்கே என் பக்கத்துலே வா.

பவானி தயங்கினாள்.

– ஏன் என்ன ஆச்சு உனக்கு? எதுக்காகப் பயப்படற?

– தெரியலை, இப்பவெல்லாம் அடிக்கடி நீங்க மழையிலே நனையறத நினைச்சா பயமாயிருக்கு. அம்மா வரமாட்டாளா?

– வரமாட்டாள், நான் நிறையப் பாவம் செஞ்சிருக்கேன்னு நினைக்கிறேன், அவற்றைப் போக்கத்தான் இப்படி மழையிலே நனையுறேன். எப்படித் தேச்சாலும் போகமாட்டேங்குது, நான் என்ன பண்ணட்டும். ஒண்ணு சொல்றேன் கேட்பியா?

– ம்...

– நீ அழகா இருக்கறங்கிற கர்வம் இருக்கா?

– நான் அழகா இருப்பதை நினைச்சு நீங்கதானே முன்னெல்லாம் ரொம்ப சந்தோஷப்படுவீங்க.

– அதனாலத்தான் இப்பல்லாம் ரொம்பக் கவலையாயிருக்கேன்.

வெளியே தொலைபேசி ஒலிப்பதுபோலச் சத்தம். பழைய நினைவிலிருந்து கலைந்தவள் போல எழுந்துகொண்டாள். வரவேற்பறையில் ஹரிணிய குரல் கேட்டது. மெல்ல எழுந்து சாத்தியிருந்த ஜன்னலைத் திறந்தாள் சாம்பல் வண்ணத்தில் பகல் வெளிச்சம் அறையை நிரப்பியது. எழுந்து கதவைத் திறந்தாள்.

– மம்மி தெலிபோன்... கைகாட்டிப் பேசிய குழந்தை ஹரிணியை தூக்க பிடித்து முத்தமிட்டபடி, நடந்து சென்று ரிஸீவரை எடுத்தாள்.

– ஹலோ ...

– '...'

– நான் நல்லாதான் இருக்கேன், நீங்க எப்படி இருக்கறீங்க, உங்க தங்கை எப்படி இருக்கறாங்க?

– '...'

– அவர் வீட்டுலேதான் இருக்கார். இப்ப ரொம்ப மாறிட்டார். காலை முழுக்க வீட்டிற்தானிருந்தார், இப்பத்தான் ஹரிணியைக் கொண்டுவந்து வீட்டில் விட்டுட்டு, மிஸியே குளோது வீடுவரை போயிருக்கிறார். வர கொஞ்சம் லேட்டாகும்னு சொன்னார். அவர்கிட்டே ஏதாச்சும் பேச வேண்டியிருக்கா?

– '...'

– எங்கிட்டேதான் பேசணுமா. அதற்கென்ன தாராளமா வாங்க, அரைமணி நேரத்துலே குழந்தையை ஸ்கூலுக்கு அழைச்சுப்போகணும். இரண்டு மணிக்கெல்லாம் வீட்டிற்கு வந்திடுவேன். ஹரிணி அதை வை... எடுக்காதே.

– '...'

– வேற யாரு ஹரிணிதான், கையை வச்சுகிட்டுச் சும்மா இருக்கமாட்டா, எதையாவது எடுத்துக் கீழே போட்டாகணும்.

பகல் ஒன்றரை மணிக்கு குழந்தையை ஸ்கூலுக்கு அழைத்துப்போகையில், பக்கத்து அப்பார்ட்மென்ட்டிலிருந்த கிழவன் கிழவி இருவரும், போன்ஷூர்' என்று சொல்லிக்கொண்டு எதிர்ப்பட்டார்கள். ஹரிணியின் கன்னத்தைக் கிள்ளினார்கள், எத்தனை வயது என்றார்கள். பவானி அதற்கான பதிலைச் சொல்லிவிட்டு அவசரகதியில் இறங்கிப்போனாள். வீடு திரும்ப

பகல் இரண்டாகியிருந்தது, இவர்கள் அப்பார்ட்மென்ட் இருந்த கட்டடத்திற்கு எதிர்த்திசையிலிருந்த ரொட்டிக்கடை பெண்மணி இவளைப் பார்த்துக் கையசைத்தாள், இவள் பதிலுக்குக் கையை அசைத்துவிட்டு, தடதடவென்று படிகளில் ஏறி, தனது அப்பார்ட்மென்டை நெருங்க மங்கிய மின்சார ஒளியில் அவன் நின்று கொண்டிருந்தான்.

– போன்ழூர் பிலிப்! நல்ல வேளை ஓடிவந்தேன். நீங்க நேரத்துக்கு வந்திடுவீங்கன்னு தெரியும். – மூச்சிறைக்கப் பேசினாள்.

– பரவாயில்லை ஒரு அஞ்சு நிமிஷம் முந்தி வந்துட்டேன். வேறொண்ணுமில்லை.

கதவைத் திறந்து உள்ளே அழைத்துப் போனாள்.

– பிலிப் உட்காருங்க, இரண்டு நிமிடங்களில் வந்திடறேன்.

– பரவாயில்லை, மெதுவாகவே வா.

38

– என்ன திடீரென்று வந்திருக்க? கேட்டபடி பிலிப் பர்தோவின் சோபாவுக்கு எதிரிலிருந்த நாற்காலியில் பவானி அமர்ந்தாள். மேலை கிடந்த பழைய பிரெஞ்சு இதழைப் புரட்டிக்கொண்டிருந்த பிலிப் தலை நிமிர்ந்தான்.

– திடீரென்று இல்லையே. போன் பண்ணிட்டுத்தானே வந்தேன்.

– நல்லா சமாளிக்கற பிலிப். ரொம்ப நாளாச்சு, இப்பவெல்லாம் டெலிபோனெல்லாங்கூடப் பண்றதில்லை. எங்களையெல்லாம் மறந்திட்டீயோன்னு நினைச்சேன்.

– மற்றவங்களை மறந்தாலும் உன்னை மறக்கிறதாவது, உண்மையைச் சொல்லட்டுமா, என்னோட இந்த மாற்றத்துக்கு நீதான் காரணம். முன்பு போல நீ என்னிடம் பழகறதில்லை, அடுத்தடுத்து மூன்றுமுறை உன்னைத் தேடி வந்து ஏமாந்து போனேன். கிட்டத்தட்ட இரண்டு வருடங்களுக்கு மேலே ஒருத்தரை ஒருத்தர் புரிஞ்சுகிட்டு நல்ல நண்பர்களாகத்தானே இருந்து வந்திருக்கோம். நாம அறிமுகம் பண்ணிக்கிட்ட தேதியிலிருந்து இரண்டு வாரத்திற்கு ஒருமுறையாவது உன்னைத் தேடி வந்திருப்பேன். இரண்டு பேரும் இதே இடத்தில் உட்கார்ந்து நேரங்காலமின்றி விவாதித்திருக்கோம். தவறினால், சில நேரங்களில் வெளியிற் சென்றும் உரையாடியிருக்கோம். பிரச்சினைன்னா என்கிட்டே நேரடியா சொல்லியிருக்கலாம், அதைவிடுத்து என்னமோ என்னைத் தவிர்க்கிற மாதிரி உன்னுடைய நடவடிக்கை இருந்தது. அதனாலே வருவதை நிறுத்திக்கொண்டேன்.

– நல்லவேளை, வீடு தேடிவந்து மனசிலிருப்பதைச் சொல்லணுமென உனக்குத் தோணியதே, அதற்கு நன்றி. அதுசரி என்கிட்ட திடீர்னு இன்றைக்கு இதைச் சொல்லியாகணும்னு தீர்மானிச்சது எப்ப இடைப்பட்ட காலத்திலே என் போக்கிலே மாற்றமிருக்குமனு நினைச்சியா, இல்லை ....

– அப்படித்தான் வச்சுக்கோயேன்.

– நான் சொல்லி முடிக்கலை?

– எனக்குப் புரியலை.

– நான் சொல்லவந்ததை முழுசாச் சொல்லி முடிக்கலை.

– சரி சொல்லு கேட்கிறேன்...

– இப்போ என்னை நீ தேடிவந்தது, என் போக்கிலே மாற்றமிருக்குமென்று நினைச்சா, அல்லது நீ உன்போக்கிலே மாற்றத்தைத் தேடிக்கொண்டதாலா, இரண்டில் எது காரணம்?

– பிலிப் பர்தோ, புரிந்துகொண்டவன் போல எழுந்து கொண்டான். எதிரிலிருந்த பெண்மணியின் பார்வையைத் தவிர்க்க நினைக்கிறான். கவனம் சுவர்க்கடிகாரத்தில் பதிந்தது. சின்ன முள்ளைவிட்டுப் பெரியமுள் வெகுதூரத்திற்கு வந்திருந்தபோதிலும் அதனோடு மறு சுற்றில் இணையும் வாய்ப்பு உண்டென்பதுபோலத்தான் தோன்றியது. ஹை–ஃபை சிஸ்ட்டத்தின் மீதிருந்த வண்ணம் தீட்டப்பட்ட தஞ்சாவூர்ப்பொம்மை, பரிகசிப்பது போல தலையை ஆட்டிக்கொண்டிருக்கிறது. சிகரெட் பற்றவைக்க வேண்டும் போலிருக்கிறது.

– பவானி என்னை மன்னிக்கணும், ஒரு சிகரெட் பற்றவைத்துக் கொள்ளலாமா?

வேறு சமயமென்றால் கூடாதென்று தெளிவாகச் சொல்லி யிருப்பாள், அவனும் அப்படியொரு கேள்வியைக் கேட்டிருக்கமாட்டான். இன்றைக்கு அவனுக்கு அது ஒரு கட்டாயத்தேவை. புகையை உள்ளே இறக்கி நெஞ்சத்தில் இருக்கிற சொற்களுக்கு கொஞ்சம் கதகதப்பு ஊட்டவேண்டும், அண்ணத்தில் ஒட்டாமல் நாக்கைப் பிரித்தெடுத்து, பிசிறின்றி சொற்களை இறக்க உஷ்ணம் வேண்டும். பவானியும் அவன் தேவையை உணர்ந்தவள் போல தலை ஆட்டுகிறாள். பிலிப் பர்தோவுக்கு பவானியிடம் இதுமாதிரியான குழப்பங்கள் நிறைய

வந்திருக்கிறது. இந்தியர்கள் ஆமாம், இல்லை இரண்டிற்கும் ஒரே மாதிரியாகத் தலையாட்டுகிறார்கள். விரலிடுக்கில் அமர்ந்த சிகரெட் உதட்டிலமரத் தயங்குகிறது.

– ம்.... என்கிறாள். அனுமதிகிடைத்த திருப்தியில், உதட்டைப் பிரித்து சிகரெட்டைத் திணித்தான், தீக்குச்சியை உரசியபோது, பவானியின் இருகண்களிலும் தீ நாக்குகள்.

– இடுக்கண்களைவதுதான் நட்பு, உனக்கு நானே உதவறேன், இப்போ நீ தேவவிரதனா வந்திருக்கியா? இல்லை பிலிப் பர்தோவா வந்திருக்கியா?

– அப்போ தேவவிரதன் என்ற பேர்ல உனக்கு எழுதின கடிதத்தை வாசிச்சிருக்க.

– ம்... வாசிச்சேன் பிலிப். நல்ல நண்பர்களா நாம இருந்தோமென்று சொன்ன. நான் மறக்கலை ஆனா நீ அப்படித்தான் இருந்திருக்கியா? ஆரம்பத்திலேயிருந்து உனக்கு என்மேலே சபலம் நிறைய இருக்கு, அதைச் சாமர்த்தியமா மறைச்சுக்கிட்டு பழகின. கோழைத்தனமும் உங்கிட்டே கூடுதலாக இருக்கிறது. நீ நல்லவனா இருப்பதற்கு உன்னுடைய கோழைத் தனந்தான் காரணம். கெட்டவர்களுக்கு மாத்திரமல்ல, வாழ்க்கையிலே நல்லவர்களா இருப்பதற்குக்கூட துணிச்சல் வேணும். கோழைகள் நல்லவர்கள்னு சொல்லிக்கிறதுல எந்த அர்த்தமுமில்லை. அவனுக்கேகூட அவனால எந்தப் பலனுமில்லை. எதையும் அடுத்தவங்க ஆரம்பிச்சுவைக்கணும். ஏதாவது ஒருவகையிலே சமிக்ஞை கிடைக்கணும், அப்படித்தான் எதிர்பார்க்கிற, எதிர்பார்த்த. இருந்தும் வாழ்க்கையிலே மிகவும் இக்கட்டான நெருக்கடியிலே என்னைக் காப்பாற்றினதையும், மாத்தா ஹரியாக இருந்த என்னை ஹிப்னாட்டிஸம் மூலம் மீட்டதாக நீ சொன்னதையும் நான் மறக்கலை, நட்பை விடக்கூடாதென்றுதான் நினைக்கிறேன். ஆனால் அத்தனைக்கும் பின்னே என்னைச் சொந்தமாக்கிக்கணுங்கிற சுயநலமிருப் பதைப் பார்க்கிறபோது ஆத்திரம் வருது.

– என்னுடைய தரப்பைச் சொல்லவா வேண்டாமா?

– இரண்டு நிமிடம் பொறு, சொல்லணுமென்று நினைச்சதை முடிச்சிடறேன், அப்புறம் மறந்திடுவேன். என்னைச் சுற்றி இருக்கிறவர்களில் இங்கே மகாபாரதத்தைப் பத்தி கொஞ்சம் ஆழமா ஞானம் உள்ளவங்கன்னு பார்த்தா அது நீதான்.

கங்கைக்குப் பிறந்தவனென்று சொல்லப்பட்ட தேவவிரதன் என்ற பேருல ஒளிந்து கொண்டு கடிதம் எழுத உன்னால் மட்டுமே முடியும். ஒருவேளை மாத்தா ஹரிக்குப் பிடிச்ச கங்கையின் மகன் அந்த தேவவிரதன் என்ற காரணமா. அதுமட்டும் காரணமாய் இருக்க முடியாதென்றுதான் நினைக்கிறேன். ம்ாத்தா ஹரியை வெறுப்பதுபோலத் தானே இதுவரை என்கிட்டே பேசியிருக்கிற, எதனாலே பின்னே தேவவிரதன் பேருல ஒரு கடிதம்னு யோசித்துப் பார்க்கையிலதான் உனது திட்டம் புரிந்தது. தேவவிரதன் நீதானென்று தெரிஞ்சு, கடிதத்திலுள்ள சொற்களுக்கு மயங்கி உன் பின்னாடி புறப்பட்டுவந்தால் இலாபம், இல்லை யென்றால் தேவசகாயத்தையும் என்னையும் சேர்த்து வைக்கவேண்டுமென்ற நல்லெண்ணத்தினால், அந்தப் பேருல கடிதம் எழுதியதாகச் சொல்லித் தப்பித்துக்கொள்ளலாம். அதற்கேற்றாற்போல மிகுந்த கவனத்துடன் சொற்களை உபயோகிச்சிருக்க. நீ சாமர்த்தியசாலின்னு நினைக்கலாம், ஆனா அப்பவும் நீ கோழைதான். உன்னுடைய கடிதத்தைப் படிச்சேனே தவிர, எழுதினது நீதான்னு புரிஞ்சதும், கிழித்துப் போட்டது மட்டுமல்ல, அதைச் சுத்தமா மறந்திருந்தேன், இப்பவும் பழைய பிலிப் பர்தோன்னு சொல்லு, எங்க வீட்டுக் கதவு உனக்காக எப்பவும் திறந்திருக்கும்.

– முடிச்சுட்டியா, நான் பேசட்டுமா? இப்போதும் உன்னை நேசிக்கிறேன. ஆமாம். அதைத் தெளிவாச் சொல்லணுமென்றுதான் வந்தேன். தேவசகாயத்தோடு சேர்த்துவைக்கவா இத்தனை நாள் உழைச்சேன். உண்மையைச் சொல்லணுமென்றால், மாத்தா ஹரியின் விசுவாசிகளில் நானும் ஒருத்தன். அவபேருலே ஒரு சமயக்குழுவை ஆரம்பிச்சு நடத்திறேன். அதிலே இன்று நேற்றல்ல ஆரம்ப முதலே குளோது, எலிஸபெத் எல்லோரும் இருக்கிறோம். மாத்தா ஹரிக்கு, தான் கங்கையில் பிறந்ததா ஒரு நம்பிக்கை இருந்தது, மீண்டுமொரு மாத்தா ஹரியைக் கங்கைக் கரையில் தேடிப்பார்க்கலாம் என்றுதான் இந்தியாவுக்கு வந்தோம். ஆனால் அவளைப் புதுச்சேரியிலேயே தரிசிக்க முடியுமென்றோ அவளுக்கு பவானின்னு பேர் வைத்திருப்பார்களென்றோ நாங்கள் நினைக்கலை. ஹஷீஷ்க்காக தேவா, குளோது சொல்றபடியெல்லாம் தலையாட்டற நிலைமையில இருந்தது எங்களுக்குச் சாதகமா அமைஞ்சுது. இத்தனை மோசமாக உன்னைக் கொடுமைப்படுத்துவானென்று நான் நினைக்கலை. ஏன் குளோதுகூட நினைக்கலை. இந்த

மூன்று வருடத்திலே, என்னென்னவோ நடந்து போச்சு, எல்லாத்தையும் பொறுத்துக்கிட்டு அவனோட இருக்கணுங்கிற அவசியமெல்லாம் இல்லை. இந்தியாவிலேயே இப்பல்லாம் நிலைமை ரொம்ப மாறிப்போச்சுன்னு நீயே சொல்லியிருக்கே, அப்படி இருக்கிறப்போ பிரான்சுலே நீ யாருக்காக இப்படி வேதனைகளை அனுபவிக்கணும். ஹரிணிதான் பிரச்சினைன்னா நான் பார்த்துக்கறேன். அவளோட எதிர்காலத்துக்கு நான் பொறுப்பு.

– தேவசகாயம் என்னைக் கொடுமைப்படுத்தியிருக்கான். இல்லைன்னு சொல்லலை. ஆனால் இன்றைக்குக் காலை யிலே போதை மருந்து பழக்கத்தையெல்லாம் விட்டுட்டேன்னு சொன்னான். அவனை நம்பறேன். நம்பித்தான் ஆகணும். இப்படித்தான் இந்தியத் தம்பதிகள் நூற்றுக்குத் தொண்ணூறு பேரு தங்கள் பிரச்சினைக்குத் தீர்வு காணறாங்க.

– கடைசியிலே உடன்கட்டையும் ஏறுவீங்க.

சொல்லிமுடித்த பிலிப் பர்தோவின் உதடுகளில் ஏளனத்துடன்கூடிய ஒரு சிரிப்பு, இடது பக்க உதடுகளிரண்டும் அலட்சியத்துடன் பக்கவாட்டில் அசைந்து மீண்டன.

– அதெல்லாம் எப்பவோ முடிஞ்ச கதை, எல்லா நாடுகளிலும் எல்லாமும் நடந்திருக்கு, ஏன் நடந்தது எப்படி நடந்ததென்று விவாதிக்க ஆரம்பிச்சா எதிர்காலம் மட்டுமில்லை, நிகழ்காலமும் நமக்குச் சொந்தமில்லை என்றாகும். சென்ற நூற்றாண்டில் நடந்ததென்றாலும், அவற்றை நியாயமென்று சொல்லமாட்டேன். எனினும் ஒரு சில அசம்பாவிதங்களைத் தவிர்த்து, பெரும்பாலான பெண்கள் அதை விரும்பித்தான் அன்றைக்கு செஞ்சிருக்காங்க. வெளியாட்கள் நிர்ப்பந்தமில்லாமல் சம்பந்தப்பட்ட பெண்களே எடுத்தமுடிவென்றால் யார், என்ன சொல்ல முடியும். அப்படியொரு நிலைப்பாடு கொடூரமானது, காட்டுமிராண்டித்தனமானதென்கிற விவாதமெல்லாம் அடுத்த கட்டம். இருக்கிற ஒருபிடி சோறையும் கணவனுக்கோ, பிள்ளைக்கோ கொடுத்துவிட்டு தன்பசியை ஆற்றிக்கொள்ளும் பண்பாட்டால் நேர்ந்தது அது. இந்தியாவில் பக்தி என்று ஒரு சொல்லுண்டு. அதைப் புரிந்துகொள்ள இந்திய மண்ணில் வாழ்ந்திருக்க வேண்டும்.

– நீயா இப்படிப் பேசற, குடும்ப நீதிமன்றத்துலே வழக்குரைஞரா வேற இருந்திருக்கேன்னு சொன்ன, உன்கிட்ட பிரச்சினைன்னு வந்த பெண்களுக்கு நீதிபோதனைதான் செய்துகொண்டிருந்தியா?

– பிரான்சுலே என்ன செய்யறாங்க, தம்பதிகளைப் பிரிக்கணுங்கிறதுதான் முக்கியம்னு நினைச்சு செயல்படறாங்களா? இல்லையே. இங்கேயும் கணவன் மனைவிக்குள் பிரிவினை கூடாதென்றுதான் நினைக்கிறாங்க. வியாதியின் நிலைமைக்கேற்பத்தான் சிகிச்சை அளிக்கணும்.

– அப்போ பெண்விடுதலை பத்தியெல்லாம் நீ பேசினது?

– பெண்விடுதலைன்னா என்னன்னு நினைக்கிற, புருஷனை அடிக்கடி மாத்தறதா? அதில்லை. பெண்விடுதலைங்கிற பேருல எங்க தலைவிதியை நாங்க தீர்மானிக்கணும்னு நினைக்கிறோம், ஆண்களுக்குச் சமமா பெண்களையும் நடத்துங்கன்னு சொல்றோம். இந்தப் பிரச்சினையையே எடுத்துக்க, உன்னுடைய விருப்பத்தை நிறைவேற்றிக்கொள்ளணும்னு இங்கே வந்திருக்கியே தவிர, இதுலே என் விருப்பத்தைப் பற்றி எப்போதாவது யோசித்திருப்பியா? நீ சொல்றது போல கடைசிவரைக்கும் தேவசகாயம் திருந்துகிறவன் இல்லைன்னு மனசிலே தோன்றியிருந்தால் வேற முடிவு எடுத்திருப்பேன், ஆனா அந்த முடிவை நான்தான் எடுக்கணும். நீயோ, மற்றவங்களோ திணிக்க முடியாது. நீங்க கொண்டாடற மாத்தா ஹரியும் அதைத்தான் செஞ்சா. உறவுக்கு என்ன பெயர் வேண்டுமானாலும் கொடுங்க, ஆனா அது இரண்டு பேரோட பரஸ்பர புரிதலில் அமையணும். இன்றைக்கு இவ்வளவு போதும்னு நினைக்கிறேன்.

– இப்படியெல்லாம் பேசினா நான் மனதை மாத்திக்குவேன்னு மட்டும் நினைச்சுடாதே. மாத்தா ஹரி சம்பந்தப்பட்ட எந்த அடையாளத்தையும், எந்தப்பொருளையும் விட்டுக்கொடுக்க நான் தயாரில்லை. எனக்கு நீயும் வேணும், அப்படியே உங்க வீட்டு நிலவறையில் இருக்கிற மாத்தா ஹரியுடைய மண்டையோடும் வேணும். மாத்தா ஹரியை வழிபடற எங்களுக்கு அது புனிதப்பொருள். இந்தியாவில குளோது, தேவாகிட்டே அதைக் கொடுத்திருக்கான், அதை மறுபடியும் பிரான்சுக்குள்ள கொண்டுவந்திருக்காங்க. உங்க வீட்டுலேதான் பூஜை அது இதுன்னு நடந்திருக்கு. ஒன்றிரண்டுமுறை நானும் அதிலே கலந்து கொண்டிருக்கிறேன். குளோது முன்ன மாதிரியில்லை, மாத்தா ஹரியோட மண்டையோட்டை

விற்றால் நல்ல பணம் கிடைக்குங்கிற நினைப்புல அதை தனக்குச் சொந்தமாக்கிக்கணுமென்று நினைக்கிறான். கஞ்சா கடத்தறவனுக்குப் புத்தி அப்படித்தான் போகும். வா... நிலவறையிலே போ பார்க்கலாம், அது எங்க இருக்கும்னு எனக்குத் தெரியும்.

– தேவசகாயத்தோட இன்னொரு வாழ்க்கையைத் தொடங்கலாம்னு நினைக்கறேன். அவர் சம்மதிச்சா, திரும்பவும் இந்தியாவுக்கேகூட ஹரிணியை அழைத்துக்கொண்டு போயிடலாமான்னு நினைக்கிறேன். இந்த சமயத்திலே இப்படியெல்லாம் பேசாதே. தேவா வரட்டும், என்னன்னு விசாரிக்கிறேன். எனக்குத் தெரிஞ்சு எங்க வீட்டிலே நீ சொல்ற மாதிரி எந்தப் பொருளையும் நான் பார்த்ததில்லை. தேவா வந்தா கேட்டுப் பார்க்கிறேன்.

– தேவாவை நம்பாதே, அவனுக்கு உன்னைக்காட்டிலும் குளோது முக்கியம். அவன் சகோதரி எலிஸபெத் முக்கியம்.

– என்ன சொல்ற?

– என்ன ஆச்சரியமாயிருக்கா? இதைவிட ஆச்சரியமான தகவல்கள் எங்கிட்ட இருக்கு.

– நீ என்ன சொல்லப்போறங்கிறது ஓரளவு புரியுது.

– ஆமாம்; எலிஸபெத் புதுச்சேரியிலே இருந்திருக்கிறாள். பிரெஞ்சுக் குடியுரிமையுடன், வறுமையில் வாடும் குடும்பங்களுக்கு உதவுவதுதான் அவள் பணி. கல்வி அறிவற்ற ஏழைக் குடும்பங்களுக்கு, பிரெஞ்சுக் குடியுரிமையைச் சட்டப்படி பெற்றுத்தர முடியுமென்றால் அதற்கான விண்ணப்பங்களைத் தயாரிப்பது, அவர்களுக்கு உதவித்தொகை பெற்றுத் தருவது, விரும்பினால் அவர்களைப் பிரான்சுக்கு அனுப்பி வைப்பது என்றிருந்தாள். அவளுக்குத் தமிழும் நன்றாக வரும். புதுச்சேரியில், பிரெஞ்சு கலாசாரத்தோடு தொடர்புள்ள மனிதர்கள் சந்திக்க வாய்ப்புள்ள இடங்களை விரல்விட்டு எண்ணிவிடலாம். அது பெரிய ஊரல்ல என்பதும் உனக்கும் தெரியும். அந்த வகையில்தான் எலிஸபெத் தேவசகாயம் சந்திப்பு நிகழ்ந்தது. அவளுக்குச் சம்பிரதாயத் திருமணங்கள், கணவன் மனைவி பந்தங்கள் இவற்றிலெல்லாம் ஆரம்பத்திலிருந்தே நம்பிக்கை கிடையாது, எலிஸபெத் கருத்தரித்தாள். ஹரிணியும் பிறந்தாள், பிறகு என்ன நடந்திருக்கும், அல்லது என்ன நடந்தது என்பதை

உனது ஊகத்திற்கே விட்டுடறேன்.

– '....'

– சொல்லவேண்டியதெல்லாம் சொல்லிட்டேன், தேவசகாயத்தைப் புரிஞ்சுக்கிட்டிருப்பேன்னு நினைக்கிறேன். தீர யோசித்து நல்ல முடிவைச் சொல்லு. மாத்தா ஹரியோட மண்டையோட்டையும் தேடி எடுத்துவை. இல்லைன்னு மட்டும் சொல்லிடாதே. மியூஸியத்துல திருட்டுப் போன பொருள் உங்க வீட்டிலே இருக்கிறதென்பது தெரியவந்தால் அதற்கும் தண்டனை உண்டு, மறந்திடாதே.

பிலிப் பர்தோ புறப்பட்டுப் போய்விட்டான். அவனை வழியனுப்ப வேண்டும் என்றுகூடத் தோன்றாமல், தலையைப் பிடித்துக்கொண்டு உட்கார்ந்திருந்தாள். கலக்கமாக இருந்தது; எல்லாம் விலகியது போல இருந்தது, விடிந்ததென்று எழுந்திருந்தால், வெள்ளிகூட முளைக்காதது போல இரவு நீண்டுகொண்டுபோகிறது. அவள் மனதிலிருந்த கேள்விக்கு விடை கிடைத்துவிட்டது. தேவசகாயம் பொலபொலவென்று இடிந்து விழுந்திருந்தான், அவனைக் குழைத்து மீண்டும் பாண்டமாக உருவாக்க முடியுமா, அதற்கான பலம் தனது கைகளுக்குண்டா? ஹரிணியை, தொப்புட்கொடிக்கு யார் உறவென்று தெரியாதவரை நேசிக்க முடிந்தது, இனியும் முடியுமாவென்று தெரியலை. இத்தனை நாளா நேரங்காலம் பார்க்காமல் ஓடிவந்து எலிஸபெத் உதவி செய்ததெல்லாம் ஹரிணிக்காகவா. அவளுடைய பரிவுக்கும் அன்புக்கும் பின்னே இப்படியொரு மர்மம் இருக்கிறதா? பத்மாவுக்கு இவையெல்லாம் தெரிந்திருக்கத்தான் வேண்டும். அவளும் இவற்றுக்கெல்லாம் உடந்தையாக இருக்கலாம் யார் கண்டது? எல்லோரும் சேர்ந்துதான் தன்னை ஏமாற்றியிருக்கிறார்கள். இந்தியா விலிருந்து பிரான்சுக்கு வந்ததென்றில்லை, பாரீஸிலிருந்து ஸ்ட்ராஸ்பூர் வந்ததுகூட பெற்ற மகளைத்தன் கண்பார்வையில் வைத்திருக்க எலிஸபெத் தீட்டிய திட்டமோ என்னவோ. தேவா என்ன பதில் வைத்திருப்பான்: "என் பெற்றோருக்கு, துயர் தந்தேன்! பரத்தமை சேர்ந்தேன்! பயனில் பேசுவர் சேர்ந்தேன்! ஏளனப்பட்டேன்! இகழ நடந்தேன்! அறிவிற் சிறந்த உனைத் தவிக்கவிட்டேன்! தத்தளித்தாய்! அதைத் தாங்க முடியவில்லை" என கோவலனைப்போல பாவமன்னிப்பு கேட்பானா, குற்ற உணர்வில் குறுகிப்போவானா? இனி நானும் அசட்டு கண்ணகி

போல, "போற்றா ஒழுக்கம் புரிந்தீர்! யாவதும் மாற்றா உள்ள வாழ்க்கையேந்தலின் ஏற்றுஎழுந் தனன்யான்...." என்று சொல்லிக் கொண்டு சீரியல் பார்க்க உட்கார்ந்திடலாமா? இப்போதுதான் இந்தியத் தமிழர்களைக் குட்டிச்சுவராக்கினது போதாதுன்னு, உலகம்பூரா பரவிடுத்தே.

– பவானி..!

– அப்பா நீங்களா? வந்திட்டீங்களா? நீங்க வருவீங்கன்னு எனக்குத் தெரியும்.

– நமக்கெல்லாம் இந்த உலகம் சரிவராதென்று சொல்லி யிருக்கேனா இல்லையா?

– எனக்கு முடியலைப்பா. உங்களைப்போல எனக்கும் மழையில் நனையணும், என்னைக் கரைச்சுக்கணும், மண்ணோடு மண்ணா ஊறிய போகணும். வந்திடறேன், பாட்டி! அப்பாகிட்டே சொல்லு, அவர் விரல் பிடிச்சு நடக்கணும்னு எனக்கு ஆசை வந்திடுச்சின்னு சொல்லு.

– என்ன செய்யற?

– விஸ்கி, இதுவரைக்கும் குடிச்சுப் பார்த்ததில்லை. இன்றைக்கு குடிக்க தேவைப்படுது, உங்ககிட்டே வரணும்னா, இந்த உடலை விட்டு வரணும் அந்த உடலுக்கு வலிதெரியக்கூடாதில்லையா, அதற்காக குடிக்கறேன.

– எங்கே போற?

– பத்மாவுக்கு டெலிபோன் பண்ணணும், இதிலே அவளுடைய பங்கு என்னு தெரிஞ்சுக்கணும், பிறகுதான் நிதானமா.. ஏமாற்றப்போவதில்லை. வந்திடுவேன்.

39

எதிர்பார்ப்பினை வளர்த்துக்கொள்வதும் உறவுகள் மீதான நம்பிக்கையும் இழப்பில்தான் முடிகின்றன. எதையோ தேடி எங்கெங்கோ அலைந்து கண் விழித்துக் காத்திருந்தால், காலம் களைத்து வருகிறது, அலுப்புடன் இறக்கி வைக்கிறது, ஆவலுடன் எழுந்துபோய்ப் பார்த்தால், அத்தனையும் தேளும் பூரானும், குளவியுமாய்; பாழும் மிருகம் கொத்தினால் உயிரைக்குடிக்கிற ஒரு பாம்பை வைத்திருக்கலாம், நமக்குத்தான் அதற்கும் கொடுப்பினை இல்லையே; சபிக்கப்பட்டதுகள், தினந்தினம் வேதனைகளிலும் வலியிலும் துடிக்கவேண்டுமே, விதியாம் விதி. பொய்யும், வேஷமும், குற்றமும் அநீதியும் அலங்காரமாய் தேரில் பவனிவர, வடமிழுக்கும் கூட்டத்திற்கும் பஞ்சமா என்ன? உண்மையும் அன்பும், பரிவும், பாசமும் பாடையேறக்கூட நாதியின்றிப் பரிதவிச்சாகணும். பாதங்களைப்போற்றத் தெரிந்த உலகிற்கு, மிதிபட்டுச் சாகும் எறும்பைப் பற்றிய கவலைகள் எதற்கு, நம் குற்றமா என்ன? அதற்கென்றுதான் செருப்புகளைக் கண்டுபிடித்திருக்கிறோமே. மனதை இலேசாக்கிக்கொள்ள உரையாடல் உதவக்கூடுமென ஹரிணி நினைத்திருக்கவேண்டும், மௌனத்தைக் கலைத்துக்கொண்டு பேசினாள்.

– *10.02.1992* அன்று அதாவது சம்பவம் நடப்பதற்கு முன்பாக உங்களிடத்தில் அம்மா இதுபற்றி போன்ல பேசியிருக்காங்க, இல்லையா? அந்தச் சமயம் பிலிப் எங்க வீட்டிலேதானிருந்தானா?

– இல்லைன்னுதான் நினைக்கிறேன்.

– அதற்கான அறிகுறிகள்னு....

– இல்லை. அன்றைக்குப் பேசினதெல்லாம் உங்க அம்மாதான், போனை எடுத்ததும், கடகடவென்று பேசிக்கொண்டுபோனா. குடித்திருப்பது போலப் பேச்சில் ஏகத்திற்கும் உளறல்கள். தேவா– பவானி திருமணத்துக்கு நானுங்கூட ஒருவகையில் பொறுப்பென்று நினைத்து அவ்வளவையும் வாங்கிக் கட்டிக்கொண்டேன்.

– எலிஸபெத்திடம் பேசியிருப்பாளா? வாய்ப்பிருக்கா. என்ன நினைக்கறீங்க?

– திட்டவட்டமா எதையும் சொல்றதுக்கில்லை. தேவசகாயத்திடம், பவானி எனக்குப் போன் பண்ணின விவகாரத்தைச் சொன்னேன். பிலிப் பர்தோ வந்ததோ, எலிஸபெத் பத்தின தகவலை பவானியிடம் சொன்னதோ ஏதாவது தெரியுமான்னு கேட்டேன், தெரியாதென்றான். நான் சொல்லித்தான் என்ன நடந்ததென்று அவர்களுக்குத் தெரியவந்திருக்கணும். சொல்லப்போனா, போலிஸுக்குக்கூட பிலிப் வந்து போனது தெரியாது.

– பவானி அம்மா குடிச்சிருந்த மாதிரிச் சொல்றீங்க?

– ஆமாம். போஸ்ட்மார்ட்டம் அறிக்கையும் அதைத்தான் சொல்லுது. போலீசும் தீக்குளிக்கிறபோது ஏற்படுகிற வேதனைகளை மறைக்க அவ குடிச்சிருக்கலாம்னு சொன்னாங்க. அவர்களுக்குச் சந்தேகமென்று அழைத்துப்போய், தேவசகாயத்தை மட்டும் விசாரிச்சிருக்காங்க. சம்பவம் நடந்த நேரத்தில் தேவா, குளோது வீட்டிலே இருந்திருக்கான்.

– பார்க்கப்போனா பவானி அம்மா செய்துகொண்டது தற்கொலைங்கிற மாதிரிதான், எல்லாமிருக்கு. ஆனாலும் அடிமனசுலே இன்னமும் எனக்குச் சந்தேகமிருக்குது. என்றைக்குமில்லாமல் திடீரென்று அருந்திய மது, எல்லோருமாகச் சேர்ந்துகொண்டு தன்னை ஏமாற்றிவிட்டார்களென்கிற வேதனை, தனித்துப் போன வாழ்க்கை என்று பலதும் ஒருத்தரைத் தற்கொலைக்குத் தூண்டியிருக்கலாம், வேறொருத்தருக்கு அவையெல்லாம் போதுமான காரணங்கள், அல்லது அதுலே ஒண்ணு கூட போதும், இல்லைன்னு சொல்லலை. ஆனால் பவானி அம்மா என்கிறபோது யோசிக்கவேண்டி யிருக்கிறது. கோழைபோலத் தன் வாழ்வை தற்கொலையில் முடித்துக்கொள்கிறவங்களா அவங்க? இன்றைக்கு நானும்

அந்த நிலைமையிலேதானிருக்கேன், அதற்காக தற்கொலையைத் தேடிப்போக மாட்டேன். பவானி அம்மா தற்கொலை செஞ் சிக்கிட்டிருப்பாங்களா, நீங்க நம்பறீங்களா? ஷர்மிளா ஆன்ட்டி உங்களிடமுந்தான் கேட்கிறேன். தேவசகாயம் உங்களுக்கு உறவு என்பதையெல்லாம் கொஞ்சம் ஒதுக்கிவிட்டுப் பதில் சொல்லுங்க.

– எனக்கென்ன கண்ணு தெரியும்? உங்களைமாதிரில்லாம் எனக்குப் பேச வராது. பத்மாவையே கேள், என்னைவிட பவானியைப் பத்தி அவளுக்குத்தான் நல்லாத் தெரியும்.

– நான் மட்டும் என்ன சொல்லப்போறேன், வாழ்க்கையிலே நெருக்கடின்னு வந்தபோதெல்லாம் மூழ்கிடாமல் பவானி கரையேறி இருக்கிறா, நான் பக்கத்துலே இருந்து பார்த்திருக்கேன். அவள் தற்கொலையை நம்பத்தான் முடியலை. நீயும் உன் பங்குக்கு என்னென்னவோ சொல்லி பயமுறுத்தற.

உன்னைச் சமாதானப்படுத்தக்கூட எனக்குப் போதாது. நீ அநாதை இல்லை. பவானியின் பெண்ணாத்தான் உன்னைப் பார்க்கிறேன், எலிஸபெத்தின் பெண்ணாக இல்லை. உண்மையைச் சொல்லணும்னா எலிஸபெத்தை புதுச்சேரி யிலே நான் பார்த்திருக்கேன். அவள், தேவசகாயம், அவரை பிரெஞ்சு சிநேகிதங்கன்னு பலரும் ஒன்றாக எடுத்துக்கொண்ட போட்டோகூட என்கிட்டே இருக்கு. புதுச்சேரியில் இருக்கிறவரை தேவசகாயத்துக்கும், எலிஸபெத்துக்குமிடையில் இப்படியொன்னு நடந்திருக்கும் சத்தியமா தெரியாது.

– பவானி அம்மா, எலிஸபெத்தைப் புதுச்சேரியில் பார்த்ததுண்டா?

– இல்லை, எனக்குத் தெரிஞ்சு சந்திச்சுக்கிட்டதில்லை.

– திடீர்னு தெரியவந்த இந்த உண்மை எனக்குள்ள பெரிய மாற்றத்தைக்கொண்டு வந்திடாதுன்னுதான் எனக்கும் தோணுது. கொஞ்ச நாட்களாகவே இப்படியொரு உண்மைக்கு என்னைத் தயார்படுத்திக்கொண்டுதான் வந்திருக்கேன். அநாதைகள் என்ற சொல்லிக்கொள்கிறபோது சொந்தங்கள் இல்லைன்னுதானே அர்த்தம்... பிலிப் அம்மாவிடம் இந்த உண்மையைத் தெரிவித்தது இருக்கட்டும். அதை அம்மா நம்பியதாகவே இருக்கட்டும், ஆனால் இதை உண்மையென்று ஏற்பதும், பொய்யென்று நிராகரிப்பதற்குமான தகுதியுள்ள இருவரில் எலிஸபெத்

முக்கியமானவள். அடுத்து தேவசகாயம். இவர்கள் எதிர்வினை எப்படி? தேவசகாயம், அது உண்மையென உன்னிடத்தில் ஒப்புக்கொண்டிருப்பாரா?

– சம்மந்தப்பட்ட இரண்டுபேர்கிட்டேயும் இதைப்பற்றி நான் பேசலை. பவானியை அடக்கம் பண்ண அன்றைக்கு எலிஸபெத்தைப் பார்த்தேன். அதற்குப்பிறகு, போன வருடக் கடைசியில் பார்த்தது. உன்னைப் பார்க்கணும்னு கேட்டா, எனக்கு முகவரி தெரியாதுன்னேன். ஆனால், பிப்ரவரி மாசத்துலே, பத்தாம் தேதி காலையிலே கல்லறைப் பக்கம் போனா பவானி மகளைச் சந்திக்கலாமென்று நான்தான் சொன்னேன், எனக்கெப்படி தெரியுமென்று நினைக்கிற அப்படித்தானே. நம்ம ஊர்க்காரரொருத்தர் ஒருமுறை கல்லறை யிலே உன்னைப் பார்த்திருக்கார், பவானி கல்லறையையும் பார்த்திருக்கார், அவள் பொண்ணுன்னு புரிஞ்சுட்டுது. அங்க வேலை செய்யறவங்க வாயைக்கிளறி மற்றத் தகவல்களையும் வாங்கியிருக்கிறார்; அத்தனையையும், ஷர்மிளாகிட்ட சொல்லி யிருக்கிறார். தேவசகாயத்தைப் பார்க்கவென்று ஸ்ட்ராஸ்பூர் வந்திருந்தப்ப அவள எங்கிட்டே சொன்னாள். ஆக, எலிஸபெத் உன்னைத் தேடிவர நான்தான் காரணம். ஆனா ஜெயிலிலிருக்கும் தேவாவுக்கு எலிஸபெத்பத்தின் பேச்சே இல்லை. பவானி பத்தின நினைப்புதான். பவானியை என்னவோ அவந்தான் கொன்னுட்டது போல புலம்பிக்கொண்டிருக்கிறான். என்ன செய்யறது பவானி இறந்ததுக்கப்புறம் அதிகமாகவே போதைமருந்துக்கு அடிமையாகிட்டான். ஆரம்பத்துல ஒரு வருஷம் இரண்டு வருஷமென்று உள்ளே இருப்பான். கடைசியா ஏதோ பள்ளிக்கூடத்துல அதுவும் மைனர் பிள்ளைகளுக்கு வித்திருக்கான், போலிஸ் பிடிச்சிட்டாங்க; இதோன்னாலும் ஏழுவருஷம் ஆகப்போகுது. இனிமேலாவது ஒழுங்கா இருக்கணும். நீ மனசு வச்சா அவனைத் திருத்தலாம், உன்னுடைய ஏக்கமுமிருக்கு, வெளியிலே சொல்லமாட்டேங்கிறான். நீ அவசியம் போய்ப் பார்க்கணும். –

– ஆன்ட்டி, நீங்க எலிஸபெத்துன்னு சொல்லும்போதெல்லாம் உங்க விலாவுல ஷர்மிளா ஆன்ட்டி இடிக்கிறாங்களே என்ன விஷயம்? எலிஸபெத் எனக்கு அம்மான்னு தெரியவந்ததால தப்பா எதுவும் சொல்லிடாதேன்னு எச்சரிக்கிறாங்களா. அவளெல்லாம் எனக்கு அம்மாவா ஆக முடியாது. அவளும் வெளிப்படையா அதை ஏற்றுக்கொள்வாளென்று நினைக்கலை.

பிரான்சுலே என்னைப்போல இலட்சக்கணக்கிலே பிள்ளைகள் இருக்காங்க. அதனால பெற்ற வயிற்றுக்குத்தான் குழந்தை சொந்தங்கிற வாதத்திலே எனக்கு உடன்பாடில்லை. அப்படீன்னா எதிர்காலத்திலே சோதனைக் குழாய்களைத்தான் அம்மான்னு கூப்பிட வேண்டியிருக்கும்... இனிமே எலிஸபெத்தைப் பார்க்கிறதில்லைன்னு தீர்மானிச்சுட்டேன். புதுச்சேரி யிலே கும்பலா எடுத்துக்கிட்ட போட்டோ இருக்குன்னு சொன்னீங்களே.

– அரவிந்தன் இங்கே வந்திருந்தப்போ அதிலிருந்த ஒரு ஆளை ஸ்ட்ராஸ் பூர்ல பார்த்தேன்னு சொன்னான். நீ அந்த ஃபோட்டோவை அவசியம் பார்க்கணும். ஷர்மிளா, உள்ளே என்னுடைய அறையிலே மேசை மேலேயே வச்சிருக்கேன், கொஞ்சம் எடுத்துவாயேன்.

ஷர்மிளா, பத்மாவின் கட்டளையை நிறைவேற்ற புறப்பட்டுச் சென்றாள். வரவேற்பறை, அலங்காரமேசைமீது நடை பழகிக்கொண்டிருந்த பூனை சட்டென்று எஜமானி அம்மாவின் மடியிற் பாய்ந்தது. மடியில் வாங்கிக் கொண்ட பத்மா, அதனுடைய முன்கால்களிரண்டையும் தூக்கிப்பிடித்து, மிருதுவான அதன் முகத்தை, தன்முகத்தோடு ஒத்தியெடுத்தாள். ஒன்றிரண்டு ரோமங்கள் உதட்டு ஈரத்தில் ஒட்டிக்கொள்ள, தலையைச் சிலுப்பினாள். அழைப்பு மணி ஒலித்தது, கதவைத் திறந்தாள். இளைஞன் ஒருவன் நின்றுகொண்டிருந்தான், கையில் இரண்டு பெட்டிகள்.....

– வா டேவிட்... உள்ளே வா.

– அக்கா நீங்க சொன்னமாதிரி அரவிந்தன் அறையை காலிபண்ணிட்டு, எல்லாத்தையும் எடுத்துவந்துட்டோம். காருலே இரண்டு பெட்டி இருக்கு. எங்க வைக்கணும்னு சொன்னீங்கன்னா வச்சிடுவோம்.

– இங்கேயே கொண்டு வந்து வச்சிடு, பிறகு பார்த்துக்கறோம்.

ஷர்மிளா நிழற்படத்துடன் திரும்பி வந்ததைப் பார்த்ததும், பத்மா கையிலிருந்த பூனையைத் தரையில் விட்டாள், ஓடி மறைந்தது. ஷர்மிளாவிடமிருந்து படத்தை வாங்கி ஹரிணியிடம் கொடுத்தாள்.

– அரவிந்தன் சொன்னது உண்மை, இந்த ஆளை ஸ்ட்ராஸ்பூர்ல பார்த்திருக்கேன், மங்கோலியர் முகம், ஷர்மிளா ஆன்ட்டி

சொன்ன அருணாசலம் இந்த ஆளாகத்தான் இருக்கணும். அடுத்து அப்பா. அவர் பக்கத்திலே நிக்கறது யாருன்னு தெரியலை.

– அவன்தான் குளோது அத்ரியன். பல் துலக்கவே மாட்டானாம். தேவசகாயம் சொல்லிச்சொல்லிச் சிரிப்பான். தேவா, அருணாசலம் குளோது அத்ரியன் மூன்று பேரையும் அப்பல்லாம் புதுச்சேரியிலே ஒண்ணாப் பார்க்கலாம். தேவாவைக் குட்டிச் சுவராக்கினது இவனுங்க ரெண்டுபேருந்தான்.

– குளோதைக்கூட பார்க்கணுமென்று நினைச்சேன். அடுத்து நாகரத்தினம் கிருஷ்ணாவைப் பார்க்கணும்.

– அது யாரு?

– அம்மாவுக்குத் தெரிஞ்சவர்.

– அப்படி யாரையும் தெரிஞ்சமாதிரி பவானி எங்கிட்டே சொன்னதில்லே, நம்ம ஊர்தானா?

– பக்கத்துலே ஏதோ கிராமமாம். ஆனா புதுச்சேரியிலேதான் இருந்திருக்கார். அம்மாவுக்குச் சொந்தமுங்கூட அப்பாவுக்கு வலப்புறம் எலிஸபெத்துக்குப் பக்கத்திலே நிற்கிற ஆள் யாருன்னு தெரியுதா?

– அவன் பேரு ஞாபகமில்லே, ஒன்றிரண்டு முறை பார்த்திருக்கேன். ஒருவேளை கடைசியா அம்மாவை வந்து பார்த்ததாகச் சொல்லப்படுகிற, பிலிப்பர்தோ இந்த ஆள்தானோ?

– ஆமாம் ஆன்ட்டி. இப்போ இந்த ஆள் கொல்மார்ல இருக்கிறான். அருணாசலத்துக்கும் இவனுக்கும் கொஞ்சம் நெருக்கம் அதிகமாகவே இருக்கு. என்னன்னு விசாரிக்கணும்.

– அக்கா... நீங்க சொன்னமாதிரி நான்கு பெட்டிகளையும் கொண்டு வந்துட்டோம். நாங்க புறப்படறோம் – இளைஞன்.

– இருப்பா, உங்க ஃபிரண்டுகளை உள்ளே கூப்பிடு, ஏதாவது குடிச்சிட்டுப்போகலாம்.

– இல்லைக்கா நாங்க கிளம்பறோம்.

ஹரிணியின் கைத்தொலைபேசி ஒலித்தது.

– உய்..

– என் குரல் அடையாளம் தெரியுதா பாரு. செகெண்ட் லைஃப்ல, பிரியோலே என்ற பேருலே வந்தேன். மாத்தா ஹரி வலைத்தளைத்திலே சந்திச்சிருக்கோம்.

– அடடா நீங்களா! உங்ககிட்டேயிருந்து போன் வருமென்றுதான் எதிர்பார்த்துக்கிட்டிருந்தேன். நான் இப்போ பாரீஸில் இருக்கேன்.

– உன்னைப் பார்க்கணுமே.

– நாளைக்குக் காலையிலே புறப்படறேன். பத்துமணிக்கெல்லாம் உங்க ஆபீஸ்ல இருப்பேன். அட்ரஸ்ல இருப்பேன். அட்ரஸ எஸ்.எம்.எஸ்ல அனுப்பி வையுங்க.

– பத்மா ஆன்ட்டி, நாளைக்கு நான் புறப்படணும்.

– நாளைக்கேவா?

– ஆமாம் ஆன்ட்டி, இப்பவே எனக்கு நம்பிக்கை இல்லை. வேலையிலே எதுவென்றாலும், பிரச்சினைகள் வரலாம், இருக்கிற லீவையெல்லாம் எடுத்துட்டேன். தவிர நாளைக்கு நான் அவசியம் ஸ்ட்ராஸ்பூர்ல இருக்கணும். ஒருவகையிலே அம்மா சம்பந்தப்பட்டதுன்னு வச்சிக்குங்களேன். காவல்துறை அதிகாரி ஒருத்தர்தான் என்னை பார்க்கணும்னு சொன்னார்.

– அப்படீன்னா நானும் உன்கூட வந்துடறேனே.

– என்ன ஷர்மிளா திடீர்னு நீயும் புறப்படறேன்னு சொல்ற? உன்கிட்டே பேசவேண்டியதெல்லாம் நிறைய இருக்கு.

– அதற்கென்ன நாளைக்குள்ள நிறைய பேசலாம், ஹரிணிகிட்ட ஏன் மறைக்கணும்?

40

ஸ்ட்ராஸ்பூர் காவற்துறையின் தலைமை அலுவலகம். சொன்னதுபோல பத்துமணிக்கெல்லாம் வந்தாயிற்று. காரின் வேகத்தைக் குறைத்து இரண்டாவது கியருக்கு ஹரிணி வந்திருந்தாள். கருநீல திராட்சைப் பழ நிறத்தில் தொடருந்துபோல நீண்டிருந்த அடுக்குமாடிக் கட்டடங்களுக்கு எதிரே கார் மெல்ல ஊர்ந்தது. கார்கள் நிறுத்துமிடம் கிட்டத்தட்ட காலியாக இருந்தது. நிறுத்தலாமென்று மனம் கட்டளையிட, காரை நிறுத்தி, எஞ்சினின் உறுமலை அடக்கி, சாவியைப் பிடுங்கினாள். டேஷ்போர்டுக்கு மேலே கிடந்த கைப்பையை எடுத்தவள், காரின் கதவை மூடிவிட்டு இறங்கிக் கொண்டாள். தலைக்கு மேலே சூரியனைத் தொலைத்திருந்த வானம் சாம்பல் நிறத்தில் இவள் மனதைப் போலவே, உறைந்துகிடந்தது. பிறந்ததிலிருந்து பார்க்கிற ஸ்ட்ராஸ்பூர் நகரம். குளிர்காலத்தில் சூரியனை மறந்து பனிமூட்டத்திற்கும் பனிக்கும் பழகிக்கொள்ள வேண்டும். பனியோடு கலந்த குளிர் உடலில் மூடமறந்த இடங்களையெல்லாம் இந்தியக் கொசுவைப் போல தேடித் தேடிக் கடிக்கும். தலையை இறக்கியபோது பயந்ததுபோல குளிர்காற்று சுளீரென்று முகத்தில் விழுந்தது. உடலைச் சிலுப்பிக்கொண்டாள். அணிந்திருந்த கம்பளி ஆடையின் பொத்தான்களைச் சரிபார்த்துக்கொண்டு நடந்தாள்.

ஷர்மிளா, ட்ராம் எடுத்துப் போய்க்கொள்கிறேன் என்றாள். நேற்று வெகு நேரம், சொல்லப்போனால் பின்னிரவுவரை பத்மா, ஷர்மிளா, ஹரிணி மூவரும் உரையாடினார்கள். ஹரிணி, கடைசிவரை தலையாட்டியதோடு சரி. சிறையிலிருந்து

விடுதலையான பிறகு தேவசகாயம் தன்னோடு இருக்க சம்மதித்திருப்பதாக பத்மா தெரிவித்தாள். தேவசகாயம் பற்றிப் பேசினாள், பவானியைப் பற்றிப் பேசினாள், புதுச்சேரியைப் பற்றிப் பேசினாள், தமிழ் சினிமா பற்றிப் பேசினாள், மீண்டும் தேவா பேச்சில் வந்தான். ஷர்மிளாகூட அலுப்புற்று, தூங்கவேண்டுமென்றாள். ஹரிணி அப்படியா? என்று கேட்டுக்கொண்டதோடு சரி. அந்த 'அப்படியா?'வில் இருந்தது நிச்சயம் துக்கமென்று வகைப்படுத்த முடியாதென்றாலும், சந்தோஷமென்றும் எடுத்துக்கொள்ள முடியாது. தெளிவின்றி இருந்தாள். மற்ற இருவரும் வேறு ஏதாவது ஹரிணி சொல்வாளென்று எதிர்பார்த்திருக்கக் கூடும். தேவாவின் புராணம் பாடிய பிறகு, பேச்சு ஹரிணியைப் பற்றியதாக இருந்தது. இனி தனக்கு எல்லாமே தேவாவும் ஹரிணியுமென்று பத்மா முடித்துக்கொண்டாள். பத்மாவின் ஆசையை அல்லது விருப்பத்தை எப்படி எடுத்துக்கொள்வதென்று தெரியாமல் ஹரிணி திணறினாள். பத்மாவின் இப்புதிய அவதாரத்தை நினைக்கிற போதெல்லாம், தேவையின்றி எலிஸபெத் தோன்றி பயமுறுத்துகிறாள்.

பிரதான வாயிலுக்கு வந்திருந்தாள். சமீபத்தில் ஸ்ட்ராஸ்பூர் தலைமைக் காவல்துறை அலுவலகம் இடம்பெயர்ந்திருந்தது. போன வருடத்தில் ஒருமுறை தன்னுடைய அடையாள அட்டையைத் தொலைத்துவிட்டுப் புகார் கொடுக்க பழைய அலுவலகத்திற்குச் சென்றிருந்தாள். புகாரைக் கொடுக்கவென்று அரைமணி நேரத்திற்கு மேல் காத்திருந்ததும், பதிவு செய்த காவலர் கடுகடுவென்று முகத்தை வைத்திருந்ததும் நினைவிலிருக் கிறது. தடித்த பெரிய கண்ணாடிக் கதவுகளுக்குமேல், வீடியோ கேமரா, பொத்தானை அழுத்தி, தான் வந்த காரணத்தைத் தெரிவித்தாள். இவள் பிம்பத்தை, உள்ளிருந்த திரையில் பார்த்துத் திருப்தியுற்றபிறகு அனுமதித்திருக்கவேண்டும். கதவு ர்ர்ர்ர்ர்ரென்று சத்தமிட திறந்த மாத்திரத்தில், வரவேற்பு மேசையின் பின்புறம் குனிந்திருந்த தலை நிமிர்ந்தது. ஒரு பெண். இவள் வயதிருக்கவேண்டும், புன்னகைத்தபடி "உய்...." (யெஸ்)

– மிஸியே பஸ்கால் என்பவரைப் பார்க்கணும், சைபர்கிரைம்.

– உங்க பேரு?

– மத்மசல் ஹரிணி.

– உட்காருங்க. கேட்டுச் சொல்றேன். வரவேற்பு மேசைக்கு எதிரில் வரிசையாகப் போட்டிருந்த மெத்தை தைத்த ஃபைபர் நாற்காலிகளிலொன்றில் அமர்ந்தாள். பாலைக் குழைத்துக் கட்டியது போல சுவர்கள் வெள்ளை வெளேர் என்றிருந்தன. இதமான வெப்பம், விழிகளுக்குத் திகட்டாத ஒளி வெள்ளம். மூலையிலிருந்த தொட்டியில் வெப்ப மண்டல நாடொன்றி லிருந்து கப்பலேறி, ஐரோப்பிய தொட்டியில் அடைக்கலம் பெற்றிருந்த கள்ளிச் செடி, முற்களோடு பார்க்கையில் அழகாக இருக்கிறது. அவற்றிற்கு முற்களைக் கொடுத்து உயிர்வாழ்க்கைக்கு உத்தரவாதமளித்த இயற்கைதான், அவற்றைத் தின்று பசியாற ஒட்டகங்களையும் அனுப்பி வைக்கிறது, பொல்லாத இயற்கை.

– மத்மசல் ஹரிணி....

– உய்...

– பஸ்கால் உங்களுக்காகக் காத்திருக்கிறார். உள்ளே நுழைந்ததும் வலப்புறமிருக்கும் லிஃப்ட் எடுங்கள், முதற் தளத்தில் சைபர் கிரைம் அலுவலகம் இருக்கிறது. அறை எண் 118.

முதல் தளத்திற்கு வந்து அறை எண் 118த்தேடி கதவைத் தட்டினாள். ‘ஆந்த்ரே (உள்ளேவா)’ என்று கட்டையான குரல். இவள் கதவைத் திறந்ததும், ‘போன்ழூர் மத்மசல் ஹரிணி.. எப்படி இருக்கறீங்க பயணமெல்லாம் நல்லபடியா முடிஞ்சுதா?’ என்ற காவல் அதிகாரியிடம் கை நீட்டினாள். ஆசாமி குள்ளமாக இருந்தான். நாற்காலிக்குள் அடங்காத உடல். சற்றுமுன்புதான் புகைத்திருக்கவேண்டும். அறையிலும் அவன் உதடுகளிலும் சாம்பலான சிகரெட்டின் மணம்.

– போன்ழூர் மிஸியே பஸ்கால், காலையில்தான் வந்தேன். செகெண்ட் லைஃப் வலைத்தளத்துல நீங்க பிரியோலேன்னு அறிமுகப்படுத்திக்கிட்டீங்க. நேற்று ஃபோன் பண்ணபோது உங்க பேரு என்னன்னு கேட்க மறந்துட்டேன். நல்ல வேளையா, நீங்க அனுப்பிய எஸ்.எம்.எஸ்ஸில் உங்க உண்மையான பேரிருந்தது.

– சிகரெட்?

– நோ(ன்) மெர்சி. அப்போ செகெண்ட்லைஃபில் மாத்தா ஹரி வலைத்தளத்துல இருக்கிறவங்க பலருடைய உண்மையான பெயர்கள் உங்களுக்குத் தெரியும்.

– ஆமாம்... ஆனா இதுலே சைபர் கிரைம்னு சட்டங்கள் சொல்கிற குற்றங்கள் எதையும் அவர்கள் செய்யலை, செகெண்ட்லைஃப்க்குள்ளே நான் நுழைஞ்சதுக்கு அது காரணமுமில்லை. சொல்லப்போனால், வேறொரு குற்றத்தில் இவர்கள் சம்பந்தப்பட்டிருப்பார்களென நினைத்தோம். ஜூலை 13, 2000த்தன்று, பாரீஸிலிருந்த அனாட்டமி மியூஸியத்திலிருந்து மாத்தி ஹரியின் மண்டையோடு திருடு போனது சம்பந்தமா வழக்கொன்று பதிவாகியிருந்தது. அது சம்பந்தமா குற்றவாளிகளைத் தேடிவந்தோம். மாத்தா ஹரி பேருல இயங்குகிற சமயக்குழுவுக்கு அதில் பங்கிருக்குமென்ற சந்தேகம் எங்களுக்கிருந்தது.

– மாத்தா ஹரி தண்டிக்கப்பட்ட விதத்தை விமர்சிக்கிற அபிமானிகளைப் பழி தீர்த்துக்கொள்ளும் நடவடிக்கையென்று உங்களுடையதை எடுத்துக் கொள்ளலாமா?

– அரசாங்கத்தைப் பார்த்து கேட்கவேண்டிய கேள்வி, எங்களுக்குக் குற்றவாளிகளைச் சட்டத்தின் முன் நிறுத்த வேண்டிய கடமையிருக்கு. அதைத் தான் செய்யறோம்.

– மாத்தா ஹரியின் மண்டையோட்டிற்கு அப்படியென்ன முக்கியத்துவம்! அதைத் திருடுவதற்கு ஏதேனும் பிரத்தியேகக் காரணம் இருக்கமுடியுமா?

மாத்தா ஹரி தன்னையொரு இந்து தேவதையாகச் சொல்லிக்கொண்டதின் அடிப்படையில், சில பைத்தியங்கள் அவளை விண்ணுலகத்தின் வாரிசென்றே நம்புகின்றன.

– '...'

– அதற்கு வேறொரு சுவாரஸ்யமான தகவலையும் காரணமென்று சொல்லலாம். 1930ம் ஆண்டு ஓர் அமெரிக்க தம்பதியினர், மெக்ஸிகோவிலிருந்த தங்கள் பூர்வீகக் கிராமத்திற்குப் போயிருக்கிறார்கள். அப்போது அவர்களுடைய பதினெட்டு வயது மகளும் உடன் சென்றதாகச் சொல்லப்படுகிறது. அந்தக் கிராமத்தைச் சுற்றிலும் நிறைய சுரங்கங்கள் இருந்திருக்கின்றன. இளம்பெண், தனது பெற்றோர்களின் எச்சரிக்கையையும் மீறி சுரங்கங்களை இறங்கிப் பார்த்திருக்கிறாள், அதிலொன்றில் இரண்டு எலும்புக்கூடுகள் அருகருகே கிடந்திருக்கின்றன... பெற்றோர்களை நிர்ப்பந்தித்து அவற்றைக் கொண்டுசென்று வெகுகாலம் வைத்திருந்தாள். அவை இப்போது மற்றொரு

அமெரிக்க தம்பதி வசமிருக்கின்றன. எலும்புக் கூடுகளை ஆராய்ந்த பொழுது அவற்றைவிட அவை சம்பந்தப்பட்ட செய்திகள் ஆச்சரியமானவை. இரண்டாவது மண்டையோடு ஒரு சராசரி இருபத்தைந்து வயது செவ்விந்தியப் பெண்ணுக்குச் சொந்தமானது. முதல் மண்டையோடு ஐந்து வயது குழந்தையுடையது. குழந்தையுடைய மண்டையோட்டில் பூமியில் வசிக்கிற மனிதரினத்தின் சாயலில்லை. தென் அமெரிக்க இந்தியர்களிடையே ஒருவித நம்பிக்கையுண்டு, அதன்படி விண்ணுலக ஆண்கள் அவ்வப்போது பூமிக்கு வந்து, தொலைதூர கிராமங்களைத் தேர்ந்தெடுத்து, அங்குள்ள பெண்களிடம் உடலுறவு கொள்கிறார்களென்றும் அப்படி பிறக்கிற குழந்தைக்கு நான்கு அல்லது ஐந்து வயதாகிறபோது குழந்தையைக் கேட்டு மீண்டும் பூமிக்குவரும் விண்ணுலகவாசியான தந்தையிடம் குழந்தையை, அப்பெண்கள் ஒப்படைத்து விடுவதாகவும் சொல்கிறார்கள். அந்நம்பிக்கையின்படி மெக்ஸிகோவில் கிடைத்த இரு மண்டையோடுகளும் தாயும் சேயும் என்றாகிறது. விண்ணுலகவாசி கேட்டபோது, குழந்தையைத் திருப்பித்தர மறுத்து, தாயும் குழந்தையுமாக குகையில் ஒளிந்து வாழ்ந்திருக்கையில் இறந்திருக்க வேண்டுமென்று ஊகம். இதுபோன்ற மண்டையோடுகளுக்கு எல்லா சக்தியும் உண்டென்பது ஐதீகம். தென்னமெரிக்க நம்பிக்கையைப் போலவே இந்தியப் புராணங்களும் இதிகாசங்களுங்கூட விண்ணுலக மாந்தர்கள் பூமிக்கு வந்து பெண்களைக் கர்ப்பமுறச் செய்ததாகச் சொல்கின்றன, மாத்தா ஹரி தன்னை இந்து தேவதை என்று அறிவித்துக் கொண்டதால் அவள் விண்ணுலக வாரிசு, அவளுடைய மண்டையோடு சராசரி மண்டையோடல்ல, பூசைக்குரிய பொருள். அந்த நம்பிக்கையின் பொருட்டு, இந்தப் பைத்தியங்கள் எதையும் செய்யக்கூடியவர்களாக இருக்கிறார்கள்.

– '...'

– தவிர இச்சமயக்குழுவினருக்கு உபதொழில் தென்கிழக்கு ஆசிய நாடுகளிலிருந்து ஓப்பியம் கடத்துதல். அமெரிக்காவில் உள்ள ஸ்கல் அன்போன்ஸ் குழுவினருக்கும், மாத்தா ஹரி மண்டை ஓட்டைத் தேடி அலைகின்ற இந்தக் கூட்டத்துக்கும் அதிசயிக்கத்தக்க வகையில் சில ஒற்றுமை இருக்கின்றன. ஸ்கல் அன் போன்ஸின் (Skull and Bones) தற்போதைய இலக்கு அரசியலும், பொருளாதாரமும் என்றாலும், அவ்வமைப்பு இயங்குகிற யேல் பல்கலைக்கழகத்தின் வரலாற்றை

எடுத்துக்கொண்டால் அதன் ஸ்தாபகருடைய பெயர் இன்கிரீஸ் மாத்தெர் (Increase Mather) அவ்வாறே பிரிட்டிஷ் கிழக்கிந்திய கம்பெனியின் கவர்னராக சென்னையில் பணிபுரிந்த யேல் பல்கலைக் கழகத்தின் புரவலரான இலையு யேலுக்கும் (Elihu Yal) சரி, பின்னாளில் யேல் பல்கலைக் கழக வளாகத்தில் நிறுவப்பட்ட ஸ்கல் அன் போன்ஸ் அமைப்பு ஸ்தாபகர்களில் ஒருவரான ரஸ்ஸெல் குடும்பத்துக்கும் சரி, பிரதான வருமானம் கொக்கெய்னிலிருந்து வந்தது.

– கேட்க ஆச்சரியமாக இருக்கு. செகெண்ட்லைஃப்– மாத்தா ஹரி அனுதாபிகளின் உண்மையான பெயர்கள் தெரியவந்ததால ஏதாவது துப்பு கிடைச்சுதா?

– நிறைய, செகெண்ட் லைஃப்ல மாத்தா ஹரி விசுவாசிகள் குழுவைச் சேர்ந்த க்ளூனே என்ற அவதார் கொலையானதை அடுத்து நடந்த சம்பவங்கள் சுவாரஸ்யமானது. தொடர்ந்து நடத்திய விசாரணையில் பல உண்மைகளைத் தெரிஞ்சுக்கிட்டோம், அதிலே மிகவும் பரிதாபமான விஷயம், மாத்தா ஹரி வழக்கினை நியாயமற்ற முறையில் நடத்தி, ஆதாரமற்ற குற்றச் சாட்டின் பேரில் அவளைக் கொன்றுவிட்டார்கள் என்று குரல் கொடுத்த கூட்டந்தான் ஓர் அப்பாவியோட உயிரையும் அநியாயமா முடிச்சிருக்கு.

– நீங்க என்ன சொல்றீங்க?

– பவானிங்கிறது உன்னுடைய அம்மாதானே?

– ஆமாம்.

– சுமார் பதினைந்து வருடங்களுக்கு முன்னே தற்கொலைன்னு நினைத்து முடித்த வழக்கை, இப்போ வேறு வழியில்லாம தூசு தட்டி எடுத்திருக்கோம்... மாத்தா ஹரியின் காதலனும், வழக்கறிஞனுமான க்ளூனேங்கிற பேரில் செகெண்ட் லைஃபில் இருந்த அவதார் வேற யாருமில்லை, குளோது அத்ரியன். செகெண்ட் லைஃப்ல க்ளூனே கொல்லப்பட்ட அன்று, நிஜ வாழ்க்கையிலும் குளோது அத்ரியன் கொல்லப்பட்டிருக்கிறான். அன்றைக்கு யார் யாரெல்லாம் மாத்தா ஹரி தளத்துக்கு வந்திருக்கிறார்கள் என்று பார்த்தால், ஒருவன் பிராம்மணா, இன்னொருவன் மாண்ஸ லோஃப். முதலில் பிராம்மணாவுக்கு வருகிறேன். இவன் உண்மையான பேரு அருணாச்சலம். இவனது தாய்வழிப் பாட்டன் பிராம்மணா, இந்தோனேசியாவைச்

சேர்ந்தவன், அவனது முதல் மனைவியை மாத்தா ஹரியின் கணவன் ருடோல்ப் அபகரித்துக்கொண்டதில் மாத்தா ஹரி குடும்பத்தின் மீது தீராக்கோபம் கொண்டிருந்தவன், அவனது இரண்டாவது மனைவி இந்திய வம்சாவளி, டச்சு கிழக்கிந்திய கம்பெனி அதிகாரிகளுக்கு வட்டிக்குப் பணம் கொடுத்துக்கொண்டிருந்த தென்னிந்திய செட்டியார்கள் மரபைச் சார்ந்தவள். அருணாச்சலம் தென்கிழக்கு ஆசிய நாடுகளிலிருந்து கொக் கெய்ன் கடத்தும் ஆசாமிகளில் முக்கியமானவன். அவனது ஆரம்பகால கூட்டாளி குளோது. தொழிலில் வளர்ந்த பிறகு இரண்டு பேரும் பிரிந்திருக் கிறார்கள். க்ளூனே கொல்லப்பட்ட அன்று மாத்தா ஹரி வலைத்தளத்துக்கு வந்திருந்த மற்றொருவன் மாண்ஸ்லோஃப், ஒரு ரஷ்ய ராணுவ அதிகாரி இளைஞன், மாத்தா ஹரியின் நடனத்தைக் கண்டு அவள் மீது காதல் கொண்டவன், மாத்தா ஹரியும் அவனை நேசித்தாள். இந்த மாண்ஸ் லோஃப் அவதாருடைய உண்மையான பெயர் பிலிப் பர்தோ.

– பிலிப் பர்தோ?

– ஆமாம். அவன் தேவவிரதன் என்கிற இன்னொரு 'அவதார்' ஆகவும் செகெண்ட் லைஃப்க்குள்ள நுழைந்திருக்கிறான்... குளோது அத்ரியன் கொலையில் அருணாச்சலத்திற்கும், பிலிப் பர்தோவுக்கும் பங்கிருப்பது நிரூபிக்கப்பட்டிருக்கிறது. கொலைக்கு மாத்தா ஹரி, கொகெய்ன் இரண்டுமே காரணங்களென்று சொல்லலாம். பிலிப் பர்தோ, அருணாச்சலம் இரண்டு பேரையும் கைது பண்ணியிருக்கிறோம்.

– என்ன நடந்தது?

– உண்மையில் கடந்த டிசம்பர் மாதம் 20ம்தேதி அதாவது க்ளூனே செகெண்ட் லைஃப்பில் கொலை செய்யப்பட்ட அன்று, கிரைம் பிராஞ்சுக்கு, குளோது அத்ரியன் மனைவி யிடமிருந்து போன் வந்தது. தனது கணவன் படுக்கையில் தற்கொலை செய்துகொண்டதாகத் தெரிவித்தாள். ஆனால் எங்கள் தடயவியல் ஆட்கள் அங்கே போன போது, உடலருகே 22LR ரக ரைஃபிள் இருந்ததும் உண்மை. ஆனால் தடயங்கள் அனைத்தும் அழிக்கப்பட்டிருக்க, எங்கள் ஆட்களுக்குச் சந்தேகத்தைக் கொடுத்தது. செகெண்ட்லைஃப்லிருந்து குற்றவாளிகள் யாரென்று ஓரளவு ஊகிக்க முடிந்தபோதும், எங்களுக்கு ஆதாரங்கள் தேவைப்பட்டன. முதற்கட்ட

விசாரணையிலேயே, மதாம் குளோதுக்கு பிலிப் பர்தோ சொந்தச் சகோதரனென்று புரிந்துகொண்டதும், வழக்கில் அதிக சிக்கல்களில்லை என்பது விளங்கிற்று... துப்பாக்கி வல்லுனர்களும், குற்றவியல் மருத்துவர்களும், தற்கொலைக்குச் சாத்தியமில்லை என்றார்கள். கொலையுண்ட குளோதும், கொலையாளிகளும் கட்டிப்புரண்டு சண்டையிட்டிருக்கிறார்கள், அப்போது குளோது கொலையாளிகளைக் கடித்திருக்கிறான்... தடயவியல் ஆதாரங்கள் அனைத்தையும் அழித்துவிட்டதாக நினைத்துக் கொண்டிருந்த கொலையாளிகளுக்கு, கொலையுண்டவனின் பற்கள் காட்டிக் கொடுத்து விடுமென நினைக்கவில்லை. DNA முடிவுகளும் எங்களுக்குச் சாதகமாக இருந்தன. மதாம் குளோதும், தனது சகோதரன் பிலிப் பர்தோவும், அருணாச்சலமும் சேர்ந்தே கொலைசெய்தார்களென ஒப்புக்கொண்டிருக்கிறாள். பவானியுடைய இறப்பு தற்கொலை அல்ல கொலையென்று சொன்னவளும் அவள்தான். தனக்குத்தானே தீ வைத்துக் கொண்டதாக நம்பப்படும் பவானி தேவசகாயத்தின் மூடிய கையில், தீயில் கரிந்திடாமல் தப்பித்த தலைமயிர் கிடைத்தது, அதை அப்போது குற்றவியல் போலிஸார் அலட்சியம் செய்திருக்கிறார்கள். அவற்றை லேபுக்கு அனுப்பியிருக்கிறோம். முடிவு இன்று மாலை தெரிந்துவிடும். இரண்டு கொலைக்குமே மாத்தா ஹரியின் மண்டையோடு காரணமாக இருந்திருக்கிறது.

– அதைப் பற்றிய தகவல் ஏதேனும்...?

– இல்லை. தேவசகாயத்தையும் விசாரித்துவிட்டோம். குளோது அத்ரியனிடம் கொடுத்துவிட்டதாகச் சொல்கிறான். நீ எங்களுக்கு ஒத்துழைச்சா ஒருவேளை கிடைக்கலாம். முக்கியமா அதற்காகத்தான் உன்னை வரச்சொன்னேன். குளோது அத்ரியன் இறந்ததற்குப் பிறகு நாங்க சந்தேகிக்கிற ஆள் தேவசகாயம், அவன் எங்ககிட்டே உண்மையை மறைக்கிறானென்று நினைக்கிறோம்.

– மன்னிக்கணும் மிஸியே பஸ்கால், இந்த விஷயத்திலே நான் செய்ய எதுவுமில்லை. பவானி அம்மாவின் இறப்புக்குக் காரணமானவங்க தண்டிக்கப்படணுமென்று நினைச்சேன். கிட்டத்தட்ட அது நிறைவேறிவிட்டது. இத்தனை தூரம் எங்கிட்ட நீங்க எல்லாவற்றையும் விளக்கிக்கொண்டு வந்ததற்கு தேவசகாயமிடமிருந்து என் மூலம் உங்களுக்கு ஆகவேண்டிய காரியத்திற்காக என்கிறபோது, வருத்தமாக இருக்கிறது. நான் புறப்படறேன்.

- மத்மஸல் ஹரிணி... உட்கார்! நான் சொல்வதைக் கேள்....

- இல்லை... எங்கிட்டே இந்தவிஷயத்திலே பெரிதா எதையும் எதிர்பார்க்காதீங்க. தேவசகாயத்தைப் பார்க்கும் எண்ணம் எதுவுமில்லை. என்னை மன்னிக்கணும் நான் கிளம்பறேன்.

'ஓகே' என்றவன் கை நீண்டது. புரிந்து கொண்டவளாக தனது கையை நீட்டினாள். கைகுலுக்கிக்கொண்டு விடைபெற்றாள்.

காரை எடுத்தபோது தேவசகாயத்தைச் சிறையில் சென்று பார்த்தாலென்ன என்று தோன்றியது. கைக்கடிகாரத்தைப் பார்த்தாள். மணி பதினொன்றே கால். பத்து நிமிட ஓட்டம், பதினொன்றரைக்கெல்லாம் அங்கிருக்க முடியும்... முதன்முறையாக பதட்டத்துடன் காரை ஓட்டினாள்.

41

– ஹரிணியைக் கடைசியா நீ எப்போ பார்த்த கிருஷ்ணா?

– கடந்த ஜனவரி மாதம் 6ம்தேதி. கிட்டத்தட்ட மூன்று வாரங்கள் ஆகப் போகுது. அவள் தேவசகாயத்தைச் சிறையில் சென்று பார்த்த அன்றைக்கு என்னிடம் தொலைபேசியில் தொடர்பு கொண்டாள். அங்கிள் உங்களைப் பார்க்கணுமே என்றாள். ஞாயிற்றுக்கிழமை வீட்டுக்கு வாயேன் என்றேன், சொன்னதுபோல ஞாயிற்றுக்கிழமை காலை வந்தாள். வெகு நேரம் பேசிக்கொண்டிருந்தோம். நடந்ததனைத்தையும் சொன்னாள். நீ எழுதி வைத்திருந்த குறிப்புகளையெல்லாம் கொடுத்தாள். சாப்பிட்டுவிட்டுப் போம்மா, என்று நானும் என் மனைவியும் வற்புறுத்தினோம். இன்னொரு முறை அவசியம் வருகிறேனென்று சொல்லிவிட்டுப் போனவள்தான். பத்தாம் தேதி காலையில் போலிஸார் என்னைத் தொடர்புகொண்டு விசாரித்தார்கள், அவர்களிடம் என்ன நடந்ததென்பதைத் தெரிவித்தேன். ஹரிணி பணிபுரிகிற டிராக்குலா.காம் அலுவலகத்தைச் சார்ந்தவர்கள்தான் காவல்துறைக்குத் தெரிவித்திருக்கிறார்கள். திங்கட்கிழமை அவள் அலுவலகத்திற்கு வந்திருக்கவேண்டும், வராமற் போகவே அவளது மொபைலில் தொடர்பு கொள்ளலாமென்று நினைத்திருக்கிறார்கள், முடியவில்லை. செவ்வாய்க்கிழமையும் அதுதான் நிலைமை. அவளுடன் பணியிலிருக்கிற கமிலியென்ற பெண் ஹரிணியின் அப்பார்ட்மெண்ட்டுக்குச் சென்று பார்த்திருக்கிறாள், பக்கத்தில் குடியிருப்பவர்களை விசாரித்திருக்கிறாள். அந்நேரத்தில் ஹரிணியைத் தேடிக்கொண்டு, கிரைம் பிரான்சிலிருந்து இன்ஸ்பெக்டர் ஒருவர் வந்திருக்கிறார். அவரிடம் கமிலி விஷயத்தைச் சொல்லியிருக்கிறாள். ஹரிணி விரும்பியேகூட தலைமறைவாகியிருக்கலாமென போலிஸ் நினைக்கிறது.

– தேவாவை விசாரித்தார்களாமா?

– விசாரித்திருக்கிறார்கள், அவன் தனக்கெதுவும் தெரியாதென்கிறானாம் *"அவள் வளர்ந்த பெண், எதிலும் தெளிவாக இருக்கிறாள். அவள் வளர்ச்சியில் என் பங்கென்று எதுவுமில்லை. திடீரென்று என்னைப் பார்க்க வருவாளென்று எதிர்பார்க்கவில்லை, ஒன்றிரண்டு நிமிடங்கள் இருவருமே மௌனமாக இருந்தோம். எங்களுக்குள் பெரிய இடைவெளி இருந்தது, எனக்கு அவள் மகள், அவளுக்கு நான் தந்தை என்ற உணர்வு இருவருக்குமேயில்லை. எங்கள் உரையாடலும் கைதியொருவனுக்கும், உறவினரல்லாத பார்வையாளர் ஒருவருக்குமான உரையாடல் போலத்தானிருந்தது. அதனடிப்படையில் பொதுவாகச் சில விஷயங்களைப் பரிமாறிக் கொண்டோம். எனது தரப்பில் சொல்லவேண்டியதைச் சொன்னேன். அவள் பேசியது குறைவு. ஆனால் திடீரென்று காணாமற் போனது, வியப்பாக இருக்கிறது. அதற்குக் காரணம் என்னவாக இருக்குமென்று என்னால் ஊகிக்கவும் இயலவில்லை"* என்று முடித்துக்கொண்டானாம்.

– நீ என்ன நினைக்கிற கிருஷ்ணா?

– நான் என்ன நினைக்கிறது பவானி... போலிஸ் நினைக்கிறமாதிரிதான் நானும் நினைக்கிறேன். அவள் சின்னக் குழந்தை இல்லை. பயப்படுவது போல எதுவும் நடந்திருக்காதென்று நம்புவோம். எங்க வீட்டுக்குத்தான் ஹரிணி கடைசியா வந்ததாச் சொல்றாங்க. அவளுடைய கார் வீட்டில் இருக்கின்றது, அவள் கணக்கிலிருந்து பணம் எடுத்ததாகத் தெரியவில்லை. ஆடைகளைக்கூட அதிகம் எடுத்துக்கொள்ளவில்லை போலிருக்கிறது. கமிலிங்கிற பெண்கிட்டே இந்தியாவுக்குப் போகணுங்கிற ஆசை நிறைய இருக்கென்று சொன்னாளாம். போலிஸாரால்கூட எந்த முடிவுக்கும் வர முடியலை.

– எங்க குடும்பம் சபிக்கப்பட்டதென்று, அடிக்கடி பாட்டி புலம்பிக் கொண்டிருப்பாள். அவளைக் கிண்டல் பண்ணுவேன், அது உண்மையா கிருஷ்ணா?

– இதிலே சொல்வதற்கு என்ன இருக்கிறது. கேள்வி கேட்கிறபோதே உனது குரல் சுரத்தின்றி ஒலிக்கிறது. உன்னை மாதிரியே ஹரிணியும் தைரியசாலியான பெண்ணென்று என்னால உறுதியாச் சொல்லமுடியும். வீணா எதையாவது கற்பனை செய்துகொண்டு எதற்காகச் சஞ்சலப்படணும்...

– ஞாயிற்றுக்கிழமை உன் வீட்டிற்கு வந்திருந்த ஹரிணி, தேவாவைச் சந்திச்சதைப் பற்றி எதுவும் சொல்லலியா?

– சொல்ல விரும்பவில்லை. ஆனா நிச்சயம் முக்கியமானதொரு சந்திப்பாக அது இருந்திருக்கணும், எனக்கேகூட தேவாவைப் பார்க்கணும் போலிருந்தது. இக்கதைப் புனைவில் உங்களுக்கெல்லாம் என்ன பங்களிப்புண்டோ அதற்கு ஈடான பங்களிப்பு அவனுக்கும் இருக்கிறது. அவனைக் குறித்து இது வரை நான் எழுதியதெல்லாமே பிறர் சொல்ல கேட்டதுதான், பவானி எலிஸபெத், பிலிப்பென்று– நீங்கள் சொன்னதை வைத்தே வாசக நண்பர்களுக்கு தேவசகாயத்தைப் பற்றிய ஒரு தவறான பிம்பத்தை உருவாக்கி விட்டேனோ என்ற குற்ற உணர்வு எனக்கு இருக்கிறது. குற்றவாளியென்று ஒருவனைச் சொல்ல நமக்கு உரிமையுண்டு. ஆனால் தண்டிக்கிறபோது அவன் தரப்புச் சாட்சியங்களையும் கணக்கில் எடுத்துக்கொள்ளவேண்டும், தவறிவிட்டேன். வாசக நண்பர்களில் யாரேனும் ஒருவர், இக்கடைசி அத்தியாயத்திலிருந்து கதையை ஆரம்பித்து முதல் அத்தியாயத்திற்குச் செல்வாரென்றால், உங்கள் கூட்டத்திலிருந்து விலகிக்கொண்டு நான் சார்பற்றுச் சொல்லியிருக்கிறேனென திருப்தியுறலாம். ஹரிணி ஏன் தேவசகாயம் சந்திப்பைக் குறித்து வாய் திறக்கவில்லை, அவன் தரப்பிலும் சொல்ல இருக்கிறது சொல்லி இருக்கலாம். ஆனால் நாம் என்ன செய்யறோம், உண்மையின் அடிப்படையில் எவரையும் தண்டிப்பதில்லை. சாட்சிகளைத் தயாரித்து அதற்கேற்பச் சட்டங்களைத் தேடி, தண்டிக்கிறோம். ஏதோ தேவசகாயத்துக்கு ஆதரவா நான் பேசுவதாக நினைத்திடாதே. மாத்தா ஹரிக்கு விதிக்கப்பட்ட தண்டனையும் சரி, உனக்கான தண்டனையும் சரி, எல்லாமே உண்மைக்கு எதிரானதுதான். சாட்சிகளை அடிப்படையாக வைத்து வழங்கப்பட்ட தீர்ப்புதான். இக்கதையில் ஹரிணியுமொரு ஜூரி, ஆனால் பெரும்பான்மை ஜூரிகளின் அபிராயத்திலிருந்து வேறுபட்டவள். தொடக்கத்தில் தேவசகாயத்தைப்பற்றிய அவளது கருத்து பிறரால் திணிக்கப்பட்டது. பிறகு கதையின் இறுதியில் உண்மை அவளுக்குத் தொட்டு விடும் தூரத்தில் இருக்கிறது. தொட்டாளா என்பது கேள்வி. ஹரிணி தேவா சந்திப்புச் சம்பந்தமா நான் எதுவும் எழுதாதற்குக் காரணம் ஹரிணி என்னிடத்தில் எதுவும் சொல்லலை. சுவாரஸ்யத்துக்காக ஆங்காங்கே சில பொய்களைச் சொல்லியிருந்தாலும், முடிந்தவரை, உங்களிடத்திலும் வாசக நண்பர்களிடத்திலும்

ஓரளவு நேர்மையாக நடந்துகொண்டிருக்கிறேன். உண்மை இல்லாத புனைவு ஏது? அடுத்த மாதத்தில் தேவசகாயத்திற்கு விடுதலைன்னு கேள்விப்பட்டேன், பத்மாவோடு சேர்ந்து வாழப்போவதாக, ஹரிணி சொன்னாள். வேறு என்னவெல்லாம் தந்தையும் மகளும் பேசியிருப்பார்கள். நிறையக் கேள்விகளுக்குத் தேவசகாயத்திடம் விடையிருக்கலாம். ஹரிணியுடைய எதிர்பாராத இம்முடிவுக்கு தேவசகாயம் சந்திப்பு ஏதோவொரு வகையில் காரணமென்று மாத்திரம் இப்போதைக்குச் சொல்ல முடியும்...

– தேவசகாயத்தை அன்றைய தினம் சந்தித்த வேறொரு பெண்மணி யார் தெரியுமா?

– யார் மத்மஸல் எலிஸபெத் முல்லரா?

– ஆமாம், ஆனால் அச்சந்திப்பின் நோக்கம் என்ன என்பதுதான் புரியலை.

– ஏன்...?

– கடந்த இரண்டு வாரங்களா அவளும், விதவையான மதாம் குளோதும் சேர்ந்து வாழ்வதாகக் கேள்விபட்டேன்... மாத்தா ஹரி சங்கத்துக்கு இப்போது தலைவர் யாரென்று நினைக்கிற, மத்மஸல் எலிஸபெத் முல்லர்.

பவானி! உன்னுடைய இறப்பு எப்படித்தான் நடந்தது? யார்தான் காரணம்?

– குளோது அத்ரியனைக் கொலை செய்தவர்கள்தான் என்னையும் செய்திருக்கவேண்டுமென்று நீதானே எழுதியிருந்த?

– அப்படித்தான் நம்பினேன். மதாம் குளோது தனது கணவன் கொலைக்குக் காரணமான, தன்னுடைய சகோதரன் பிலிப் பர்தோவும், அவனது கூட்டாளி அருணாச்சலமுமே பவானியின் கொலைக்கும் காரணமென்று விசாரணையில் சொல்லி யிருந்தாள். நீ தீக்கிரையானபோது, உனது கைப்பிடியிலிருந்த கொலையாளியின் தலைமுடியை DNA பரிசோதனைக்கு அப்போது உட்படுத்தத் தவறியிருக்கிறார்கள். அதைச் செய்து, பவானி கொலையாளிகளைத் தீர்மானிக்கமுடியுமென்று போலிஸ் நம்பியது. ஆனால் பரிசோதனைச்சாலையில் கிடைத்த முடிவு பிலிப்பர்தோவையும், அருணாச்சலத்தையும் பவானி கொலையிலிருந்து விடுவித்துவிட்டது. இப்போது மதாம் குளோது, என்ன சொல்கிறாளென்றால், தன் சகோதரன் பிலிப்,

பவானியிடம் கொண்டிருந்த காதலால் அவனைக் கொலை செய்திருக்கலாமென நினைத்தாளாம்.

– ஆக என்னைக் கொலைசெய்தவர்கள் யாரென்ற மர்மம் இன்னமும் நீடித்திருக்கிறதென்று சொல்.

– நீதான் சொல்லேன்.

– என்னுடைய குறிப்புகளையெல்லாம் ஹரிணி உன்னிடத்தில் கொடுத்ததாகச் சொன்னாயே, அதிலே நான் எதுவும் எழுதிவைக்கவில்லையா?

– இருந்தால் உன்னை ஏன் கேட்கிறேன்?

– அக்குறிப்புகளில் என்ன எழுதி வைத்திருக்கிறேனோ, அதைத் தவிர வேறு தகவல்கள் என்னிடத்திலில்லை.

– ஹரிணி காணாமற்போனது மட்டுமல்ல, வேறு இரண்டு கேள்விகளுக்கும் எனக்கு விடை கிடைக்கவில்லை.

– சொல்லேன்....

– ஒன்று: பவானியின் இறப்புக்கு யார்தான் காரணம்? தற்கொலையா கொலையா? கொலையென்றால் யார் காரணம்? தேவசகாயம், குளாது பிலிப், அருணாச்சலம் நால்வருக்குமே காரணங்கள் இருக்கின் இரண்டு: தேவசகாயம் குளோது அத்ரியனிடம் கொடுத்தது உண்மையென்றால் மாத்தா ஹரியின் மண்டையோடு எங்கே, யாரிடத்தில் இப்போது இருக்கிறது? குளோலது அத்ரியன் கொலையுண்டதால், இரண்டாவது பட்டியல் குற்றவாளிகளில், அவனுக்கு இடமில்லை, மிச்சமிருப்பது தேவசகலாயம், பிலிப் பர்தோ, அருணாச்சலம் அல்லது இந்த மூவருமே அல்லாத வேறொருவன்.

– பவானி எதற்காக இப்போ சிரிக்கிற?

– சித்த முன்னேதான் ஏதோ உண்மையை ஆதாரமாகக்கொண்டு எவரையும் தண்டிப்பதில்லையென்று சொன்ன. அதை நியாயப்படுத்துவது மாதிரி இப்போ வரிசையாப் பேர்களைச் சொல்ற. மத்மஸல் எலிஸபெத்தை மறந்துட்டியே.

– உண்மைதான். எலிஸபெத்தைப்பத்தி நாம யாருமே சரியாகப் புரிஞ்சுக்கலைன்னுதான் சொல்லணும். எல்லாத்துக்குமே அவள்கூட காரணமாக இருக்கலாம்.

– பார்த்தியா, சட்டென்று அவளை பலிகொடுக்கப் பார்க்கிற. இந்தப் பழக்கம் நம்ம எல்லோருக்கும் இருக்கிறது. நிறைய

பேசின, உன்னாலேயே நேர்க்கோட்டுலே நிக்க முடியலை பாரு. எலிஸபெத்தையும் பட்டியலில் சேர்க்கணுமென்றுதான் சொன்னேன், தீர்ப்பை வழங்கச் சொல்லலை.

— கிருஷ்ணா... என்ன தனியாக நின்றுகொண்டு புலம்பற.

— வா பவானி, இத்தனை நேரம் உன்னோடுதான் பேசிக்கொண்டிருந்தேன். வாழ்க்கை முழுதும் இரண்டு உரையாடல்களைத் தொடர்ந்து நடத்துகிறோம். இரண்டாவது உரையாடல், பொய் கலவாதது, அந்தரங்கமானது. நாமே நமக்கென்று நடத்தும் உரையாடல், இங்கே பரஸ்பர புரிதல்களில் சிக்கல்கள் இருப்பதில்லை, மறுப்புகள் இடம் பெறுவதில்லை. மழையின் போது ஒரு குடையின்கீழ் ஆணும் பெண்ணும் நடப்பதுபோல, நனையவும் கூடும், நனையாமல் இருக்கவும் கூடும். மனமும் உடலும் சிலிர்த்துக் கொள்ளும் அனுபவம் முக்கியம். சட்டென்று குறுக்கிட்டு விட்டாய். வந்ததும் நல்லது, புறப்படலாமா? இப்போதே புறப்பட்டால்தான் விடிவதற்குள் போய்ச் சேரமுடியும். மற்றதைப் பயணத்தின்போது பேசலாம்.

— எங்கே புறப்பட்டுட்ட?

— நமது மண்ணுக்கு. இருவருமே மேற்கில் இருக்கிறோம், கிழக்குத் திசைக்காய்ப் பயணிக்கவேண்டும். அந்த மண்ணுக்கு உன்னையும் என்னையும் நன்றாகத் தெரியும். வழித்துணைக்கு யாருமில்லையே என்று நினைத்தேன், தனித்த பயணியாக எத்தனை நாட்களுக்கு? இங்கே காட்சிகள் செல்லரித்து விட்டன, சொற்கள் மௌனித்துவிட்டன. சப்தம் பாழ்பட்டுவிட்டது. காடு கரம்பை என்றாலும் அது நமக்கான வெளி. திண்ணையென்றாலும், இருக்கவே இருக்கிறது வேப்பமரக்காற்று.

பவானி இம்முறை வாய் திறக்கவில்லை, நான் பேச மௌனமாக தலை அசைத்தபடி நிற்கிறாள். நிலவொளியை மறைத்த மேகம், அவள் முகத்தில் வழிந்தது, கண்கள் தளும்பி இருந்தன. நிச்சயமற்ற உடல், பின்புலத்தில் மின்விளக்குக் கம்பங்கள், ஒளியில், பிர்ச், மிமோசா மரங்களின் கலப்பில் கல்லறை. "முட்புதர்கள் மண்டிய, கருவேல மரங்கள் படர்ந்த மயானத்தின் சுகம் அதிலுண்டா? நிதானமாக இது குறித்து வழியில் அவளிடம் பேசவேண்டும்...."

— முற்றும்